வாழ்க்கையின்சீவல்:சுயஉதவிப் பயணம் என்ற தலைப்பு கொண்ட இப்புத்தகத்தின் முதல் பதிப்புக்குக்கிடைத்த பாராட்டுக்கள்

சாதனைகளும் சாகசங்களும் அடங்கிய 'ரிக்கி' (Rikki) உடையவாழ்க்கையின் புதிரான கதையை 'லின்டல்' (Lindal) அளிக்கிறார். மிகப்பிரயத்துடன் எழுதப்பட்ட இப்புத்தகத்தின் அணுகுமுறை புதிதாகவும், சுறுசுறுப்பானதாகவும் இருக்கிறது. இது ஓர் சிறந்த கதைப்புத்தகமாக மட்டும் அல்லாமல், இதனை வாசிப்பவருக்கு உளவியல் மற்றும் ஆன்மீக ரீதியான அறிவைப் புகட்டும் ஊடகமாகவும் உள்ளது. இந்த அற்புதமான கருத்துக்கள் தனித்தன்மையுடன் கூடிய நுட்பமான விவரிப்புகளாகக் கோர்க்கப்பட்டு வாசகர்களைத் தன்னுடன் இட்டுச் செல்கின்றன பிரதானக் கதாபாத்திரங்களில் ஒன்றான 'முதியஆத்மா' வுடன் ரிக்கி நடத்தும் உற்சாகமான பரிமாற்றங்கள், உதவி நாடுவோருக்கு வழி நெடுக மிகவும் பொருத்தமானதாகவும், ஏற்றதாகவும் இருக்கின்றன. ஓரளவு சுயச் சரிதையாகவும், மீதி புனைப்பாகவும் உண்டாக்கப்பட்ட இந்நூல், துணிச்சலான ஆன்மா கொண்டவர்கள் படிக்க அற்புதமான ஒன்றாக இருக்கும்.

Adam Crabtree - Transpersonal psychotherapist, and author of Multiple Man: Explorations in Possession and Multiple Personality, From Mesmer to Freud: Magnetic Sleep and the Roots of Psychological Healing, *and* Trance Zero: Breaking the Spell of Conformity.

ஐஸ்லாந்து நாட்டின் தத்ரூபமான இயற்கை கொழிக்கும் பின்னணியில் 'முதிய ஆத்மா' என்ற பெயர் கொண்ட ஓர் ஆவியுடன் பரிமாறிக்கொண்ட வாழ்க்கையின் தத்துவம், மரணம் மற்றும் ஆத்மாவின் இயக்கம் பற்றிய உரையாடலை Dr. லின்டல் பிணைத்திருக்கிறார். இதில் உளவியல் மற்றும் ஆன்மீக முன்னோடிகளின் ஞானம் முழு கேளிக்கையுடன் ஒருங்கிணைக்கப்பட்டுள்ளது. ஆத்ம வழிகாட்டிகள் மிக உண்மையானவை என்பதை இங்கே குறிப்பிட விரும்புகிறேன், ஏனெனில், 10 வருடக் காலமாகக் கெவின் ரியர்சனின் மெய்மறதி ஊடகத்தினால் திருப்பி விடப்பட்ட அஹ்துன் ரி (Ahtun Re) என்ற பெயர் கொண்ட, விவேகமுடனும் தெளிவாகவும் பேசும் ஆத்மாவுடன் நான் உரையாடியுள்ளேன். அஹ்துன் ரி (Ahtun Re) யிடமிருந்து நான் கற்றுக் கொண்ட பல விஷயங்கள் Dr. லின்டல் உடைய விவரணத்துடன் ஒத்திருக்கின்றன. இதை நான் மிகவும் பரிந்துரைக்கிறேன்.

Walter Semkiw, MD. Author of Born Again: Reincarnation Cases Involving Evidence of Past Lives, with Xenoglossy Cases Researched by Ian Stevenson, MD., Return of the Revolutionaries: The Case for Reincarnation and Soul Groups Reunited, *and* Origin of the Soul and the Purpose of Reincarnation. *Dr. Semkiw is also President of www.IISIS.net, an organization focused on objective evidence of reincarnation.*

இந்தப் பிரபஞ்சம் எவ்வாறு கட்டமைக்கப்படுள்ளது மற்றும் இதில் நாம் நம் யதார்த்தத்தைஎவ்வாறு உண்டாக்கியுள்ளோம் என்பன போன்ற புரிந்துகொள்ள கடினமானவைகளைக் கூட, ரிக் லின்டல் (Rick Lindal) மிக எளிதாக இப்புத்தகத்தில் புரிய வைத்துள்ளார். ஒரு பாலகன் தன் இளமை பருவத்திலிருந்து வாலிப வயது வரை கதை சொல்லுவதாக இவர் இந்தப் புத்தகத்தை வடிவமைத்துள்ளார். இந்தப் பாலகன் தொடர்பு கொள்ளும் முக்கிய வழிகாட்டியான “முதிய ஆத்மா” அவனுக்கு ஞானச் சொற்களை அளித்துத் தன் வாழ்வில் சொந்தமாக முடிவுகள் மேற்கொள்ள உதவுகிறது. இது ஒவ்வொருவரும் தனது பதின்ம வயதிலிருந்து மரணத்தின் சில நாட்கள் வரை “கட்டாயம் படிக்க வேண்டிய” ஒரு நூலாகும்! இது உண்மையிலேயே நமது அறிவுக் கண்களைத் திறக்கச் செய்கிறது!. மறுவுலக வாழ்வை நீங்கள் நம்பினாலும் நம்பாவிட்டாலும், இது ஒரு சிந்தனையைத் தூண்டும் வாசிப்பாக அமைகிறது. ஒருவர் தனது வாழ்க்கையில் எதிர்கொள்ளவேண்டிய பல பிரச்சினைகளை இது கையாளுகிறது. எந்த வயதினரும் எளிதாகப் படிப்பதற்கு உகந்தது. இது விஷயத்தைச் சார்ந்தும், துல்லியமாகவும் மற்றும் மிகுந்த நிபுணத்துவத்துடன் எழுதப்பட்ட ஒன்று. நேராக பொருளுக்குச்செல்கிறது. இன்றைய பள்ளி நடைமுறைகளில் உள்ள கொடுமைப்படுத்துதலுக்கு அதிக முக்கியத்துவம் அளித்து எழுதப்பட்ட இந்நூல், அனைத்து பள்ளி நூலகங்களிலும், பொது நூலகங்களிலும் வைக்கப்பட வேண்டிய ஒன்று. நீங்கள் இந்தப் புத்தகத்தைப் படித்து முடித்த பின் பல நாட்கள், பல மாதங்கள், ஏன், பல வருடங்கள் கழித்தும், இதைப்பற்றி ஆழமாக சிந்திக்கச்செய்யும் ஒரு சிறந்த அறிவுக்களஞ்சியம். வாழ்க்கையின் மிகப்பெரிய புதிர்களின் விடை காணப்படாத கேள்விகளை இது கவனத்திற்குள் கொண்டு வருகிறது. இப்புத்தகத்தை நாம் பல வருடங்கள் முந்தியே படித்திருந்திருக்கலாமே என தோன்றுகிறது. ஒரு சில புத்தகங்களே எங்களை இவ்வாறு கவர்ந்துள்ளன. நாம் இப்புத்தகத்தை மிகவும் பரிந்துரைக்கிறோம்

Donald Pile and Ray Williams, Award-winning, Celebrity travel columnists who write for gay publications from coast to coast. You can email them at http://gaytravelersataol.blogspot.com

நான் இப்புத்தகத்தை இரண்டு முறை படித்துவிட்டேன். மேலும் இதன் ஆசிரியரின் வலைப்பதிவையும் (Blog) படித்தேன். இப்புத்தகத்தின் கருத்துக்களை இப்பொழுது நான் நன்கு புரிந்து கொண்டேன். நிச்சயமாக, நான் மறுபிறவியைப் பற்றிக் கேள்விப்பட்டிருக்கிறேன், மேலும் அதனை நம்பும் மக்களையும் எனக்குத் தெரியும். இருந்தாலும், எனக்கு இது முற்றிலும் புதிதாக இருந்தது. நான் இதை இரண்டாம் முறை வாசித்தது வேடிக்கையாகத்தான் இருந்தது. எனது சுற்றுப்புறத்து

மக்களிடம், மறுபிறவியில் அவர்களின் நம்பிக்கையைப்பற்றிக் கேட்டேன். பெரும்பாலானோர் அதனை நம்புவதாகவோ அல்லது அதனை நிராகரிக்க முடியாது என்றோ கூறியது என்னை வியப்பில் ஆழ்த்தியது. ஒரு பாலகன் வாலிபனாக வளரும் இக்கதையில், இக்கருத்து மிகவும் இலாவகமாக கொணரப்பட்டுள்ளதை நீங்கள் காணலாம். அவன் பிள்ளைப்பருவத்திலிருந்து கவனித்து வரும் தனது பாலியல் நாட்டத்தைப்பற்றி கவலை கொள்கிறான். இப்புத்தகத்தில் நான் கண்டறிந்த புதிரான கருத்து என்னவென்றால் ஓர் உயிர், அதாவது ஓர் ஆத்மா தன் அடுத்த மறுபிறவியைத் தேர்ந்தெடுப்பதாகும். இது என் எண்ணத்தில் இதுவரை தோன்றாத ஒரு புது விஷயமாக இருந்ததால் அது என் மனதில் முழுஅளவிலான புதிய சிந்தனைகளைத் தூண்டி விட்டது. இப்புத்தகம் நாள் முழுக்க என் சிந்தனையில் எதிரொலித்துக்கொண்டே இருக்கிறது - நோயினால் அவதிப்படும் மக்கள், யாருடைய கோபத்திற்கோ ஆளானவர்கள், அல்லது யாருடனும் தொடர்பு கொள்ளும் வாய்ப்பே இல்லாத மன இறுக்கத்தினால் பாதிக்கப்பட்ட இளம் மக்கள், அல்லது நாம் "இயல்பான" வாழ்க்கை என்று அழைக்கின்ற ஒன்றைப் பெறும் வாய்ப்பே இல்லாத மக்கள் ஆகியோரை சந்திப்பது என்று எனது நாளைக் கழித்துக் கொண்டிருக்கிறேன் - இக்கருத்தைப்பற்றி யோசிப்பதே இவ்வாறான பிரச்சினைகளுடன் போராட உதவியாக உள்ளதை நான் கண்டறிந்தேன். குறைந்தபட்சம் இது எனது பிரச்சினைகளை சமாளிப்பதற்கு உதவியது. இப்புத்தகத்தைப்பற்றி சொல்ல நிறைய இருக்கிறது. ஆனால் முழுமையாகப் புரிந்துகொள்வதற்கு, நான் வாசித்ததைப்போல், நீங்களும் இதனை வாசிக்க வேண்டும். புதுப்பித்தல்: இது வேடிக்கையாக உள்ளது! முன்பு குறிப்பிட்ட சில சூழ்நிலைகளின்போது இப்புத்தகம் என்னிடமே திரும்பி வருவதை கண்டிருக்கிறேன். அந்த சூழ்நிலைகளை சமாளிக்க இது மிகவும் பயனுள்ளதாக இருந்ததையும் கண்டறிந்தேன். உண்மையில் இது என் அறிவையும் சிந்தனையையும் வியாபித்துக்கொண்டது.

Goodreads. Judy (bookgirlarborg)'s profile.

Amazon – ல் மதிப்பாய்வுரைகள்:
மூலம் : டோரோன்டோ ரீடர் (Toronto Reader)

பல மாதங்களுக்கு முன்னர் இப்புத்தகத்தின் முதல் பிரதியை நான் வாங்கினேன். ஒரு முறை படித்துவிட்டு என் சினேகிதிக்கு கொடுத்தேன். அவள் தன் தாய்க்கு கொடுத்தாள். நான் அதன் கருத்துக்களைப் பற்றியே சிந்தித்துக் கொண்டிருந்ததால், அதனை மீண்டும் வாசிப்பது என்று முடிவுசெய்தேன். எனவே இரண்டாவது பிரதியை எனக்காகவும் மூன்றாம் பிரதியை பிறருக்காகவும் வாங்கினேன். மிகவும் சிக்கலான விஷயங்களையும் சுலபமாகப் புரிந்து கொள்ளும் விதத்தில் நூலாசிரியர் கதையை வழங்கியுள்ளார்.

மூலம்: பெட்டர் பிரெய்ன் பெட்டர் லைஃப்

என்ன அற்புதமான புத்தகம்! சேத் மற்றும் விக்டரின் அறிவு போதனைகளை சுலபமாக அடைய ரிக் லின்டல் கையாண்ட முறையை நான் நேசிக்கிறேன். விதிக்கும் சுயவிருப்பத்திற்கும் இடையேயான உறவு முறை கையாளப்பட்டவிதமானது, நான் இது வரை எதிர்கொண்டதில் சிறப்பானதாக விளங்குகிறது. நான் அடிப்படை நம்பிக்கை போதனைகளை அன்றாட வாழ்க்கையில் கடைபிடிக்கிறேன். நான் ரிக்கியின் சொந்த வாழ்க்கைப்பயணத்தையும் அவன் வெற்றிகளையும் படித்து மகிழ்ந்தேன். அவைகளை குறிக்காமலும், அடிகோடிடாமலும் வாசித்தேன். வாசித்து முடித்தவுடன் உண்மையில் எனக்கென்று பேசப்பட்டதாக உள்ள போதனைகளை கவனயீர்ப்பு செய்ய மீண்டும் படிக்கத் தொடங்கினேன். தன்னை ஓர் உளநிலை ஆன்மீக வளர்ச்சிப்பாதையில் செல்வதாக அறிபவர்களுக்கு இப்புத்தகத்தை நான் வெகுவாக பரிந்துரைக்கிறேன்.

மூலம் : Dr. Ronald Filler
Associate Professor of Psychology,
Rider University

Dr. லின்டல் எழுதிய வாழ்க்கையின் சீவல் மனங்கவரும் தெளிவுடன் படிக்க சுவாரஸ்யமாக உள்ளது. இப்புத்தகம் வாழ்க்கையைப் பூர்த்தி செய்யும் பாதையின் ஆழ்ந்த நுண்ணறவை அளிப்பதுடன் ஒரு மகிழ்விக்கும் கதையாகவும் விளங்குகிறது. இது நிச்சயமாக வாசிப்பதற்கு சிறந்த ஒன்று, பொழுதுபோக்கும் மெய்யறிவும் நிறைந்தது. அதிக பயனளிக்கும் வாழ்க்கையை தேடும் யாவருக்கும் நான் இப்புத்தகத்தை மிகவும் பரிந்துரைக்கின்றேன். நான் ரிக் (Rick) உடைய அடுத்த பிரசுரத்தை எதிர் பார்த்துக்கொண்டிருக்கிறேன்.

அமேசான் கின்டில் (Amazon Kindle) : மதிப்பாய்வுரைகள்
மூலம் : ஸ்டீஃபென் ஆர்ம்ஸ்ட்ராங் (Stephen Armstrong)

உங்கள் வாழ்க்கையைப்பற்றிய படத்தையோ அல்லது நாடகத்தையோ நீங்கள் பார்த்தால் அது எவ்வாறு இருக்கும் என்று என்றைக்காவது நீங்கள் யோசித்து வியந்ததுண்டா? இது உங்கள் வாழ்க்கையில் மீண்டும் நடப்பவற்றை கவனிப்பதற்காக அல்ல. ஆனால் மற்ற பாத்திரங்களும் சூழ்நிலைகளும் எவ்வாறு உங்களைக் கவர்ந்தன, உங்களால் தேர்ந்தெடுக்கப்பட்ட விருப்பங்கள் எவ்வாறு உங்களைப் பாதித்து தற்போதைய நிலைக்கு உங்களை ஆளாக்கியுள்ளன என்பதைக் காண வேண்டுமா? ஓர் இயக்குனருடைய பார்வையில் உங்களையும் பிறரையும் நீங்கள் எவ்வாறு தொடர்புபடுத்துகிறீர்கள் என்பதை இப்புத்தகம் காட்டும். உங்களிடமிருந்து தற்காலிகமாக நீங்களே வெளியேறி, உங்களுடைய பல்வேறு அடுக்குகளை அனைத்து கோணங்களிலிருந்தும் காணவும்,

நீங்களும் உங்களின் அனுபவங்களும் எவ்வாறு கதையை எழுதுவதற்கு ஒன்றுக்கொன்று ஒத்துப்போகின்றன என்பதை அறியவும் இப்புத்தகம் அனுமதிக்கிறது, இதையே நாம் வாழ்க்கை என்று அழைக்கிறோம். நீங்கள் இன்னும் ஒரு படி மேலே உயர்ந்து நான் யார் என்பதை உணர்ந்து அனுபவிக்க இது ஊக்கமளிக்கிறது. நீங்கள் எழுத்தாளர், இயக்குனர், நடிகர் மற்றும் பார்வையாளராக மாறிவிட்டீர்கள்.

மூலம் : ஃப்ராங்க் எம் வால்டன் (Frank M Walton)

என்னவொரு வெளிப்பாடு! இந்தப் புத்தகத்தை என்னுடன் பகிர்ந்து கொண்ட Dr. லின்டலுக்கும் எனக்கும் ஒரு பரஸ்பரமான நட்பு உள்ளது. இதன் அட்டைப்படமும் அதன் தலைப்பும் மற்ற புத்தகங்கள் (அதாவது ஆன்மீகம், வழக்கமாக புத்தமத அல்லது கிழக்கத்திய சிந்தனை கொண்டவை) என்னைக் கவரும் அளவிற்கு எடுப்பானதாக இல்லை. இரண்டு மாதங்களாக அது எனது படுக்கையின் பக்கமேசையில் கிடந்தது. அதன்பின்னர் என் நண்பரும் ஊர் திரும்பினார். குறைந்தது மேலோட்டமாகவாவது சிறிது புரட்டிப்பார்த்துவிட்டுத் திருப்பிக்கொடுக்க நினைத்தேன். நான் தாமதமாகப் படிக்கத் துவங்கியிருந்தாலும், விரைவிலேயே அது மேலீடாகப் புரட்டிப்பார்க்க இயலாத ஒரு புத்தகமாக எனக்குத் தோன்றியபோது வாழ்க்கையின் மிகப்பெரிய அதிர்ச்சியை நான் உணர்ந்தேன். அதன் சில பகுதிகளை அடிகோடிடவும், மீண்டும் படிக்கவும் மற்றும் உட்கிரகிக்கவும் செய்யவேண்டியிருந்தது. சுருக்கமாகச் சொன்னால், இது வாழ்க்கையின் கையேடு. இது 30 ஆண்டுகளுக்கு முன்பே எனக்குக் கிடைத்திருக்க வேண்டும். நாம் இங்கே ஏன் இருக்கிறோம் என்பதை புரிந்துகொள்ள எடுத்துக்கொண்ட நேரத்தை இது நிச்சயமாக சேமித்திருக்கும். நீங்கள் என்றைக்காவது வாழ்க்கையின் மர்மத்தைப்பற்றி யோசித்திருந்தால், இப்புத்தகத்தில் அளிக்கப்பட்டுள்ள பயணத்தைப் பற்றி நீங்கள் குறைந்த அளவேனும் ஆராய்ந்து அறிவதற்கு உங்களுக்கு நீங்களே கடமைப்பட்டுள்ளீர்கள். அநேகமாக, நான் இதுவரை ஆன்மீகத்தைப் பற்றிப் படித்தவற்றிலேயே மிக முக்கியமான இலக்கியப்படைப்பாகும்.

தனிப்பட்ட ஆய்வு விமர்சனங்கள்
மூலம் : ஆட்ரீ ஜால்லி (Audrey Jolly)

வாழ்க்கையின் சீவல் புத்தகத்தை நான் விரும்பி படித்தேன். இது மனதைத் தொடுகின்ற, எளிதில் அடையத்தக்க, பயனுள்ள தகவல்களைக் கொண்டது. மேலும் இதில் குட்டிச்சாத்தான் மற்றும் “முதிய ஆத்மா” போன்ற கற்பனைப் பாத்திரங்களும் உள்ளன. இந்தக் கதையில் உட்பொதிந்துள்ள சில கருத்துக்கள் மிகவும் ஆழமானதாகவும், சிந்தனையைத் தூண்டும் வகையிலும் உள்ளன. நான் எதிர்பார்த்துக் காத்திருந்த பதில்கள் இந்த புத்தகத்தில் வெளிப்பட்டிருப்பதைக் கண்டறிந்தேன். வாரவிடுமுறையில்

இதை என்னுடன் எடுத்துச் சென்றிருந்தபோது, நான் நீடிக்கப்பட்ட சாகச சாதனைகள் புரிய சென்றது போல் உணர்ந்தேன். நான் மிகவும் பரிந்துரைக்கும் ஒரு மகிழ்ச்சிகரமான வாசிப்பு இது!

மூலம் : பீட்டர் பில்லார்ட் (Peter Billiaert)

இது அறிவிப்பது போன்றே வாழ்க்கையின் சீவல் ஒரு சுயஉதவிப் பயணம்தான். ரிக் லின்டல் தனது வாழ்க்கையின் அனைத்து விஷயங்களையும் நம்முடன் பகிர்ந்துகொண்டுள்ளார். அவர் அவ்வாறு செய்ததால், நான் என்னுடைய வாழ்கையின் நோக்கத்தை புரிந்துகொள்ள முடிகிறது. அடிப்படை நம்பிக்கைகள் என்றால் என்ன என்பதை நான் இப்பொழுது அறிந்து கொண்டேன். கடந்த காலத்தில் பதவித்திறனே எனது உந்து சக்தியாகப் பாவித்து நான் போராடிக்கொண்டிருந்தேன். அனைவரையும் விட சிறந்து விளங்க முனைந்து கொண்டிருந்தேன். ஆனால் இப்போது, எனது தனித்தன்மையும் மற்றும் மற்றவர்களுக்கு என்னால் அளிக்கப்படும் மாற்றுச் சிந்தனைகள் மற்றும் கருத்துக்கள் ஆகியவைதான் முக்கியமே தவிர பதவித்திறன் சக்தி இல்லை. இப்புத்தகம் என் எண்ணத்தை முடிந்த வரை திறந்துவிட்டது. இது ஒவ்வொரு வாலிபரும் படிக்க வேண்டிய அற்புதமான புத்தகம். நம்மைப் போன்றுதான் அவர்களும், தாங்கள் யார் என்பதையும் மற்றும் நாம் உணர்ந்த, உணர்ந்துகொண்டிருக்கும் பயங்கள், நடுக்கங்கள் அனைத்துடனும் போராடிக்கொண்டிருக்கிறார்கள். நீங்கள் பாலியல் கொடுமைப்படுத்துதல், சோக தற்கொலை எண்ணங்கள் பற்றிய பயம், துயரம் ஆகியவற்றுடன் போராடிக்கொண்டிருந்தால் இப்புத்தகத்தை வாசியுங்கள். இது நீங்களும் ஒரு தனித்தன்மையானவர் என்பதைப் புரிந்துகொள்ள உதவும் என்று நான் நம்புகிறேன். அநேகமாக, இனி நான் என்னுடைய "முதிய ஆத்மாவை" கூர்ந்து கவனிப்பேன். இது படிக்க சுலபமான அற்புதமான ஒரு புத்தகம். இது என்னைப்போலவே உங்களையும், நீங்கள் அறிந்திராத ஒரு பரிமாணத்திற்குள் கொண்டுசெல்லும் என்று நம்புகிறேன்.

மூலம் : மாரீன் கோல்ட்ஸ்டீன் (Maureen Goldstein)

ரிக், உங்கள் புத்தகம் இந்த காலகட்டத்திற்கு மிகவும் ஏற்றது என்று நான் நினைக்கிறேன். முப்பரிமாண வாழ்க்கையின் ஒரு இயல்பான நீட்டிப்பாக பலபரிமாண உணர்வினை ஏற்படுத்தும் ஓர் அற்புதமான வழியை நீங்கள் கொண்டுள்ளீர்கள், மேலும் ரிக்கியின் எழுச்சியூட்டும் பயணம் மூலமாக, நாம் நமது சொந்த விழிப்புணர்வுடன் இருப்பதற்கான ஓர் வாய்ப்பு கிடைக்கிறது. இது ஒரு தேவதைக்கதை போன்று இருந்தாலும், கற்பனையைக் காட்டிலும் அதிக உண்மையுள்ளதாய் இருக்கிறது. நாம் வழக்கமாக எதிர்கொள்ளும் புலனுணர்வு அளவுகோலை மீறிப் பாயும் உள்ளார்ந்த சாதனையை மகிழ்வுடனும் அறிவார்வத்துடனும் வசப்படுத்தியிருக்கிறீர்கள். இப்புத்தகம் எழுதியதற்கு நன்றி.

நோக்கம்

உங்கள் ஆத்மாவின் உணர்ச்சிவயப்பட்ட பயணம்

வாழ்க்கையை வேறுவித விழியாடியால் எவ்வாறு
அனுபவிப்பது என்பதைக் கற்றல்

ரிக் லின்டல், Ph.D.
மொழி பெயர்ப்பு: நயீம் சையத்
சரிபார்த்தவர்: சாய் கிருத்திகா

பதிப்புரிமை © 2016 மூலம்: ரிக் லின்டல்.

அனைத்து உரிமைகளும் பாதுகாக்கப்பட்டவை. பதிப்புரிமை சட்டத்தில் அனுமதிக்கப்பட்ட முக்கிய ஆய்வு மற்றும் குறிப்பிட்ட பிற வியாபார ரீதியில்லாத பயன்பாடுகளில், சுருக்கமாக மேற்கோள் காட்டுவதைத்தவிர இப்பிரசுரத்தை முழுமையாகவோ, பகுதியாகவோ, பதிப்பாளரின் எழுத்தினால் அளிக்கப்பட்ட அனுமதியின்றி எந்த வடிவத்திலும், இயந்திரநகல் எடுக்கவோ, ஒலி, ஒளி மூலமாக அனுப்புவதோ, மின்னணு சார்ந்த முறைகளாலும், இயந்திர முறைகளாலும் பரிமாற்றம் செய்யயவோ கூடாது. அனுமதி கோரிக்கைகளுக்கு, “அனுமதி ஒருங்கிணைப்பாளர் கவனத்திற்கு” எனக் குறித்து, பதிப்பாளரின் கீழ்க்கண்ட விலாசத்திற்கு அனுப்பவும்:

Rick Lindal/Lindal Publishing Co.
PO Box 361 Grafton PO
Grafton, Ontario, K0K 2G0
Canada
www.thepurpose.ca

புத்தக வடிவமைப்பு: © 2015 Balajiselvadurai, India
உறை படத்தலைப்பு : Best friends
நிழற்படக் கலைஞர் : Gulli Vals, Reykjavik, Iceland
நிழர்பட முகப்பு தளம் : https://www.flickr.com/photos/gullivals/
ஃபேஸ்புக்: https://www.facebook.com/pages/Gulli-Vals-Photography/445697422136520
உறை வடிவமைப்பு : Jim Bisakowski. bookdesign@shaw.ca
அனுப்பாணைத் தகவல் :
மொத்த விற்பனை : பெருநிறுவனங்கள், சங்கங்கள் மற்றும் பிற மொத்த கொள்முதல்களுக்கு சிறப்பு தள்ளுபடியுண்டு. விவரங்களுக்கு: மேற்கண்ட விலாசத்தில் “Special Sales Department”- ஐ அணுகவும்
நோக்கம் : உங்கள் ஆத்மாவின் உணர்ச்சிவயப்பட்ட பயணம்
வாழ்க்கையை வேறுவித விழியாடியால் எவ்வாறு அனுபவிப்பது என்பதைக் கற்றல்
Rick Lindal, Ph.D. – 2nd ed.
மொழிபெயர்ப்பு : நயீம் சையத் - http://Translation.Shaadmaani.Net
மின்னஞ்சல்: Translation@Shaadmaani.Net
சரிபார்த்தவர்: சாய் கிருத்திகா
மின்னஞ்சல்: saikrithika.s@gmail.com
caseC ISBN 978-0-9937904-8-5

பொருளடக்கம்

ஆசிரியரைப்பற்றி xiii
ஒப்புரை xv
முன்னுரை xvii

பாகம் I

முகவுரை
ஆன்மீகப் பரிமாணம் 1

அத்தியாயம் 1
பிரச்சினை சிறுவன் 13
பண்ணை லாக்ஜாமோட் 19
கோடை நாட்கள் 23
பேய்ப்பிரதேசம் 30
மற்றொரு பரிமாணம் 36
உங்கள் இயல்பான வாழ்க்கையின் நோக்கம் 48

அத்தியாயம் 2
கோடை மகிழ்ச்சியும், ஆவிகளும் 55
பூ கொல்லாவின் கதை 62

அத்தியாயம் 3
ஹோலார் பண்ணை 69
காதலும் பாலியலும் 72

பாகம் II

அத்தியாயம் 4
கட்டவிழ்கும் பிரபஞ்சம் 81
உடலின் அத்தியாவசிய அம்சங்கள் 90
நீ உண்டாக்கிய உன் யதார்த்தம் 96

அத்தியாயம் 5
அடிப்படை நம்பிக்கைகளும் உன் யதார்த்தத்தின் மீது அதன் விளைவுகளும் 109
விதியும் கட்டவிழ்கும் நல்லிணக்கமும் 113
தன்னிச்சை என்ற சுயவிருப்பம் 118
தனித்தன்மை 122
செயல் - வினை 123
அறிவாற்றலின் முரண்பாடு 124
முதுமையுறுதல் 127
மரணம் 128
ஆவிகள் 132

அத்தியாயம் 6
விழித்துக்கொள்வதற்கான அழைப்பு 147
வெளியே வருவதும், பாலியலும் 152

அத்தியாயம் 7
மனதின் உணர்வு நிலைகளும்
உன் யதார்த்தின் மீது அவற்றின் விளைவுகளும் 167
அன்பு 169
பயமும் கவலையும் 176
கோபம் 182
மன அழுத்தம் 187

அத்தியாயம் 8
குற்ற உணர்வு 195
அதிகாரம் 200
வெறுப்பு 202
அன்பு தோன்றுதல் 208
உன் உள்ளார்ந்த இயற்கையைப் பற்றி கற்றல் . . . 213
அற்புதமான அரங்கம் 221

பாகம் III

அத்தியாயம் 9
தீவினை வழியில் 231
சொற்பொருள் விளக்கம் 233
தீயசெயல்களின் உதாரணங்கள் 234
தீவினையுடன் என் சொந்த தூரிகை 238
தீவினை அவசியமா? 241
தீவினை எப்படி புலப்படுகிறது? 243

அத்தியாயம் 10
தீவினை வழியில் (இது எப்படி தோன்றுகிறது) 245
நனவு நிலையின் இயற்கை குணம் 249
வசியப்படுத்தும் புராணங்களின் வசீகரம் 252
உத்வேகமும் உள்ளுணர்வும் 257
இலட்சியமான, வெறித்தனமான நடத்தை மற்றும் தீவினை. 260

அத்தியாயம் 11
மரணத்தை நெருங்கி 273
பிரார்த்தனையும் பொறுப்பும் 282
படிக்க பரிந்துரைக்கப்பட்டவை 289

பின் இணைப்பு - A 291
கொடுமைக்காரன், பணிந்தவன் மற்றும் மன்னிப்பு . . . 291

இப்புத்தகம், எழுத்தாளரும் கவிஞருமான (1951) என் சகோதரர் (Tryggvi V. Lindal) ட்ரிக்வி V. லின்டல் -க்கு சமர்பிக்கப்பட்டது

ஆனந்த தேவி

இளநிற முடி உடையாள்
நெத்தியின் குறுக்கு வழியாய்
(அவள் சிங்காரிக்கவில்லை, அவள் அறிவாள்
தான் நேசிக்கப்படுவதை)
சுவஸ்தம் முகம் பிரகாசிக்க
வீற்றிருந்தாள் பிரதான ஸ்தானத்தில்
சகித்தாள் கடுந்துயரங்களையும் ஆனால் சற்றே
அவளின் புன்முறுவல் எளிமையானது
ஆனால் அழகானது, ஏனெனில்
அவள் அப்படித்தான்.
இளந்தைகள் ஏதும் இல்லை
பெற்றோர்கள் இறந்ததில்லை
அவள் கைவிடப்படவும் இல்லை
அவள் நினைக்கிறாள்
அனைத்தும் இதுபோன்றே இருக்கும் என்று,
உண்மையில் அப்படித்தான்;
மர்மமான தேவையினால்
காலையில் அவள் உலா வருவாள்
கவலையின்றி இக்கோடையின் காலைப்பொழுதில்

கற்பனையின் வரம்புகள்

மக்கள் இருத்தலை நிறுத்திடுவர்
அதன் ஆழத்தை எவரும் அறியார்;
மறைந்தவர் யாரும் மறு இடத்தில் தோன்றார்
இல்லாத ஒன்று இருப்பதாக இயலுமோ என்று
அதனை உருவாக்கிக்காண
கடினமென்று உணர்கிறோம்...
அவ்வாறே, நாம் ஏதேனும்நகரங்களுடனும்,
வனங்களுடனும், உறவுக்களுடனும்
நம்மைப்போல் தோன்றும்
விந்தையானதை அறிந்து நேசித்தோம்;
இவற்றை விட்டுவிடுவது கடினம் என நாம் கண்டோம்
மண்ணுடன் அவ்வாறு கலந்து விட;
உடலும், உயிரும் - இரண்டும்;
நாள வழி ஊட்டத்தை வசை பாட
சொட்டு நீர் தாங்கி தலைமாட்டில்
மரணத்தின் நிஜத்தை செவிலி மேல் பழி போடும்.

—Tryggvi V. Lindal. *A Poet of Iceland.* Gutenberg ltd: Reykjavik, 2007.
(A book of poetry translated by the author from Icelandic into English)

ஆசிரியரைப்பற்றி

Dr. ரிக் லின்டல் (Dr. Rick Lindal) டோரான்டோ பல்கலைக்கழகத்திலிருந்து (University of Toronto) உளவியல் அறிவியலில் இளங்கலைப் பட்டமும் (B.Sc., Psychology) ஒன்டாரியாவிலும், கனடாவிலும் (Ontario, Canada) உள்ள குயெல்ப் பல்கலைக்கழகத்திலிருந்து (University of Guelph) உளவியலில் முதுநிலைப் பட்டமும் (Master's in Psychology) பெற்றார். இளமைப்பருவத்தினரில் உள்ள உணர்வுதாக்கங்களைப் (emotional responsiveness in adolescents) பற்றி அவர் ஆராய்ந்து கொண்டிருக்கும்போதே, இங்கிலாந்தில் உள்ள யார்க் பல்கலைக்கழகத்திலிருந்து உளவியலில் முனைவர் (Doctorate) பட்டம் பெற்றார். தொடர்ந்து அவர் இளம் வயதினருக்கான இளைஞர் காவல் சிறையில் பணி புரிந்தார். அதன்பின் 1986-ம் ஆண்டு கனடாவுக்குத் திரும்பினார். இங்கு டோரான்டோவில் உள்ள மவுன்ட் சினாய்மருத்துவமனையில் (Mount Sinai Hospital, Toronto) எய்ட்ஸ் (AIDS) நோயால் பாதிக்கப்பட்டவர்களுக்கான சிகிச்சை நிபுணராகப் (Therapist) பணிசெய்யத் தொடங்கும் முன்னர், ஒன்டாரியாவிலுள்ள (Ontario) கிட்சனர்-வாட்டர்லூ மருத்துவமனையில் (Kitchener-Waterloo Hospital) மனநிலை பாதிக்கப்பட்ட இளைஞர்களுக்கான நலத்திட்டத்தை நடத்தினார். '90-ம் ஆரம்பத்தில் அவர் தனியாக மருத்துவப் பயிற்சி செய்யத் தொடங்கினார். இங்கு இருத்தலியல் உளவியல் சிகிச்சை மற்றும் கடந்தகால மற்றும் இடைக்கால வாழ்க்கையில் ஏற்பட்ட பின்னடைவுகளுக்கு சிகிச்சையளிக்கும் நுட்பங்களில் நிபுணத்துவம் பெற்றார். இவர் தற்சமயம் கனடாவின் ஒன்டாரியாவில் உள்ள பவுமான்வில்லெ, கோபர்க் மற்றும் கிராஃப்டொன், முதலிய நகரங்களில் தனியாக மருத்துவப் பயிற்சி செய்துவருகிறார். (www.dr-ricklindal.com)

நோக்கம் : உங்கள் ஆத்மாவின் உணர்ச்சிவயப்பட்ட பயணம்

ஒப்புரை

இப்புத்தகத்தின் பக்கங்களில், எனது முதல் நூலான வாழ்க்கையின் சீவல் - சுய உதவிப்பயணம் என்பதன் ஒரு விரிவாக்கப்பட்ட மற்றும் மாற்றியமைக்கப்பட்ட பதிப்பை காணலாம். இப்பதிப்பு, சிக்கிக்கொண்ட இவ்வுலகில் செழித்தோங்குவதற்கான ஒரு நடைமுறை கண்ணோட்டத்துடன் 2012-ம் ஆண்டு வெளியிடப்பட்டது. இப்பதிப்பு ஒரு புதியப்பெயருடன், முந்திய பதிப்பின் அனைத்து அம்சங்களுடனும், ஆங்காங்கே திருத்தங்கள், மாற்றங்கள் செய்யப்பட்டு, புதிய அத்தியாயங்களை இணைத்து, மேலும் முந்திய பதிப்பில் அறிமுகப்படுத்தப்பட்ட ஆன்மீகம்/இருத்தலியல் கருத்துக்கள் முழுமைபடுத்தப்பட்டு மறு வெளியீடு செய்யப்படுகிறது. இது ஐஸ்லாந்து பல்கலைக்கழகத்தின் ஓய்வுபெற்ற பேராசிரியர் டாக்டர் ஏர்லென்டர் ஹரால்ட்ஸ்ஸன் (Dr. Erlendur Haraldsson, Professor Emeritus of Psychology, University of Iceland), அவர்கள் எழுதிய புதிய முன்னுரையுடன் பிரசுரிக்கப்படுகிறது.

என்னிடம் உளப்பிணி சிகிச்சை பெறும் பொழுது என் முதல் பதிப்பை வாசித்து உணர்வு மீட்புக்கு உதவி பெற்ற என் வாடிக்கையாளர்கள் மற்றும் எனது புத்தகத்தை வாசித்த பின் பலரையும் என்னிடம் சிகிச்சைக்காகப் பரிந்துரைத்த மனநல வல்லுனர்கள் ஆகியோரால் இந்தப் பதிப்பு ஊக்குவிக்கப்பட்டது.

புதியபிரசுரத்தின்திருத்தப்படவிருந்தநகலைபடித்து ஊக்கமளித்ததுடன், மதிப்புவாய்ந்த பரிந்துரைகளையும் வழங்கிய பீட்டர் பில்லியார்ட் (Peter Billiaert) அவர்களுக்கு எனது சிறப்பு நன்றி. முடிவில்லாத அன்பு கொண்ட எனது அருமை நாய்களான லோகி, தார் (Loki and Thor) இருவருக்கும் நன்றி. முடிவில், சிறிதும் குறைவில்லாமல் நான் பல மணி நேரம் என் கணினி (Computer) முன் அமர்ந்து தட்டெழுத்திட்ட பொழுது பொறுமையுடன் சகித்துக்கொண்டு எனக்கு ஆதரவு அளித்த என் கணவர் ஜான் வேன் பேகல் (John Van Bakel) அவர்களுக்கு நன்றி.

இப்புத்தகத்தின் அடிப்படை கருத்துக்கள் ஜேன் ராபர்ட்ஸின் தி ஸேத் மெடீரியல், (Jane Roberts, The Seth Material) இருத்தலியல் தத்துவ ஞானி டாக்டர் விக்டர் ஃப்ரான்கெல் (Dr. Victor Frankl) எழுதிய குறிப்புகளில் இருந்தும் மற்றும் நீல் டொனால்ட் வால்ஷின் (Neale Donald Walsch's trilogy) ட்ரைலாஜி, கான்வர்சேஷன் வித் காட் -அன் அன்காமன் டயலாக்(-Conversation with God – An Uncommon dialogue) மற்றும் மைக்கேல் நியூட்டனின் (Michael Newton) புத்தகமான ஜர்னீ ஆஃப் ஸோல்ஸ் அண்ட் டெஸ்டினீ ஆஃப் ஸோல்ஸ் (Journey of Souls and Destiny of Souls) ஆகியவற்றிலிருந்து சேகரிக்கப்பட்டுள்ளது. இந்தப் புத்தகம் மேலே குறிப்பிட்டுள்ளவர்களின் பணி மற்றும் ஒரு சிகிச்சை வல்லுநராக ஆசிரியரின் பணி ஆகியவற்றின் 30 ஆண்டுகால அனுபவத்தின் ஒரு தொகுப்பாகும். இதன் காரணமாகவே, இந்த ஆசிரியர்களைப் பற்றி இப்புத்தகக் கருத்துக்களுக்கு வெளியே குறிப்பிடும் பயம் காரணமாக புத்தகத்தினூடேயே ஆங்காங்கே மேற்கோள் காட்டியுள்ளேன். இதைச்சொல்வதனால், அவர்களால் ஏற்றுக்கொள்ளப்பட்ட கருத்துக்களை இப்புத்தகம் முழுவதும் காணலாம். என் 30 ஆண்டு கால சிகிச்சைப் பயிற்சியில் என் கருத்து கட்டமைப்பை கவர்ந்த அவர்களுக்கு நான் நன்றி கூற கடமைப்பட்டுள்ளேன். அவர்களுடைய தனிப்பட்ட படைப்புகள் என்னால் பரிந்துரைக்கப்பட்டு, இப்புத்தகத்தின் இறுதியில் படிப்பதற்கு உகந்ததாக காட்டப்பட்டுள்ளன.

முன்னுரை

Erlendur Haraldsson, Ph.D.
எர்லென்டர் ஹரால்ட்ஸன் Ph.D.,

ரிக் லின்டல் Ph.D., ஐஸ்லாந்து நாட்டின் ரீக்ஜாவிக் என்ற நகரத்தில் பிறந்தார். அவர் தன் சிறுவயதுப் பருவத்தை ஐஸ்லாந்து நாட்டின் வட பகுதியில் லாக்ஜாமோட் (Lakjamot) என்ற இடத்தில் இருக்கிற தன் சித்தப்பாவின் பண்ணையிலும், தன் இளமைப்பருவத்தை தென் பகுதியில் உள்ள லாகார்டல்ஷோலார் (Laugardalsholar) என்ற பண்ணையிலும் கழித்தார். தொலைவாக உள்ள இந்த நாட்டில் பிறந்த மற்ற குழந்தைகளைப் போல் Dr. லின்டலும் அந்நாட்டின் கிராமப்புற பாட்டுக்களும், தேவதைக்கதைகளையும் கற்றறிந்தார். மேலும், ஆவி, இறந்தோருடன் உரையாடல், தொடர்பு போன்ற பொது விஷயங்களில் ஆர்வம் கொண்டவராக இருந்தார். தன் இளமைப்பருவத்தில், ரிக் ஆன்மீக உளவியலைப் பற்றி ஆராய்வதில் மிகுந்த ஆர்வம் கொண்டிருந்தார். இந்த ஆர்வமே இவரைப் பல அரிய நூல்களை வாசிக்கச் செய்ததுடன், கனடாவில் உள்ள டோரோன்டோ, குஎல்ப், கனடாவின் கால்கரி போன்ற பல்கலைக்கழகங்களில் உளவியலைப் பற்றிப் படிப்பதற்கு அடிகோலியது. அதன்பின்னர் அவர் இங்கிலாந்தில் உள்ள யார்க் பல்கலைக்கழகத்தில் ஆராய்ச்சி ஆய்வினை முடித்தார்.

கல்வி கற்கும் காலத்திலும், அந்த முப்பது ஆண்டு கால கட்டத்திலும் Dr.லின்டல் பல சிகிச்சை நுட்பங்களைக் கற்றறிந்தார். அதில் தனிப்பட்ட, குடும்ப மற்றும் குழுக்கள் சார்ந்த எண்ணற்ற சிகிச்சை நுட்பங்கள் அடங்கும். அவர் சிறைச்சாலை, மருத்துவமனை மற்றும், சமூக அமைப்புகளில் உளவியலாளராக பணியாற்றியுள்ளார். தற்சமயம் கனடாவின் டோரோன்டோ நகருக்கு அருகில் தனியாக மருத்துவத்தொழில் செய்து பணியாற்றி வருகிறார்.

சமீபத்திய ஆண்டுகளில் அவருடைய மனநோய் சிகிச்சை, நோயாளிகள் தங்களின் உயிர் வாழ்தல் மற்றும் வாழ்க்கையின் நோக்கம் பற்றிய பிரச்சினைகளை நிவர்த்தி செய்தல் மற்றும் அவற்றைப் புரிந்து கொள்ளுதல் ஆகியவற்றில் உதவுவதை நோக்கமாகக் கொண்டிருக்கிறது. இத்தகைய சிகிச்சை முறை இருத்தலியல் மற்றும் ஆன்மீகப் பிரச்சினைகளை ஆய்வு செய்வதில் கவனம் செலுத்துவதாக உள்ளது. சிகிச்சைக் காலகட்டத்தில், பின்னோக்கு சிகிச்சை நுட்பங்கள் (regression techniques)

கையாளப்படுகின்றன. இந்த சிகிச்சை முறைகளின்போது, நோயாளி ஆன்மீகப் பரிமாணத்தில் பிரவேசித்த பின்னர், தன்னுடைய முந்தைய ஜென்மத்தையும், அதன் தொடர்ச்சியாக நிகழ்ந்த மரண அனுபவத்தையும் மற்றும் அந்த ஜென்மத்தின்போதான அவரின் செயல்பாடுகளையும் நினைவுகூர்வதற்காகப் பெரும்பாலும் பின்னோக்கு சிகிச்சை நுட்பங்கள் (regression techniques) பயன்படுத்தப்படுகின்றன. ஆன்மீகப்பரிமாண பூமியில் அவதரிப்பதற்கு முன் இருந்த ஆன்மீகப்பரிமாணத்தின் ஆய்வு சில நோயாளிகளுக்கு உதவியாக இருந்தது என்று Dr. லிண்டல் என்னிடம் கூறுகின்றார். ஏனெனில் இதன் மூலமாகத்தான், அவர்கள் தற்போதைய அவதாரத்தில் உருவெடுத்த காரணத்தை நினைவுக்கு கொண்டு வர முடிகிறது. இந்த இருத்தலியல் /ஆன்மீக ஆய்வுகள் நோயாளிகளின் இருப்பு உணர்வை விரிவிபடுத்தி, தனது தற்கால வாழ்க்கையின் நோக்கத்தை உணரச்செய்கிறது.

"நோக்கம்" (The Purpose) என்ற இந்த புததகத்தில்: உங்கள் ஆத்மாவின் உணர்ச்சிவயப்பட்ட பயணம். வாழ்க்கையை வேறுவித விழியாடியால் எவ்வாறு அனுபவிப்பது என்பதைக் கற்றுக்கொள்வதற்கு, Dr. லிண்டல் சிக்கலான கோட்பாடுகளை, ஒரு சாதாரண பாமர மனிதனும் எளிதாகப் புரிந்து கொள்ளும் வகையில் வழங்கியுள்ளார். இப்புத்தகத்தின் பக்கங்களுக்குள் உலகளாவிய பார்வையில், ஜேன் ராபர்ட்டின் சேத் மெட்டீரியல், (Jane Robert's Seth Material), நீல் டொனால்ட் எழுதிய வால்ஷ்ஸ் கான்வர்சேஷன் வித் காட், (Neale Donald Walsch's Conversa-tion with God), Dr. மைக்கேல் நியூட்டனின் ஜர்னீ ஆப் தி ஸோல்ஸ் அண்ட் டெஸ்டினீ ஆப் தி ஸோல்ஸ், (Dr. Michael Newton's Journey of the Souls and Destiny of the souls), போன்ற எழுத்துப் படைப்புகள், மற்றும் விக்டர் ஃப்ராங்கல் (Victor Frankl's) விரிவாக எழுதிய இருத்தலியல் சிந்தனை மற்றும் உளப்பிணி சிகிச்சை முறைகள் ஆகியவற்றின் அடிப்படையில் தன் கருத்துக்களைச் சமர்பித்துள்ளார்.

இந்த புத்தகத்தில் சமர்பிக்கப்பட்ட அடிப்படைக் கருத்துக்களின் சுருக்கம் : (1) ஒவ்வொரு மனிதனின் உணர்வு நிலையும் (consciousness) ஒரே நேரத்தில் ஆன்மீகப்பரிமாணம், இப்பூமி இரண்டிலும் இருக்கிறது. ஆன்மீகப்பரிமாணத்தில் குடியிருக்கும் உணர்வு நிலையை 'உயர்-ஆத்மா' எனவும், அது தன் உள்ளுணர்வால் தன்னுடைய ஒரு பகுதியை உலகில் உயிராக அல்லது ஆத்மாவாக வழிநடத்தி, மனிதனின் உடலை ஆட்கொண்டு வாழ்நாளின் போது அதனைப் பேணி பாதுகாத்து வருகிறது. (2) நமது உணர்வு நிலை ஒருபோதும் மரணிப்பதில்லை, மற்றும் (3) நமது உடல் மரணித்தவுடன் நாம் நமது உயர் இருப்புநிலையை அறிந்து கொள்கிறோம். (4) நமது ஆயுட்காலம், இயல்பு இல்லமான ஆன்மீகப்பரிமாணத்திலிருந்து உலகிற்கான ஒரு வரையறுக்கப்பட்ட பிரயாணம் ஆகும். அது சரீரநிலை பரிமாணத்திலும், இடம், நேரம் என்ற பருநிலைப் பரிமாணத்திலும் நிலை கொண்டிருக்கும். (5) முக்கியமான அனைத்து நிகழ்வுகளும் முன்கூட்டியே

தீர்மானிக்கப்பட்டு நாம் சரீரரீதியாக உருவெடுக்குமுன், நம்மால் செயல்படுத்தப்படுகின்றன (அதாவது, நமது உயர்-ஆத்மாவினால்). (6) இப்பூமியில் நமது அவதரிப்புகளின் முக்கிய நோக்கம் நாம் எதிர்மறை உணர்வுகளை முதலில் அனுபவிக்க வேண்டியதேயாகும். ஏனெனில், நமது உயர்-ஆத்மா இந்த எதிர்மறை உணர்வுகளை ஆழமாக அனுபவிக்க இயலாது. காரணம், உயர்-ஆத்மா தன் கவனத்தை ஆன்மீகப்பரிமாணத்தில் தான் செலுத்துகிறது, மற்றும் (7) இந்த அனுபவங்களினால் தான் நமது உயர்-ஆத்மா ஆன்மீகமாக மாற்றமடைந்து வளர்கிறது, (8) ஒவ்வொரு தனிப்பட்டவரும் தன் செயல்களுக்கு பொறுப்பாளி ஆவார், ஏனெனில் தமது வாழ்நாளின் அனைத்து அனுபவங்களுக்கும் அவர் தான் சிற்பி. (9) ஒரு தெய்வீக சவால் அல்லது முரண்பாடானது அவதரிக்கும் அனைத்து ஆத்மாக்களின் மீதும் திணிக்கப்பட்ட ஒன்றாகும். எனினும், அந்தச் சவாலானது வாழ்நாள் முழுவதும் எதிர்மறை உணர்வுகளின் முழுமையான அழுத்தத்தை அனுபவிக்கவேண்டும் என்பதால், இந்த மனிதப்பிறவி தன் அனுபவங்களின் விளைவால் உண்டான தீவிர உணர்வுகளால் தன்னையோ, மற்றவரையோ கொல்லக்கூடாது.

இப்புத்தகத்தில் இன்னும் எண்ணற்ற விஷயங்கள் இருத்தலியல், ஆன்மீக கருத்துக்களின் அடிப்படையில் அர்பணிக்கப்பட்டுள்ளன. இப்புத்தகத்தின் பிற்சேர்க்கையிலும், இணையதளத்திலும் இன்னும் பல விஷயங்கள் ஆராயப்பட்டு ஆர்வமுள்ள வாசகர்களுக்காக சமர்பிக்கப்பட்டுள்ளன.

Dr. லின்டல் உடன் பேசுகையில், எவ்வாறு ஒரே சமயத்தில் தன் நோயாளிகளுக்கு (அதாவது, இருத்தலியல் / ஆன்மீக கருத்துக்களை ஏற்றுக்கொள்ள முடிந்த அல்லது அவர்களில் சிலருக்காவது) ஓர் ஒருங்கிணைந்த உலகப்பார்வையை வழங்குவது என்பதை விவரித்தார். உளவியலாளர்கள் நோயாளிகளை குணப்படுத்தும் பொழுது பொதுவாகப் பயன்படுத்தக்கூடிய உளவியல் நுட்பங்களால் நடத்தை மாற்றங்களை ஏற்படுத்துவதற்கான சிறப்பான வாய்ப்பு கிடைக்கிறது. அவருடைய அனுபவத்தில், ஆய்வு நோக்கமற்ற, அர்த்தமற்ற, ஆன்மீகமற்ற ஓர் உளவியல் சிகிச்சையானது, நீண்டகாலப் பயனை அளிக்காது.

இந்த உரையில் ஒருங்கிணைந்த ஆய்வறிக்கை என்னவென்றால், எதிர்மறை உணர்வுகளில் முழுமையான வெளிப்பாடுதான் உடல் இருத்தலின் முக்கிய நோக்கமாகும். அதே நேரத்தில், அபரிமிதமான உணர்வுகளால் நமக்கோ அல்லது மற்றவருக்கோ நமது சவால் தீங்கிழைக்கக்கூடாது. இந்த கண்ணோட்டத்தோடு, ஒரு வாழ்க்கை, இப்புத்தகத்தில் வர்ணிக்கப்பட்டது போல் ஒரு சுலபமான பயணம் ஆகாது. Dr. லின்டல் கூறுகையில், கற்பனைசெய்து பார்க்கக்கூடிய வலிமிகுந்த உணர்வுகளை அறிவதற்காக, தங்கள் அனுபவங்களிலிருந்தும் ஏற்றத்தாழ்வுகளிலிருந்தும் சொந்த அனுபவத்தை உருவாக்கலாம்

என்பதை ஏற்றுக்கொள்வதைப் பலரும் கடினம் என்று உணர்கின்றனர். அது மட்டுமல்ல, ஆன்மீக நிலையில் இருந்தாலும், எல்லாவற்றுடனும் தீங்குகள் ஏற்படும் என்ற உடன்பாட்டில் அவர்கள் இருக்கின்றனர்.

ஒருவர் தனக்கு யாதேனும் ஒரு சோக நிகழ்வு நேரும் முன் இருத்தலியல் / ஆன்மீகம் பற்றிப் படித்து, அறிந்திருந்தால் மட்டுமே, இத்தகைய கோட்பாடுகள் அவரிடம் சிகிச்சைப்பூர்வமாக நிரூபிக்கப்படுகிறது என்று Dr. லின்டல் கூறுகிறார். எனினும், அதைப்பற்றி அறியாதவர்களுக்கு ஏதேனும் சோக நிகழ்ச்சி நிகழும் பொழுது, அந்த சமயத்தில் இந்தக் கருத்துக்களை அவர் மீது திணிக்க முயன்றால், அது ஒரு திறமையற்ற, உணர்வற்ற, மற்றும், அவருக்கு ஒருபோதும் பயன் தராத விஷயமாக அமையும். ஏனெனில், அதைப்பற்றி சிந்தித்து அதை ஏற்றுக்கொள்ளும் மன நிலையில் அவர்கள் இல்லை. ஆனால், எதிர்மறை உணர்வுகளை முழுமையாக அனுபவித்த பின்னர் (உண்மையில், இது ஓர் ஆன்மீக ரீதியிலான எண்ணமே) மற்றும் மன நிலை மாற ஆரம்பித்த பின்னர், ஒரு நாள் ஆகட்டும், ஒரு வாரம், ஒரு மாதம், ஒரு வருடம், அல்லது 10 ஆண்டுகள் ஆகட்டும், ஓர் இடைவெளியின் பின்னர், மனித மனத்தில் இயல்பாகவே இந்த சோக நிகழ்ச்சி தனக்கு ஏன் வந்ததென அறிந்து கொள்ளும் ஆர்வம் உண்டாகும். இப்புத்தகத்தின் பக்கங்களில் குறிப்பிட்ட உலகக் கண்ணோட்டம் இந்த தருணத்தில் நோயாளிகளுக்கு கொடுக்கப்படுமேயானால், அவர்கள் விதி, நோக்கம் மற்றும் மனித இயல்பையும், இருத்தலையும் (உயிர் வாழ்வதையும்) ஏற்றுக்கொள்வர்.

மரணத்திற்குப்பின் மனித உணர்வுநிலை (நனவு நிலை) குடிகொண்டிருப்பதற்கு என்ன ஆதாரம்? இறந்தோருடன் தொடர்புகொள்வது என்பது பலர் கருதுவது போன்று அசாதாரணமானது இல்லை. 1980-ம் ஆண்டு வாக்கில், மேற்கு ஐரோப்பியாவின் பல்வேறு நாடுகளிலும் நடத்தப்பட்ட ஐரோப்பிய மனித மதிப்பீட்டு சர்வே' (The European Human Value Survey) என்ற என்னுடைய ஆய்வில், ஐரோப்பாவில் நான்கில் ஒருவர் குறைந்த பட்சம் ஒரு தடவையாவது, "இறந்து போன ஒருவருடன் தொடர்பு கொண்டுள்ளார்". மற்ற நாடுகளின் பெரும் மாறுபாடு காணப்பட்டது, ஐஸ்லாந்து நாட்டினர் மற்றும் இத்தாலியர்களிடமிருந்து பெரிய நிகழ்வெண் (முறையே 41% மற்றும் 34%) அறிவிக்கப்பட்டது. மிகக் குறைந்த நிகழ்வெண் நார்வே மற்றும் டேன்ஸ் நாட்டினர் (முறையே 9% மற்றும் 10%) என்று அறிவித்தனர். பிரிட்டிஷ் ஐக்கிய ராஜ்ஜியத்தின் சதவீதம் 26% தான். இதே கேள்வி அமெரிக்க நாட்டில் மூன்று மாறுபட்ட ஆய்வுகளில் வெவ்வேறு வருடங்களிலும் அதிக அளவு மாதிரிகளுடன் கேட்கப்பட்டது. இந்த ஆய்வின் முடிவுகள் 29%, 31% மற்றும் 41% பேர் கேள்வியுடன் உடன்பாடு கொண்டவர்களாக இருந்தனர். ஆய்வு மேற்கொள்ளப்பட்ட அனைத்து நாடு களிலும் இறந்தவர்களுடன் தொடர்பு இருந்ததாக ஆண்களை விட அதிக அளவில் பெண்களே அறிவித்தனர்.

இருப்பினும், இந்த ஆய்வுகள் இறந்தவருடன் தொடர்பு கொண்ட நபரின் அனுபவத் தன்மையைப் பற்றிக் கூறுவதில்லை. உதாரணத்திற்கு, அந்த தொடர்பு கண்கூடாக காணக்கூடியதாக இருந்ததா, ஒலியை மட்டும் கேட்கக்கூடியதா, மோப்பத்தால் உணரக்கூடியதா, தொட்டுணரக்கூடியதா அல்லது வெறும் யாரோ இருப்பதான உணர்வா? எந்த சூழ்நிலையில் அப்படி தொடர்பு உண்டாயிற்று - எப்பொழுது, எங்கே? இறந்தவர் யார் - உறவினரா, நண்பரா அல்லது அந்நியரா? இந்த நபர்கள் எப்படி இறந்தனர். எத்தனைக்காலம் முன்பு? அடுத்து தொடர்ந்த ஆராய்ச்சியில், என் மாணவர்களின் உதவியுடன் ஐஸ்லாந்து (Iceland) நாட்டின் ஆரம்ப ஆய்வில் பதில் அளித்தவர்களில் ஆமாம் என அறிவித்த 450 பேர், மீண்டும் விரிவாக பேட்டி எடுக்கப்பட்டனர். இந்த ஆய்வின் முடிவுகள் எனது "தி டிபார்ட்டெட் அமங் தி லிவிங் (The Departed Among the Living 2012)" என்ற புத்தகத்தில் குறிக்கப்பட்டுள்ளன. அப்புத்தக பக்கங்களில் பதிலளித்தோரின் அனுபவங்கள் 400-க்கும் மேற்பட்ட சுருக்கமான வழக்கு விவரங்களில் விவாதிக்கப்பட்டுள்ளன. பல கண்டுபிடிப்புகளின் மத்தியில் காணப்பட்ட இரண்டு கண்காணிப்புகள், 50 சதவீத விதவை மற்றும் மனைவியை இழந்தவர்கள், தாம் தன் மரணித்த துணைவி அல்லது துணைவரின் பிரேத பரிசோதனைக்குப் பின்னர் அவருடன் தொடர்பு கொண்டிருந்ததாக அறிவித்தனர். சுவாரஸ்யமான விஷயம் என்னவெனில், பலநிகழ்வுகளிலும் இறந்தோருடன் ஏற்பட்ட தொடர்பு எதிர்பாராத ஒன்றாகும். அதுவும், தொடர்பை அனுபவித்தவர் இந்த தொடர்பு கொண்ட நபர் சிறிது நேரம் முன்பே காலமானார் என்பதை அறியாததாகும்.

இறந்தோரின் தரிசனங்களும், ஆன்மீக உயிர்களின் தரிசனங்களும் சாதாரணமாக மரணத்திற்கு முந்தி நிகழ்பவையே. அவைகள் "மரண படுக்கையின் தரிசனங்கள்" என குறிக்கப்படும். 'கார்லிஸ் ஓஸிஸ்' (Karlis Osis) என்பவரும் நானும் சேர்ந்து மேற்கொண்ட ஆராய்ச்சி, இன்றைய தேதி வரை இவ்விஷயத்தில் ஆராயப்பட்ட மிக விரிவான ஆய்வாகும். தொடர்ந்து இதன் முடிவுகளை நான் "அட் தி ஹவர் ஆஃப் டெத்" (At the Hour of Death) என்ற புத்தகத்தில் பிரசுரித்துள்ளேன். இப்புத்தகம் பல மொழிகளில் மொழி பெயர்க்கப்பட்டு, பல பதிப்புகளாக பிரசுரிக்கப்பட்டு, மிக சமீபமாக 2013-ம் ஆண்டில், 30-வது வெளியீடாக வெளி வந்துள்ளது.

முந்திய வாழ்வின் நினைவுகள் கூட எனது ஆராய்ச்சியின் பகுதியாகும். இவை என் நண்பர் மற்றும் நலம் விரும்பியான பேராசிரியர் இயன் ஸ்டீவென்சன் (Prof. Ian Stevenson) அவர்களின் ஊக்கத்தினால் ஏற்பட்டது. பல ஆண்டுகளாக கிட்டத்தட்ட 100 வழக்குகளில், முந்திய வாழ்வின் நினைவுகளைப்பற்றி கூறிக்கொண்டிருக்கும் நான்கு வெவ்வேறு நாடுகளின் குழந்தைகளை ஆராய்ந்திருக்கிறேன். இதில் சில நினைவுகள் நிரூபிக்கப்பட்டு, முந்திய வாழ்க்கையின் கருத்துகளை தீவிரமாக கருதச்

செய்தன. நான் இந்த தலைப்பில் பல கட்டுரைகளும், புத்தகங்களில் அத்தியாயங்களும் எழுதியுள்ளேன்.

இறந்தவருடனான சந்திப்பை ஆராயும் ஆய்வு, மரணப்படுக்கை தரிசனம் மற்றும் முந்தைய வாழ்க்கையின் நினைவுகள் ஆகியவை ஒரு மனிதனின் உணர்வுநிலை, நினைவுகள், உயிர் அல்லது நுட்பமான உணர்வுடன் இருத்தல் ஆகியவை மரணத்தின் பின்னரும் வாழும். இந்த தலைப்பு சரித்திரம் முழுவதும் மற்றும் இன்று வரை தொடர்ந்து மக்களை கவர்ந்துள்ளது. இந்த சுவாரஸ்யமான புத்தகத்தில், Dr.லின்டல், மனிதனின் வாழ்நாள் பிரயாணம் என்பது உண்மையில் ஆன்மீகப் பரிமாணத்திலிருந்து உயிரானது, உடல் ரீதியான சாம்ராஜ்யத்தில் பிரவேசிப்பதுதான் எனக்கூறி, இந்த தலைப்பை விஞ்ஞான விசாரணைக்கு வெளியே கொண்டுசெல்கிறார். இந்த ஆன்மீக கண்ணோட்டத்திலிருந்து இறந்தவருடனான சந்திப்பு, மரணப்படுக்கையின் தரிசனங்கள், முன் ஜென்ம நினைவுகள், ஆகியவை சாதாரணமாக நடக்கும் அன்றாட நிகழ்ச்சிகளே தவிர, அசாதரணமானவை அல்ல. இருப்பினும், ஆன்மீகப்பரிமாணம் என ஒன்று இருப்பதற்கு ஆதாரம், வெகு நாட்களாக விஞ்ஞான விசாரணைக்கு அப்பாற்பட்ட ஒரு விஷயமாக உள்ளது.

இந்த புத்தகத்தில் எடுக்கப்பட்ட கண்ணோட்டமானது ஆவிக்கும் விஞ்ஞானத்திற்கும் இடையே இருக்கும் பிரிவை இணைக்கும் பாலமாக அமைந்து, வாழ்க்கையின் தவிர்க்கமுடியாத ஏற்ற இறக்கங்களுடன் போராடி அதன் நோக்கம் மற்றும் அர்த்தத்தைப் புரிந்துகொள்ள உதவுகின்ற, நடைமுறையில் சாத்தியமான சில உளசிகிச்சைப் பரிந்துரைகளுடன் வாசகர்களுக்கு இருத்தலியல் தத்துவத்தை வழங்குகிறது. இப்புத்தகத்தின் வாசிப்பு ஆன்மீகத்திற்கு மாற்றப்பட்டவர்களுக்கும், விஞ்ஞான நோக்குடன் கூடிய சந்தேகவாதிகளுக்கும், மற்றும் இந்த இரண்டு கோடிகளுக்கு இடையிலான மிதமான கருத்தை கொண்டவர்களுக்கும், தத்தம் எல்லைகளை விரிவு படுத்திக்கொள்ள உதவியாக இருக்கும்.

Erlendur Haraldsson, Ph.D.
Professor Emeritus of Psychology,
University of Iceland.

Dr. Haraldsson Ph.D. பல புத்தகங்களின் ஆசிரியர் ஆவார். அவர் எழுதிய பல புத்தகங்களில் The Departed Among the Living, The Hour of Death (with Karlis Osis), and Modern Miracles: Sathya Sai Baba, The Story of Modern Day Prophet என்ற புத்தகங்களும் அடங்கும்.

மற்ற பிரசுரங்களுக்கு தயவு செய்து விஜயம் செய்க:
http://www.hi.is/erlendur

பாகம் I

முகவுரை

ஆன்மீகப்பரிமாணம்

வானவில் நிறங்களைத் தூவிக்கொண்டு நூற்றுக்கணக்கான துடிப்புள்ள கோளங்கள், சுழன்றுக்கொண்டிருக்கும் தறுவாயில், 'ஓரியன்' விரிவுரை அரங்கிற்குள் பிரவேசித்தான். அங்கே வெகு சீக்கிரமே மறு பிறவியினை எடுக்கப்போகும் ஆத்மாக்கள் ஒன்று கூடி தம்மை வருங்கால உலக வாழ்க்கைக்கு தயார் செய்யும் ஒரு விரிவுரைக்காக ஒன்று கூடியிருந்தன.

ஆன்மீகப்பரிமாணம் ஓர் இல்லம்
அதன் முக்கிய ஆக்கக்கூறு அன்பு

இது ஒரு இல்லம், இதுதான் ஆன்மீகப் பரிமாணம்: ஒரு பரிமாணம், அங்கே அன்பு அபரிமிதமாய் உணரக்கூடியதாக இருப்பதால் அது பரிமாணத்தின் ஆக்கக்கூறாக விளங்குகிறது. அங்கே இடத்தின் விஸ்தீரணம் உண்டு, ஆனால் காலக்கணிப்பு/ நேரம் கிடையாது. இருப்பினும் ஒழுங்குகான தொடர் நிகழ்வுகள் உண்டு. இங்கே அறியும் ஆர்வத்தால் உந்தப்பட்டு கற்கவும், உருமலர்ச்சியுறவும் துடிக்கும் உயிர்களின் ஒரு நாகரீகம் வாழ்கிறது. இது இயற்பொருளற்ற ஓர் மன லோகம். இவற்றினுள் அடங்கும் அனைத்தையும் ஒருங்கிணைத்து வைத்து பரிபாலிக்கச் செய்வது ஓர் உணர்வுநிலையின் மூலம் செலுத்தப்படும் அன்பு தான். இதை வார்த்தை களால் விவரிக்க இயலாது. இந்த அன்பானது தனக்குள் தானே உருக்கொண்ட ஓர் பொருள்.[1] இந்த பரிமாணத்திற்குள் அத்தனை தொடர்புகளும் தொலையுணர்வால் கணிக்கப்படும். ஆத்மாக்களுக்கு இடையில் முன்னும் பின்னும் எண்ணக்கற்றைகள் (thought bundles) வீசப்பட்டு, அவை, உடனுக்குடன்

1 எபென் அலெக்ஸான்டர். ஃப்ரூஃப் ஆஃப் ஹெவென்: (Eben Alexander.Proof of Heaven:) அ நியூரோ சர்ஜியன்ஸ் ஜர்னி இன்டு தி ஆஃப்டர் லைஃப், நியூ யார்க் (A Neurosurgeon's Journey into the Afterlife. New York): சைமன் அண்ட் ஷஸ்டர் பேபர்பேக்ஸ் 2012 (Simon & Schuster Paperbacks, 2012)

அவிழ்க்கப்பட்டு, கிடைக்கப்பெற்ற ஆத்மா கண நேரத்தில் அதில் அடங்கியுள்ள செய்தியை அர்த்தப்படுத்திப்புரிந்து கொள்ளும்.[2]

ஓரியன் மிக நேர்த்தியாக உறுமலர்ச்சியுற்ற ஒரு ஆத்மா மற்றும் ஓர் ஆசிரியன். ஆன்மீகப் பரிமாணத்திற்குள்ளேயே உள்ள ஓர் உயர்தளத்திலிருந்து விரிவுரை வகுப்பறைக்குப் பயணித்துள்ளான். அவன் இந்த 'எண்ணக்கற்றை'களை வகுப்பறையிலிருந்த ஆயிரக்கணக்கான ஆத்மாக்களின் மீது உதிர்த்தான். "என்னுடைய இந்த இறுதி விரிவுரையில், நீங்கள் தேர்ந்தெடுத்துள்ள எதிர்வரும் அவதாரங்களில் உடல் ரீதியாக எதிர்கொள்ளப்போகும் பூகோள உலகின் அனுபவங்களை, நான் உங்களுடன் பங்கிட்டுக்கொள்ள விரும்புகிறேன்"

ஒரே நேரத்தில் உயிர் ஆன்மீகப்பரிமாணத்திலும்
உடல் பரிமாணத்திலும் இருக்கிறது.

விரிவுரை வகுப்பறையில் கூடியிருந்த அத்தனை ஆத்மாக்களும், எதிர்வரும் பிரயாணங்களுக்காக, சரியாகச் சொல்லப்போனால் உலகில் உடலுடன் தோன்றுவதற்கானஏற்பாடுகளின்கடைசிக்கட்டத்தில்இருந்தன. உண்மையில் ஆத்மாவை உருவாக்கும் பிரக்ஞை அல்லது உணர்வுநிலை எப்போதுமே ஆன்மீகப்பரிமாணத்தை விட்டுச் செல்வதில்லை. ஆனால் தனது அம்சத்தின் ஒரு பகுதியை மட்டுமே உலகில் தோன்றச்செய்யும். நடைமுறையில், அவதாரத்திற்கு முன்னர் ஒரு பிரிவினை நேர்கிறது, அதாவது ஆத்மாவின் முக்கியப் பகுதி ஆன்மீகப் பரிமாணத்திலேயே தங்கிவிடும். (இது "உயர்-ஆத்மா" எனப்படும்), மற்றொரு பகுதி உலகில் மனித உடலுடன் கலந்து பூகோளத்தில் வாழ்நாளின் அனுபவங்களை எதிர்கொள்ளும். அது தான் "உயிர்". அவதாரத்தின்போது சுதந்திரமாக பூமி முழுக்க உலாவிக்கொண்டிருக்கும் உயிருக்கு, சுயவிருப்பம் இருக்கும்.

ஆனால் உயர்-ஆத்மாவுக்கு அதனுடன் இருக்கும் தொடர்பு துண்டிக்கப்படாமல் இருக்கும். உயர்-ஆத்மா இந்த உயிரின் அவதாரப் பிரயாணம் முழுக்க ஓர் வழிகாட்டியாகச் செயல்படும். ஆக, ஆத்மா ஒரே நேரத்தில் உலகிலும், ஆன்மீகப் பரிமாணத்திலும் இருக்கும்.

---

[2] சுவாரஸ்யமாக விளக்கப்பட்ட, ஆத்மாக்களுக்கு இடையிலான இந்த உரையாடலின் வாக்கியமைப்பு, 1985 மற்றும் 1994 வது வருடங்களில் கார்டன் சிடி நியூ யார்க்: டபல்டே வினால் பிரசுரிக்கப்பட்ட ராபர்ட் மன்ரோவின் "ஃபார் ஜர்னீஸ் அண்ட் அல்டிமேட் ஜர்னி" (Far Journeys and Ultimate Journey) என்ற புத்தகங்களிலிருந்து தழுவப்பட்டது.

முன்னேற்பாட்டின் உச்ச நிலையில் இருந்த உயர்-ஆத்மாக்கள் தத்தம் தோன்றல்களை தயார் நிலையில் வைத்து, ஓரியனின் இறுதி விரிவுரைக்காக அரங்கில் கூடியிருந்தனர். இவ்வுயிர்களுக்கான செல்லிடம் ஏற்கனவே கணிக்கப்பட்டுவிட்டது. அனைத்து உயிர்களும் உலகில் அவரவர் பிறக்கப்போகும் இடம் தெரிந்துள்ளனர். மேலும் அவர்களைப் பெற்றெடுக்கவேண்டிய பெற்றோருடன் எல்லா ஏற்பாடுகளும் செய்தாகி விட்டது. பிற விஷயங்களும் முடிவு செய்யப்பட்டுவிட்டன, உதாரணத்திற்கு, அவர்களின் பாலினம், பாலியல் நாட்டம் முதலியன. தங்களின் எதிர்வரும் அவதாரங்களில் நடக்கவிருக்கும் முக்கிய நிகழ்ச்சிகளையும் அவ்வுயிர்கள் அறியும், மற்றும் அவர்கள் தங்களின் உள்ளார்ந்த சுபாவங்கள் பற்றியும், குறிப்பாக எதிர் உணர்வுகளைப்பற்றி அறிந்து கொள்ளும் வாய்ப்புகளை விரிவுபடுத்துகின்ற அவர்களின் வாழ்நாளின் சூழ்நிலைகள் எவ்வாறு அமையும் என்பதை அறிவர்.

உயிர்கள் இந்த இறுதி விரிவுரைக்கு அமர்ந்த பின், ஓரியன் இன்னொரு 'எண்ணக்கற்றை'யை ஏவினான், அவன்: "நீங்கள் அறிந்தது போல் அனைத்து கோளங்களிலுமே பூமி ஒன்றுதான் இடம்/நேரம் போன்ற பரிமாணங்களினால் பின்னப்பட்டது. அங்கே தான் நீங்கள் ஞானம் பெறப் பயணிக்கிறீர்கள். இடம்/ நேரம் பரிமாணங்களை ஒரு பொதியுறையாக (capsule) சிறிது கற்பனை செய்து நோக்குங்கள். இப்பொதியுறை ஜடப்பொருள்களின் பரிமாணங்களை உள்ளடக்கிக்கொண்டுள்ளது. இந்த இடம்/நேரம் பரிமாணத்திற்குள் இயல்பான மற்றும் மனம் சார்ந்த நிகழ்ச்சிகள் வரிசையாக இடம்/நேரப்படி வெளியாகும். இது ஒரு நேரியலான வரிசையில் நிகழ்வுகளை ஏற்படுத்துகிறது. இப்பரிமாணங்களுக்குள் பல்லாயிரம் ஆண்டுகளாகப் படிப்படியான மாற்றங்கள் ஏற்பட்டு ஜடப்பொருள்கள் கொண்ட உறுப்புகள் ஒன்றுக்கொன்று கலந்து, பல்வேறு மாறுபட்ட உருவங்கள் தோன்றியது. மேலும் வாழ்க்கையின் வடிவங்கள் ஏற்பட்டு, பரிமாண வளர்ச்சி ஏற்பட்டது. சமீபகாலத்தில்தான் கிரகத்தில் உயிர் மலர்ச்சியடைந்து நமது கோளத்தில் உள்ளடங்கியுள்ள இயற்கை பரிமாணங்களையும் நமக்குள் இருக்கும் இயற்கையையும் அனுபவிக்கும் வாய்ப்பு கிடைத்திருக்கிறது. நம் உயிர் தன் வாழ் நாள் முழுக்க மனித உடலுடன் கலந்து விடுவதால் இதை நாம் அடைகிறோம்.

"பால் வெளி மண்டலத்தில் அமைந்துள்ள இந்தக் குறிப்பிட்ட கிரகம் தன் அச்சில் சுழன்றுக்கொண்டு, கிட்டதட்ட மணிக்கு 100,000 கிலோமீட்டர் வேகத்தில் அருகிலுள்ள சூரியனை சுற்றுகிறது. இக்கிரகத்தில் பலவித உயிர்கள் வாழத் தேவையான சக்தியை சூரியன் அளிக்கிறது. நீங்கள் கலந்து கொள்ளவிருக்கும் மனித உடல்களுக்கும்தான்" என ஓரியன் கூறி முடித்தான்.

விதியாக்கப்பட்ட "ரிக்கி" (Rikki) என்ற உயிர் ஆஜர் ஆகியிருந்தது. அதனுடைய ஆத்ம நண்பர்களும்இருந்தன. அவனுடைய ஆத்ம நண்பர்கள் அவனுடைய முந்தைய பல அவதாரங்களில் அவனுடன் இருந்த பழைய நண்பர்கள். இந்த அவதாரத்தில் ரிக்கியின் அரங்க நாடகத்தில் முக்கிய பாத்திரங்களாக விளங்கவும், அதே நேரத்தில் தத்தம் சொந்த நாடகங்களை அரங்கேற்றவும் ஒத்துக்கொண்டிருந்தனர். அவர்கள் ரிக்கியின் காதலர்கள், சகோதரர்கள் மற்றும் நெருங்கிய நண்பர்களாக இருப்பர்.

ரிக்கி விரிவுரைஅரங்கில் அமர்ந்து அவனுக்குள் சிந்திக்கலானான்: "இதோ, நான் மீண்டும் போகப் போகிறேன். எனது முந்தைய வாழ்க்கையுடன் ஒப்பிடுகையில் இந்த முறை என் வாழ்க்கையை முற்றிலும் மாற்றியமைத்திருக்கின்றேன். நான் எவ்வாறு இதைப் பூர்த்தி செய்வேன் என்று வியப்பாக இருக்கிறதே?"

ஓரியன் மற்ற ஒரு எண்ணக்கற்றையை ஏவினான். "இங்கே இல்லத்தில் எதிர்மறை உணர்வுகளின் தாக்கத்தைப்பற்றி ஆராய்ந்தாலும், நமது ஆன்மீகப்பரிமாணம், முன் கூட்டியே அவற்றுடன் நேரடி அனுபவத்தைப் பெற அனுமதிப்பதில்லை. இங்கு மிக அதிக அன்பு இருப்பதை நீங்கள் அறிவீர்கள். ஆக, இவ்வனுபவங்களை அடைய இங்கு நம்மைச் சூழ்ந்துள்ள அன்புக்கு அப்பாற்பட்டு அன்பு குறைக்கப்பட்ட ஒரு சூழலில் பிரவேசிக்க வேண்டும். பூமிதான் அதற்கு உகந்த சரியானதொரு இடம். கீழே, பூமியில் நிகழ்ச்சிகள் நேரத்தால் கோர்க்கப்பட்டவை. அடுத்து என்ன நடக்கும் என நீங்கள் கணிக்க இயலாது. நீங்கள் இடம், தூரம், பல உருவங்களிலான பருப்பொருட்கள் ஆகியவற்றைச் சமாளிக்க வேண்டியிருக்கும். எதிர்மறை உணர்வுகள் உங்களை ஆட்கொள்ளக்கூடிய தீவிரம், ஆழம் ஆகியவற்றை நீங்கள் அனுபவிப்பதற்குப் பல பரிமாணங்களின் ஒருங்கிணைப்பு என்பது முக்கியமானதாகும்."

ரிக்கி தனக்குள் நினைத்துக்கொண்டான்: எதிர்மறை உணர்வுகளின் வகைகள் எல்லையற்றவைகளாக இருக்கின்றன. நான் அவைகளை பூமியின் மீது பல முந்தைய வாழ்க்கைகளில் அனுபவித்திருக்கிறேன்.

ஓரியனின் தொலையுணர்வு ஞானம் இந்த சிந்தனையைக் கவர்ந்துவிட்டது, அவன் பதிலளித்தான்: "அது சரி தான் ரிக்கி, இங்கே கூடியிருக்கும் நீங்கள் அனைவரும் உங்கள் முந்திய வாழ்க்கையில் சொல்லொண்ணா எதிர்மறை உணர்வுகளை அனுபவித்துள்ளீர்கள். ஆனால், கற்பதற்கு இன்னும் நிறைய இருக்கிறது.... நிறைய, நீங்கள் பட்டம் பெறும் முன்."

ஓரியன் இதற்கு முன்னர் தனக்கு சொல்லப்படாத எண்ணற்ற வாழ்நாட்களை பூமியில் எவ்வாறு கழித்தான் என்பதையும், அத்தனை எதிர்மறை உணர்வுகளையும் கடக்கும் திறமை பெற்ற பின் எவ்வாறு பட்டம்

பெற்றான் என்பதையும் விளக்கினான். உயிர்களாகிய நாம் விரிவுரை அரங்கில் கூடியுள்ளோம். நம் அனைவருக்கும் தெரியும், அவன் கணக்கற்ற ஆண்டுகளாக பூமியில் அவதரிக்கவில்லை. இப்பொழுது மற்ற உயிர்களை பிரயாணத்திற்கு தயார் செய்யும் வேலைக்கு தன்னை அர்பணித்துள்ளான். மற்றும் உயர்-ஆத்மாக்களுக்கு அவைகளின் உயிர்-தோற்றுவிப்புகள், தன் அவதார காலத்தில் உலகில் உலாவரும் வேளைகளில், அறிவுறை அளித்து வருகின்றான்.

விரிவுரை வகுப்பறையில் கூடியிருந்த அனைத்து உயிர்களும் தன் இயற்கை வடிவில் துடிக்கும் கோள்களாக விளங்கின. மிகவும் மாற்றமடைந்த ஓரியன் ஊதா (purple) நிறத்தில் ஒளிக்கதிர் வீசிய போது மற்ற உயிர்கள் வானவில்லின் மற்ற நிறங்களை ஒளித்தன. கோள்களில் பல வெள்ளையும் மஞ்சள் நிற சாயலும் கொண்ட இளம்[3] உயிர்களுக்கான குணாதிசயங்களுடன் காட்சியளித்தன.

ஆஜராய் இருந்த அத்தனை உயிர்களும் தயார் ஆவதற்கு வழங்கப்படும் பல தலைப்புகளின் விரிவுரைக்குப் பல தடவைகள் வந்துள்ளன. இன்றைய விரிவுரை ஒரு விதமான கண்ணோட்டம் பற்றியதாக இருந்தது. அது பல தரப்பட்ட படைப்புகளுக்கு கிடைக்கப்போகும் அனுபவங்களைக் கவனித்தது.

ஓரியன் தொடர்ந்தான்: "இப்பொழுது நீங்கள் அறிந்தது போல் உணர்வு நிலையானது உடல் பரிமாணத்திற்குள் பருப்பொருளை உண்டாக்குகிறது. இச்செயல்முறையில் வாழ்க்கை கட்டுமானத்தின் முக்கிய கூறுகளாக இருக்கும் அடிப்படை இரசாயனக் கூறுகள் உருவாக்கப்படுகின்றன. இக்கட்டுமானத்தின் அடிப்படை இரசாயனக்கூறுகளாவன, கந்தகம் (sulphur) பாஸ்பரஸ் (phosphorous), பிராண வாயு (oxygen), நைட்ரஜன் (nitrogen), கார்பன் (carbon), மற்றும் ஹைட்ரஜன் (hydrogen) ஆகியவை ஆகும். இவை தொடர்ந்து மறுசுழற்சி செய்யப்படுகின்றன. அவை பூமியில் பரவலாகக் கிடைக்கப்பட்டு அடிப்படை உள உணர்வால் இயக்கப்பட்டு ஏராளமான ஆக்கப்பூர்வமானபடைப்புகளில் கலக்கப்படுகின்றன. இவை ஒன்றின் பின் ஒன்றாக உயிரினங்களாக படைக்கப்பட்டு, வாழ்க்கையின் சூழலுக்கு செலுத்தப்படுகின்றன. இவ்வுறுப்புகளில் கார்பன் (carbon) மிக அடிப்படையானதாகும். இது அனைத்து படைப்புகளின் உடலமைப்பின் அடிப்படை. நீங்கள் இப்பொழுது குடியேறப்போகும் மனித உடலும் இதில் அடங்கும். பிராண வாயு (oxygen) (அறிய ஆர்வம் கொள்வீர்கள், இது நுண்ணுயிரால் உண்டாக்கப்பட்ட உப பொருள்,

3 Michael Newton. *Journey of Souls: Case Studies of Life Between Lives.* St. Paul: Llewellyn Publications, 2003.

பல இலட்சோப இலட்சக்கணக்கான ஆண்டுகளாக சூரிய ஒளியைப் பெறும்போது உண்டான பாக்டீரியாவின் கழிவு பொருள்) என்பது ஒரு முக்கியமான இரசாயன உறுப்பு. இது சில உயிரினங்களில் சக்தியை உண்டாக்கும் பணியைச் செய்யும். இந்த சக்தி, கிரகத்தில் வாழும் அனைத்து படைப்புகளையும் பராமரிக்க வல்லது."

எண்ணக்கற்றைகள் இப்பொழுது உயிர்களின் மத்தியில் ஏவப்பட்டன, ஓரியன் பங்கிட்டுக்கொள்ளும் செய்தியை அவை உயிர்களால் உடனுக்குடன் கவனித்துப் புரிந்து கொள்கின்றன.

ஓரியன் தொடர்ந்தான்: "ஒரு கணம் பூமியின் சுற்றுப்புறச்சூழலை நினைத்துப்பாருங்கள். இது அடுக்குகள், மலைத்தொடர்கள், நிறமாலை, ஆகியவையின் கூட்டுசேர்க்கையாக உள்ளது, இந்த அடுக்குகள், மலைத்தொடர், நிற மாலைகளில், அலைகற்றைகளில் கிட்டும் ஏராளமான வாய்ப்புகளில் சிலவை மட்டுமே, ஒவ்வொரு இனத்தாலும் அனுபவிக்க இயலும். உங்களை இடங்கொடுக்கும் மனித உடல், உதாரணத்திற்கு தன் பரிமாணத்தில் மிகவும் வரையறுக்கப்பட்டதையே அனுபவிக்க இயலும். இதன் காரணம் உடலின் உணர்ச்சியறியும் உறுப்புகளின் ஆற்றலின் வரையறைகள்தான். பூமிகிரகத்தில் வாழும் பிற படைப்புகளுடன் மனித உடலை ஒப்பிடும் பொழுது, அதன் பார்க்கும், கேட்கும், தொடும் மற்றும் நுகரும் திறன்கள் மிகவும் வரையறுக்கப்பட்டு ஓர் எல்லைக்குள் தான் இருக்கின்றன. சில படைப்புகளின் உணர்ச்சி உறுப்புகளின் ஆற்றல் அவர்களை உயர்ந்த அல்லது தாழ்ந்த அலை நீளத்தில் பார்க்கவும், ஓசையை உயர்ந்த அல்லது தாழ்ந்த அலைவரிசைகளில் கேட்கவும், மனிதனை விட மிகத் துல்லியமாக நுகரவும் செய்கின்றன. கணக்கற்ற படைப்புகளின் அனுபவங்கள் அடுக்குகளுக்கும், மலைத்தொடர் வரையிலும், வண்ணக்கற்றைகள் வரையிலும்தான் இருக்கும். உதாரணத்திற்கு, ஒட்டுமீன்களை எடுத்துக்கொள்ளுங்கள். அவை கடல்படுகைகளில், எரிமலைத் துவாரங்களில் வாழ்கின்றன. பூமிப்பரப்பின் மீது வாழும் உயிர்கள் பிராண வாயு கொண்டு சுவாசிக்கும் பொழுது, இந்த ஒட்டுமீன்கள் வாழ்வதற்கு எரிமலைகளால் கக்கப்பட்ட கந்தகம் அவசியப்படுகிறது. ஆகவே, அவைகள் வாழும் ராஜ்ஜியம், முற்றிலும் மாறுபட்டதாகும்."

ஓரியன் நிறுத்தாமல் தொடர்ந்தான்: "நகரும் வேகம் அதைச்சார்ந்த பிராணி அல்லது உயிரினத்தை பொறுத்து இன்னொரு ஒத்துப்போகும் அனுபவத்தை அளிக்கிறது. ஒப்பீட்டளவில் பார்க்கும்போது மனித உடல் மெதுவாகவே நகரும். அதே நேரத்தில், ஒரு ஈ மனிதனை விட அதிக வேகத்தில் நகரும். ஒரு ஈயின் கண்ணோட்டத்தில் மனிதன் நத்தையைப்போல் மெதுவாக நகரக்கூடியதாக இருக்கின்றான். அதுபோன்றே ஸ்லோத் என்ற ஒரு கரடி இனத்தைச் சேர்ந்த ஒரு விலங்கிற்கு (sloth) மனிதன் மின்னல் வேகத்தில் நகருவதைப் போலத் தோன்றும் .

ஒரே வகையானப் படைப்புகளுக்குள்ளேயே பல்வேறு மாறுபட்ட செயல்பாடுகள் இருக்கின்றன. உதாரணத்திற்கு, மனிதனை எடுத்துக்கொள்ளுங்கள். உங்களில் பலர் வாழ்க்கையில் சிறிதளவு நிறக்குருடு உள்ளவர்களாக இருக்கிறீர்கள். இது முற்றிலும் மாறுபட்ட அனுபவத்தைக் கொடுக்கும். உங்களில் பலர் சுவை விரும்பிகளாக அதிக ருசியை விரும்பும் குணம் கொண்டவர்களாக இருக்கிறீர்கள். உங்கள் பாலியல் இயக்கி வேறு படுகிறது. அதனால் சிலர், தன் இடுப்புக்குக்கீழ் முன்னீடுபாட்டினால் பலமாக திசைதிருப்பப்படுகிறீர்கள். நீங்கள் குடிகொள்ளப்போகும் உடல்களுக்கிடையேயும் உடல் வல்லமை/ஆற்றல் ஒன்றுக்கொன்று மாறுபடும். உங்களில் சிலர் விளையாட்டு துறைகளில் பிரமாதமான ஆற்றல் கொள்வீர்கள், மற்றவர்கள் வேறு பல மனித ஆற்றல்களையும் தாண்டி இருப்பீர்கள். உங்களில் சிலர் உங்களுடைய புலனறியும் ஆற்றலுக்கும் உணர்வுகளுக்கும் இடையில் ஒன்றுக்கொன்று தொடர்புடையவர்களாக இருப்பீர். உதாரணத்திற்கு எழுத்துக்களும் எண்களும் வர்ணம் அல்லது ஒலியின் அனுபவத்தைத் தூண்டும். பிறருக்கோ, தாங்கள் கேட்கும் வித்தியாசமான சத்தங்கள் அவர்களுக்கு குறிப்பிட்ட வாசனை / மணம் அல்லது ருசியைத் தூண்டுபவற்றுடன் தொடர்புடையதாக இருப்பர்."

ஓரியன் உதாரணங்களை தொடர்ந்து எடுத்து சொல்லும் பொழுது, ரிக்கி வியந்தான்: "உங்கள் பிள்ளைப்பருவத்தில் நீங்கள் அனைவரும் ஒரு காலகட்டத்தை அனுபவிப்பீர்கள். அதில் இறந்தவர்களை பார்க்கவும், அவர்களுடன் பேசவும் உங்களால் முடியும். அவர்கள் உங்களைப்பார்த்து மகிழ்விக்க அல்லது தேற்ற/ஆறுதல் கூற வந்த உங்கள் பெற்றோரின் பெற்றோர்களான, தாத்தா, பாட்டி, அல்லது மற்ற உறவினர்களாகவோ இருப்பர். இதைப்பற்றி நீங்கள் உங்கள் பெற்றோரிடம் தெரிவிக்கும்போது, அநேகமாக அனைத்து சமயங்களிலுமே அவை உங்கள் பெற்றோர்களால் புறக்கணிக்கப்படும்.

இறந்தவர்களை காணும் இந்த திறமை பலருக்கு பிள்ளைப்பருவத்தில் மறையத்தொடங்கிவிடும், சிலருக்கு அவர்கள்வளர்ந்து வாலிபரான பிறகும் இத்திறமை நீடிக்கும். உங்களில் சிலரால் உங்கள் வழிகாட்டியை காணவும் அவருடன் பேசவும் இயலும், அதேசமயம் மற்றவர்கள் ஒரு ஊடகம் போன்று இருந்து ஆன்மாக்களை திரையின் இப்பக்கத்திலிருந்து செலுத்தும் திறமை பெற்றிருப்பர். உங்களில் ஒரு சிலரால் உங்கள் மனித உடலிலிருந்து வெளியே பிரவேசிக்க இயலும். அவ்வாறு பிரவேசிக்கும் பொழுது உங்களின் உணர்வு நிலை உங்கள் உடலின் வெளியில் இருப்பதை நீங்கள் அனுபவிக்க முடியும். மேலும் கண்களுக்குப் புலப்படாத பொருட்களையும் தொலை தூரத்தில் நடக்கும் நிகழ்ச்சிகளையும் உங்களால் காண முடியும். உங்கள் உடலுக்குள் நீங்கள் திரும்பி பிரவேசித்த பின் இவைகள் உங்களுக்கு ஞாபகத்தில் இருக்கும். சில அரிதான தருணங்களில், நீங்கள் தொலைவில் தோன்றும் ஆற்றலுடன் டெலிபோர்ட் (teleport)

செய்யக்கூடிய திறன் கொண்டவராக இருப்பீர்கள். இதன் மூலம் உங்கள் உடலை வேறு ஒரு இடத்திற்கு மாற்றி அங்கே தோன்றச்செய்வீர்கள்."[4]

ரிக்கி தனக்குள் நினைத்துக்கொண்டான், என்ன ஒரு அற்புதமான வாழ்க்கையாக அது இருக்குமோ! எனக்கு இத்தகைய அசாதாரணமான திறன்கள் கிடைக்குமா என்று வியக்கின்றேன்?

ஓரியன் சுருக்கமாக ரிக்கியின் சிந்தனைகளை குறுக்கிட்டு சொன்னான்: "அனைத்து உயிர்களும் தாம் பிறந்த கலாச்சார மெய்மறதியை உடைத்து இவை சாத்தியமில்லை என்ற நம்பிக்கையை உடைத்தெறிவதற்கான வழியை கண்டறிந்தால், அவைகளுக்கு இந்த மனத்திறன்கள் உண்டாகும். எனினும் உங்களுள் பலர் தான் பிறக்கும் பாரம்பரியத்திலும், கலாச்சார நம்பிக்கைகளிலும் மூழ்கி இத்தகைய மனத்திறன்களை அறியாமலேயே இருந்தவிடுவீர்கள். எப்படி இருந்தாலும் உங்களில் பலர் மற்ற பல விஷயங்களில் மும்முரமாக இருப்பதால் இத்திறன்களை வளர்த்துக்கொள்ளும் ஆர்வம் இருக்காது."

ஓரியன் அடுத்த தொடர்புள்ள கருத்துக்குச்சென்றான்: "உரையை முடிக்கும் முன், இயற்கையின் சமநிலை பூமியில் இருப்பதைப் பற்றி ஓரிரு கருத்துக்களைவிமர்சிக்கவிரும்புகிறேன்.எதிர்வரும்அவதாரங்களின்போது, உங்களில் பலருக்கு இது முக்கியமான ஒரு தலைப்பாக இருக்கும்.

பூமியில் இருக்கும் அனைத்து பொருள்களுக்குள் சரியான சமநிலை நிலவுவதை என் கருத்துக்களின் முன்னுரையாக நான் சொல்ல விரும்புகிறேன். இந்த சமநிலை சுயசார்புடன் இயங்கிக் கொண்டிருக்கும். இந்த சமநிலை அனைத்து உயிரினங்களையும் கவனமாக கருத்தில் கொண்டு, அன்பான நல்லிணக்கத்துடன் நுணுக்கமாக உண்டாகும். எல்லாம் அதுவே[5] (All That Is) உடைய அனுசரணையுடன் நீங்கள் அவதரிக்கும்பொழுது, இந்த சமநிலையின் விஸ்தீரணத்தையும், நுணுக்கங்களையும் ஏற்றுக்கொண்டு பாராட்டக்கூடியவர்களாக இருக்கமாட்டீர்கள். பூமியில் உயிர் வாழ்வதற்கு நீங்கள் போராடுவதைப்

---

4 தொலைபரிமாற்றத்தின் உதாரணங்களை எர்லாண்டர் ஹரால்ட்சன் உடைய புத்தகங்களான மாடர்ன் மிராகில்ஸ்: சத்ய சாய் பாபா, தி ஸ்டோரி ஆஃப் மாடர்ன் டே ப்ரொஃபெட், யுனைடெட் கிங்டம், கில்ட்ஃபோர்ட் : ஒயிட் க்ரோ புக்ஸ், 2013 -ல் வாசிக்கவும். இதையும் பார்க்கவும்: அலெக்ஸ் தனௌஸ், டி.டி அண்ட் கால்லம் ஈ.கூபர், கான்வர்சேஷன்ஸ் வித் கோஸ்ட்ஸ். கில்ட்ஃபோர்ட்: ஒயிட் க்ரோ புக்ஸ், 2013.

5 மனிதனின் கற்பனையால் விளங்கிக்கொள்வதற்கு அப்பாற்பட்டு, உண்டாக்கப்பட்டவைகளுக்குள்ளும் அதற்கும் அப்பாற்பட்டுள்ள ஒரு உணர்வுநிலைதான் எல்லாம் அதுவே என்ற ஒரு மிக உயர்ந்த மற்றும் தெய்வீக உணர்வுநிலையை குறிக்கும்.

போன்று தோன்றும். உணவுக்காக போட்டிபோடுவதையும், ஓர் உயிரை மற்ற உயிர் கொன்று தின்பதையும் காண்பீர்கள். மேலும் ஒரு குறிப்பிட்ட உயிர்கள் மட்டுமே அதிக நாட்கள் வாழ்வதையும் காண்பீர்கள். நீங்கள் ஒரு மனிதனாக உணவுச்சங்கிலியில் மேல் மட்டத்தில் இருந்து கொண்டு, விகிதாச்சார அளவில் மற்ற உயிரினங்களைக் காட்டிலும் குறைந்த அளவே பாதிக்கப்படுவீர்கள். ஆனால் எக்காரணத்தைக்கொண்டும் நீங்கள் விதிவிலக்காக முடியாது.

இந்த சமநிலையின் முக்கியத்துவத்தை போற்ற வேண்டியதாயின், உதாரணத்திற்கு ஒரு ஜோடி "ராபின்" (Robin) என்ற குருவிகளை கவனத்தில் கொள்ளுங்கள். அவை 30 ஆண்டுகள் வாழ்ந்தால், ஓர் ஆண்டுக்கு இரண்டு தடவைகள் குஞ்சு பொறிக்கும். ஒரு தடவைக்கு நான்கு முட்டைகள் வீதம் அடைகாத்து அத்தனையும் உயிருடன் இருந்து அவைகளும் இனத்தை பெருக்குமானால், 10 வருடங்களில் 24 மில்லியன், அதாவது இரண்டு கோடியே நாற்பது லட்சம் குருவிகள் இருக்கும். அவை 30 வருடங்களில் முழு பூமிக்கிரகத்தையும் போர்வைப்போல் மூடி மறைத்துக்கொள்ளும். அதே மாதிரி, சாதாரண ஈக்கள் ஒரு வருடத்தில் ஏழு தலைமுறைகளைக்கொண்டுள்ளது. அவைகள் உயிருடன் இருந்தால், ஒரு வருடத்தின் முடிவில் ஆறு ட்ரில்லியன் ஈக்களின் சந்ததி இவ்வுலகில் உலாவும். இந்த உதாரணங்கள், சம நிலையின் நுணுக்கத்தையும், அதன் பிரம்மாண்டத்தையும் மற்றும் எவ்வாறு ஓர் உயிரினத்தின் வாழ்க்கை மற்றொரு உயிரினத்தை உணவாகக் கொள்வதைச் சார்ந்து உள்ளது என்பதையும் அறியலாம்.

இந்த வேட்டையாடல்களிலிருந்து மனித இனம் விதி விலக்கலக்கானது அல்ல. அவர்கள் உணவு பங்கீட்டின் மேல்மட்டத்தில் இருந்த போதிலும், அவர்களுடைய பலவீனம் நுண்ணிய அளவில் ஒளிந்துள்ளது. உண்மையில் பூமியில் நடந்த அத்தனை போர்களிலும் கொல்லப்பட்ட மக்களை விட, வியாதிகள் அதிக அளவில் அவர்களை பலி வாங்கியிருக்கின்றன."

பார்வையாளர்களில் ஒரு அமைதியான பரபரப்பு ஏற்பட்டது, ஏனெனில், கூடியிருந்தவர்களில் பலர் முந்தைய பிறவிகளில் நோய்களினால் இறந்தவர்களாகவே இருந்தனர்.

ஓரியன் தொடர்ந்து எண்ணக்கற்றைகளால் விளக்கலானான்: "நுண்ணிய உயிர் அணுக்களிடையே (microbes) போட்டியும், வேட்டையாடும் குணமும் உள்ளது. நான் ஏற்கனவே குறிப்பிட்டது போல், மனித உடல் கார்பன் என்ற மூலப்பொருளால் கட்டமைக்கப்பட்டது. ஆனால் 100 ட்ரில்லியன் உயிர் அணுக்கள் இதில் அடங்கியிருந்தும் இவ்வணுக்களில் 10-ல் ஒன்று தான் மனித உடலை சார்ந்தது. பிற சுயாதீனமான உயிரணுக்கள், மனித உடலுடன் தோழமையுடனும், போட்டியுடனும் உறவாடும்.

பாக்டீரியா ஒரு பொது வகையான நுண்ணுயிரி (microbe). மனித உடலில் 90 ட்ரில்லியன் பாக்டீரியாக்கள் உள்ளன. அவைகளின் எடை 2 1/2 பவுண்டுகளாகும். பெரும்பாலான பாக்டீரியாக்கள் மனித குடலில் வாழும். இவை மனித சுகாதாரத்திற்கும், நலனுக்கும் இன்றியமையாதவை. உண்மையில், இந்த பாக்டீரியாவுக்கும் மனிதன் உயிர் வாழ்வதற்கும் ஓர் ஒருங்கிணைந்த உறவுமுறை உள்ளது. அவை உங்களது உடல் ஊட்டச்சத்துக்களை செறிப்பதற்கு உதவி, நோய் உண்டாக்கும் நுண்ணுயிரிகளை (pathogen) அழிக்கின்றன. பாக்டீரியாக்களுடன் ஒப்பிடும்போது இந்த நுண்ணுயிரிகளின் சதவீதம் குறைவாகத்தான் இருக்கும். ஆனால் அவை கடுமையான வியாதிகளை உண்டாக்கும் வல்லமையுடையவை. எந்த நேரமும் நலன் உண்டாக்கும் பாக்டீரியாவுக்கும், தீங்கிழைக்கும் நோய் கிருமிகளுக்கும் போர் நடந்து கொண்டேயிருக்கும். இந்த நோய்க்கிருமிகள் மிகவும் ஆபத்தானவை. இவற்றின் கைகள் ஓங்கும் பொழுது, மனித உடல் வியாதிகளின் பிடியில் சிக்கி சில சமயம் மடிந்து விடுகிறது.

இந்த வாழ்க்கைப் போராட்டத்தில் மனித உடலானது நோய் உண்டாக்கும் கிருமிகளை எதிர்க்கும் குணம் தரும் உயிர் அணுக்கணின் சிறப்பான கூட்டமைப்பை அல்லது கூட்டிணைவை உண்டாக்கியிருக்கிறது. இந்த கூட்டிணைவே "நோய்த் தடுப்பாற்றல்" அல்லது "immune system" ஆகும். இது துரித நோய் கிருமிகளை கொல்வதற்கான விரைவான செல் பகுப்பு மற்றும் தேவைக்கேற்றவாறு இயல்பில் மாற்றமடைதல் ஆகியவற்றைச் சார்ந்த மிகச் சிறந்த சாதுரியமான நோய் எதிர்ப்பாற்றல் அமைப்பாகும். நோய்க்கிருமிகளும் இத்தகைய விரைவான செல் பகுப்பு மற்றும் மாற்றம் போன்ற ஆயுதங்களைப் பயன்படுத்தினாலும் உயிர் அணுக்களின் நோய் தடுப்பாற்றல் சிறந்து விளங்கும் வரை, இப்போரின்போது உடலானது பாதுகாப்பாக[6] வைக்கப்படுகிறது."

ரிக்கி தன்னைத்தானே நினைத்துக்கொண்டான்: "நுணுக்கமான இந்த நுண்ணுயிரிகள் சிலசமயங்களில் மனித உடலை கூட சந்தர்ப்பம் கொடுக்கப்பட்டால் தோற்கடிக்கும் என்பது புதிராக உள்ளது. இந்த நேரத்தில், எண்ணக்கற்றைகள் விரிவுரை அரங்கில் சுழன்று கொண்டிருந்தன. உயிர்கள் தங்களுக்குள்ளேயே கருத்துக்களைப் பரிமாறிக்கொண்டும், ஓரியனிடம் அவன் கூறியதைப்பற்றி கேள்விகளை கேட்டபடியும் இருந்தன.

பல கேள்விகளுக்குப் பதில் அளித்தபின், ஓரியன் விமர்சனத்தைத் தொடர்ந்தான். "ஆக, பெரிய சக்தி வாய்ந்த மிருகங்களினால் மட்டுமல்லாது, இந்த நுணுக்கமான நுண்ணுயிரிகளாலும் மனிதன்

---

6 Bruce E. Fleury, Ph.D. *Mysteries of the Microscopic World.* Virginia: *The Great Courses,* 2011.

வேட்டையாடப்படுகிறான் என்பதை நீங்கள் காணலாம். இருப்பினும், நான் முன்பு அறிவித்ததைப்போன்று, கிரகத்தில் உள்ள எல்லா உயிரினங்களுக்குள்ளும் ஒரு சமநிலை நிலவுகிறது. இது சுயசார்புடைய, அன்பான நல்லிணக்கத்துடன், நுணுக்கமாக கட்டவிழ்க்கப்பட்டு, அனைத்து உயிரினங்களையும் கருத்தில் கொண்டு, "எல்லாம் அதுவே" (All That Is) உடைய அனுசரணையுடன் உண்டாகிறது."

விரிவுரை இப்பொழுது நிறைவடையும் கட்டத்திற்கு வந்துவிட்டது. உயிர்கள் தங்களுக்குள்ளே கேலியும் நகைச்சுவையும் செய்துகொண்டிருந்ததால் அங்கு உற்சாகமும் சந்தோஷமும் நிரம்பி இருந்தது. அவர்களில் பலர் தங்களின் மறுபிறவியை ஆர்வத்துடன் எதிர்நோக்கியிருந்தனர். ஆனால், சிலரது முந்தைய பிறவி கடினமானதாக இருந்ததால், தயங்கிக்கொண்டிருந்தனர். ஒவ்வொருவருக்குமான ஒரு செயற்பட்டியல் இருந்தது. மேலும் எந்த உயிரும் மறுபிறவி எடுப்பதற்காக கட்டாயப்படுத்தப்படவில்லை.

அனைத்து உயிரினங்களுக்கு மத்தியில்
சமநிலை உள்ளது.
இது சுயசார்புடைய, அன்பான
நல்லிணக்கத்துடன், "எல்லாம் அதுவே"
உடைய அனுசரணையால் உண்டாகிறது.

ஓரியன் தனது விரிவுரையை நிறைவுசெய்தான்: "நீங்கள் அறிந்தது போல், உங்கள் பயணத்திற்கு முன் நான் வழங்கும் இறுதி உரை இது. உங்கள் வாழ்க்கையின் போது உங்கள் உள்ளுணர்வை உள்நோக்கும் அவசியத்தை நினைவில் கொள்ளுங்கள். ஏனெனில், இந்த அறிவாற்றலால் தான் உங்கள் உயர்-ஆத்மா சோதனையான காலகட்டங்களில் உங்களை வழிநடத்த முயற்சிக்கும்.

உங்கள் பயணத்தை அனுபவியுங்கள். இந்த ஆன்மீக பரிமணத்திற்கு நீங்கள் திரும்பி வந்த பின்னர் உங்கள் அனுபவங்களை கேட்டறிய நான் எதிர்நோக்கிக்கொண்டிருப்பேன்."

உலகில் அவதரித்தவுடன், உங்கள் யாருக்குமே ஆன்மீகப்பரிமாணத்தைப்பற்றிய இந்த செய்திகளோ அல்லது இந்த விரிவுரையின் ஞாபகமோ இருக்காது என்று எனக்குத் தெரியும். ஆனால் இந்த விரிவுரைகள், மறுபிறவியின் போது எதிர்கொள்ளும் குறிப்பிட்ட பிரச்சினைகளை அறிந்துகொள்ளும் உள்ளுணர்வை புகட்டுவதற்காக

அமைக்கப்பட்டவை. உயிர்கள் அவைகளின் "உயர்-ஆத்மா" வுடன் கொண்டுள்ள உறவு முறையின் மீது மறதியானது இறக்கப்பட்டு, ஒருவரை ஒருவர் அறியாதவாறே இருப்பர். ஆனால், ரிக்கிக்கு மட்டும் தனிச்சலுகையாக, அவன் விரும்பினால் அவனுக்கு தன் உயர்-ஆத்மாவுடன் தொடர்புகொள்ள வாய்ப்பு அளிக்கப்பட்டது. அந்த உயர்-ஆத்மா "முதிய ஆத்மா" என்று அவனுக்கு தெரிவிக்கப்படும். முதிய ஆத்மா அவனுடைய ஆன்மீக அறிவுறையாளராக (வழி காட்டியாக) இருக்கும். ஆனால் ரிக்கி தன் வாழ்வின் பிந்திய காலம் வரை, இந்த ஆழமான தன்மையுள்ள உறவை அறியமாட்டான்.

சிறிது நேரம் கழித்து, அவனுடன் மறுபிறவி எடுக்காத சில நண்பர்களிடமிருந்து விடைபெற்றான் ரிக்கி. பிரயாணம் தொடங்கும் சமயம், அவனுடன் அவதரிக்கப்போகும் ஆன்மாக்களைத் தாங்கிய பயணக்கப்பலின் தொடரணியில் சேர்ந்தான். அவர்கள் பூமிக்கு உந்தி செலுத்தப்படும் வாசலை அடைந்தவுடன், ஒரு சூறாவளியின் சுழல் தன்னை இழுக்கும் அனுபவத்தை உணர்ந்து திடீரென பூமியை சூழ்ந்துள்ள அடர்த்தியான வளிமண்டலத்தில் பிரவேசித்தான்.

அவன் தன்னுடைய வருங்கால பெற்றோருடன் உலாவி, பிறக்கப்போகும் சூழ்நிலைகளுடன் தன்னை பழக்கப்படுத்திக்கொள்ள சிறிது நேரம் ஆயிற்று. அவனுடைய வருகையின் இரண்டு மாதங்கள் முன்னர் கர்ப்பம் தரிக்கப்பட்டது. இப்பொழுது அவன் கர்ப்பத்திலுள்ள சிசுவுடன் ஒருங்கிணையும் கவனமான செயல்பாட்டைத் தொடங்கினான். இது ஒரு நுட்பமான செயல்முறை. அவன் அதிக நேரம் தன் தாயின் கர்ப்பப்பையில் கழித்தான். கர்ப்பக்காலம் நல்லதாக நடந்து ரிக்கி பிறப்புக் கால்வாய் வழியாக உந்தப்பட்டு, வெளியுலகிற்கு தள்ளப்பட்டான். இது மே மாதம், 20-ம் தேதி, 1952 - வது வருடமாக இருந்தது.

ஐஸ்லேன்ட் நாட்டின், ரீக்ஜாவிக் நகரில் அன்று சூரியன் பிரகாசமாக ஒளித்துக்கொண்டிருந்தது. சாதாரண பிறப்புடன், அவனுடைய குழந்தைப்பருவம் எந்தவொரு குறிப்பிடத்தக்க சம்பவமும் இல்லாமல் முடிந்தது.

சில வருடங்கள் கழித்தே கதை உருவெடுக்கிறது ....

அத்தியாயம்

1

பிரச்சினை சிறுவன்

மாணவர் ஒருவர் பின் ஒருவராக புத்தகத்தில் இருந்து இரண்டு இரண்டு பத்திகள் வாசித்தனர். முதல் வரிசையின் ஆரம்பத்தில் அமர்ந்துள்ள சிறுவனைத் தொடர்ந்து, அடுத்து அவனுக்குப்பின்னால் இருப்பவன். சிலர் மற்றவரைவிட சாமர்த்தியம் உள்ளவராய் இருந்தனர். ஆனால் அனைவரும் எளிதாக வாசித்தது போல் தெரிந்தது. ஒவ்வொரு குழந்தையும், அவனுடைய அல்லது அவளுடைய பகுதியை முடித்ததும் "ரிக்கி" (Rikki) அவனுடைய முறை நெருங்கி வந்துகொண்டிருப்பதை அறிவான். அவனது பயம் அதிகரித்துக்கொண்டேயிருந்தது. விரைவில் ரிக்கியின் சிறந்த நண்பன் "ஹியூகோ"வின் (Hugo) முறை. ஹியூகோ ரிக்கியின் முன் அமர்ந்திருந்தான். அவன் மின்னல் வேகத்தில் வாசித்து முடித்தான். கடைசியில் ரிக்கியின் முறை. அவனுக்கு திக்குவாய் என்பதால் வெறும் நான்கு வரிகள்தான் வாசிக்கக் கொடுக்கப்பட்டிருந்தது. ஆனாலும் அவன் முகம் சிவந்து, வியர்த்துக்கொண்டிருந்தான்.:

> ஜ - ஜ - ஜ - ஜ - ஜாக் அண்ட் ஜி - ஜி - ஜி - ஜி - ஜில் வெண்ட் அப் தி ஹில்
> டு ஃபெ - ஃபெ - ஃபெ - ஃபெ - ஃபெட்ச் அ பெ - பெ - பெ - பெய்ல் ஆஃப் வாட்டர்
> ஜ - ஜ - ஜ - ஜாக் ஃபெல் டௌன் அண்ட் ப - ப - ப - புரோக் ஹிஸ் க்ரௌன்
> அண்ட் ஜி - ஜி - ஜி - ஜில் கேம் ட - ட - ட - டம்ப்லிங் ஆஃப்டர்

இந்த சில வார்த்தைகளை வாசிப்பதற்கே அவனுக்கு நீண்ட நேரம் பிடித்தது. அதே சமயம் மாணவர்களும் அமைதியாக அமர்ந்திருந்தனர். தினமும் இதே

மாதிரியான சோதனை திரும்பத் திரும்ப பள்ளியாண்டு முழவதும் நடந்தது. 1960-ஆம் வருடம், அப்போது ரிக்கியின் வயது எட்டு. ஐஸ்லாந்து நாட்டில், ரீக்ஜாவிக் (Reykjavik) தலைநகருக்கு அருகிலுள்ள கோபவோகர் (Kopavogur) என்ற நகரத்தில் வசித்து வந்தான். நான்கு சகோதரர்களில் அவன் இரண்டாவது பையன். தந்தை "பால்டர்" (Baldur) இரசாயன பொறியாளராக (Chemical Engineer) இருந்தார். தூரத்தில், தனது புகைக்குழாயை புகைத்துக்கொண்டு, அவர் வேலை செய்யும் அறிவியல் திட்டத்தின் மீதான ஓர் ஆழ்ந்த சிந்தனையுடனேயே எப்போதும் இருப்பார். மறுபுறம் அவன் தாய் அமாலியா (Amalia) அன்பானவராகவும், இரக்ககுணம் உடையவராகவும் இருந்தார். பெற்றோருக்குரிய கடமைகளில் பெறும் பகுதியை அவர் கையாண்டதுடன் சமகாலத்திய ஐஸ்லாந்து வாழ்க்கையைப்பற்றி பத்திரிகையில் எழுதும் ஒரு எழுத்தாளராகவும் பணிபுரிந்து வந்தார். ரிக்கியின் பெற்றோரின் திருமண வாழ்க்கை நிறைவானதாக இல்லை.

ரிக்கி (இடது கோடியில்) 1961-ல் தன் ஒன்பதாம் வயதில் பெற்றோர் மற்றும் சகோதரர்களுடன்

அவர்களுக்கு குடிப்பழக்கமோ, ஒருவரை ஒருவர் துன்புறுத்துவதோ, முறையற்ற நடத்தையோ இருந்ததில்லை. ஆனால், ஒருவருக்கொருவருடனான உறவில் மகிழ்ச்சியற்று இருந்தனர். 1948-ல் கல்லூரியில் படித்துக்கொண்டிருக்கும்போது, தங்களின் முதல்

சந்திப்பிலேயே காதல் வயப்பட்டனர். ரிக்கியின் தந்தை MIT யில் இரசாயன பொறியியலும், அவன் தாய் போஸ்டன் பல்கலைக்கழகத்தில் (University of Boston) ஊடகவியலும் (Journalism) படித்துக்கொண்டிருந்தனர். அவர்கள் ஒரு வருடத்திற்குள் மணமுடித்துக் கொண்டு, அமெரிக்க நாட்டை விட்டு ஐஸ்லாந்து நாட்டில் புதிய வாழ்க்கையைத்தொடங்க ஆரம்பித்தனர். அமெரிக்க கலாச்சாரத்தை ஐஸ்லாந்தில் அனுசரித்து வாழ்வது அவ்வளவு சுலபமாக இருக்கவில்லை. 1960 க்குள் அமாலியா நான்கு குழந்தைகளின் தாயானார். ஐந்தாவது குழந்தையை கருதரித்திருந்தார். குடும்பத்தை பேணிப் பாதுகாப்பதிலான அவர்களின் மனஅழுத்தம் அவர்களை அறிந்தவர்களுக்கு தெளிவாகத் தெரிந்தது. அமாலியா நிருபராகப் பணியாற்றி, சிறிது பணம் சம்பாதித்தார். கிடைக்கும் ஒவ்வொரு நிமிடத்தையும் பயன்படுத்தி ஐஸ்லாந்தில் நிகழ்ந்த அவருடைய புதிய சாதனைகளை எழுத்து வடிவில் குறித்து வைத்தார். பிற்காலத்தில் இக்குறிப்புகள் பிரசுரிக்கப்பட்டு விற்பனை சாதனை புரிந்த புத்தகங்களாக இருந்தன, அவை இன்றும் பல மறுபிரசுரிப்புகளை கண்டு கொண்டிருக்கின்றன.[7]

பள்ளிக்கூடத்தில் ரிக்கி பிரச்சினைகளுக்கு ஆளானான். அவனது திக்கு வாயின் காரணமாக அவன் வெட்கமும் அவமானமும் அடைந்தான். இந்த ஒரே காரணத்தினால், அவனது பெற்றோர்களுக்குத் தெரியாமல், பல நாட்கள் பள்ளிக்கு மட்டம் போட்டு, பள்ளி செல்லாமலேயே காலத்தைக் கழித்தான். பள்ளிப்பதிவேட்டில் மாணவர் வருகையை குறிக்கும் பொழுது, ஒரு மாணவன் தொடர்ச்சியாகப் பலநாட்கள் காரணமின்றியும் போதிய விளக்கமில்லாமலும் பள்ளிக்கு வராமலிருந்தால் ஒழிய, பெற்றோருக்குத் தெரிவிக்கும் பழக்கம் அந்நாட்களில் இல்லை. தவிர்க்க முடியாமல் போய், இறுதியில் ரிக்கியின் பெற்றோருக்குத் தெரிவிக்கப்பட்டு “குட்டு வெளியாகும்”. இதற்கு விளக்கம் அளிப்பதற்காக ரிக்கி அழைக்கப்படுவான். உரையாடல் கிட்டதட்ட பின் வருமாறு இருக்கும்:

அம்மா: “நான் உன்னுடைய மதிய உணவை கட்டிக்கொடுத்து, நீ பள்ளிக்கூடத்திற்கு ஒவ்வொரு நாளும் தவறாமல் கிளம்பினாய். பள்ளிக்கு போகாமல், அத்தனை நாளும் எங்கே சென்றாய்?”

ரிக்கி: “நான் வெகுதூரம் நடப்பேன். சிலநேரம், பள்ளிக்குப் போகும் வழியில் வேலையாட்களின் சாலை கட்டுமானப் பணியை பார்த்துக்கொண்டிருப்பேன்.”

அம்மா சோர்ந்து போய்: “ஏன் ரிக்கி? ஏன் அவ்வாறு செய்கிறாய்? உனக்கு ஏதாவது அடி பட்டுவிடும் என்று எனக்கு பயமாக உள்ளது. நீ பள்ளிக்குப் போவது தான் முக்கியம்.”

7 Amalia Lindal. *Ripples From Iceland*. New York: Norton & Company, 1962.

ரிக்கி: "எனக்கு நல்லதாகத் தோன்றவில்லை, தி.. தி...திக்கு வாய்... மற்றவர்களைப் போல் என்னால் வாசிக்க முடியவில்லை."

அவன் தாய், தன் சிறிய பிள்ளைக்காக மிகவும் வருந்தினாள். ரிக்கி பள்ளிக்கூடத்தை புறக்கணிப்பது இது முதல் தடவையில்லாததால், அவளுக்கு எரிச்சலாகவும் இருந்தது.

அம்மா: "போகாமலிருப்பதை நீ ஏன் எனக்கு தெரிவிக்கவில்லை? நான் உனக்கு உதவியிருப்பேன்."

வருத்தமான உண்மையாதெனில், ரிக்கியை எழுத, படிக்கச் செய்யும அளவிற்கு போதுமான ஐஸ்லேன்டிக் மொழிப்புலமையைப் பெறுவதற்கு அவருக்கு நேரமே இருந்ததில்லை. ரிக்கியின் சகோதரர்களை கவனிக்கவும், வீட்டு வேலைகளை கவனிக்கவுமே அவருக்கு நெருக்கடியான நேரமாக இருந்தது. அவனுடைய தந்தை எந்நேரமும் பணி விஷயமாக வெளியே இருந்ததால், பள்ளிகூடத்தில் கொடுக்கப்படும் வீட்டுப்பாடத்தில் அவர் உதவ முயற்சித்தாலும் அவர் பாடங்களை மெதுவாக விளக்கும் விதம் ரிக்கிக்கு வெறுப்பூட்டும் படியாக இருந்தது.

ரிக்கி: "முதல் நாளின் பின்னர் பள்ளிக்குப்போக எனக்கு பயமாக இருந்தது. அதன் பிறகு நாட்கள் செல்லச்செல்ல பயம் இன்னும் அதிகமாயிற்று. இப்பொழுது நான் பள்ளி பாடத்தில் மிகவும் பின்தங்கி விட்டேன். ஆகவே மீண்டும் பள்ளிக்குப் போவது என்பது எனக்கு அதிபயங்கரமாக தோன்றுகிறது."

ரிக்கி அந்நாட்களில் கூறப்பட்ட "மட்டம் போடும் நோய்" (truancy sickness) என்ற நிலையினால் பாதிக்கப்பட்டிருந்தான். விளக்கமாக சொன்னால், நீண்ட நாட்கள் பள்ளிக்கூடத்திற்கு போகாமலிருந்தால், திரும்ப பள்ளிக்கு போக இன்னும் கஷ்டமாக இருக்கும். ஆக, பள்ளிக்கு மீண்டும் அனுப்ப, அவனிடம் பேசி, அவனை தேற்றி, அறிவுறுத்தி, கடைசியில் முடியாத நிலைமையில் அடித்து உதைத்து, இழுத்துக்கொண்டு போக வேண்டிய நிலைமை ஏற்படும்.

அம்மா: நான் வருந்துகிறேன், உன் அப்பா நாளை உன்னை பள்ளிக்கூடத்திற்கு அழைத்துச்செல்வார்."

ரிக்கி கண்ணீரில் மூழ்கி, எதிர்த்து, கோபமான வெறியெழுச்சியுடன்: "இல்லை, நான் போகமாட்டேன்."

அம்மா: "நீ மற்றவர்களைப்போல பள்ளிக்கு போகத்தான் வேண்டும். உன் சகோதரன் போகிறான். நமக்கு அவனுடன் பிரச்சினை இல்லை."

ரிக்கி: "இல்லை, நான் போகமாட்டேன், நான் ஒருபோதும் திரும்ப பள்ளிக்குப் போகவே மாட்டேன்."

ரிக்கி வழக்கமாக விடாப்பிடியாக இருப்பான். அடுத்த நாள் அறிவுறுத்தி, பள்ளி செல்வதற்கு மேற்கொண்ட முயற்சிகள் தோல்வியடைந்ததைத் தொடர்ந்து, பலவந்தமாக அவனை இழுத்துக்கொண்டு சென்று, அவனை அடி உதையுடன் தூக்கி காருக்குள் தள்ள வேண்டியதாயிருக்கும் அச்சம்பவங்களின் போது ரிக்கியுடன் பேச்சுவார்த்தை நடத்துவதற்காக அவனை முதலில் பள்ளி முதல்வர் அலுவலகத்திற்கு அழைத்துச் செல்வர். அந்நேரம் பெற்றோர்கள் கை பிசைந்து நிற்க, அவனது ஆசிரியர் ரிக்கியிடம் அவன் வகுப்பிற்கு செல்ல வேண்டியதன் அவசியத்தை விளக்குவார். அடுத்து ரிக்கியை அவனது வகுப்பிற்கு அழைத்துச் சென்று அவனுக்குறிய இடத்தில் அமரச் செய்வர். அவனது சகபள்ளித்தோழர்கள் பேச்சுமூச்சின்றி ஆச்சரியத்துடன் அவனைப் பார்க்கும்போது அவனுக்கு அவமானமாக இருக்கும். தொடர்ந்து, பள்ளி மனோதத்துவ வல்லுனருடனான ஒரு சந்திப்புக்கு ஏற்பாடு செய்யப்படும் ஆனால், அதுவும் பயனற்றுபோகும் ரிக்கி ஓரிரண்டு வார்தைகளுக்கு மேல் எதுவும் அவரிடம் பேசுவதில்லை. இதே போன்ற சம்பவங்கள் ஒரு சங்கிலித்தொடரைப்போல, பல முறை அரங்கேறின.

ரிக்கியின் பெற்றோர்கள், அவனுக்கு உதவுவதற்கான அனைத்து முயற்சிகளையும் செய்தனர். தனிப்பயிற்சிக்கு ஏற்பாடு செய்யப்பட்டது, வாரயிறுதி நாட்களில் அவன் ஆசிரியரின் வீட்டிற்கு அழைத்து செல்லப்பட்டு ஓரிரண்டு மணி நேரம், தன்னந்தனியாக பாடம் கற்பிக்கப்பட்டான். ரிக்கிக்கு தாய் மீது தனிப்பிரியம் உண்டு. அவன் தன் தாய்க்கு அளித்த பிரச்சினைகள் இருந்த போதிலும், அவளுடைய நிபந்தனையற்ற அன்பும், அவருடன் கழித்த நாட்களும் மறக்க முடியாத நிகழ்வுகளாக அவன் நினைவில் நின்றன.

இந்த 'மட்டம் போடும் நோய்" ரிக்கியின் எட்டாவது வயதில் ஆரம்பித்து, ஒவ்வொரு பள்ளியாண்டிலும் சில சமயங்களில் தன் அசிங்கமான தலையைத்தூக்கி அவனது பதினோறாவது வயது வரை பெற்றொருக்குத் துன்பத்தை அளித்தது.

அவன் நினைத்தபடி நடக்காமல் போன சமயங்களில் உண்டாகும் கோபவெறி, ரிக்கி இயல்பான நிலையில் இருக்கும்போதும் தொடர்ந்தது. முன்பெல்லாம் அவன் தனது தாய்க்கு உதவியாக அருகிலிருக்கும் பலசரக்கு கடையிலிருந்து வீட்டிற்கு தேவையான மளிகை சாமான்களை தானே முன்வந்து கொண்டுவருவான். அவன் பெற்றோர்கள் பலசரக்கு கடையில் கணக்கு வைத்திருந்தனர். ரிக்கி கொண்டு வரவேண்டியவற்றை அவன் தாய் பட்டியலிட்டுக் கொடுப்பாள். சிலநேரம், அந்தப்பட்டியலில் குறும்புத்தனத்துடன் ஒரு சாக்லேட் பாரையும் சேர்த்துவிடுவான். பிரச்சினை என்னவென்றால் அவன் தாய் எழுதும் புதிய இங்கிலாந்து எழுத்துப் பாணியைவிட, அவன் எழுதும் முறை மாறுபட்டதாக இருக்கும். பலசரக்கு கடையின் ஊழியர், கிறுக்கலான வகையில் பட்டியலில்

கூடுதலாக எழுதப்பட்டிருக்கும் அவனுடைய கையெழுத்தை சுலபமாக அறிந்து கொள்வார். அந்தப் பலசரக்கு கடை தனியாக வாழும் ஒரு தாய் மற்றும் அவரது பதின்ம வயது மகனால் சொந்தமாக நிர்வகிக்கப்பட்டு வந்தது. மேலும் அவர் ரிக்கியின் தாயை நன்றாகவே அறிந்திருந்தார். ஆனால் துரதிருஷ்டவசமாக கடை ஊழியர் அல்லாமல் அந்த தாயே வந்து கடைசாமான்களை எடுத்துத்தரும்போது பட்டியலிலுள்ள முரண்பாட்டை அவர் கவனித்துவிடுவார். உடனேசந்தேகித்து கேட்பார், “திராட்சையுடன் கூடிய பெரிய சாக்லேட் பாரை உன் அம்மா எழுதினாளா.” இதற்கு ரிக்கி குற்றவுணர்ச்சியுடன் பதிலளிப்பான், “உம்ம், ஆமாம்.” இதனை சரிபார்ப்பதற்காக அவனுடைய தாயுடன் பேசுவார். இந்த சம்பவங்கள் இயற்கையாகவே அவனுக்கு அவமானத்தை ஏற்படுத்தின ஆகவே, அவன் எப்பொழுதும் அவரது மகனையே தனக்கு பலசரக்கு சாமான்கள் எடுத்துத் தரும்படி செய்வதற்கு முயற்சிப்பான். ஏனென்றால் அந்தப் பையன் எந்தவிதமான கேள்விகளையும் கேட்காமல் ரிக்கிக்கு ஓர் சாக்லேட் பாரைக் கொடுத்து விடுவான். இதற்கு, மிகுந்த கண்காணிப்பும், தந்திரமும் அவசியமானதுடன், தேவைப்பட்டால் வரிசையிலிருக்கும் மற்றவர்கள் தன்னைத் தாண்டிச்செல்வதற்கும் அனுமதிப்பான். அவனுடைய முயற்சிகள் வெற்றிபெறும்போது, வீட்டிற்கு மளிகைப்பொருட்கள் எடுத்து செல்லும் வழியிலேயே பேராசையுடன் சாக்லேட் பாரை விழுங்கி விடுவான்.

சில்லறை செலவுகளுக்காக சமயலறை அலமாரியின் மீது ஒதுக்கி சேமித்து வைக்கப்பட்டிருக்கும் பணத்தை திருடும் பழக்கமும் ரிக்கிக்கு இருந்தது. திருடப்பட்ட பணத்தை அவனும், அவனுடைய நண்பர்களும், கேண்டி சாக்லேட், சோடா பாப் சாப்பிட செலவு செய்வர். இந்த உபசரிப்பில் சேர்த்துக்கொள்ளப்படாத ஒரு நண்பன், பொறாமைப்பட்டு ரிக்கியின் தந்தையிடம் இதைப்பற்றி சொல்ல, இந்த நடவடிக்கைக்கும் ஒரு திடீர் முற்றுப்புள்ளி வைக்கப்பட்டது. பால்டர் (Baldur) உடனே வெளியே கிளம்பி ரிக்கி சாக்லேட் கேண்டியை விழுங்கிக் கொண்டிருந்த இடத்தை அடைந்தார். அவன் நண்பர் முன்னிலையில் அவனுக்கு அளிக்கப்பட்ட திட்டும், அடி உதையும், இந்த திருட்டுப் பழக்கத்தை முடித்து வைத்தது. இத்தனத்தவறுகள் அவனிடம் இருந்த போதிலும், ரிக்கி ஒரு விரும்பத்தக்க சிறுவனாக இருந்தான். தன் தாய்க்குப் பிரியமானவனாக இருந்தான். மேலும் எப்பொழுதுமே அவன் குறைந்தபட்சம் ஒரு நெருக்கமான நண்பனையாவது கொண்டிருந்தான்.

பதினோராம் வயதில், ரிக்கி சராசரி உடல் அமைப்பு கொண்டு, இளம் பொன்னிறமான தலைமுடியுடன் இருந்தான். திக்கு வாய் அப்போதும் இருந்தது. பள்ளியின் அனைத்து பாடங்களும் அவனுக்குக் கடினமாகவே இருந்தன. திக்கிப் பேசுவதால், மற்றவரிடம் அதிகம் பேசமட்டான். பள்ளி இடைவேளைகளின் போதெல்லாம், தான் மட்டும் தனியாகவே இருப்பான். விளையாட்டுகளில் பங்குகொள்ள விரும்பியதில்லை,

முக்கியமாக உடற்பயிற்சி வகுப்புக்கள் என்றால் அவனுக்கு அறவே பிடிக்காது. உடற்பயிற்சி முடிந்து சேர்ந்து குளிக்கும் நேரத்தில் அவன் தனது விறைப்புத்தன்மையைக் கட்டுப்படுத்த இயலாததால், அதை வெறுத்தான். மாணவர்கள் அனைவரும் நீச்சல் அவசியம் கற்க வேண்டும் என்று பள்ளியின் கட்டளை, இருப்பினும் ரிக்கிக்கு வெகுநாளாக தண்ணீர் பயம் இருந்ததால், நீச்சல் வகுப்பு நடைபெறும் அருகிலிருக்கும் நகரத்திற்கு மாணவர்களைக் கூட்டிச்செல்லும் பள்ளிப் பேருந்தியில் ஏறுவதை அறவே தவிர்த்து வந்தான், ரிக்கி. அங்கே நீந்துவதற்கு முன்பும், பின்பும், சங்கடமான கூட்டு குளியல் அவசியமாக்கப்பட்டிருந்தது.

பண்ணை லாக்ஜாமோட்

ஐஸ்லாந்தின் அக்கால சம்பிரதாயப்படி, ரிக்கியின் பெற்றோர், அவன் கோடைக்காலத்தை ஒரு பண்ணையில் கழிப்பதற்கு ஏற்பாடு செய்தனர். அதிர்ஷ்டவசமாக ஐஸ்லாந்தின் வட பகுதியில், அவனது சித்தப்பா “ஸிக்கி” என்பவரின் பரம்பரைப் பண்ணை இருந்தது. அவனுடைய எட்டாவது வயதிலிருந்து கோடைகாலம் துவங்கும் ஒவ்வொரு மே மாதத்திலும் ரிக்கியின் தந்தை, அவனைத் தனது ஓபல் காரில் அழைத்துச் சென்று பண்ணையில் விட்டுவிடுவார். பண்ணைக்குப் பயணம் போகும் பொழுது சரளைக்கல் சாலை வழியாக மேலிருந்து கீழ் இறங்கி, ரீக்ஜாவிக்கின் தாழ்ந்த நிலப்பகுதியைக் கடந்து, தரிசு நிலங்கள் வழியாகச் சென்று, மீண்டும் பள்ளத்தாக்குப் பகுதியில் கீழே இறங்கி சென்றனர். வழிநெடுக செங்குத்தான மலைகளின் வழியே பாயும் அருவிகளைக் கொண்ட ஆறுகளின் குறுக்கே காணப்படும் குறுகலான பாலங்களைக் கடந்து சென்றனர். அவற்றில் சில, பனியால் மூடப்பட்ட மலை உச்சிகளிலிருந்து பால் போன்ற நீரை கொட்டும் மலைகளாக இருந்தன, மற்றவை அருவி கொட்டும் இயற்கையான மலைகளாக இருந்தன. இப்போது, ரிக்கி அவனுடைய பன்னிரண்டாம் வயதில் நுழைந்திருந்தான். மேலும் இது அவனது சித்தப்பாவின் பண்ணையில் கழிக்கும் ஐந்தாவது கோடை.

லாக்ஜாமோட்[8] பண்ணை ஐஸ்லாந்தின் வடக்கே, ஷரப் வேலி பகுதியில்[9] ராஜ தோரணையுடன் ஒர் உயர்ந்த பீட பூமியின் மீது இருந்தது. இது ரிக்கியின் தந்தைக்கு பழமையான நினைவுகளுடன் கூடிய மிகவும் அழகான மலை. ஷரப் வேலி மலையிலிருந்து[10] இந்த இடம் அதிக தூரத்தில் இல்லை. லாக்ஜாமோட்,

8 Modified spelling for the farm Lækjamót, located in the county of Vestur- Húnavatnssýsla
9 Icel. name: Víðidalur.
10 Icel. name: Víðidalsfjall.

அந்த மாவட்டத்தின் ஒரு பெயர் பெற்ற பண்ணை. 1835 ஆண்டில் இருந்து இது ரிக்கியின் தாத்தா, பாட்டி மற்றும் அவர்களின் முன்னோர்களின் பண்ணை வீடாக இருந்தது.

அவனுடைய தாத்தா ஒரு புவியியல் வல்லுனராகவும் (geologist), அவனுடைய பாட்டி ஒரு எழுத்தாளராகவும், மகளிர் உரிமைகள் சட்ட வல்லுநராகவும் இருந்தனர். பல வருடங்களுக்கு முன் இருவரும் மறைந்து விட்டனர். அந்த முழுமையான மாகாணத்திற்குமான மாவட்ட தபால் நிலையமும், மத்திய தொலைபேசி நிலையமும் பண்ணையில் நிறுவப்பட்டிருந்தன.

பண்ணையில் இருந்து சிறிது தூரத்தில் முக்கிய சாலையை ஒட்டி வ்ஷரப் வேலி ஆறு[11] என்ற ஒரு பெரிய ஆறு ஓடிக்கொண்டிருந்தது. ஆற்றின் மீது குறுகலான பழைய பாலம் ஒன்று இருந்தது. ரிக்கியின் தந்தை பண்ணையில் சிறுவனாக இருந்தபோது அமைந்திருந்த மற்றொரு பாலம் இன்னும் பழையதாகவும் குறுகலாகவும், சில சமயங்களில் குறிப்பாக நீரூற்றின் பனிக்கட்டிகள் உருகும் பொழுது, கடப்பதற்கு அபாயமானதாகவும் இருந்தது. அவர்கள் அந்தப் பாலத்தை கடக்கும் பொழுது, ரிக்கியின் தந்தை தனது கடந்தகால அனுபவங்களை நினைவுக்குக் கொண்டுவந்தார். அவர் தன்னுடைய 12-ம் வயதில் பக்கத்துப் பண்ணைக்கு தபால் கொடுப்பதற்காக இந்த பாலத்தின் வழியே சைக்கிளில் சென்றபோது, அது இளகும் பனியில் நழுவி பாலத்தின் ஒரு பக்கம் தொங்கிக்கொண்டது. அவர் இருபது அடி பள்ளத்தில் ஆற்றின் கரையிலிருந்த பாறையின் மீது விழுந்தார். நல்ல வேளை, அவர் காற்றில் கீழே விழுந்ததால், தபால் பை அவரின் தோள்களுக்கு மேலே பறந்து, தலைக்கு அடியில் மெத்தையாக பாறையின் மீது விழுந்தது. அவர் பாறையின் மீது மோதி மயக்கமடைந்தார். பால்டர், மேற்கொண்டு விளக்கினார், “அங்கு பாறையில் வாழ்ந்த பெண் பேய் ஒன்று அவரை அணுகியது. தான் கீழே விழும்போது அதுதான் தன்னை மரணத்திலிருந்து காப்பாற்றியது. காயங்களை குணப்படுத்தி அது முணுமுணுத்தது, “எதை விதைக்கின்றேனோ அதையே அறுப்பேன், எதை விதைக்கின்றேனோ அதையே அறுப்பேன்.” தான் சிறிது நேரம் கழித்து மயக்கம் தெளிந்த பின், நிமிர்ந்து நின்றார்.

அதிசயமாக கீழே விழுந்தும் அவருக்கு ஒன்றும் ஆனதாகத் தெரியவில்லை. அன்றைய நாளின் பின் பகுதியில், நெளிந்த சைக்கிளுடன் பண்ணைக்குத் திரும்பினார். எந்தவிதமான காயமோ, கீரலோ இல்லாமல் அவர் தப்பித்ததைக் கண்டு அனைவரும் ஆச்சரியப்பட்டனர்

ரிக்கி பேய்களைப்பற்றிக் கேள்விப்படுவது இது முதல் தடவையல்ல. பொதுவாக பேய்கள் “மறைந்துள்ள மக்கள்”[12] என ஐஸ்லாந்தின் நாட்டுப்புற

11 Icel. name: Víðidalsá.
12 Icel. term: huldufólk.

கதைகளில் அறியப்படுகின்றன. நாட்டுப்புற கதைகளின் கூற்றுப்படி, அவை பெரிய பாறைகளிலும், பாறையின் முகப்புகளிலும் நாடு முழுவதும் குடிகொண்டு தன் தொழில்களான விவசாயம், பிராணிகளைப் பேணி வளர்ப்பது, கோடையில் வைக்கோல் செய்வது போன்றவற்றைக் கவனித்து வருகின்றன. அவைகளால் மனிதர்களைக் காண முடியும். ஆனால், அவை நினைக்காதவரை, மனிதர்கள் அவைகளைப் பார்க்க முடியாது. அவைகளின் குடியிருப்புக்குத் தீங்கு வராத வரை, பொதுவாக அவைகள் மனிதனுடன் சேர்ந்து அமைதியாக வாழும். இதுபோன்று, ஐஸ்லாந்தில் பேய்கள் வாழ்வதாக நம்பப்படும் பெரிய பாறைகளைச் சுற்றிதான் சாலைகள் அமைக்கப்படுகின்றன, ஏனெனில் சாலை அமைப்பதற்காக அந்தப் பாறைகள் அகற்றப்படும்போது வேலையாட்களுக்கு, விபத்தினால் கடுமையான காயங்களோ அல்லது மரணமோ ஏற்பட்டிருக்கிறது.

ரிக்கியும் அவனுடைய தந்தையும் பண்ணையை அடைந்துபோது, ரிக்கி தனது சித்தப்பா “ஸிக்கி”, அவருடைய மனைவி, சித்தி “எலின்” (Elin) மற்றும் ரிக்கியை விட இரண்டு அல்லது மூன்று வயது இளையவர்களான அவர்களுடைய மூன்று மகள்களுடன், தன்னை மீண்டும் அறிமுகப்படுத்திக்கொண்டான். ரிக்கி தனது வழக்கமான புன்முறுவலுடன் இருப்பான். ஆனால் அவர்களிடம் அதிகம் பேசுவதில்லை, திக்கு வாய் ஒரு பக்கம் இருக்க, அவன் சிறிது நாணம் உள்ளவன். பால்டர், திரும்பி நகரத்திற்கு செல்லும் முன், தனது சகோதரனுடன் அமர்ந்து அவர்களுடைய வழக்கமான உரையாடல்களைப் பேசத்தொடங்கினார். இரு சகோதரர்களும் பேசிக்கொள்வதைப் பார்க்குபோது விசித்திரமாக இருக்கும் என்பது ரிக்கியின் எண்ணம் மட்டும் அல்ல. அவர்கள் நாற்காலியில் சாய்வாக ஒருவருக்கொருவர் எதிராக அமர்ந்துகொள்வர். ஒரு வார்த்தைக் கூட உச்சரிக்காது, அவ்வப்போது தலையை மட்டும் அசைத்துகொண்டு அர்த்தமற்ற சொற்களால் ஒருவருக்கொருவர் புரிந்து கொண்டது போல் அத்தாட்சியளிப்பர். நீண்ட நிசப்தமும் இருக்கும். பின் எழுந்து நின்று இருவரும் விடை பெறுவர். அதன் பின்னர் இந்த ஆழமான பேச்சு வார்த்தையை, தன் மனைவிக்கும், மற்ற குடும்பத்தினருக்கும் அறிவிப்பர். விவரமாக உரக்கப் பேசப்படாத பிரச்சினைகளில் அவர்கள் எடுத்த முடிவுகளை தெரிவிப்பர். அவர் குடும்பத்தினராலும், அவர்களை அறிந்தவர்களாலும், பேச்சு வார்தையின் பெரும் பகுதி தொலையுணர்வு சம்பந்தப்பட்டதால், அவர்கள் கூறுவது ஏற்றுக்கொள்ளப்படும். இந்த விதமான பேச்சுவார்த்தை முடிந்து, பால்டர் நகரத்திற்கு திரும்பி வந்த ஒரு சமயம், இருவரும் எடுத்த ஒரு முடிவை ரிக்கியின் தாயிடம் ரிக்கியை அவர்கள் சிக்கியின் ஒரு மகளுடன் பரிமாறிக்கொள்வதாக கூறினார். ஸிக்கிக்கு மகள்கள் இருப்பதால், பண்ணையை கவனிக்க ஆண் வம்சத்தினர் யாரும் இல்லை. மேலும் தனக்கு நான்கு குழந்தைகளும் மகன்களாக இருப்பதால் இந்த முடிவை எடுத்திருப்பதாகக் கூறினார். ரிக்கி கடந்த கோடையில் பண்ணையில்

நன்றாக வேலை செய்ததையும், நகரத்தில் அவனை வளர்ப்பது கடினமான செயலாக உள்ளதையும் பால்டர் எடுத்துக்கூறினார். ஆகவே, ரிக்கி பண்ணையில் தங்கி சித்தப்பாவுடைய அறிவுறுத்தலில் வளர்ந்து, அவன் வருங்காலத்திற்கு வேண்டிய வழிவகைகளைப் பெறுவதற்கு, சகோதரர்கள் இருவரும் சேர்ந்து எடுத்த முடிவை ரிக்கியின் தாயிடம் அவர் சொல்ல, அவள் இந்த யோசனையைத் திகிலுடன் எதிர்கொள்ளவேண்டியதாயிற்று. லாக்ஜாமோட் பண்ணையில் இதுதான் ரிக்கியின் கடைசி கோடைவிடுமுறை என ரிக்கியின் தாய் முடிவெடுத்தார்.

ரிக்கி, தனது தாயை விட்டுச்செல்லும் பொழுதெல்லாம் சோகமாக இருப்பான். இதற்கும் மேலாக அவனது தந்தை அவனை பண்ணையில் விட்டு திரும்பும் பொழுது இன்னும் சோகம் அதிகமாகும். ஷ்ரப் வேலி ஆற்றின் ஒரு பகுதி, பண்ணைக்குச் சொந்தமானதால் ஒவ்வொரு கோடையிலும் ஒரு வாரம் அவர் சல்மான் (salmon) மீன் பிடிப்பதற்காகவே குறைந்தது ஒரு முறையேனும் வருவார். ஆற்றில் மீன் பிடிக்க அவருக்கு எந்தச் செலவும் இல்லை. அப்படி வரும் பொழுதெல்லாம், ரிக்கியின் தாயிடமிருந்து ஒரு பொட்டலம் கொண்டு வருவார். அதில் ஒரு கடிதம், சில கேண்டி மிட்டாய்கள் மற்றும் புதிதாக விளைந்த பழங்கள் ஆகியவை இருக்கும். ரிக்கி அரைகுறை மனதுடன், கேண்டி மிட்டாய்களைத் தனது மைத்துனிகளுடன் பங்கிட்டுக்கொள்வான். ஆனால் ‘அன்புடன், அம்மா’ என எழுதப்பட்ட கடிதம் அவனுக்கு ஒரு சிறப்பான பொருளாக இருக்கும். ஒருமுறை மீன் பிடிக்கும் படலம் முடிந்து, தந்தை நகரத்திற்கு திரும்பி செல்ல ஆயத்தமாகிக்கொண்டிருக்கும் வேளையில், ரிக்கி காரின் பின்புறம் உள்ள தகரப்பெட்டியில் மறைந்து கொண்டான். அவன் தந்தை, ரீக்ஜாவிக் செல்லும் முன் இறுதியாக சமையலறையில் காபி பருகிக்கொண்டிருந்தார். அவர் கிளம்பும் பொழுது, ரிக்கி எங்கும் தேடியும் கிடைக்காததால், ஏதோ வேலையாய் எங்காவது சென்றிருப்பான் என அனைவரும் எண்ணினர். ரிக்கிக்கு பயண விடை கொடுக்காமலே அவர் காரை ஓட்டிக்கொண்டு கிளம்பிவிட்டார். இரண்டு மணி நேரம் கழித்து, ரிக்கி தகரப் பெட்டியின் கதவை பலமாகத் தட்ட, அவர் காரை நிறுத்தி, ரிக்கி ஒளிந்து கொண்டிருப்பதைக் கண்டார். இந்த முறை, ஓரிரு இரவுகள் ரிக்கி தாயின் அரவணைப்பில் கழித்தான். ஆனால், ரிக்கிக்கு அங்கே செய்வதற்கு ஒன்றுமே இருந்ததில்லை. நண்பர்கள் அத்தனை பேரும் பண்ணைகளுக்கு போயிருந்தனர். அண்ணனும் கோடை முகாமில் இருந்தான். தம்பியும், சிறு தங்கையும் அவனுடன் விளையாட மிகவும் சிறியவர்களாக இருந்தனர். ஆகவே, மூன்று நாள் கழித்து, பொதுப் பேருந்து மூலம் தன்னந்தனியாக லாக்ஜாமோட் சென்றடைந்தான். அவனுடைய எட்டாவது வயதில் தொடங்கிய இந்த கோடைக்கால பிரிவுகள், அவனுக்கு கஷ்டமாகவும், உணர்ச்சிபூர்வமாகவும் இருந்ததுடன், அவனை கடினப்படுத்தவும் செய்தன. அவன் சீக்கிரமே வளர்ந்து ஓர் மனிதனாக உருவாவதற்கு இவை உதவின எனலாம்.

கோடை நாட்கள்

பண்ணையில் ரிக்கி உணரக்கூடியதாக வரவேற்பு இருந்தது. பண்ணை 1929-ஆம் வருடம் காங்கிரீட்டினால் (concrete) கட்டப்பட்டது. அதன் கூரை மூன்று சிவப்பு வண்ணம் பூசப்பட்ட உச்சிகளுடன் வெளிச்சுவர்கள் வெள்ளை சுண்ணாம்பு வண்ணம், பூசப்பட்டும் இருந்தன. உள் பக்கம் மரப்பலகைகள் பொருத்தப்பட்டும், சுவர்கள் காப்புக்காக உலர்ந்த புல் தரை திணிக்கப்பட்டும் இருந்தன. அடித்தளம், முதல் மாடி, இரண்டாவது மாடி கொண்ட அந்த பண்ணை வீட்டில், இரண்டாவது மாடியில் ஆறு சிறிய படுக்கை அறைகள், பக்கத்திற்கு மும்மூன்று அறைகளாக கூரை உச்சியின் கீழ் உள்ள கூடத்தின் வழிப்பாதையால் பிரிக்கப்பட்டிருந்தன. ஒரு சிறிய மின் இயற்றி (electric generator) பண்ணை வீட்டின் முதல் மாடியிலும், அடித்தளத்திலும் இருந்த விளக்குகளை எரித்தது. ஆனால், இரண்டாவது மாடியில் உள்ள படுக்கை அறைகளில் மின்சாரம் கிடையாது.

தளங்களின் மீது நடந்தால், அவை, கீச்சிட்டன. இரவிலும் பகலிலும் முழுவீடும் ஆவிகள் குடியிருப்புப் போன்று கோரமாகக் காட்சியளித்தது. பயத்தை அதிகரிக்கும் விதத்தில், விவசாயின் மனைவி எலினி, இரவு கூடத்தின் வழிப்பாதையில் நடக்கும் பொழுது, சில சமயம் ஒரு ஆவி அவளுடைய கூந்தலை இழுப்பதாகத் தெரிவித்தாள். (நகரத்தில் ரிக்கியின் வீடு பழைய இடுகாட்டின் மீது கட்டப்பட்டிருந்ததால், அவன் ஆவிகளின் வசிப்புடன் நன்கு பழகியிருந்தான். மக்களின் ஆரவார பேச்சு சத்தமும், அடித்தளத்தில் விளக்குகள் எரிவதும், அணைவதும், அவன் வீட்டில் அசாதாரணமான விஷயங்களல்ல).

வீட்டு வாசலிலிருந்து 150 அடி தூரத்தில் பண்ணைக்கு எதிரே ஒரு சரிவு இருந்தது. அதன் அடியில் இடுகாடு ஒன்று இருந்தது. ரிக்கியின் தாத்தா, பாட்டி, மற்றும் பண்ணையில் வாழ்ந்த மற்ற உறவினர்கள் அங்கே அடக்கம் செய்யப்பட்டிருந்தனர். பண்ணையின் பின்புறம், அடித்தளத்தின் ஓர் அறையில், கோழிகள் வளர்க்கப்பட்டன. அக்கோழிகள் தன் தீவனத்துக்காக வெளியே செல்லும்வகையில் ஒரு சாய்வுப்பாதை இருந்தது. பண்ணையின் பின்புறம், 150 அடி தொலைவில், சரிவுக்கு கீழே பதினெட்டாம் நூற்றாண்டில் கட்டப்பட்ட ஒரு மாட்டுத்தொழுவமும் இருந்தது. அதன் சுவர்கள், பாறைக்கற்களாலும், புல் விளையும் மண் கொண்டும் எழுப்பப்பட்டு, புல் விளையும் மண் தரையினாலான கூரை, மரத்திரள் கட்டைகளின் உதவியால் நின்று கொண்டிருந்தது.

தெற்கே இருந்த சாய்ந்த கூரையின் கீழ் அறையில் ரிக்கி தூங்குவான். அவன் ஆடை மாற்றவும், நினைத்தால் தூங்குவதற்கு முன் படிக்கவும், ஒரு எண்ணெய் விளக்கு மேஜையின் மீது வைக்கப்படும். ரிக்கியின் மைத்துனிகள் (ஒன்று விட்ட தங்கைகள்) கூடத்தின் வழிப்பாதையை

தாண்டியிருந்த படுக்கை அறையில் உறங்குவர். எலிகள், சுவர்களில் தீவிரமாக செயல்பட்டுக் கொண்டிருக்கும். அவைகளை பிடிக்க, ஆங்காங்கே பொறிகள் வைக்கப்பட்டு துரதிர்ஷ்டமான எலிகள் ஏதேனும் அறைக்குள் வந்தால், அதில் பிடிபட்டு, காலையில் அவைகளை காலி செய்வது தான் முதல் வேலையாக இருக்கும். வடக்கே இருந்த சாய்ந்த கூரையின் கீழ் படுக்கை அறையில் "ஸிக்கி" உறங்குவார். ஸிக்கியின் குறட்டைகள் மேல் தளத்தில் இடி முழுக்கத்துடன் இருக்கும், இதனால் ஜன்னல்கள் மெதுவாக தம் சட்டங்களில் அதிர்ந்த வண்ணம் இருக்கும். கணவன் ஸிக்கியின் குறட்டைகளைச் சகிக்க முடியாமல் மனைவி எலின் கீழ் தளத்திற்கு சென்று உறங்குவாள். ரிக்கி நாள் முழுக்க பண்ணையில் வேலை செய்து சோர்வடைந்து விடுவதினால், எலிகளின் கீச்சுக்குரல், சித்தப்பாவின் குறட்டை அமர்க்களம், பயமுறுத்தும் கிரீச்சொலி, மற்றும் அவ்வப்போது, அவன் படுக்கை அறைக்கு வெளியே கூடத்தின் வழிப்பாதையில் பேயின் காலடி சத்தம் ஆகியவற்றை சட்டை செய்யாமல் அதிர்ஷ்டவசமாகத் தூங்கி விடுவான்.

கோடை நாட்கள் விரைவாக கழிந்து விட்டன. ரிக்கி பண்ணைக்கு வந்த நேரத்தில், ஆடுகள் குட்டி போட்டிருந்தன. அவைகள் பண்ணையை சுற்றியுள்ள பசுந்தரையிலும், பண்ணையின் பின்புறத்தில் சில மைல்களுக்கு அப்பால் உள்ள ஷ்ரப் வேலி பள்ளத்தாக்கின் மலைகளின் பக்கமும், மேய்ந்துகொண்டிருந்தன. பண்ணையில் பால் கொடுக்கும் ஒரு டஜன் பசுக்களும் இருந்தன. தினமும் இரு வேளை, பால் கரக்கவேண்டியதாய் இருந்தது. ஸிக்கியிடம் அறுபது குதிரைகளின் மந்தையும் இருந்தது. அதில் அதிகபட்சம் பெண் குதிரைகளே இருந்தன. அவை கோடையில் சுதந்திரமாக விடப்பட்டு, தரிசு நில மைதானத்திலும், சமவெளிகளிலும் நன்றாக மேய்ந்து, உலாவி, மத்திய கோடையில், புதிதாகப் பிறந்த குதிரைக்குட்டிகளுடன், திரும்பவும் பண்ணைக்கே விரட்டி கொண்டு வரப்படும். ஏனெனில், குதிரைக்குட்டிகளுக்கு காதுக்குறி இட வேண்டியது அவசியம். இந்த நிகழ்வு, பண்ணையில் மிகவும் பரபரப்பான ஒன்றாக இருக்கும்.

ரிக்கியின் தாத்தாவுடைய சின்ன தம்பி பீட்டர் என்பவர், பண்ணையில் குடியிருந்தார். அவர் இளமைப்பருவத்தில் செங்காய்ச்சலால் (scarlet fever) பாதிக்கப்பட்டு, மனதளவில் ஒரு பத்து அல்லது பதினொரு வயதுக் குழந்தைப் போன்று இருந்தார்.. அவருக்கு நீண்ட வெளுத்த தாடி இருந்தது. பொதுவாக, பட்டைக்கோடுகள் கொண்ட சட்டையணிந்து, தோளிலிருந்து தொங்கி தாங்கி பிடிக்கும் காற்சட்டையுடன் இருப்பார். அவருக்கு குடல் இறக்க நோய் (hernia) இருந்து வந்தது. அதனால், தன் வலது கையை காற்சட்டையினுள் விட்டுக்கொண்டு குணப்படுத்தப்படாத குடற்சரிவைத் தூக்கி பிடித்தபடி இருப்பார். மேலும் இவர், சோகமாகவும், அலைகழிக்கும் மனதுடனும் காணப்பட்டார். அவர் கூடத்தின் வழிப்பாதையிலும், சாப்பாட்டு அறையிலும் மணிக்கணக்கில் நடந்து கொண்டு மெதுவாக

“தங்க நீர் வீழ்ச்சி” (Golden Waterfall)[13] இன்று வந்தது என முணுமுணுத்தபடி இருப்பார். தினமும், மதியம் வானொலியில் (ரேடியோவில்) வாசிக்கப்படும் செய்தித்திரளில், மீன் இழுவைப்படகுகளின் வருகையும், செல்லும் நேரமும் அறிவிக்கப்பட்டு, அதில் ஓர் மீன் படகின் பெயர் “தங்க நீர் வீழ்ச்சி” யாக இருந்தது. இருப்பினும், அவர் ஏன் தங்க நீர் வீழ்ச்சி (Golden Waterfall) என்பதை மட்டும் குறிக்கிறார் என யாருக்கும் தெரியாது. ஒரு வேளை, அவருடைய வியாதியினால் மன நிலை பாதிக்கப்படும் முன் அவர் முக்கியமான யாரோ ஒருவரை எதிர்பார்த்துக்கொண்டிருந்தார் போலும். அந்த “யாரோ ஒருவர்” வந்து சேரவே இல்லை”

பீட்டர் செய்யும் வேலைகளில் முக்கியமானது பசு மாட்டுக்களை கவனிப்பதாகும். அதில், தீவனம் போடுவதுடன் சாணியை தொழுவத்தின் பின்புறத்திலிருந்து அள்ளி கொட்ட வேண்டியதும் அடங்கும். இது குடல் இறக்க நோயால் (hernia) அவதிப்படும் ஒரு வயதானவருக்கு மிகவும் கடினமானதுதான். அந்த வேலையில், முதலில் சாணியை பின் புறத்திலிருந்து அள்ளி, சக்கர வண்டியில் போட்டு, அதை தள்ளிக்கொண்டு போய் தொழுவத்தின் வெளியில், ஒரு குழியில் போட வேண்டும். இது சில சமயம் நம்பத்தகாத செயலாகவும் மாறி விடும். ஏனெனில், தொழுவத்தின் கடைசியில், தனி அடைப்புகளில் இருந்த பசுமாடுகளில் இரண்டு வயிற்றுப்போக்கினால் சாணியை கிடைமட்டமாக பீறிட்டுக் கழித்தன. அப்பொழுது அவர், பசுமாடுகளின் பின்புறம் உள்ள கால்வாயை சுத்தம் செய்துக்கொண்டிருந்தார். இருப்பினும், பீட்டர் தன் வேலையை ஒரு நாளும் விட்டதில்லை.

பண்ணையில் டோரா (Dora) என்ற பெண் ஒருத்தி இருந்தாள். அவள் ரிக்கியின் பெரிய மைத்துனி. கோடைக்கால மாதங்களில், வீட்டு வேலையில் உதவுவதற்காக பணியமர்த்தப்பட்டவள். அவளுக்கு சுமார் பதினேழு வயது இருக்கும், தோள் வரை தொங்கும் பொன்னிற கூந்தலுடன், அழகான வெண்ணிறம் கொண்டிருந்தாள். வழக்கமாக காலை சிற்றுண்டி தயாரிக்க உதவி செய்வது, அனைவரும் சிற்றுண்டி சாப்பிட்டு முடித்தனரா இல்லையா என்பதை கவனிப்பது, மற்றும் பெண் பிள்ளைகளின் தேவைகளை கவனிப்பது போன்ற வேலைகளை அவள் செய்து வந்தாள். சிற்றுண்டியில் அநேகமாக ஸ்கைர் (skyr) என்ற ஒரு வகையான தயிர் அல்லது கூழ் (கஞ்சி) இருக்கும். முந்திய நாளின் மிச்சம் மீதி ஏதாவது இருந்தால், அதையும் கலந்து ஒரு தனி கலவையான வடிசாறு (concoction)[14] செய்யப்படும். ரிக்கியைத் தவிர மற்ற அனைவருமே அதனை விரும்பினர். ரிக்கிக்கு அதை சாப்பிடக் கொடுத்தால் அவனுக்கு குமட்டலாக இருக்கும் அதை இன்னும் மோசமாக்க, சில நேரம் ஒரு குளிர்ந்த ஊற வைத்த இரத்த

13 Icel. name: Gullfoss.
14 Icel. name: hræringur.

புட்டு சீவல் (slice of pickled blood pudding)[15] போதுமான அளவு அந்தக் கலவைக்கு மேல் போட்டு இன்னும் அசுத்தமாக்கப்படும். சிற்றுண்டி முடித்த பின் கறக்கப்பட்ட பசுப்பாலை புட்டிகளில் அடைத்து, சூப்பான்களால் அதை மூடி, குழப்பமான சலசலப்பு தொடர முன் கதவுக்கு வெளியே குட்டி ஈனும் பருவத்தில் தம் தாய்களை இழந்த அரை டஜன் ஆட்டுக்குட்டிகளுக்கு அந்த புட்டிப்பால் ஆரவாரத்துடன் ஊட்டப்படும்.

டோரா மிச்ச நேரத்தை ஸ்விட்ச் போர்ட்களை (switchboard) இயக்கிக் கொண்டிருப்பாள். அப்பலகையில் 101 பிளக்குகளும் (plugs) நிறைய இணைப்புக் கம்பிகளும் இருக்கும். தொலை அழைப்பை மாநிலத்தின் பண்ணைகளில் இருந்து நாட்டின் மற்ற பகுதிகளுடன் இணைக்க, அந்தக் கம்பிகளை மிக சுறுசுறுப்பாக இழுக்கவும் பொருத்தவும் வேண்டியதிருக்கும். அவள் தொலைபேசியை இயக்குவதில் மிகவும் தேர்ந்தவள். மணிக்கணக்காய் அங்கே அவள் அமர, கொடுக்கப்பட்ட ஹெட்செட் அவளுக்கு வெளியுலகத்துடன் தொடர்புகொள்ள உதவியது. எல்லா பண்ணைகளுக்கும் ஓர் தனிப்பட்ட குறியீடு எழுத்து “மோர்ஸ் கோட் ஆல்ஃபாபெட்” (Morse Code Alphabet) இருக்கும். அதை, சுவற்றில் தொங்கும் தொலைபேசிப் பெட்டியில் ஒரு கைப்பிடியால் வேகமாகச் சுற்றி தொலைபேசித் தொடர்பு கொண்டனர். எல்லா பண்ணைகளும் ஒரே தொலைபேசி வரிசையில் பொருத்தப்பட்டு இருந்ததால், யாருக்கு தொலைப்பேசி அழைப்பு வந்தாலும், தனிப்பட்ட ஒவ்வொருவருக்கும் சார்ந்த ஒலியை அனைவரும் கேட்டனர். தொலைபேசி பெறுவியை (receiver) யார் வேண்டுமானாலும் எடுத்து, அடுத்தவருக்கு வந்த தொலைபேசி அழைப்பை, அவர் நினைத்தால் ஒட்டுக்கேட்க முடியும். இருப்பினும், பழகிய காதுகளால் ஒவ்வொரு பண்ணையின் தனிப்பட்ட ஒலியை அறிந்து கொள்ள முடியும். ஒட்டுகேட்கும் எண்ணிக்கை வளர வளர, தொலைபேசியின் தரம் குறைந்து கொண்டேயிருந்தது. குறிப்பாக தொடர்பு மிகவும் மோசமாக இருந்தால், தொலைபேசியில் பேசுபவர் ஒட்டு கேட்போரை அவர்களது தொடர்பை வெட்டிவிடும்படி நயமாகக் கூறிவிடுவார். அந்த சமயங்களில் தொலைபேசியை துண்டிக்கும் நபரிடமிருந்து எந்தவித பதிலும் இன்றி தொலைபேசியை துண்டித்ததற்கான க்ளிக் ஓசை மட்டும் கேட்கும். அதன் பின்னர் தொலைப்பேசி அழைப்பு யாருக்கு வந்ததோ அவர் எந்தத் தடையும் இல்லாமல் பேசுவார். சில சமயங்களில் ரிக்கி தன் தாயை அழைத்துப் பேசுவான். தூரத்து தொலைப்பேசி தொடர்புகள் பெருஞ்செலவு பிடிப்பதாக இருந்ததால், அவன் தனது தாயின் தாய்மொழியான ஆங்கிலத்திலேயே பேசுவான். மற்ற யாருக்கும் ஆங்கிலம் தெரியாததால், ஒட்டுக் கேட்கும் அனைவரும் அவரவர் தன் பெறுவியை (receiver) வைத்துவிடுவர். இதனால் ரிக்கிக்கு நல்ல தொடர்பு கிடைத்து விடும்.

---

15 Icel. name: slátur.

ரிக்கியின் மைத்துனிகள் சிறுமிகளானதால் காலையில் உரத்த மற்றும் கரகரப்பான குரலுடன் இருந்தனர். அவர்கள் அனைவருக்குமே நீண்ட முடி இருந்தது. தினமும் சீப்பினால் தலை வாரி கூந்தலை பின்னலிட வேண்டியதிருக்கும். அதிலும் மூத்தவளாக இருப்பவளுக்கு கண்ணீருடன் தினமும் அரங்கேறும் ஒரு சடங்கு இது. அவளுடைய கூந்தல் மிக நீளமாக இடுப்புக்கு கீழ் வரை தொங்குவதால், இரவில் சிக்கு ஏற்பட்டு, காலையில் சிக்கு எடுத்து விட வேண்டியதிருக்கும். முடியை வெட்டி குறைத்துக்கொள்ள ரிக்கியின் ஆலோசனை இறை நிந்தனைக்கு சமமாக கருதப்பட்டதால் ஏற்றுக்கொள்ளப்படவில்லை.

ரிக்கியின் எல்லா மைத்துனிகளும் அழகான வெள்ளை நிறத்தில் இருந்தனர். அதே சமயம் அவனோ, தன் தாய் அமெரிக்கர் மற்றும் இனக்கலப்பு கொண்டவராக இருந்ததால், கொஞ்சம் கருத்த நிறத்தில் இருந்தான். டோராவும், எலினும், தொடர்ந்து வீசும் வடமேற்கு பருவக் காற்றிலிருந்து தங்களை காப்பற்றிக்கொள்ளவும், சூரிய குளியலுக்காகவும் (sun-bathe) அடிக்கடி பண்ணையின் தென் பக்கமுள்ள சுவற்றின் அருகில் அடைக்கலம் கொள்வர். இது அவர்களுக்கு எரிச்சலாகவும் இருந்தது, ஆனால் சூரிய குளியலில் அவர்கள் மேனியை பழுப்பாக்கும் முயற்சி பெரும்பாலாக பயனற்றதாக இருந்து தோலை சுட்டுவிடும். அதேசமயம் ரிக்கியின் மேனியோ உடனடியாக பழுப்பாகிவிடும். அழகான நிறம் பெறுவதற்கு அவன் ஒருமுறை சூரியனைக் கண்டால் போதும் போல் அவர்களுக்குத் தோன்றியது. இம்மாதிரியான வித்தையை இதுவரை கண்டிராததால் இரு பெண்களுக்கும் குழப்பமாக இருக்கும். ஒருசமயம் அவன் மேனி அழுக்கு பட்டிருக்குமோ என நினைத்து, அவன் கைகளையும், முகத்தையும் சோப்பினால் கழுவி, துணியால் இறுக்கி துடைத்தனர். அவர்களுடைய ஏமாற்றத்திற்கு, எல்லாம் பிரயோஜனமின்றி போய் விட்டது. ரிக்கி ஆசைப்பட்டதைப் போன்று அவனது கருத்த சாயல், குடும்பத்தின் ஒரு பகுதியாக இல்லாமல், அவனை தனித்து வேறுபட்டவனாகக் காட்டியது.

ஒவ்வொரு வாரமும், அது கழியும் போது டோரா சோர்வடைந்து கொண்டேயிருப்பாள். வாரக்கடைசி நாட்களை கேளிக்கைகளுடன் கழிப்பதற்கு அவள் சினேகிதன் “கார்ல்” வந்து தன்னை அழைத்துச்செல்ல ஏங்கிக்கொண்டிருப்பாள். சனிக்கிழமையன்று, அவளால் மறைக்க முடியாத கார்லின் எதிர்பார்ப்பு, பிள்ளைகளோடு அவளுடைய பொறுமையின்மையால் தெளிவாக உணரக்கூடியதாக இருக்கும். மதியம் மூன்று மணியளவில், முக்கிய சாலையில் கவர்ச்சியான V-8 டாட்ஜ் கோரொனெட் (V-8 Dodge Coronet) தோன்றுவதை, ரிக்கியும் அவனுடைய மூன்று மைத்துனிகளும் அமர்வுக் கூடத்தின் ஜன்னலில் மூக்கைப் பதித்து உற்று நோக்கிக்கொண்டிருப்பர். எதிர்பார்த்ததைப்போல் Dodge நெருங்கும் சமயம், அடி வானத்தில் தூசியின் மேகம் தோன்ற, சரளைக்கல் சாலையில் அது மிதந்து கொண்டு வரும். கண்கள் காண்பதைவிட அதிவேகத்தில் அந்தக் கார், பண்ணையின் வாகன வழியை அடைந்து நெருங்கிக்கொண்டிருக்கும்.

டோரா ஆர்வத்துடன் எதிர்பார்த்தபடி, சிவந்த கன்னங்களுடன், அவள் குரல் ஸ்வரத்தின் உச்சியை தாண்டியிருக்க, கார்ல் காரின் முன் கதவு வழியாக தோன்றியதும் அவனுடைய உதடுகளில் சிவ்வொலியுடன் தன் உதடுகளை பதிக்க தயாரக இருப்பாள். ஒவ்வொருவருக்கும் ஹெலோ சொல்லி டோராவை காரில் ஏற்றுக்கொள்ளும் நேரத்தை விட அதிகமாக கார்ல் அங்கே நிற்பதில்லை. அருகிலுள்ள ஊரான ஹவாம்ஸ்டேங்கி (Hvamstangi) போகும் வழியில், தூசியின் மேகங்களில் அவர்கள் மறைந்து விடுவர். அநேகமாக அவர்கள் அங்கே ஒரு விடுதியில் தங்கி, அமர்க்களமான இரவுக்கு முன்பு படுக்கையின் போர்வைக்குள் உருள்வர். இது வாராவாரம் கடைசி நாட்களில் தொடர்ந்து நிகழ்ந்தது. கார்லின் டாட்ஜ் கோரொனெட் (Dodge Coronet), ஜெட் விமானம் ஆகாயத்தில் ஒரு புகைப்படலத்தை பின்னால் விட்டு சர்ர்ர்.... என பறப்பதைப்போல் வருவதை ஜன்னலில் சாய்ந்து நின்று பார்க்கும் பிள்ளைகளுக்கு வேடிக்கையாக இருக்கும். கார்ல் நீலநிற ஜீன்ஸ் அணிந்த ஒரு நவ நாகரீக தோற்றமுள்ளவன். அவனுடைய திடமான கருங்கூந்தல் முடி நிறைய ஜெல்லினால் நன்றாக வாரப்பட்டிருக்கும். அவன் அழகான குறு மீசையும் எல்விஸ் (Elvis) போன்ற புன்னகையைக் கொண்டவன். டோரா, காதுவரையிலான சிரிப்புடன், மின்னும் கண்களுடன், இறுக்கமான குட்டைப்பாவடை, கச்சிதமாக வடிவமைக்கப்பட்ட ரவிக்கை, மற்றும் அனைவரையும் கவனிக்கவைக்கும் உயர்ந்த குதிகால் காலணிகளை (இவளும் கவனத்தை ஈர்க்கும் ஒரு பெண்தான்) அணிந்து, அவனுடைய மோட்டார் வாகனத்தில் ஒய்யாரமாக ஏறி, பிள்ளைகளின் பொறாமைப்பார்வைக்கு விடை கொடுக்கும் முன் தனது தேன்கூடு போன்ற தலைமுடியையும் சரிசெய்துகொண்டு, ஒப்பனையை சரிபார்த்து கார்லுடன் காரில் சென்று விடுவாள். இதை விட அற்புதமான இடத்திற்குப் போக முடியாது என்பது போல் ரிக்கிக்கும் மற்ற பெண் பிள்ளைகளுக்கும் தோன்றும்.

பிற விஷயங்களில் எல்லாம் பண்ணை வாழ்க்கை ரிக்கியின் கண் திறப்பதாக இருந்தது. அங்கே இரண்டு நிகழ்ச்சிகள் புரிந்துகொள்ள கடினமாக இருந்ததுடன், அவனுக்கு அதிர்ச்சியையும் ஏற்படுத்தின. வாலிபப் பருவத்தை நெருங்கிய கன்னர் (Gunnar) என்ற பையன் ஒருவன் பண்ணையில் இருந்தான். அவன் எலின் உடைய முந்திய திருமணத்தின் மூலம் பிறந்த மகன். கன்னர் இருதய நிலையால் பாதிக்கப்பட்டு இருந்ததால், சீக்கிரம் சோர்ந்து போவான். அவனிடம் துப்பாக்கி ஒன்று இருந்தது. அவன் குறிபார்த்து சுடுவதுடன், அழிந்து வரும் பறவை இனத்தை சேர்ந்த விம்ப்ரெல்ஸ் (Whimbrels)[16] என்ற அழுகுரல் எழுப்பும் ஒரு இனப்பறவையையும், உள்ளான் குருவியையும் (snipe)[17] சுட்டு மகிழ்வான். ரிக்கி இரண்டுமுறை அவனது திருட்டுத்தனமான "விளையாட்டு சாகசங்களுக்கு" உடந்தையாக இருந்தான். அவன் சுடும் பொழுது சில சமயம் அந்த பறவையை காயப்படுத்த மட்டும் முடிந்தது.

16 Icel. name: Spoi.
17 Icel. name: Hrossagaukur.

உடனே அவன் போய் சிறகினை படபடவென்று அடித்துக்கொண்டிருக்கும் காயப்பட்ட பறவைகளைப் பிடித்து, துயரத்திலிருந்து மீட்க, தலையைத் துண்டாக்கி விடுவன். பாதிப்பிலிருந்து அவற்றிற்கு உடனடி நிவாரணம் அளிக்க, இது கட்டாயம் செய்ய வேண்டிய ஒரு செயல் என்று அவன் கூறிக்கொள்வான். இதைக்கண்ட ரிக்கி திகிலடைந்து கண்டனம் தெரிவித்தான். ஆனால் பண்ணையில் யாரிடமும் சொல்லப்போவதில்லை என சத்தியம் செய்து, அதனை இரகசியமாக வைத்துக்கொண்டான். கன்னரிடம் கோலுர் (Kolur) என பெயரிடப்பட்ட நாய் ஒன்று இருந்தது. அது வயதாகி கீல்வாதத்தால் நடக்க முடியாமல் கிடந்து, தீர்த்துக்கட்ட வேண்டிய நிலையில் இருந்தது. கன்னர் வேறு யாரையும் இந்த வேலையைச் செய்ய விடவில்லை. அவன் அந்த நாயின் சொந்தக்காரனானதால், அதை சுடும் உரிமை தனக்கு மட்டும் இருக்கிறது எனக் கூறி அதை செய்து முடித்தபின், அழுது கொண்டிருந்தான். ரிக்கிக்கு இது புரிந்துகொள்ள முடியாததாய் இருந்தது. இந்த இரு நிகழ்ச்சிகளுக்குப்பின் ரிக்கி கன்னரை தவிர்த்து வந்தான். அவனுடைய சுபாவத்தில் ஏதோ தவறியுள்ளது, அந்த தவறவிடப்பட்ட திருகு, சந்தேகமின்றி, இரக்கத்துடன் தொடர்பு உள்ளதுதான்.

புரிந்துகொள்ளத்தக்க வகையில் பண்ணையில் வசிப்போரின் உணவுக்காக பிராணிகளும் வெட்டப்பட்டன. கோழிகள் தலையின்றி ஓடுவது பார்ப்பதற்கு அருவருப்பாகவும், காட்டுமிராண்டித்தனமாகவும் தென்பட்டதுடன் ஒரு பசுங்கன்று, ஆட்டுக்குட்டி, அல்லது எப்பொழுதாவது ஒரு குதிரை என்று பிராணிகள் இறைச்சிக்காக வெட்டப்பட்டு வந்தபொழுது, இவையெல்லாம் சாதாரண பழக்கவழக்கங்கள் என்பதை ரிக்கி புரிந்து கொண்டான். மேலும் இந்த நிகழ்ச்சிகள் அவனை, உணர்வு பூர்வமாக கடினமாக்கி வேகமாக வளர உதவின.

பண்ணை லாக்ஜாமோட். (புகைப்படக் கலைஞர்: Vigdis Karlsdóttir, 2011)

பேய்ப்பிரதேசம்

கோடை மாதத்தின் வாரங்கள் துரிதமாக கழிந்தன. ரிக்கியின் மைத்துனிகள் அருகிலுள்ள மலையில் பெரிய பாறைகளுக்கிடையே விளையாடி தங்களின் நேரத்தை கழித்தனர். அவர்களை கவனித்துக்கொள்ளும் பொறுப்பு ரிக்கிக்கு இருந்ததால், சில நேரங்களில் அவனும் பிள்ளைகளுடன் சேர்ந்து விளையாடுவான். விளையாட்டு நேரம் துரிதமாக நகர்ந்து கொண்டிருக்கையில், பிள்ளைகள் பாறைகளில் அங்கும் இங்கும் ஓடி விளையாடுவதை பார்க்கும் பொழுது, அவர்கள் கண்ணுக்கு தென்படாத கற்பனை நண்பர்களுடன் விளையாடுவதாகத் தெரியும். ரிக்கியின் சித்தப்பா ஸிக்கி, உலகத்தின் புலன்படாத விஷயங்களில் ஞானம் உள்ளவனாக இருந்ததால், பிள்ளைகளுடன் விளையாடும் மற்ற நண்பர்கள் ஸிக்கியின் கண்ணுக்குப் புலப்படாமல் இருந்தாலும், அவர்கள் வழிகாட்டி ஆவிகள்[18] அல்லது அங்கு பாறைகளில் வசிக்கும் பேய்க்குழந்தைகளுடன் விளையாடுவதாக யூகித்துக்கொள்வான். இது ஒன்றும் அசாதாரணமானதாக அவனுக்குத் தெரியவில்லை. அவனுடைய பெண் பிள்ளைகள் தன் கண்ணுக்கு புலப்படாத ஆவிகளுடன் பாறைகளுக்குள் சென்று மறைந்து போனதில்லை. ஆகவே, பிள்ளைகள் அவர்களுடைய வழிகட்டி ஆவியுடன் விளையாடிக்கொண்டு இருப்பதாக ஸிக்கி எடுத்துக்கொள்வான். ஆனால், விளையாட்டு நேரத்தில் பேய்கள் பாறைகளிலிருந்து தோன்றி, அவன் பெண் பிள்ளைகளுக்கு மட்டும் காட்சியளிப்பது கூட சாத்தியமாகலாம். இதுபோன்ற வேளையில் ஒரு சமயம் எதிர்பாராமல் ரிக்கிக்கு உறக்கம் வந்தது. அவன் ஒரு பாறை மீது சாய்ந்து உட்கார்ந்தான். உடனே அவன் ஒரு மெய்மறந்த கிறக்கத்தில் சென்று விட்டான். ஒரு பெரிய பாறையின் மீது தனியாக அமர்ந்து, பேயின் ஒரு குழந்தை அழுது கொண்டிருப்பதை அவனால் காண முடிந்தது. ரிக்கி நடந்து சென்று பேய்க்குழந்தையிடம் அது அழுவதன் காரணத்தைக் கேட்டதற்கு, அந்தப் பேய்க்குழந்தை அதனுடைய தாய் நோய்வாய்ப்பட்டிருப்பதாகவும், ரிக்கி அதற்கு உதவி செய்யாவிட்டால் அவள் மடிந்து விடுவாள் என்றும் கூறியது. ரிக்கி உதவ முன்வந்தான். பேய்க்குழந்தை அவன் கையைப்பிடித்து ஒரு பெரிய பாறை அருகில் கொண்டு சென்றது. பாறையின் அருகில், ஒரு அழகான செடி, ஊதாநிறப் பூக்களுடன் இருந்தது. பேய்க்குழந்தை குனிந்து, அந்த செடியின் தண்டிலிருந்து ஒரு இலையை பறித்தது. பிறகு அந்த இலையை விரல்களால் பிசைந்து இலையின் சாறு போன்ற திரவத்தை கண் இமைகளில் தடவுவதற்காக ரிக்கியை குனியச்சொன்னது. இது முடிந்த உடனே ரிக்கி பேய் உலகத்தை அவன் சொந்த உலகத்தைப்போல் நன்றாகக் காண முடிந்தது. இந்த பாறைகளில் பேய்க்குட்டியின் தாய் மட்டும் தன் பன்னிரண்டு குழந்தைகளுடன்

---

18 இப்பொருளின் மீது தெளிவான ஆராய்ச்சிக்கு, தயவு செய்து Tobin Hart, the Secret Spiritual World of Children. Novato: New World Library, 2003 பார்க்கவும்

வசிக்கிறாள் என்று ரிக்கி புரிந்து கொண்டான். அவர்கள் அனைவருக்குமான அழகான வீடுகளாக பாறைகள் அமைந்திருந்தன. முன்வாசலுக்கு வெளியே காய்கறி, மூலிகைத் தோட்டங்கள், பசும்புல் தரை, பின் பக்கம் கோழி, ஆடு, கால்நடைகள், குதிரைகள் அனைத்தும் இருந்தன. பேய் ரிக்கியை பாறைக்குள் வழிநடத்தி, தன் தாய் சாகக்கிடக்கும் படுக்கை அறைக்கு கூட்டிச் சென்றது. எந்தவிதமான உதவி வேண்டும் என கேட்டான் ரிக்கி. அவள் பதிலளித்தாள் :

"பன்னிரண்டும் பன்னிரண்டு
உன் தகப்பனார், இப்பொழுது நீ
ஆபத்தில் இரு உயிர்கள்
கொடுக்கல் பாக்கி உள்ளது."

பல வருடங்களுக்கு முன், ஷ்ரப் வேலி ஆற்றங்கரையின் பாலத்திலிருந்து பாறைகளின் மீது அவனது அப்பா தனது பன்னிரண்டு வயதில் விழும்போது காப்பாற்றிய பெண்பேய் இவளாகத்தான் இருப்பாள் என ரிக்கி உத்தேசித்தான். இப்பொழுது ரிக்கியும், அப்பா இருந்த அதே பன்னிரண்டு வயதில் இருப்பதால், "ஒருவகையான" ஒப்பந்தம் பாக்கியுள்ளது. அந்த பெண்பேய் தான் குணமடைவதற்கு ஒரு பைன்ட் (2 கோப்பை) மோர் கொண்டு வருமாறு கேட்டாள். அவள் தனது துரதிர்ஷ்டமான சூழ்நிலைகளை விளக்கினாள். அவளிடம் இருக்கும் ஒரே ஒரு பசுமாடு கர்ப்பிணியாக இருப்பதால், அது கன்று போட்டு, அதன் பிறகு தான் பால் கொடுக்கும். ஆகவே, அது வரையில் பாலைக்கொண்டு வெண்ணையோ, அதைத் தயாரிக்கும் போது கொழுப்பிலிருந்து பிரிந்து உண்டாகும் உபபொருளான மோரின் மருத்துவ குணங்களால் நன்மை அடையவோ முடியாது. அன்று காலையே எலினும், டோராவும் வெண்ணெய் கடைந்ததை ரிக்கி அறிவான். அதிலிருந்து உண்டான மோரை பொதுவாக மாலையில் கன்று குட்டிகள் குடிப்பதற்கு கொடுப்பார்கள். அது இன்னும் கிடைக்கும். ரிக்கி அவசரமாக சென்று ஒரு பைன்ட் (2 கோப்பை) மோர் எடுத்து வந்தான். அதனுடன் சில மூலிகைகள் கலந்து, முழு பைன்ட் (2 கோப்பை) மோரையும் பெண் பேய் குடித்தது. அவள் ரிக்கியின் இரக்கமான செயலுக்கு நன்றி கூறி மனிதர்களிடையே ரிக்கி தன் வாழ்க்கையின் சில முக்கிய யோசனைகளைப்பெற அவள் உதவி செய்வதாக வாக்களித்தாள். அதன் பின்னர் பேய்க்குட்டி ரிக்கியை வெளியே அழைத்து சென்று முன்பு ரிக்கியின் கண் இமைகளின் மீது தடவியிருந்த இலைச்சாற்றை துடைத்து விட்டது. இவ்வாறு செய்த உடனேயே பேய்வீடுகள் அவற்றின் முந்தைய பாறை உருவத்திற்குத் திரும்பி விட்டன. பேய்களும் எங்கும் காணவில்லை

தாய் பேய் மீண்டும் ரிக்கியுடன் தொடர்பு கொள்ள ஓரிரு வாரங்கள் கடந்து விட்டன. அவள் கனவில் தோன்றி, அவளுடைய ஞானமுள்ள பழைய நண்பர் ஒருவரிடம் பேசியுள்ளதாகவும், அவர் மூன்று மைல் தொலைவில், ஷ்ரப் வேலி ஆற்றங்கரையில் ஹீதர் ஹில்[19] என்ற இடத்தில்

19 Icel. name.: Lyngholl.

குடியிருப்பதாகவும் கூறினாள். அவர் "முதிய ஆத்மா" (Old Soul) என்ற பெயர் கொண்ட ஓர் ஆத்மா என்றாள். மறைக்கப்பட்ட பேயுலகத்தில் வாழும் அவளைப்போல் அல்லாமல், மறைக்கப்பட்ட ஆத்ம உலகில் வாழும் ஒரு மனித ஆத்மா என்றாள். ரிக்கியிடம் அந்த ஆத்மாவை சந்திக்குமாறு கூறி அறிவுறுத்தினாள். ரிக்கியின் உதவிக்கு மீண்டும் ஒருமுறை நன்றி சொல்லி, அவன் கொடுத்த மோருடன் மூலிகை கலந்து குடித்ததால், தான் முழுமையான குணம் அடைந்து விட்டதாகத் தெரிவித்தாள். விடைபெறும்போது அவள் பின்வரும் செய்யுளை ஓதி, அவளுடைய அறிவுறையின்படி நடக்க விரும்பினால், "முதிய ஆத்மா" வை சந்திக்கும் முன் இதை சிந்திக்குமாறு கேட்டுக்கொண்டாள்:

உன் உலகில்
நான் உன்னை காண்கிறேன், ஆனால் நீ என்னை காண்பதில்லை
பிறப்பால் நீ நுழைந்து போராடுகிறாய்
இயற் பொருளான பிரபஞ்சத்துடன்
சூரியனால் அளிக்கப்படும், ஒளி
புவியீர்ப்பு தரும், பூமி
புலன்கள் தரும், முரண்பாடு
அனைத்தையும் ஏற்று நீ அதற்குள் வாழு

மேலும் அங்கே நீ
இயற்கையாக தனித்தன்மையுடன்
செய்கைக்கு உந்தப்பட்டு
மற்றவர் போல் அல்லாமல்
அனுபவங்களை உண்டாக்கி
நேரத்தில் சிக்கி
விதியால் விலங்கிடப்பட்டு
முதுமை அடையும் வாழ் நாள்

மேலும் நீ கற்பாய் :
அன்பும் பயமும்
கோபமும் மன அழுத்தமும்
குற்றமும் அதிகாரமும்
வெறுப்பும் தீவினையும்
தவிர்க்க முடியாத உன் இறப்பு வரை
மேலும் மறு விழிப்பு
ஆத்ம லோகத்தில்

அடுத்தநாள் காலை எழுந்திருக்கும் பொழுது, ரிக்கி இந்தக் கனவை தெளிவாக ஞாபகத்தில் வைத்திருந்தான். இரண்டு வாரங்கள் கழிந்தன. பண்ணையில் வழக்கமான வேலைகள் நடந்தவண்ணம் இருந்தன. ஸிக்கி காலை ஆறு மணிக்கெல்லாம் அவனை எழுப்பிவிடுவார். கோடை மாதங்களில் பசுமாடுகள் வெளியில் உறங்குவதால் அவைகள் இரவில் அலைந்துதிரிந்து படுத்திருக்கும் இடங்களிலிருந்து பண்ணைக்கு அழைத்து வர வேண்டியது ரிக்கியின் வேலை. மே, ஜூன், ஜூலை மாதங்களில் சூரியன் இரண்டு மணிநேரம்தான் அடிவானத்தின் கீழ் இறங்கும். அநேக உயிரினங்கள் இரண்டு அல்லது மூன்று மணிநேரம்தான் தூங்குவது போல் இக்கோடை மாதங்களில் தோன்றும். அதிகாலையில், பலதரப்பட்ட பறவைகள் கீச்சுக்குரலில் பாடிக்கொண்டு, எல்லாப் பக்கங்களிலும் அவற்றின் கண்ணுக்கு எட்டிய தூரம் வாழ்க்கை புத்துயிர் பெற்றுவிட்டதாகக் காட்சியளிக்கும். பசுமாடுகள் அடிக்கடி ஓரிரு மைல் தூரம் வரை உலாவிக்கொண்டிருக்கும். சிலநேரம் சதுப்பு நிலங்களையும் சகதியான சேற்று நிலங்களை தாண்டிச் சென்றுவிடும். நடையாய் நடந்து, அவைகளை ஓட்டி வருவதற்கு ஒருமணிநேரமாவது ஆகும், ஆனால் ஒரே ஒரு குதிரை கிடைத்தால் போதும், ரிக்கி வேகமாக அவைகளை ஓட்டிக்கொண்டு வந்து விடுவான்.

இந்த நாட்களில் விடியற்காலைகள் மிகவும் அழகாக இருந்தன. ஆனால் சேற்று நிலங்களை தாண்டித் தனியாக நடப்பது, நிரந்தர பனிக்கட்டிகள் இருக்கும் புல் தரையின் அடியிலுள்ள களிமண் உருகி, சேற்றில் அவன் காலடியை பிசகச்செய்யும் பொழுது அவனுக்கு பயமாகவும் களிப்பாகவும் இருக்கும். ஆழமான குறுகிய சிற்றோடைகள் சிலந்திவலை போல் பின்னப்பட்டு, அவைகளில் உள்ள நீர் வடிந்து சிறிய குளம் போல் உண்டாகி, அந்த நீர் ஆழமான குறுகிய சிற்றோடை வழியாக இரண்டு மைல் தூரத்திலுள்ள ஷ்ரப் வேலி ஆற்றில் போய் சேரும்.

இந்த சேற்று நிலத்தில் நடக்கும் பொழுது ரிக்கி பயந்து கொண்டேயிருந்தான். அறியாத ஒரு காரணத்திற்காக அவனுக்கு தண்ணீரைக் கண்டால் பயம் ஏற்பட்டது. அவனுக்கு ஐந்து அல்லது ஆறு வயது இருக்கும்போது, கழிவறையில் நீர் தொட்டியை இயக்கும் பொழுது, குழாயில் நீர் இழுக்கப்படும் வேகத்தை கண்டு அவன் பயந்தான். சகதி நிலத்தில் நடக்கும் பொழுது தன் மூச்சைப் பிடித்துக்கொண்டு நடப்பான், அவன் தலை சுற்றும். புல்தரையில் சிறிது நழுவினாலும், நீரில் கல் எரிந்தால் உண்டாகும் சிற்றலைகள் போல அவன் மனம் வேகமாகத் துடிக்கும். கீழே பள்ளத்தில் நழுவி விழுந்தால் என்னவாகும். அவன் தனியாக இருக்கிறான். யாராலும் அவனைக் கண்டுகொள்ள முடியாது. இருப்பினும், கடந்த இரவு இதே இடத்தை, இவனை விடப் பளுவான பசுமாடுகள் இந்த நிலத்தை கடக்கும் பொழுது, இந்த புல்தரை பிசகாமல் இருந்த உண்மை, ஒரு பகுத்தறிவுக் குறிப்பாக அவனுக்கு ஆறுதல் அளித்தது.

அதிர்ஷ்டவசமாக சகதி நிலத்தின் திட்டுகள் இங்குமங்கும் சிதறலாக இருந்ததால் ரிக்கி பசுமாடுகள் தன்னைக் கண்டுகொள்ளும் தூரத்தில் வந்தவுடன், உரத்த குரலில் "மோ" என அழைப்பான். பசுமாடுகளும் அவன் குரலை அடையாளம் கண்டு, வீட்டிற்கு திரும்பும் நேரமாகி விட்டது என்பதை அறிந்துகொள்ளும். காலை நேரங்களில் பசுமாடுகளின் பால்மடி நிறைந்து இருக்கும். பால் கறக்கும் பொழுது சில கரண்டி சுவையான தானியங்கள் கிடைக்குமா என்று அவை எதிர்பார்க்கும். ரிக்கியின் அழைப்பைக்கேட்டவுடன் ஆடி அசைந்து, கம்பீரமான ஒரு பசுமாடு மந்தையின் முன் நடக்க, மற்ற பசுமாடுகள் அனைத்தும் ஒன்றன்பின் ஒன்றாக ஒற்றை வரிசையில் வரும். ரிக்கி அவைகளை மேற்கொண்டு ஓட்டி தொழுவத்திற்கு வந்தவுடன் ஒவ்வொரு பசுமாடும் அதற்குரிய தனி அடைப்புக்குள் வந்து விடும். பனிக்காலம் முழுவதும் அங்கு தூங்கிக்கொண்டிருந்ததால், அவைகள் தங்கள் இடத்தை நன்கு அறியும். ரிக்கி வருவதற்குள் பீட்டர் சாணக் கால்வாய்களை சுத்தப்படுத்தி அடைப்புகளை தயார் நிலையில் வைத்து, பால் கறக்கும் பொழுது அவைகள் உண்பதற்காக ஒரு கரண்டி சுவையான தானியங்களை தீனித்தொட்டியில் போட்டு வைப்பான். தொழுவத்தில் மின்சாரம் இருந்ததில்லை. அங்கிருந்த சிறு ஜன்னல் போதுமான வெளிச்சத்தை அளித்தது. கையினால்தான் பால் கறக்கவேண்டும். அதன் பிறகு, ரிக்கி மேய்ச்சலுக்காக பசுமாடுகளை வெளியே கொண்டு செல்வான். மாலை நேரம் வரை மேய்ந்த பின் இரவில் திறந்த வெளியில் விடுவதற்குமுன், இன்னொரு முறை பால் கறக்க தொழுவத்திற்கு ஓட்டி வருவான் ரிக்கி.

சில நேரங்களில் பசுமாடுகள் தாய் பேய் அறிவித்த "முதிய ஆத்மா" வாழும் ஹீதர் ஹில் வரை மேய்ந்துகொண்டே சென்று விடும். எப்பொழுதாவது ஆழமில்லாத ஆற்றினைக் கடந்து, பசும் புற்கள் உள்ள ஆற்றின் மறு கரைக்கு சென்று விடும். ஆறு குறுகலாக இருக்கும் இடத்தில் ஆழமாக இருந்ததால், வெள்ளம் பசுமாடுகளைத் தடுமாறச்செய்து, ஆழமற்ற இடத்தை நோக்கி பசுமாடும்கள் நீந்திச் செல்லும்படிச் செய்யும்.

ஒருநாள் காலையில் ரிக்கி ஹீதர் ஹில் வந்து பார்த்தபோது, பசுமாடுகள் ஆற்றை கடந்து அக்கரைக்கு சென்றுவிட்டிருந்தன. அவன் உரக்க குரல் கொடுத்தும், குரலை காற்றின் திசைபோக்கினால், பசுமாடுகளால் கேட்க இயலவில்லை. ஆற்றுப்பகுதியின் கரையின் மீது ஹீதர் ஹில் ஒரு மிகப்பெரிய கிரானைட் பாறையாக இருந்தது. ரிக்கி பாறை மீது ஏறி, சாதகமான இடத்திலிருந்து ஆற்றுக்கு அப்பால், குரல் கொடுக்க எண்ணினான். அவன் பாறையின் மீது ஏறி நின்றவுடன், தென்றல் காற்றின் வேகம் அதிகமாகி, திசையும் மாறி ஆற்றின் மறுகரையில் மேய்ந்து கொண்டிருக்கும் பசுக்களின் பக்கமாக வீசியது, இது அவனது குரலோசையை பசுமாடுகளின் பக்கம் கொண்டு சென்றது. பசுமாடுகள் ரிக்கி அழைப்பதை கேட்டவுடன், அவன்

கையசைப்பைப் பார்த்து, ஆற்றை கடக்க ஆரம்பித்தன. சில நீரில் நடந்து கொண்டும், மற்றவை நீந்திக்கொண்டும் வந்தன.

அன்று மாலை, ரிக்கி உறங்கச் சென்ற பின், ஒரு உயிர்ப்புள்ள ஒரு கனவு கண்டு விழித்துக்கொண்டான். கனவில் பசுமாடுகள் நீரில் நடந்து, ஆற்றை கடந்து வரும் வரை அவன் ஹீதர் ஹில் பாறையின் மீது அமர்ந்திருப்பது போன்றும், அப்பொழுது ஒரு ஆவி குன்றின் மேல் தோன்றி " நான் தான் உன்னுடைய குரலை ஆற்றின் அக்கரையில் பசுமாடுகள் கேட்கும் படி கொண்டுசெல்ல, காற்றை பணித்தேன். உனக்கு விருப்பமிருந்தால் மீண்டும் உதவி செய்வேன்" என்று பேசியது. பெண்பேய் சந்திக்க அறிவுறுத்திய முதிய ஆத்மா இதுவாகத்தான் இருக்கும் என ரிக்கி ஊகித்தான். முதிய ஆத்மா தொடர்ந்தது, "என்னை சந்திக்க வேண்டுமானால் நீ குன்றின் மீது மூன்று முறை கடிகாரமுள் சுற்றும் திசையிலும், மூன்று முறை கடிகாரமுள் சுற்றும் திசைக்கு எதிர்த்திசையிலும் நடக்க வேண்டும். அதன் பின்னர் ஹீதர் ஹில்லை நோக்கி அன்பான சிந்தனையுடன் நேராக நிற்க வேண்டும். எனது உலகினைக் காண்பதற்கான ஒரு கதவு உனக்காக திறக்கப்படும்." என்று கூறி முதிய ஆத்மா மறைந்து விட்டது.

பெண்பேயுடன் ஏற்பட்ட அனுபவத்தை ரிக்கி யாரிடமும் சொல்லாமல் இருந்தான். இந்தக்கனவைப்பற்றியும் தற்சமயம் தனக்குள் மறைத்து வைப்பதே சிறந்தது என முடிவெடுத்தான்.

கோடை நாட்கள் விரைவாகக் கழிந்தன, மேலும் ஆகஸ்டு மாதத்தில் புல் உலர்த்தும் பணி வேகமாக நடந்து வந்தது. ஸிக்கி, சீராக இருக்கும் நிலத்தில் டிராக்டரின் உதவியாலும், மேடு பள்ளமாக இருக்கும் நிலத்தில் புல்லரிவாளாலும் புல் அறுத்து, காய விட்டார். சூரியன் நன்றாக ஒளி வீசும் பொழுது, பண்ணையில் உள்ள அனைவரும் வைக்கோல் வாரியை கையில் ஏந்தி, வரிசையாக நிலத்தில் புல்லைப் புரட்டி நன்றாக காய வைத்துக்கொண்டிருந்தனர். நிலத்தின் ஒரு புறத்திலிருந்து தொடங்கி, மறுபுறம் வரை சீராக புல்லை புரட்டினர். காய்ந்த புல்லை அடுக்கடுக்காக வரிசையில் வைத்த பின்னர், ரிக்கி, குதிரையால் இழுக்கப்படும் மூட்டை வண்டியில் அடுக்கினான். பின் அவை டிராக்டர் மூலம் கொண்டு செல்லப்பட்டு, தானியக்களஞ்சியத்தில் பனிக்காலத்திற்காக சேகரிக்கப்பட்டது. பருவ நிலையின் மாற்றத்தால் பாதிக்கப்படாமல் இருப்பதற்காக அவசர அவசரமாக, சூரியன் ஒளிரும் பொழுது செய்யப்படும் இந்த வேலை பார்ப்பதற்கு வேடிக்கையாக இருக்கும்.

பண்ணையில் பல குதிரைகள் இருந்தன. சில குதிரைகள் புல் மூட்டைகளின் வண்டிகளை இழுக்கவும், சில குதிரைகள் பனிக்காலம் தொடங்கும் முன் இலையுதிர்காலத்தில் ஆடுகளையும் குதிரைகளையும் மேய்த்து ஒன்று

சேர்க்கவும் பயன்படும். ரிக்கியிடம் அழகான பொன்னிறத்தில் "டிரஸ்ட்"[20] (Trust) என்று பெயரிடப்பட்ட ஒரு குதிரை இருந்தது. ரிக்கி எப்பொழுதும் குதிரையின் முதுகில் ஏறி சேணமின்றி சவாரி செய்வான், இதனால் அவனுக்கு குதிரையின் சக்தியும் அதன் இனிய வியர்வை வாசனையையும், குறிப்பாக குதிரை வேகமாக ஓடும்போது அவனால் முழுமையாக அனுபவிக்க முடிந்தது. ரிக்கி மிகவும் அன்பு செலுத்திய டிரஸ்ட், ஒரு நம்பிக்கையான குதிரை. ஞாயிறு தோறும், அவனுடைய நண்பனை காண, ரிக்கி குதிரை சவாரி செய்து அருகிலுள்ள கோட்,[21] (kot) என்ற பண்ணைக்கு செல்வான். இப்பண்ணைக்கு போகும் வழியில்தான், முதிய ஆத்மா வாழும் ஹீதர் ஹில் இருந்தது.

மற்றொரு பரிமாணம்

பார்ப்பதற்கு வனப்பு மிக்க வாழ்க்கையாக தென்பட்டாலும், பண்ணையில் ரிக்கி தனிமையாகத்தான் இருந்தான். பலமுறை தன்னை கை விடப்பட்டவனாக உணர்ந்தான். வாழ்க்கை அவனுக்கு கடினமாக விளங்கியது. அவனுடைய பிள்ளைப்பருவம் மெதுவாக நகர்வதைப் போல் தோன்றியது. பன்னிரண்டு வயதான அவனுடைய உடல் வளரும் வரை அவன் காத்திருக்க விரும்பவில்லை. தன் திக்குவாய் பழக்கத்தையும் மற்றும் வாசிப்பதிலும் எழுதுவதிலும் தனக்கு இருக்கும் சிரமங்களையும் முறியடிப்பதற்கு அடிக்கடி கவலைகொண்டான்.

பெண்பேய் கூறியதையும், முதிய ஆத்மா மீண்டும் உதவப்போவதாக அறிவித்ததையும் ரிக்கி பலமுறை நினைத்துக்கொண்டே இருந்தான். முதிய ஆத்மாவிடம் கேட்பதற்கு, அவனிடம் பல கேள்விகள் இருந்தன. எனவே, மிகவும் ஆழ்ந்த சிந்தனையுடன் துணிந்து தன்னை நிலை நிறுத்துவதற்கு ஹீதர் ஹில் செல்வது என்று முடிவெடுத்தான்.

இரண்டு வாரங்களுக்குப்பின் ஒரு ஞாயிற்றுக்கிழமை பிற்பகல், கோட் பண்ணையில் தன் நண்பனை சந்தித்துத் திரும்பும் பொழுது, முதிய ஆத்மா கனவில் கூறியது போல் தன்முன் தோன்றுகிறதா என்பதைக் காண, ரிக்கி ஹீதர் ஹில் குன்றின் அருகில் சென்று நின்றான்.

சிறிது பரபரப்புடன் குதிரையிலிருந்து இறங்கினான். சில நிமிடம் தன்னை விறைப்பாக நிமிர்த்தி உறுதியாக்கிக்கொண்டான். குன்றின் மீது ஏறி, முதிய ஆத்மா சொன்னது போல் மூன்றுமுறை கடிகாரத் திசையிலும், மூன்றுமுறை எதிர் திசையிலும் சுற்றி வந்தான். பிறகு, ஹீதர் ஹில் பக்கம் திரும்பி அவன் குதிரை மேல் கொண்ட அன்பான சிந்தனையை மனதில்

---

20 Icel. name Trausti.
21 Abbreviated name for the farm Þórukot

கொண்டு நேராக நின்றான். புறா போன்ற ஒரு பொன்னிறப் பறவை (Golden plover)[22] “ பீஈஈஈ பீஈஈஈ பீஈஈஈ பீஈஈஈ பீஈஈஈ பீஈஈஈ” என ஒரே லயத்தில் கிறீச்சொலியுடன் பாடியது.

நேரமே ஸ்தம்பித்துவிட்டது. குன்றிலிருந்து பிரகாசமான வெளிச்சம் ஒன்று உண்டாகி தொடர்ந்து ஒரு வாசல் கதவு தோன்றியது. முழு குன்றும் வானவில் நிறங்களுடன் ஒளி வீசிக்கொண்டு கோள வடிவில் ஆயிரக்கணக்கான ஆத்மாக்கள் தோன்றி அவை தமது உலகின் நடப்புகளால் சூழப்பட்டிருந்தன. மேலும் அவை தத்தம் வேலைகளில் கவனமாக இருந்தன. ஆத்மாக்களின் குழுக்கள் ஒவ்வொன்றும் ஒரு சமூகம் போல் தோன்றியது. சில ஆத்மாக்கள் அந்தக்குழுக்களின் மத்தியில் பயணித்துக்கொண்டிருந்தன. ரிக்கி ஒரு கணத்தில் ஆயிரக்கணக்கான ஆத்மாக்கள் கொண்ட முடிவில்லா பிரபஞ்சத்தைக் கண்டான். இட வரம்பு ஏதும் இல்லாததால், அனைத்தையும் ஒருங்கே அவனால் காண முடிந்தது.

அவன் கனவில் கண்ட முதிய ஆத்மா தோன்றி, “ஆன்மீகப் பரிமாணத்திற்கு உன்னை வரவேற்கிறேன். தயவுசெய்து என் தனிப்பட்ட ஆய்வுக்கூடத்திற்கு வா, நாம் பேசலாம்”, என்றது.

ரிக்கியின் கால்கள் பயத்தால் நடுங்கின. ஆய்வுக்கூடத்தில் அவன் நடந்து சென்று முதிய ஆத்மா அமர்ந்திருந்த நாற்காலிக்கு முன் இருந்த ஒரு முக்காலி (stool) மீது தொப்பென விழுந்தான்.

முதிய ஆத்மா புன்னகையுடன், “உனக்கு நல் வரவு... அமரவும்!” என்றது “என் இளையவனே, உனக்கு என்ன கஷ்டம்”, என கேட்டது.

சிறிது தைரியத்தை வரவழைத்துக்கொண்டு, ரிக்கி தயக்கத்துடன், திக்கித்திக்கி பதிலளித்தான், “எனக்கு திக்குவாய் க.... க... க கஷ்டமாக உள்ளது.”

“பேச பயப்படாதே, உன் திக்குவாய் பற்றி எனக்குத்தெரியும்.”

அவன் படும் கஷ்டத்தை முதிய ஆத்மா அறியும் என்பதை உடனயே ரிக்கி உணர்ந்துகொண்டான். சில குறிப்பிட்ட கேள்விகள் கேட்க தன்னை தயார்படுத்திக் கொண்டான். ஒரு வழியாக, “என்னிடம் சில கேள்விகள் உண்டு, நான் கே... கே.... கேட். கேட் கேட்கலாமா?” என கேட்டான்.

“ஆமாம்”, முதிய ஆத்மா அன்பாக பதிலளித்தது.

---

22 Icel. name: Heiðlóa.

ரிக்கி தன்னைத்தானே சமாளித்துக்கொண்டு சொன்னான், "நான் அடிக்கடி, பயப்படுகிறேன், நான் என்னை தனியாகவும், வேறுபட்டவனாகவும் உணருகிறேன்."

"நான் புரிந்து கொண்டேன்.... இன்னும் சொல்.... உன்னை பயப்படச்செய்வது எது?"

"தத்...தத்.... தத்...தண்ணீர். நான் ஏன் எப்பொழுதும் தண்ணீருக்கு பயப்பட்டுக்கொண்டிருக்கிறேன். நான் ஆறுகளுக்கு பயப்படுகிறேன். காலையில் பசுமாடுகளை அழைத்து வரும் சமயம், சகதி நிலத்தை கடக்கும் பொழுது பயமாக இருக்கிறது."

"ஆமாம், நான் அதற்கு உதவ முடியும்... ஆனால் முதலில், எந்த விதமான விஷயங்கள் உன்னை வேறுபடுத்தி, தனிமையாக உன்னை உணரச்செய்கின்றன, என்பதை எனக்கு சொல்."

"பப்..பப்....பப்ப.. பல விஷயங்கள்... சொல்ல கஷ்டமாக உள்ளது."

"நல்லது, உனக்கு தொந்தரவு கொடுக்காத சிறிய விஷயத்திலிருந்து ஆரம்பி."

"என் குதிரை, டிரஸ்ட், உனக்கு தெரியுமா? நான் இரண்டு வருடமாக அதன் திறந்த முதுகில் ஏறி சவாரி செய்கிறேன். ஒவ்வொருவரும் என்னை குதிரை சேணம் உபயோகிக்கச் சொல்கிறார்கள். நான் முயற்சித்தேன், ஆனால் அது எனக்கு சரிவரவில்லை. இரண்டு முறை முயற்சித்துப் பார்த்துவிட்டு, மீண்டும் திறந்த முதுகில் சவாரி செய்ய ஆரம்பித்து விட்டேன். அன்றிலிருந்து சேணத்தை தொட்டதே இல்லை. என் நண்பர்கள் அதனை வினோதமாக நினைத்து என்னை கேலி செய்கின்றனர். நான் கவலைப்படவில்லை, ஆனால் நான் ஏன் அவர்களிலிருந்து வேறுபட்டிருக்கிறேன்?"

"அப்படியா... இப்பொழுது, எந்த ஒரு முக்கியமான விஷயம் உன்னை வேறுபடுத்தி, தனிமையாக உணரச்செய்கின்றதோ, அதை சொல்."

"என்... என்.... என்னுடைய திக்கு வாய்", பதிலளித்தான் ரிக்கி. "நான் ஏன் திக்கிப்பேசுறேன்? இது அவமானமாக இருக்கிறது, இது என்னை, அழச்செய்கிறது. மேலும், எனக்கு ஏன் வாசிக்கவும், எழு...ழு....ழு...ழ தவும் பிரச்சினையாக உள்ளது? நான் என் நண்பர்களை விட மிக பின்னால் இருக்கிறேன். நான் வெட்கப்படுகிறேன்."

"ஆமாம், இந்த கேள்விகளுக்கு நான் சில பதில்கள் கொடுக்க முடியும். ஆனால், உன்னிடம் மேற்கொண்டு இன்னொறு கேள்வி இருப்பதாக நான் சொல்கிறேன்."

“ஆமாம். ஏன் என் சருமம் என் சகோதரர்கள், மைத்துனிகளைவிட, என்... என்... என்... எல்லா நண்பர்களையும்விட கருத்ததாக இருக்கிறது? நான் வேறுபட்டு காட்சியளிக்க விரும்பவில்லை. சில நேரம், நான் அவர்களுடன் சேர்ந்தவன் இல்லை என உணர வைக்கிறது. இது எனக்கு வருத்தமாக இருக்கிறது.”

முதிய ஆத்மா தன் கைநாற்காலியில் பின்னால் சாய்ந்து சொன்னது, “ஹ்ம்ம்ம்... இரு, இதைப்பற்றி நான் யோசிக்கிறேன். முதலில், துணிவோடு இங்கே வந்து என்னை சந்தித்த உன்னையும், இந்த கேள்விகளைக் கேட்ட உன் தைரியத்தையும் நான் மிகவும் பாராட்டுகிறேன். இவற்றைப் பற்றிப் பேசுவது உனக்கு அவ்வளவு சுலபமானது அல்ல என்பதை நான் அறிவேன்.”

“இதற்கு முன் யாரிடமும் இதை நான் சொன்னதில்லை”

“ஆமாம், எனக்குத்தெரியும். நீ விரும்பினால் நாம் இருவரும் சந்தித்து ஒருவரைஒருவர் அறிந்து கொள்வதற்கு நிறைய வாய்ப்புகள் உள்ளன என்றும் எனக்கு தெரியும். கனவில் உனக்கு அந்த பெண்பேய் அளித்த செய்யுள் உனக்கு ஞாபகம் இருக்கிறதா?”

ரிக்கி தயக்கத்துடன் சிரித்துக்கொண்டே பதிலளித்தான், “ஆமாம்”.

“அந்த செய்யுள் நான் உன்னுடன் பேசப்போகும் தலைப்புகளின் சுருக்கம்தான். இந்த தலைப்புகள் உன்னுடைய வாழ்க்கையின் அடிப்படை உண்மைகளை சித்தரிக்கின்றன. இவைகளை நீ ஒருமுறை நன்றாகப்புரிந்து கொண்டால், உன் வாழ்க்கை முழுக்க உனக்கு உபயோகமாக இருக்கும்.”

ரிக்கி, தற்காலிக உற்சாகத்துடன் பதிலளித்தான், “உண்மையாகவா?”

“நான் உன் கேள்விகளுக்கு சில பதில்களை தருகிறேன். ஆனால், அவற்றிற்கு குறிப்பிட்டு பதிலளிக்க வேண்டுமாயின், வாழ்க்கையின் இயற்கையைப்பற்றிய சில பொதுவான கருத்துக்களை நீ புரிந்து கொள்ளவேண்டும்.”

“சரி”

முதிய ஆத்மா தொடர்ந்தது, “ஐஸ்லாந்து நாட்டில் பிறந்த ஒவ்வொரு நபரும் தானாகவே லூதரன் சர்ச்சின் ஒரு உறுப்பினராக ஆகிவிடுவார் என்று எனக்குத்தெரியும், மேலும் அடுத்த வருடம், நீ உன்னுடைய நண்பர்களுடன் சேர்ந்து, நிறுவப்பட்ட ஐதீகத்தின்படி, உறுதிப்படுத்தப்படுவீர்கள் என்பதும் எனக்குத்தெரியும். ஆகவே, உனக்கு நம்பிக்கையின் இயற்கையைப் பற்றிய பின்னணி செய்தியைத் தருகிறேன், ஏனெனில், உன்னுடைய வாழ்க்கைப்பற்றிய நம்பிக்கைகள் தான் உன் அனைத்து அனுபவங்களையும் தீர்மானிக்கிறது.”

ரிக்கி, மெதுவாக ஆசுவாசப்படுத்திக் கொண்டு, இந்த உரையாடல் ஆர்வமிக்கதாக இருப்பதை உணரத்தொடங்கினான்.

"இந்த அறிமுகத்துடன் நான் ஆரம்பிக்கிறேன்: அறிவுக்கு அப்பாற்பட்டு நடக்கும் விஷயங்களின் மேல் விளக்கம் அளிக்கும் அறியாதவற்றைப் பற்றிய நம்பிக்கைகளை தேடிப் பின்பற்றுவது என்பது மனிதர்களின் இயற்கையே. இந்த நம்பிக்கைகள் இயற்கையில் ஆன்மீகரீதியிலானவை, மேலும் எண்ணற்ற மத அமைப்புகள் இந்த ஆன்மீக நம்பிக்கையை சுற்றியுள்ளன. இவை ஒவ்வொன்றும், நாம் அறியாத கோட்பாடுகளை ஒன்றுக்கொன்று மாறுபட்ட விதத்தில் எடுத்துரைக்கின்றன. இதில் அநேக மத அமைப்புகள் கடவுளை எங்கும் நிறைந்திருக்கின்ற, சர்வ வல்லமையுள்ள, சர்வ ஞானம் பெற்ற உருவம் உள்ளதாய் எடுத்துரைக்கின்றன. எல்லா மதங்களின் அடிப்படை கொள்கைகளும் அடிப்படையில் ஒரே மாதிரியானவை, அனைத்து மதங்களுமே அதனைப் பின்பற்றுபவர்கள் எவ்வாறு அமைதியாக ஒன்றிணைந்து வாழவேண்டும் என்று அறிவுறுத்துகின்றன.

வாழ்க்கையின் இயற்கை பற்றி நான் ஒரு மதச்சார்பற்ற ஆன்மீக கருத்தை சொல்லப்போகிறேன். நீ நினைத்தால் இதை, அனைத்து மதங்களுக்கும் பொதுவான ஒரு முன் வரலாறாக கருதலாம்."

"ஆன்மீக கருத்து என்றால் என்ன?"

"நான் உனக்கு சொல்லப்போகும் ஆன்மீகக் கருத்தின் அடிப்படை எண்ணம் என்னவென்றால், நீ ஒரே நேரத்தில், சொர்க்கம் என்று நாம் அழைக்கின்ற ஆன்மீகப் பரிமாணத்தில் இருக்கிறாய் என சொல்லலாம், மேலும் உன்னுடைய தற்போதைய வாழ்க்கை நீ இறுதியில், உன்னைப்பற்றி அறிந்து, ஆன்மீக ரீதியாக மாற்றமடைய, கல்விப்பயணத்தால் கொடுக்கப்பட்ட ஒரு வாய்ப்பு."

"என் வாழ்க்கையை அந்த விதத்தில் நான் நினைத்ததே இல்லை. எனக்கு இரண்டு விதமான தனித்தனி வாழ்க்கைகள் உண்டு என சொல்கிறாயா, ஒன்று ஆன்மீக பரிமாணத்தில், மற்றொன்று, இங்கே பூமியில்?"

"இதற்கு ஆமாம் என்றும் கூறலாம், இல்லை என்றும் கூறலாம். பூமியில் நீ வாழ்கின்ற இந்த வாழ்க்கை ஆன்மீகப் பரிமாணத்தின் வாழ்க்கையிலிருந்து முற்றிலும் மாறுபட்டது. இருப்பினும், நீ ஒரே நேரத்தில் இந்த கிரகத்தின் மீது உடல் பரிமாணத்திலும், உடலற்ற ஆன்மீகப் பரிமாணத்திலும் இருப்பது அதே உயிர்தான், ஆனால், இதைப்பற்றி இன்னும் பல விஷயங்களை பிறகு நான் உனக்கு சொல்கிறேன்."

"சரி, நீ முடிப்பதற்குள், நான் ஒன்று கேட்கலாமா: ஒரு மதத்தில் நம்பிக்கை கொள்வதிலும், ஆன்மீகக் கருத்து கொண்டிருப்பதற்கும் என்ன வித்தியாசம்?"

"வாழ்க்கையில் ஆன்மீகக் கருத்து கொண்டிருப்பது மதத்தின் பக்தியைப்போல் அல்ல. பல்வேறான மதங்கள் உள்ளன. அவைகள் ஒவ்வொன்றும் தமக்கான தனிப்பட்ட மத வரலாறுகளைக் கொண்டுள்ளன. அவைகள் பொதுவாக கொண்டிருப்பது என்னவென்றால் அன்பு என்ற ஆன்மீகக் கருத்து, மேலும் அவற்றைப் பின்பற்றுவோர் மற்றவருடன் இணக்கமாக வாழ்வதற்கான ஒரு கட்டளை. மக்கள் அவரவர் மதத்தைப்பொறுத்து, அவர்களின் நம்பிக்கையின்படி தெய்வங்கள், இறைவன், அல்லது 'எல்லாம் அதுவே' மீது கொண்டுள்ள அன்பு, பக்தியின் ரூபத்தை ஆன்மீகக் கருத்தாக கூறும் விதம் ஆகியவை சரித்திரம் முழுவதும் ஒரு அழகான கலை அம்சத்தை தூண்டியிருக்கிறது."

"ஆனால், முஸ்லிம்கள் கிறிஸ்தவராக இல்லாததால் அவர்களைக் கொல்ல ரிச்சர்ட் என்ற சிங்கநெஞ்சன் (Richard the Lionhearted), ஜெருசலம் (Jerusalem) சென்றதாக நான் பள்ளிக்கூடத்தில் படித்தேனே."

"நீ சொல்வது சரிதான். மதத்தினர் அனைவரும் அவரவர் மதத்தின் ஆன்மீக கொள்கைகளைப் பின்பற்றுவதில்லை. மதத்தின் பெயரில், மில்லியன் கணக்கில் கொல்லப்படுகின்றனர். அரசியல், அதிகாரம் ஆகியவைதான் பிரச்சினைகளை உண்டுபண்ணுகின்றன. இவை இரண்டும் ஆன்மீக கொள்கையுடன் சரிவர கலப்பதில்லை. அரசியலும், பல தரப்பட்ட சர்ச்சுகளும், ஆதிக்கத்திற்கு முனைந்து, அவர்களுக்குள்ளும், பின்பற்றுபவர் இடையிலும் பிரிவுகளை உண்டாக்குகின்றன. மதங்களின் இடையே இருக்கும் மோதலுக்கான மூலகாரணம் ஆன்மீக மதிப்பீடுகள் அல்ல, அரசியல் அதிகாரமே, என்பதை நீ அறிந்துகொள்ள வேண்டியது அவசியம்."

"நான் புரிந்து கொண்டேன் என நினைக்கிறேன்."

"ஒரு குறிப்பிட்ட மதநம்பிக்கையின் உறுப்பினராக இல்லாமல், ஆன்மீக கருத்து கொள்வது முரண்பாடு ஆகாது. ஆனால், நீ விரும்பினால், இதைப்பற்றி இன்னும் அதிகமாக நான் பிறகு கூறுகிறேன்.

இப்பொழுது, ஆன்மீக வாழ்க்கைப்பற்றிய கொஞ்சம் பின்னணி செய்தியுடன், நான் உன் கேள்விகளுக்கு சில பதில்களைத்தர விரும்புகிறேன். அதன் பிறகு, உன்னுடைய ஆத்மாவுக்கும் நீ வசிக்கும் இவ்வுலகிற்கும் உள்ள தொடர்பைப்பற்றி கொஞ்சம் வீட்டு பாடமாக நான் உனக்கு தருகிறேன். அதை நீ பிறகு ஆராயலாம்."

ரிக்கி பணிவாக சொன்னான், "உனக்கு நன்றி."

ரிக்கி இப்போது மிகவும் நிம்மதியாக உணர்ந்தான். முதிய ஆத்மாவின் அன்புகொண்ட சக்தி உணரக்கூடியதாக இருந்தது. அவனுடைய அனைத்து புலன்களிலும் அந்த அன்பு உணரப்படுவது தெரிந்தது. இதற்கு முன் அவன் கவலைகளை யாரிடமும் சொல்லாததால், அவன் கேள்விகளுக்கு முதிய ஆத்மா என்ன சொல்லப்போகிறது என்பதை அறிய ஆர்வத்துடன் இருந்தான்.

முதிய ஆத்மா தொடர்ந்தது, "உன் கேள்விகளான தண்ணீரால் உனக்கு உண்டாகும் பயம் திறந்த முதுகில் குதிரை சவாரி செய்யும் உன் விருப்பம் ஆகியவையின் பதில், உன்னுடைய கடந்த வாழ்க்கைகளை சார்ந்தது. உன் திக்கி பேசும் பழக்கம், பள்ளிக்கூட செயல்பாடு, மற்றும் சரும நிறம், உன் தற்போதைய வாழ்க்கையில் எதிர் காலத்தைக் கணிக்கின்றன.

ஈரமான சகதி நிலத்தில் நடப்பது, குறுகிய நீரோடையை கடப்பது உள்ளிட்ட தண்ணீர் பயம், உன் கடந்த கால வாழ்க்கையைச் சார்ந்துள்ளன.[23] அது உன் ஞாபகத்தில் இல்லை. ஆனால், ஐஸ்லாந்தின் இந்த இடத்தில் முன்பு நீ வாழ்ந்திருகிறாய். 1100 AD காலத்தில் நீ ஒரு உழவனாக இங்கு இருந்தாய். அப்பொழுது நீ இந்த குறுகிய நீரோடையில் மூழ்கி இறந்துவிட்டாய். அப்பொழுது நீ உன் முதியவயதில் கிழவனாக இருந்தாய். வசந்த காலத்தில், இதே நிலபரப்பை நீ கடக்கும் பொழுது பனியின் மேல் வழுக்கி ஒரு நீரோடையில் உருண்டு விழுந்து மூழ்கிவிட்டாய். இந்த சகதிநிலத்தைக் கடக்கும்பொழுது, உணர்வற்ற உன் மரணத்தின் ஞாபகம் உன்னுள் தூண்டப்படுகிறது. இதுதான் உன் பயத்தின் தொடக்கம்."

ரிக்கி வியப்படைந்தான். "வாவ்!"

ஆசிய கண்டத்தை சேர்ந்த ஒருவர் என்னிடம்
ஐரோப்பாவின்
விளக்கம் என்ன என்று கேட்டால் நான் பதில்
தந்தாக வேண்டியது: வெற்றிடத்திலிருந்து
மனிதனை உண்டாக்கி, மேலும்
அவனுடைய தற்கால பிறப்பு தான் வாழ்க்கையில்
அவனது முதல் பிரவேசம் என்ற
நம்பமுடியாத மாயத்தோற்றத்தால் பீடிக்கப்பட்ட
உலகத்தின்
ஒரு பகுதி அது என்பதே.
Arthur Schopenhauer

---

23 குறிப்பட்ட முந்திய வாழ்க்கைகள் வாழ்ந்ததாக இப்புதகத்திலுள்ள அத்தனை குறிப்புகளும் ஆசிரியரின் சொந்த கடந்த வாழ் நாளின் நம்பத்தகுந்த நினைவுகள்

"குதிரையின் திறந்த முதுகில் சவாரி செய்யும் உன் கேள்விக்கான பதில் -- மீண்டும், இதற்கு உன் விருப்பம் 18-ம் நூற்றாண்டு ஆரம்ப காலத்து வாழ்க்கையிலிருந்து உண்டாகியது. நீ வட அமெரிக்காவில் இந்தியனாக இருந்தாய். நீ குதிரைகளை விரும்பி, உன் குலவழக்கப்படி எப்பொழுதும் குதிரையின் திறந்த முதுகின் மீது சவாரி செய்து, வாழ்க்கையின் பெரும் பகுதியை குதிரைகளில் சவாரி செய்தே கழித்தாய்."

"நுட்பமாக, கடந்த வாழ்க்கை என்றால் என்ன?"[24]

"நீ இந்த வாழ்க்கையின் பிற்பகுதியில், கடந்த வாழ்க்கையைப் பற்றிய நிபுணன் ஆகி விடுவாய். இதைப்பற்றி நான் பிறகு சொல்கிறேன். தற்பொழுது நீ அறிய வேண்டியதெல்லாம், நீ ஒரு மிகப்பழைய உயிர். டஜனான வாழ்க்கைகளை பூமியில் வாழ்ந்து இருக்கிறாய்."

முதிய ஆத்மா தொடர்ந்தது, "நீ உன்னை வேறுபட்டவனாகவும், தனிமையாகவும் உணரும் உன் கேள்விகளுக்கு இப்பொழுது பதில் தருகிறேன். திக்கிபேசும் உனது பழக்கம், நீயே ஏற்படுத்திக்கொண்ட ஒரு சுயதண்டனையாகும். நீ உன்னையே துன்புறுத்திக்கொள்ள உண்டாக்கிக்கொண்ட ஒரு பிரச்சினை."

திகைப்படைந்த ரிக்கி கேட்டான், "என்ன?"

"மற்றவகையில் அல்லாமல், உன்னை விட உணர்ச்சிபூர்வமாக போராடுபவருக்கு நீ இந்த பாதிப்பினால் ஆழ்ந்த அனுதாபத்தை ஏற்கனவே பெற்று விட்டாய். நீ உன் தொழிலை ஆரம்பித்து, மக்களின் உணர்வு ரீதியான பிரச்சினைகளுக்கு சிகிச்சையளிக்கும் மருத்துவ நிபுணனாக இருக்கும்பொழுது, இந்த அனுபவம் உனக்கு உதவியாக இருக்கும்."

"ஆனால், நான் வளர்ந்து கால்நடை மருத்துவனாக திட்டமிடுள்ளேன்."

"மிருகங்களின் மீது உன் அன்பு எப்பொழுதும் இருக்கும். உன்னுடைய கவனம் மற்றவரை குணப்படுத்தவும், உதவி செய்யவும் இருக்கும். இது உன்னை லேசாகக் கவலை கொள்ளச்செய்கிறது என எனக்குத் தெரியும், ஆனால் நீ வளர்ந்த பின்னர் உன் கவனம் மிருகங்களின் மேலிலிருந்து மனிதர்கள் பக்கம் மாறிவிடும், என்பதை, இப்பொழுதே சொல்கிறேன்."

ரிக்கி ஆழ்ந்த சிந்தனையுடன் முணு முணுத்தான், " அப்படியா."

---

24 இந்த பொருளின் மீது மேற்கொண்டு தகவலுக்கு: Joe Fisher: The Case for Reincarnation. Toronto: Somerville House Publishing, 1998. Hans Ten Dam. *Exploring Reincarnation: The Classic Guide to the Evidence for Past-Life Experiences*. London: Random House, 2003.

முதிய ஆத்மா மென்மையாக சொன்னது, "உன் கேள்விகளின் பதில்களைத் தொடர விரும்புகிறேன்.

படிக்கவும், எழுதவும் உனக்கு உண்டாகும் பிரச்சினைப் பற்றிய கேள்விக்கு பதில் என்னவென்றால், இந்நிலை உன் சுயதண்டனையினால் உண்டானதுதான். இது எழுத்தறிவுக்குழப்பம் (dyslexia) என்ற நிலையின் அறிகுறி. உன் திக்கிப்பேசும் பழக்கத்தைப்போல், இந்த எழுதப் படிக்க முயலும் போராட்டமும், கஷ்டத்திலிருந்து மீள தேவைப்படும் கடுமையான வேலையை நீ பாராட்ட உதவும்.

மேலும் இறுதியாக, கருத்த சருமத்தால் வேறுபட்டுத் தோன்றுவதைப்பற்றிய உனது கடைசி கேள்வியின் பதில் என்னவென்றால், இதுவும் உன்னுடைய சுயதண்டனையே. வேறுபட்டுக் காண்கின்ற அனுபவம் உன்னை மற்ற கருப்பு சருமத்தை உடையவருக்காக ஆழமான உணர்திறன் பெறவும், மற்ற இனத்தவருக்காக ஆழமான உணர்திறன் பெறவும் உதவும். எதிர்காலத்தில் நீ மருத்துவ நிபுணனாக வேலை செய்யும் பொழுது, இது மிகவும் முக்கியத்துவம் வாய்ந்ததாக இருக்கும்."

இது ரிக்கி கிரகித்துக்கொள்வதற்கான நிறைய தகவல்களாகும். அவன் பிரமித்து, திகைத்துப் போய் இருந்தான். ரிக்கியின் திகைத்துப்போன முகத்தோற்றம், அவனுடைய கோப்பை நிறைந்து விட்டதாக முதிய ஆத்மாவுக்கு காட்சியளித்தது. சொல்லப்போனால், அவனுக்கு அன்றைய முதல் சுற்று செய்தித்திரள், கையாள்வதற்குப் போதுமான வகையில் இருந்தது.

முதிய ஆத்மா எட்டி ரிக்கிவுக்கு ஒரு குளிகையைக் கொடுத்து, "இந்த குளிகையில் ஒரு பாடத்தின் தோற்றத்தில் எண்ணக்கற்றை (thought bundle) உள்ளது. இன்று உறங்கிய பின் இந்த குளிகையில் அடங்கிய விஷயங்களைத் திறந்து அறிந்து கொள்ள நான் உதவி செய்கிறேன். நீ இதை ஆர்வமுடன் காண்பாய் என நிச்சயமாக சொல்கிறேன்."

ரிக்கி குளிகையைப் பெற்றுக்கொண்டான். "நீ என்னை சந்தித்ததற்கும், உனது தகவல்களுக்கும், மிக்க நன்றி."

முதிய ஆத்மா அன்பான புன்னகையுடன் பதிலளித்தது, "பரவாயில்லை"

ரிக்கியின் அறிந்து கொள்ளும் ஆர்வம் எழுப்பப்படுகிறது. அவன் பரிமாணத்தை விட்டு வரும்பொழுது, இரண்டு கேள்விகளை முதிய ஆத்மாவிடம் கேட்க முடிவு செய்தான், "உன் சினேகிதியான அந்தப் பெண் பேய், நீ ஒரு ஆவி என்றும், நீ ஆன்மீகப் பரிமாணத்தில் குடியிருப்பதாகவும் சொன்னாளே?"

"அதுதான் நான். நீ இங்கே என் ஆய்வுக்கூடத்தில் அமரும்போது, ஆன்மீகப் பரிமாணத்தைப் பற்றிய ஒரு பார்வை உனக்குக் கிடைக்கிறது."

ரிக்கி தொடர்ந்தான், "என் அம்மா ஒரு முறை என்னிடம் சொன்னாள், சில வருடங்களுக்கு முன் இறந்த அவளுடைய தகப்பனார்தான் தனக்கு "பைல்ஜா" "(fylgja)"[25] என்றும், மேலும் அவள் பாதுகாப்பற்றவளாக உணரும் போது, அவள் உள்ளுணர்வுகளை உயர்த்தி, அவளுக்கு அது ஆன்மீக வழிகாட்டுவதாகக் கூறினாள். நீயும் அதைத்தான் செய்கிறாயா, நீயும் ஒரு பைல்ஜா (fylgja) வா?"

"ஆமாம், எனது மற்ற கடமைகளுடன், அந்த மாதிரியான வேலையையும் நான் அனுபவிக்கிறேன்."

---

25 ஐஸ்லாந்தின் கிராமப்புறப் பாடல்களில் பைல்ஜா (Fylgja, plural: Fylgur) வழக்கமாக உடன் இருக்கும் ஆவியாகவும், மேற்கத்திய நாகரீகத்தில் பொதுவாக சொந்த ஆன்மீக வழிகாட்டியாகவும் குறிப்பிடப்படுகிறது. பைல்ஜா ஒரு நபரின் விதியை அறிந்து, அந்த நபரிடம் தோன்றி, துக்கம் தரும் சூழ்நிலைகளில் தேற்றி, வாழ்நாள் முழுவதும் ஒரு வழிகாட்டியாக விளங்கும். எல்லோருக்கும் ஒரு பைல்ஜா உண்டு. சிலர் தன் உள்ளுணர்வு புலனால் அது இருப்பதை தெரிந்து கொள்வர். ஒரு நபர், மற்றவருடைய பைல்ஜாவை அறிய முடியும். ஒரு சாதாரண உதாரணத்திற்கு, ஒரு நபர் வருவதற்கு ஓரிரு நிமிடங்கள் முன்பே அவருடைய பைல்ஜா வந்திருப்பது, புலன்களால் கேட்கப்படும், அல்லது அறியப்படும். வீட்டில் வளர்க்கும் நாய், பூனை ஆகிய விலங்குகளும் தன் எஜமான் வரும் முன் அவருடைய பைல்ஜாவின் (Fylgja) வருகையை உணர்ந்து கொள்வர்.

இருப்பினும், ஐஸ்லேன்டின் புராணக்கதைகளிலும், இலக்கிய படைப்புகளிலும் பைல்கருக்கு (Fylgur) பல விளக்கங்கள் உள்ளன. அந்தக் கதைகளில் பைல்கர் (Fylgur) தவறாமல் ஒரு பெண்ணாகத்தான் இருக்கும். அவை, பல தரப்பட்ட மனித, மிருக உருவங்களில் நேரிலும், கனவிலும் தோன்றும். அவை, பல வகைகளில் பாதுகாப்பதற்காகவும், உதவி செய்வதற்காகவும் இருப்பர் (பிள்ளை பிறக்கும் போது, தாய் உடன் இருப்பது போல்). அவை, ஒருவருடைய அல்லது மற்றவருடைய மரண செய்தியை முன்கூட்டியே அறிவிப்பர். போர்க்களத்திலும் அவைகளின், உடன்பாடு, விரும்பத்தக்கது.

இதையும் பார்க்கவும், Erlendur Haraldsson's research published in *The Departed Among the Living*. Guilford: White Crow Books, 2012, where apparitions appeared, often in harrowing circumstances, to assist the living. Also, see a particularly interesting account of a newly departed pilot appearing as an apparition to his friend, in Tricia J. Robertson's *Things You Can Do When You're Dead: True Accounts of After Death Communication.* Guilford: White Crow Books, 2013.

ரிக்கி முதிய ஆத்மாவிடமிருந்து உண்டான அன்பான எண்ணத்தை, ஆர்வத்தோடு உணர்ந்தான். "நீ என்னுடைய ஆன்மீக வழிகாட்டியாக இருந்து, பைல்ஜா (fylgja) வாக இருப்பாயா?"

முதிய ஆத்மா புன்னகைத்தது. "ஆமாம், நீ விரும்பினால். உன் உள்ளுணர்வை ஊக்குவிக்கும் வடிவில், எல்லா விஷயங்களிலும் உனக்கு வழிகாட்டியாக இருப்பேன், ஆனால் என்ன செய்வேன் என்று நான் சொல்ல மாட்டேன்."

ரிக்கி தன் தோள்களிலிருந்து ஒரு பாரத்தை இறக்கி வைத்து விட்டது போன்று உணர்ந்தான். நிவாரணத்துடன் "உனக்கு நன்றி" என பதிலளித்தான்

"இது என் சந்தோஷம்."

முதிய ஆத்மா இப்பொழுது எழுந்து நின்று சொன்னது, "நமது முதல் சந்திப்புக்கு இது போதும் என நான் நினைக்கிறேன். இன்னொரு நாள் சந்திக்கலாம்."

ரிக்கி, ஆர்வத்துடன் கேட்டான், "நாம் மீண்டும் எப்பொழுது சந்திப்போம்?"

"இன்றிலிருந்து நான் உன்னுடைய பைல்ஜாவாக (fylgja). இருப்பேன். ஆனால் நீ என்னை சந்தித்து இன்று போல் உரையாட வேண்டுமென்றால் நீ இங்கே ஹீதர் ஹில்லுக்கு வர வேண்டும்."

"உனக்கு நன்றி, நான் அதை செய்கிறேன்."

ரிக்கி எழுந்து நின்றான். ஆய்வுக்கூடத்தை விட்டுத் திரும்பினான். ஒரு வலிமையான சக்தி அவனை முன்பக்கமாக இழுத்தது. கண நேரத்தில் அவன் ஹீதர் ஹில்லுக்கு வெளியே தடுமாற்றத்துடன் நின்றிருந்தான்.

விசித்திரமான விஷயம் என்னவென்றால், நேரம் போன மாதிரி தெரியவில்லை. அவன் குதிரை, டிரஸ்ட், சரியாக அதே தோரணையில் நின்றுகொண்டிருந்தது. பொன்னிறப் பறவையின் கீச்சுக்குரலும் சிறிதும் தடைபடாமல் பீஈஈஈ... பீஈஈஈ... பீஈஈஈ... என லயத்துடன் ஒலித்துக்கொண்டிருந்தது. இருப்பினும் ஒரு அதிசயமான சந்திப்பு நடந்திருக்கிறது. இருப்பினும், ஒளியைவிட அதிக வேகத்தில் சென்ற ஒரு கணத்தில், ரிக்கி ஒரு பெரும் அளவிலான அறிவை பெற்றிருக்கிறான்.

ஒரு சில நிமிடங்கள் நடந்ததை கவனத்தில் கொண்டு, ரிக்கி அவன் குதிரையில் ஏறி வீட்டிற்கு புறப்பட்டான். கடந்த வாழ்க்கையைப் பற்றி

அவன் கேள்விப்பட்டதேயில்லை. முதிய ஆத்மா ஒரு ஆணாகவோ, அல்லது பெண்ணாகவோ தோன்றாத உண்மையால் அவன் ஸ்தம்பித்திருந்தான். அந்த ஆத்மா எந்த குறிப்பிட்ட பாலினத்தையும் சார்ந்ததாகத் தெரியவில்லை. இருப்பினும், முதிய ஆத்மா முழுஉணர்வுடன், அவன் சந்திக்கும் மற்ற ஆட்களைப்போலவே காட்சியளித்தது. கடந்த வாழ்க்கையில் ஒரு வட அமெரிக்க இந்தியனாக இருந்ததைக் கேட்டது போல, அவனது பயம், சதுப்பு நிலம் ஆகியவை பற்றி அவனுக்கு கிடைத்த செய்தியும் உதவியாக இருந்தது, சவாரி செய்து வீட்டிற்கு வரும்பொழுது, அவன் ஒரு இந்தியனாக இருந்ததை நினைத்து, அவன் தாய் தான் "ஒஸ்ஸியோலா" (Osceola's sister) வின் தங்கையுடைய கொள்ளுப்பேத்தி என நிரூபிக்கும் ஆவணங்கள் அவளிடம் இருந்ததாக அறிவித்தாள். மத்திய 18-ம் நூற்றாண்டில், ஃப்ளோரிடாவின் எவர்க்லேட்ஸில் வாழ்ந்த செமினோல் இந்தியர்களின் (Seminole Indians in the Everglades of Florida) புகழ் பெற்ற போர்வீரன் ஒருவன்தான் ஒஸ்ஸியோலா (Osceola). அவனுடைய தூரத்து உறவினர் ஒரு இந்தியன். அவன் நரம்புகளில் உண்மையில் இந்திய இரத்தம் ஓடிக்கொண்டிருக்கிறது. இது மிகுந்த மகிழ்ச்சியை உண்டாக்கியது.

அவனுடைய மற்ற கேள்விகளுக்கான முதிய ஆத்மாவின் பதில்கள் ஏற்றுக்கொள்ள கடினமாகவும், நடைமுறையில் தற்சமயம் உதவிகரமாகவும் இல்லை. ரிக்கி மற்றவர் பிரச்சினைகளை தீர்க்கும் ஒரு மருத்துவ நிபுணனாக இருக்க நினைத்ததேயில்லை. அவன் இப்பொழுதும் ஒரு கால்நடை மருத்துவனாக இருந்து காயப்பட்ட பிராணிகளைக் குணப்படுத்தவே விரும்புகிறான். திக்கிப் பேசும் பழக்கத்திற்கும், எழுத்தறிவுக் குழப்பத்தால் (dyslexia) பாதிக்கப்பட்டு துன்புறவும், அவனே காரணம் என்பது சிந்திக்க முடியாத விஷயமாக இருந்தது. கருணை மற்றும் விடாமுயற்சி ஆகிய பண்புகளை விருத்தி செய்ய சுலபமான வழிகள் நிச்சயமாக இருக்கும்.

மாலையில் பால் கறக்க, பசுமாடுகளை தொழுவத்திற்கு அழைத்து வரவேண்டிய சரியான நேரத்தில் வீட்டிற்கு வந்து சேர்ந்தான் ரிக்கி. ஹீதர் ஹில்லில் கழிந்த நாளின் முக்கிய சம்பவங்களைப்பற்றி யாரிடமும் சொல்லவில்லை. இரவு சாப்பாடு முடித்து, அவன் வேலைகள் முடிந்த பின், ரிக்கி தன் படுக்கை அறைக்குள் சென்றான். அவன் மேசை மீது இருந்த எண்ணெய் விளக்கை ஏற்றினான். படுக்கையில் முதிய ஆத்மா சொன்னதை நினைத்துக்கொண்டு படுத்தான். சிறிது நேரம் கழித்து, விளக்கு அணையும் அளவுக்கு திரியை குறைத்து, உறங்கி விட்டான்.

உங்கள் இயல்பான வாழ்க்கையின் நோக்கம்

அடுத்த நாள் விடியற் காலையில், பாதி தூக்கத்தில் படுத்திருந்த ரிக்கி, வீட்டுப் பாடமாக முதிய ஆத்மா அவனிடம் கொடுத்த குளிகையைத் (capsule) திறந்தான். ஒரு கணநேரத்தில் அவன் ஒரு புத்தகத்தை படித்து அதிலிருந்த விஷயங்கள் அனைத்தையும் புரிந்து கொண்ட மாதிரி இருந்தது.

முதிய ஆத்மா கூறியதாவது: "நான் நிறைய தகவல்களுடன் உன்னை விளாசிவிடப்போகிறேன், ஆரம்பத்திலிருந்தே, நீ இதை உன் வாழ்க்கையின் அடிப்படைப் பின்னணியாக தழுவிக்கொள்வாய் என நம்புகிறேன். உனக்கு கொடுக்கப்போகும் வழிகாட்டுதல்கள், உடல்சார்ந்து வாழும் உன் உலகத்தில் நீ செழித்தோங்க உதவும்.

நான் நேற்று குறிப்பிட்டதைப்போல், ஆரம்பத்திலேயே, நீ ஒரேநேரத்தில் ஜடப்பொருளான பிரபஞ்சத்திற்கு வெளியே, ஆன்மீகப் பரிமாணத்தில் இருக்கும் ஓர் உயிர் என்பதை அறிந்து கொள்ள வேண்டும். ஆன்மீகப் பரிமாணம் தான் உன்னுடைய நிரந்தர இல்லம்.

இயற்கையாகவே நீ ஒரு தனிப்பட்ட, சுய உணர்ச்சியுள்ள ஓர் உயிர், உயர்ந்த விவேகமுள்ள பிரக்ஞையின் (நனவு நிலை - consciousness) கட்டு. ஆன்மீகப் பரிமாணத்திற்குள் உள்ள உன் நண்பர்களுடன் உனக்கு உறவுகள் உண்டு. உன் மனதிற்குப் பிடித்ததை மட்டும் நீ பின்தொடர்ந்து நேரத்தைக் கழிக்கிறாய். உணர்வுகளைப்பற்றி கற்றுக்கொள்வதுதான் நீ படிக்கப்போகும் தலைப்புகளில் ஒன்று, ஆனால் அன்பின் சாதகமான அம்சங்களைத் தவிர அதன் தாக்கத்தின் விளைவுகளை அனுபவிக்கும் வாய்ப்பு ஆன்மீகப் பரிமாணத்தில் இல்லை. அதை செய்ய நீ மற்ற பரிமாணங்களுக்கு பயணிக்க வேண்டும். அந்த மாதிரி பரிமாணங்களில் ஒன்றுதான் இந்த இயல்பான இந்த உலகம், நீ இப்பொழுது அனுபவித்து வரும் பூமி கிரகத்தின் வாழ்க்கை. உயிர்கள் அவைகளின் உள்ளார்ந்த இயல்புகளை அறிந்து ஒரு முடிவின் பக்கம் இயல்வதற்கு தேவையான அரங்கினை பூமி அளிக்கிறது. தற்சமயம் முன்னூறு கோடி மனிதர்கள், அவர்கள் பூமியில் வாழும் இடத்தைப்பொருத்து 40 முதல் 80 வருட வாழ்க்கை சாகசத்தை புரிந்து கொண்டிருக்கின்றனர். உன் உயிரின் ஒரு பகுதியை இயல்பான உலகில் உன் உடலை ஏற்படுத்தி உன் வாழ்க்கையில் விதிக்கப்படும் எண்ணற்ற நிகழ்ச்சிகளை நேரடியாக அனுபவிக்க முடியும். நீ இந்த நிகழ்ச்சிகளை எதிர்கொள்ளும் போது, உனக்கு உண்டாகும் உணர்ச்சிப்பூர்வமான அனுபவம், உன் உள்ளார்ந்த இயல்புகளை அறிந்துகொள்ள உதவும்.

இறக்க மற்றும் மீண்டும் இருக்க என்ற
தொடர் சட்டத்தை
நீ அறியாத வரை இருண்ட பூமியில் நீ
ஒரு தெளிவற்ற விருந்தாளிதான்
Johann Wolfgang von Goethe

இயல்பான இந்த உலகில், நீ பிறந்த சிறிது நேரத்திலேயே மறதியை தூண்டி, நீ ஒரே நேரத்தில் ஆன்மீகப்பரிமாணத்திலும் இருப்பதை, மறந்து விட்டாய். பூமியில் புதிதாக பணியைத்தொடங்க நீ இதைச்செய்தாய் எனினும், ஆன்மீகப் பரிமாணத்தில் உன் வாழ்க்கைப்பற்றிய ஓர் உள்ளார்ந்த அறிவு உன்னிடம் இருக்கிறது. இந்த உள்ளார்ந்த அறிவு அறிந்து விழிக்கச்செய்யும் உன் நனவு நிலையில் ஆதிக்கம் செலுத்தி, உன் வாழ்க்கையில் உனக்காக நீ அமைத்துக்கொண்ட செயல்பாடுகளில் நீ ஈடுபடுவதற்கான நோக்கத்தையும் மற்றும் ஊக்கத்தையும் அளிக்கும்.

பூமியின் மீதான உனது வாழ்க்கை உருவாக்கங்களின் வாயிலாக உன்னை அறிவதாக உள்ளது, அதாவது உனது உள்ளார்ந்த உணர்வுகளை வெளிக்கொணர்வதிலான அனுபவங்களை உருவாக்குதல், குறிப்பாக எதிர்மறை உணர்வுகள். நீ அனுபவிக்கும் உணர்வுகள், உன் உறவுகளான - உன்னுடனும், மற்றவர்களுடனும், மிருகங்கள், ஜடப்பொருள்கள் அல்லது கருத்துகளுடனும் வேரூன்றி இருக்கும். உன் வாழ்க்கையில் நீ அனுபவிக்கப்போகும் விவரங்கள் உன்னிடமிருந்து மறைக்கப்படவில்லை. நீ பிறக்கும் முன்பே, முக்கிய நிகழ்ச்சிகளை, நீயே தேர்ந்தெடுத்து, உன் வாழ்க்கையில் முக்கிய பாத்திரமாக பங்காற்றப்போகும், சந்திக்கப்போகும் நபர்களையும், உன்அதிக பட்சநேரத்தை கழிக்கப்போகும் இடங்களையும், நீயே தேர்ந்தெடுத்திருக்கிறாய். மேற்கொண்டு நீ அதிகமாக எதிர்கொள்ளப்போகும் சவால்களின் விதம், இத்தகைய சூழல்களில் நீ இருந்தால், அதிலிருந்து மீள்வதற்கு உனக்கு இருக்கும் தேர்வுகள், ஆகியவற்றையும் நீயே தேர்ந்தெடுத்திருக்கிறாய். நீ தேர்ந்தெடுத்த சூழ்நிலைகள் உனக்கு புலப்படும் பொழுது, அவைகளுக்கு பதில் அளிக்க நீ எந்த முடிவு எடுப்பதற்கும் உனக்கு சுதந்திரம் உண்டு, ஏனெனில், உனக்கு சுயவிருப்பம் உண்டு. அந்த நேரங்களில் நீ பொறுத்துக்கொள்ளும் எல்லை வரை உன் பொறுமை சோதிக்கப்படும். இது ஏற்படும்பொழுது, உன் தெய்வீக அறைகூவல் அல்லது சோதனை, உன் தற்கொலைக்கோ அல்லது மற்ற மனிதனை கொல்லவோ இல்லை, இந்நேரங்களில் நீ எவ்வளவுதான் மனம் தளர்ந்து காணப்பட்டலும் சரி.

படைப்பினால் நீ யார் என
கண்டுபிடிப்பதுதான் வாழ்க்கை

உனக்குள் எதிர்விளைவை உண்டாக்கும் எதிர்ப்புகளின் மூலம், உனக்குள் நீ உண்டாக்கிய உணர்வுபூர்வமான அனுபவங்களிலிருந்து பாடம் கற்றுக்கொள்வதுதான் உன்னுடைய வாழ்நாளின் முக்கிய பணி. இதைச் செய்வதினால் நீ யார் என்று மீண்டும் ஞாபகப்படுத்திக்கொள்ளத் (அதாவது சுயமாக சுமத்திக்கொள்ளப்பட்ட மறதிக்கு முன்) தொடங்குவதை மட்டுமல்ல, உன் உள்-இயற்கையின் புதிய அம்சங்களையும் நீ கண்டுபிடிப்பாய். இந்தப் புதிய கல்வியால் நீ ஆன்மீக ரீதியாக வளர இயலும். இதுதான் இயல்பான வாழ்க்கையின் முக்கிய நோக்கம். தொடர்ச்சியாக பலதடவை உலகில் வாழ்ந்து நீ உன்னை மீண்டும் ஒரு உயர்ந்த இலட்சியத்தில் உண்டாக்கி, நீ உன்னையே அறிந்து ஆன்மீகரீதியாக வளர்ந்து, நீ ஆன்மீகப் பரிமாணத்தில் உயர்ந்த ஸ்தானத்தைப் பெறுவாய்."

முதிய ஆத்மா தொடர்ந்தது, "இப்பொழுது, நனவுநிலை (consciousness) அனைத்து பொருள்களிலும் ஊடுருவிச்செல்லும். "நனவுநிலையின் அலகு" (conscioueness unit),[26] இதன் அடிப்படை மூலக்கூறு ஆகும். நனவுநிலை அலகு எண்ணற்ற விதங்களில் ஒருங்கிணைந்து, உலகத்தில் நிலைத்திருக்கும் அத்தனை பொருள்களையும் உண்டாக்குகிறது. உதாரணத்திற்கு, இந்த நனவுநிலை ஒருங்கிணைந்து ஓர் அணு உருவாகும், இந்த அணுக்கள் எல்லாம் ஒன்று கூடி, தனிம அட்டவணையில் வரிசை படுத்தப்பட்ட அடிப்படை தனிமங்களை உண்டாக்கும். அதன் பின், பெரிய, அதிக சிக்கலான உணர்வு நிலையின் கூட்டமைப்பு உண்டாக்கி, அவை பின்னர் உயிரணு, மற்றும் உறுப்புகள் உண்டாக்கி, முடிவில், உறுப்புகளெல்லாம் ஒன்று கூடி, இப்பொழுது நீ கொண்டிருக்கும் இயல்பான உடல் உண்டாகிறது. நனவுநிலை அலகுகளின் கட்டமைப்பு முடிவற்றது. ஆரம்பம் முதல் இறுதி வரை இந்தக் கட்டமைப்பு ஒரு சுழற்சியில் தொடர்ந்து சென்று கொண்டேயிருக்கும். மனிதர்களுக்கும் மிருகங்களுக்கும் இது "வாழ்நாள்" அல்லது "ஆயுள் காலம்" என குறிக்கப்படும். இந்த ஆயுள் காலத்தின் முடிவில், சிக்கலான இந்த கட்டமைப்புகள் கரைந்து தன்னுடைய அடிப்படை தனிமத்திற்கே திரும்பிவிடும். பின்னர் அவை மீண்டும் ஒருங்கிணைந்து, ஒரு புதிய உடலைமைப்பு உண்டாகும்.

26 Jane Roberts. *The Unknown Reality: A Seth Book*. Vol.1. New York: Prentish Hall, 1986.

நாம் பூமியில் சமநிலையில் நடக்க வேண்டும் -
ஆன்மீகத்தில் ஒரு கால், பருநிலையில்
ஒரு கால் என்று

Lynn Andrews

நீ ஒரு உயிர் என்பதால், இயற்கையாக உலகத்தில் இருக்கும் பொருள்களைவிட எல்லையற்ற பெரும் சிக்கலான நனவுநிலை உனக்கு கொடுக்கப்பட்டிருக்கிறது. உன் நனவுநிலை பூமியின் பரிமாணத்திற்கு வெளியே இருக்கிறது. இது முடிவில்லா நித்தியநிலை பெற்றுள்ளது. இது என்றும் இறப்பதில்லை. இது நனவுநிலை உண்டாக்கும் ஜடப்பொருள், மற்றும் இவ்வுலகின் உயிரினங்களை உண்டாக்கும் அடிப்படை தனிமங்களாக கரைந்துவிடுவது இல்லை.

நான் முன்பு அறிவித்ததைப்போல், உன் உடல் மூலமாக, உன் உயிரின் ஒரு பகுதி உலகில் தோற்றுவிக்கப்படுகிறது. எனினும் உயிரின் பெரும் பகுதி உலகில் நீ அவதரிக்கும் போது ஆன்மீகப் பரிமாணத்திலேயே இருக்கும். இந்த பெரும் பகுதியை நான் இனிமேல் "உயர்-ஆத்மா" என்றும், உன் உடலில் தோற்றுவிக்கப்பட்டிருக்கும் பகுதியை உன் "உயிர்" என்றும் குறிப்பிடுவேன். உன் உயிரும், நான் விவரித்த அடிப்படை நனவுநிலையும் இணைந்து உன்னுடைய "உள் அடையாளத்தை" உண்டாக்குகின்றன. உன் உள் அடையாளம், அதன் முறையில், வெளி-ஆணவத்தை உண்டாக்குகிறது. வெளி-ஆணவம், வெளியுலகத்தைப் பார்க்கிறது. (ஒரு மேற்கோளாக, உடல் அதன் கண்களுடனும், புலன்களுடனும் உலகில் இயங்கும் ஒரு கேமரா போன்றது. அதே சமயம், உன் வெளி-ஆணவம், என்ன படம் எடுக்கவேண்டும் என்பதைத் தீர்மானித்து, கேமராவை இயக்கும்). வெளி-ஆணவம் வெளியுலகின் தகவலை சேகரிக்கும் ஒரு மையமாகும். இதில்தான் தகவல்களும் உட்கிரகிக்கப்பட்டு, உங்களது ஆரம்ப காலத்திலான பதிவுகளும் கருத்துக்களும் உருவாக்கப்படுகின்றன. கிரகிக்கப்பட்ட தகவல், மேலோட்டமாக பகுத்து ஆராயப்பட்டு, உள் அடையாளத்திற்கு செலுத்தப்படுகிறது. அங்கே இது ஆழமான நிலையில் விளக்கப்பட்டு, உயிருக்கும், அங்கிருந்து உயர்-ஆத்மாவுக்கும் அனுப்பப்படுகிறது. தகவல் இரண்டு திசைகளிலும், அனைத்து வழிகளின் மூலம் செலுத்தப்படுகிறது. ஆக, ஒரு மனிதன் அனைத்து சமயங்களிலுமே தகவலைப் பெற்று, ஆன்மீகப் பரிமாணத்தில் இருக்கும் உயர்-ஆத்மாவுக்கு அதை அனுப்பிக்கொண்டும், உயர்-ஆத்மாவிலிருந்து பூமியில் வெளி-ஆணவத்திற்கு பெற்றுக்கொண்டும் இருப்பான்.

ஆக, சுருக்கமாக: உரையாடும் நோக்கத்திற்காக, நீ அவசியமாய் நான்கு நிலைகளை கொண்டுள்ளாய். (1) உன் உயர்-ஆத்மா, (2) உன் உயிர், (3) உன் உள் அடையாளம், இது உனது உடலின் அடிப்படை நனவுநிலையும்,

உன் உயிரும் ஒருங்கே இணைந்து உண்டானது, கடைசியில் (4) உன் வெளி-ஆணவம். உயர்-ஆத்மாவும் உயிரும் உன்னுடைய ஆத்மா. உன் உள் அடையாளம்தான் உன் நினைவற்ற நிலை, உன் வெளி-ஆணவம் உன்னை எழுப்பும் நனவு நிலை. இப்பொழுது, மாறுபட்ட நிலைகளை கற்பனையால் செய்து பார்த்து, பரந்த, திரவ நிலை கூறுகளுடன் கூடிய பெரிய திணிப்பினைக் கொண்ட நீ யார் என்பதை அறிந்துகொள்.

உலகில் ஒரு ஆயுள் காலத்திற்கு உன் உயர்-ஆத்மா எடுத்த முதல் படி என்னவென்றால், அது உன் பெற்றோரின் உயர் ஆத்மாக்களுடன் தொடர்புகொண்டு அவர்கள் உன்னை கருத்தரிக்க ஒப்புக்கொள்வதற்கு, அவர்களுடன் ஓர் உடன்படிக்கை செய்து கொண்டது. உன் கருத்தரிப்பு தொடங்கப்பட்டு ஒரு செயல்முறையின் மூலம் இயல்பான இந்த உலகத்திற்குள், அடிப்படையான நனவு நிலையின் துகள்கள் குழுக்களாக ஒன்று சேர்ந்து, இப்பொழுது நீ கொண்டிருக்கிற மனித உடலாக உருவெடுத்தன. உன் உடல் உன் பெற்றோருடைய உடல்களின் கூட்டு சேர்க்கையுடன், உன் முந்திய பிறப்பில்[27] கொண்டிருந்த உறைக்கத்தக்க ஒற்றுமைகளையும் கொண்டு ஒரு உருவத்தைப் பெற்றிருக்கிறது.

கருத்தரித்த உடனே, உன் உயிர் உருப்பெற்ற கருவுடன் கலந்து, உன் அக அடையாளத்தை தோற்றிக்கொண்டு, ஒன்றுபட ஆரம்பிகிறது. இந்த நேரத்தில் உன் சிசு வளர்ந்து கடைசியில் தோன்றும் உருவத்தில் உன் உயிர் கலந்து, முழுவதும் ஒன்றுபடுகிறது. கர்ப்பக்காலத்தில் இந்த உறவு வளர்ந்து ஒருமித்த உறவாக மாறுகிறது. அதாவது, நீ இப்பொழுது கொண்டுள்ள உடலில் உன்னுடைய உயிர் இல்லாமல் அதனால் வாழமுடியாது. உன் உயிரைக் கழித்தால், உடல் இறந்து விடும். உடலின் நனவுநிலையுடன் வேலை செய்யவும், உன் அடையாளத்தை ஏற்படுத்தவும் இந்த ஒருமித்த உறவு தேவை. இந்த உறவு வாழ்நாளில் உடல் வளர்வதையும், எவ்வாறு பல்வேறு விதங்களில் உடலை வளர்க்கலாம் என்பதையும் தீர்மானிக்க உயிருக்கு உதவுகிறது. இப்படி ஒருமித்து உருவாகும் நேரத்தில் நீ வளரும் விதத்தை வேண்டுமென்றே தூண்டியதால் திக்கி பேசும் பழக்கமும், நேற்று நான் இப்பொருளின் மீதான சுவாரஸ்யமான ஆய்வை, குறிப்பாக, ஒருவாழ்விலிருந்து மறு வாழ்விலான முகஅடையாள ஒற்றுமைகளுக்கு, பார்க்க சொன்ன எழுத்தறிவுக்குழப்பம் கொண்டவனாகவும் (dyslexic) உன்னை மாற்றியது."

27 இப்பொருளின் மீதான சுவாரஸ்யமான ஆய்வை, குறிப்பாக, ஒருவாழ்விலிருந்து மறு வாழ்விலான முகஅடையாள ஒற்றுமைகளுக்கு, பார்க்க: Dr. Walter Semkiw's books: *Return of the Revolutionaries*. Hampton Roads, Charlottesville, 2003, and *Born Again: Reincarnation Cases Involving Evidence of Past Lives with Xenoglossy Cases Researched by Ian Stevenson*. San Franciso, self-publication, 2011

பின்பு முதிய ஆத்மா தனது உரையை முடித்தது, " உன் உயிர் உன் உடலுக்கு உள்ளேயே இருக்கவில்லை, என்பதை நீ அறிய உனக்கு ஆர்வமாக தோன்றலாம். உயிர் உன் உடலைச் சூழ்ந்துள்ளதே தவிர, உடல் உயிரை சூழ்ந்திருக்கவில்லை. உயிரின் சக்தி உடலுக்குள் மிகவும் செறிந்து காணப்படுகிறது. இது உடலை விட்டு விலகிச்செல்லும் பொழுது சிதைந்து, கரைந்து, சில அடிகள் தூரத்தில்மறைந்து விடும். இதனால்தான் உன் உடலின் புலன்களால் அறியப்படாத நிலையிலும், அருகில் யாரோ ஒருவர் இருப்பதாக நீ அறியமுடிகிறது. சிலர் இந்த ஒளிரும் உயிரின் சக்தி கோட்டங்களைக் கண்கூடாக பார்க்கும் திறன் கொண்டுள்ளனர். இது பெரும்பாலும் "சக்தி-வெளி" (aura) எனக் குறிக்கப்படுகிறது."

இத்துடன், ரிக்கியின் "வீட்டு பாடம்" (homework), முடிவடைந்தது.

கருத்துக்களின் சிக்கலாக இந்த பாடம் இருந்த போதிலும், ரிக்கி தன் பன்னிரண்டு வயதில் இதை உட்கிரகித்து, ஞாபகத்தில் கொண்டு, அதை ஒரு நனவுநிலையில் புரிந்து கொண்டான். இதை விட இயற்கை வேறொன்றுமில்லை என்பது போல இருந்தது. அவனுடைய உயிரும், உயர்-ஆத்மாவும், அவன் இந்தத் தகவலை துல்லியமாகப் புரிந்துகொள்வதற்கு மிகவும் உதவின. இந்த அறிவு, உலகத்தையும், அதிலுள்ள அத்தனை பொருள்களையும் அவன் கண்ட விதத்தைக் கணித்து, அவன் தன் வாழ்க்கையை எவ்வாறு கண்டிருக்கிறான் என்பதற்கான ஒரு கட்டமைப்பின் தொடக்கத்தை அமைத்துக்கொடுத்தது.

பெண் பேயின் சந்திப்பை போல், முதிய ஆத்மாவை சந்தித்ததையும் அல்லது, விழிப்புத்தரும் கனவினைக் கண்டதைப் பற்றியும், தற்சமயம் யாரிடமும் சொல்லாமலிருக்கவே ரிக்கி விரும்பினான்.

அத்தியாயம்

2

கோடை மகிழ்ச்சியும், ஆவிகளும்

பண்ணையில் வாழ்க்கை சாதாரணமாக தொடர்ந்தது. அங்கே பல சுவாரஸ்யமான வழக்கமாக செய்யும் வேலைகள் இருந்தன. இதில் ஒன்று, பசுமாடுகள் வெப்பமடைந்தால், அவைகளை அருகிலுள்ள "ஸெல்" (Sel)[28] என்ற பண்ணைக்குக் கொண்டுசெல்ல வேண்டும். ஏனெனில் லாக்ஜாமோட்டில் அவைகளுடன் ஒன்றுகூட ஒரு காளைமாடும் இருந்ததில்லை. அந்த வேளைகளில் ஸிக்கி கயிற்றினால் ஆன கடிவாளத்தை பசுமாட்டின் கழுத்தில் கட்டி அவைகளை ரோலிங் ஹில் (Rolling Hill) குன்றுகளையும், சதுப்பு நிலத்தையும் தாண்டி ஓட்டிச்செல்வான். அந்தசமயங்களில், ரிக்கி பின்புறத்திலிருந்து பசுமாடுகளை ஓட்டுவான். ஸெல் பண்ணைக்கு நடந்து செல்ல வேண்டுமென்றால் இரண்டு மணிநேரம் ஆகும். இந்த பிரயாணத்தின் போது ஸிக்கியும் ரிக்கியும் வெகுநேரம் பேசாமல் அமைதியாக நடந்து செல்வர். அப்போதெல்லாம், ரோலிங் ஹில்லின் அழகான இயற்கை காட்சிகளை பருகிய வண்ணம் சென்றுகொண்டிருப்பர். சில குன்றுகள் சாய்வாக, நீர் படியும் படி, சரளைக்கற்களை வெளிப்படுத்திக்கொண்டு இருக்கும். குன்றுகள், புல் கொத்துகளால் மூடி மறைக்கப்பட்டு, சிவப்பு மற்றும் பர்ப்பிள் நிற ஆர்க்டிக் பூக்களாலும், கருப்பு மற்றும் நீல நிற பெர்ரிக்களாலும் (Red and Black berries) ஹீதர் வட்டாரப் பகுதி தழைகளாலும் சுற்றிலும் போர்த்தப்பட்டதாக காட்சியளிக்கும். அந்த பசுமை நிற வெளியில் அனைத்து விதமான பறவைகளும் இருக்கும். அவற்றினிடையே - மிக அழகான பொன்னிறப் பறவை, சாதாரண குருவி,

28 Sel is a fintional name for the farm Þorkelstaðir.

அழுகுரல் எழுப்பும் விம்ப்ரல்ஸ் (whimbrels), வாலாட்டு குருவிகள் (pied wagtails)[29], வடக்கத்திய சிறுபறவை (northern wheatears)[30] வகைகள், மற்றும் பல வண்ணப்பறவைகள் பறந்து கொண்டிருக்கும். எப்பொழுதாவது வரும் காகங்கள், கருநீலநிற பெர்ரி பழங்களைத் தின்றுவிட்டு, குன்றுகளின் மீது அவை கழிக்கும் கருநீலநிற எச்சம் கொடுக்கும் காட்சியே தனிதான். எப்பொழுதாவது தோன்றும் கொசுக்களின் கூட்டம், ஆட் ஈக்கள் (odd bees), பல நிறங்களில் வண்ணத்து பூச்சிகள் ஆகியவையும் பறந்து உலாவிக்கொண்டிருக்கும். இவை மக்களுக்கு இடைஞ்சலாவதற்கு முன், அங்கு வீசும் வடமேற்குப் பருவக்காற்று அவற்றை அடித்துச்சென்றுவிடும். ஆட் சிலந்தி (odd spider) அங்குமிங்கும் ஓடிக்கொண்டிருப்பதைக் காண முடியும். ஆனால் அங்கே கொட்டும் பூச்சிகள் கிடையாது. பல மைல் தூரம் வரை வளர்ந்த மரங்கள் கிடையாது என்பதால், ரிக்கி ஒரே சீராக சதுப்பு நிலப்பரப்பைக் காண முடிந்தது. ரிக்கியின் மனம் அங்கலாய்த்தது. சிறிய தடைகளான ஓடைகள், சேற்றுப்பகுதி ஆகியவற்றைக் கடப்பதற்குத் தயங்கிய பசுமாட்டை அவன் பின்புறத்திலிருந்து ஓட்டினான். ஸிக்கியிடம் அவனுடைய சமீபத்திய அனுபவங்களான பெண் பேய், மற்றும் ஹீதர் ஹில்லில் குடியிருக்கும் முதிய ஆத்மா பற்றிக் கூறவேண்டும் போலத் தோன்றியது. ஸிக்கிக்கு இந்த மாதிரி விஷயங்கள் மிகவும் பிடிக்கும் என்பதை அவன் அறிவான். ஸிக்கி ஆன்மீக தலைப்புகளில் நல்ல அறிவுள்ளவனாகவும், மறைக்கப்பட்ட பரிமாணங்களில் இருப்பவைப் பற்றித் தெரிந்தவனாகவும் இருந்தான். ரிக்கி அறிமுக உரையாடலை இவ்வாறு தொடங்கினான், “நான் சிலநாட்கள் முன்பு என் பைல்ஜாவை (fylgja) சந்தித்தேன்.” அதற்கு ஸிக்கி, “கேட்பதற்கு சுவாரஸ்யமாக இருக்கிறது. எல்லோருக்குமே ஒரு பைல்ஜா உண்டு. ஆனால், பலர் அவர்களை நேரில் சந்திக்கும் வாய்ப்பற்றவர்களாக இருக்கிறார்கள். அது எவ்வாறு நடந்தது?”

ரிக்கி, பண்ணையின் பின்புறமுள்ள குன்றுகளில் தான் பெண்பேயை சந்தித்ததையும், ரிக்கியின் தந்தை தனது பன்னிரண்டாவது வயதில் ஷ்ரப் வேலி பள்ளத்தாக்கு ஆற்றின் பாலத்தை கடக்கும்பொழுது வழுக்கி விழுந்து, மரணத்தின் பிடியில் இருக்கும்போது அவரை அந்தப் பெண்பேய் காப்பாற்றியதையும் சொன்னான். ஸிக்கி தான் அறிந்த ஒரு நிகழ்ச்சியை நினைவுபடுத்திக் கூறினான், “ஆமாம், என் சிறிய தம்பிக்கு இதுபோன்று நடந்தது எனக்கு ஞாபகம் இருக்கிறது. ஒரு சிறு கீறலோ, காயமோ இல்லாமல் அவன் வீட்டிற்கு வந்ததைக் கண்டு அனைவரும் அதிசயப்பட்டோம். எனக்கு சந்தேகமில்லை, பேய்கள் அந்த பாலத்தின் அடியில் உள்ள குன்றுகளில் வாழ்கின்றன.”

29 Icel. name: Maríuerla.
30 Icel. name: Steindepill.

ரிக்கி தொடர்ந்தான், "அந்தப் பெண் பேய் சாகக்கிடந்தபோது நான் அவள் படுக்கை பக்கம் வந்தேன். அவள் குடிக்க மோர் கேட்டாள், நானும் அவளுக்கும் மோர் கொண்டுவந்து கொடுத்தேன். இவ்வாறு செய்ததால்தான், அவளது உயிர் காப்பாற்றப்பட்டது."

ஸிக்கி சொன்னான், "நீ அவளுக்கு உதவி செய்தது நல்லதுதான். ஏனெனில், ஒரு பேய்க்கு கொடுக்க வேண்டிய கடனைத் திருப்பி கொடுக்க மறுத்தால், அது சொல்ல முடியாத அளவுக்கு துன்பத்தை ஏற்படுத்திவிடும்."

ரிக்கி சற்று ஆர்வமும் நம்பிக்கையும் வளர்த்துக்கொண்டு தொடர்ந்தான், "அவள் பிறகு என்னை என் பைல்ஜாவுக்கு (Fylgja) அறிமுகப்படுத்தினாள். அவன் எனக்கு ஆத்ம உலகைப்பற்றியும், என் கடந்த இரண்டு வாழ்க்கைகளைப்பற்றியும் சொன்னான். அவன் மேலும் என்னிடம், நான் ஓர் உயிர் என்றும், என் உயிர் உயர்-ஆத்மாவினால் தோற்றுவிக்கப்பட்டது என்றும் அந்த உயர்-ஆத்மா ஒரே நேரத்தில் ஆன்மீகப் பரிமாணத்தில் இருப்பதாகவும், என் உயிர் நித்தியமானது, அது இறக்காது என்றும் கூறினான்."

ஸிக்கி தனக்குள் சிந்தித்தபடி சொன்னான், "நீ ஏற்கனவே நாம் வாழும் பூமியான மனிதலோகத்துடன் பழகியிருக்கிறாய். இப்பொழுது ஆத்மலோகத்துடன் நீ பழகுவது நல்லதே. ஒரே நேரத்தில், மாறுபட்ட பரிமாணங்களில் இருப்பது, பலரும் புரிந்து ஏற்றுக்கொள்ள சுலபமானது அல்ல. ஆனால், வாலிப வயதில் நீ இதை அறிந்து இருப்பதனால், இது உனக்கு நன்றாக உதவும். யார் உன்னுடைய பைல்ஜா (fylgja) என்று உனக்குத் தெரியுமா?"

ரிக்கி கூறினான், "இல்லை, எனக்குத் தெரியாது. அந்த ஆத்மா பழக்கப்பட்டதாகவும், என்னைத் தெரிந்து இருக்கிற மாதிரியும் தோன்றுகிறது."

ஸிக்கி பதிலளித்தான், "கேட்க நன்றாக இருக்கிறது. நான் புரிந்து கொண்டேன் என நினைக்கிறேன். சிறிது அமைதிக்குப்பின், பசுமாட்டை ஒரு சிறிய ஓடையைக் கடக்கச் செய்யும்போது பொழுது ஸிக்கி தொடர்ந்தான், "ஆத்ம வழிகாட்டிகள் நிச்சயமாக இருக்கின்றன. வழிகாட்டியாக பாசாங்கு செய்யும் ஆவிகளும் உள்ளன. சில தீயஆவிகளும் உண்டு. பெரும்பாலானவை இறந்தவர்களின் ஆவியாக உள்ளன. அவை தொலைந்து போனவை, தீங்கு செய்ய எண்ணாது."

ரிக்கி கேட்டான், "நீங்கள் என்ன சொல்கிறீர்கள்?"

ஸிக்கி பதிலளித்தான், "வழக்கமாக ஆத்ம உலகிற்கு சென்றுவிட்ட நெருங்கிய உறவினர்தான் பைல்கர் (fylgjur) -ஆக இருப்பார். உதாரணத்திற்கு, அவர்கள் பாட்டி அல்லது தாத்தாவாக இருக்கலாம்.

பெரும்பாலும், பிள்ளைகள் தனியாக இருக்கும் பொழுது அவர்களிடம் வந்து விளையாடுவார்கள். அவர்கள் பிள்ளைகளைத் தீங்கிலிருந்து காக்கவும் செய்வர். இருப்பினும் சில ஏமாற்றுப் பேர்வழிகளும் பைல்ஜா போன்று பாசாங்கு செய்வர். இந்தப் பிறவிகளுக்கு சுயநல எண்ணம் இருக்கும். அவர் கடந்த காலத்திற்குள் திரும்ப பயணித்து, உன்னைப்பற்றிய தனிப்பட்ட செய்திகளைப் பெறுவதால், அவர்கள் உன் பாட்டியைப்போலவும் அல்லது உன்னை மிகவும் நல்ல முறையில் கவனித்து, இறந்து போனவர் போலவும் நடிப்பர். அவர்கள் இந்த சந்தேகிக்கத்திற்கு இடமின்றி பொய் பாவனையுடன் பிரியமாக நடந்துகொள்வர்[31]. அவர் குறி சொல்லும் அட்சரப்பலகை அல்லது ஒரு ஊடகத்தின் மூலம்தான் இவற்றின் ஆரம்ப அறிமுகம் இருக்கும். இதில் சந்தேகமில்லாத ஒரு நபர் ஆவியை அவர்களுடன் உரையாடுமாறு அழைப்பார். இந்த உறவு நாள்பட வளரும்பொழுது, அந்த நபரின் சக்தி வெளியில் (aura) ஆவி தன்னை இணைத்துக்கொள்ளும். பிறகு அந்த நபரின் உடலால் இயல்பான உலகை அனுபவிக்கும். படிப்படியாக அந்த ஆவி தன் இச்சையை சந்தேகிக்காத நபருக்கு செலுத்தி, என்ன செய்ய வேண்டும், என்ன செய்யக்கூடாது என்று சொல்லும். ஆவி, உடலின் மீது முழுஅதிகாரம் பெற்ற பின், அந்த நபர் பேய் பிடித்தவர்போல் இருப்பார்."

ரிக்கி சொன்னான், "அது பைத்தியக்காரத்தனம் போன்று இருக்கிறது."

ஸிக்கி சொன்னான், "ஆமாம், ஆனால் இது உண்மை. இது போன்று பதிவு செய்யப்பட்ட நிகழ்ச்சிகள் உண்டு. இது போன்ற ஆவிகள் சுய நலம் கொண்டவை. அவைகளிடமிருந்து நீ விலகியே இருக்கவேண்டும்."

ரிக்கி ஆச்சரியப்பட்டான், "நான் இந்த விதமான ஆவியை எவ்வாறு அடையாளம் காணமுடியும்?"

ஸிக்கி பதிலளித்தான், "உன் பைல்ஜா (Fylgja) வையும், தீய ஆவியையும் வேறுபடுத்த ஒரு வழி உண்டு. உன் பைல்ஜாவை அடையாளம் காண்பதற்கான சிறப்பான வழி என்னவென்றால், அது உன்னை வசப்படுத்தாது. எதையும் செய்யச்சொல்லாது. பைல்கர் (Fylgjur) அறிவுரை மட்டும் வழங்கி வழிகாட்ட முயல்வர்.

அதனால்தான் அவைகளை வழிகாட்டியாகப் பார்க்கிறோம். அதே சமயம் இதற்கு மாறாக ஒரு தீயஆவி உன்னை வசப்படுத்தி, உன்னை ஆட்டுவிக்கும்."

ரிக்கி சொன்னான், "நான் எனது பைல்ஜாவை இன்னும் அறிந்துகொள்ளும்போது அதை மனதில் வைத்துக்கொள்கிறேன்."

---

31 இதைப்பற்றி மேற்கொண்டு படிக்க, Edith Fiore. The Unquiet Dead. New York: Ballantine, 1987 பார்க்கவும்

ஸிக்கி பதிலளித்தான், "உனக்கு ஏதாவது சந்தேகம் இருந்தால், தயவு செய்து என்னிடம் வந்து பேசு."

ரிக்கி கேட்டான், "இந்த கெட்ட ஆவிகள், பிசாசுகளா? அவை நரகத்தில் இருக்கின்றனவா?"

ஸிக்கி பதிலளித்தான், "இறைவன் தான் எல்லாம் அதுவே, நரகத்தையும் சேர்த்து, அது உண்மையில் இருக்குமாயின்" மனிதர்கள் இறைவனுடைய பிள்ளைகள். ஆனால், பிள்ளைகள் ஒழுங்குடன் இருப்பதில்லை என்பது உனக்குத் தெரிந்திருக்கும். சில நேரங்களில் பிள்ளைகள் தங்களின் கெட்ட நடத்தையால் துன்புற்று கற்றுக்கொள்வார்கள். கெட்ட ஆவிகள் கடந்த காலத்தில் வாழ்ந்த மனிதர்களே. அவர்களுக்குத் தெரிந்திருந்தும் கூட ஏதாவது கோபத்தின் காரணமாக கெட்ட செயலில் ஈடுபட்டிருக்கலாம். அவை இப்பொழுது தவறு மற்றும் கோபத்தின் உணர்வுகளால் துன்புற்று, அதை அப்பாவி மக்கள் மீது சுமத்துகின்றன. ஆவிகளுக்கான நரகத்தை இறைவன் உண்டாக்கவில்லை. ஆனால், ஆவிகளே தன்னுடைய நினைவில், நரகத்தை உண்டாக்கிக் கொண்டுள்ளனர். இந்த ஆவிகள் அநேகமாக தன் மீது சுயமாக சுமத்திக்கொண்ட நரகத்தில் இருப்பர். அது தனிமையான, பயமுறுத்தும் ஒரு இடமாகும்."

ரிக்கி சொன்னான், "இது கேட்பதற்கு மிகவும் பயங்கரமாக உள்ளது. பிசாசுகளைப்பற்றி என்ன சொல்கிறாய்? நான் சில நேரங்களில் என் படுக்கை அறைக்கு வெளியே கூடத்தின் வழியாக யாரோ நடந்து செல்வதைப் போல் ஓசை கேட்டிருக்கிறேன்."

ஸிக்கி பதிலளித்தான், "ஆமாம், என் மனைவி கூட சொன்னாள். சில சமயம், இரவில் கூடத்தின் வழியில் நடக்கும் பொழுது, யாரோ அவள் தலைமுடியைப் பின்புறத்தில் வருடிவிடுவது போல் உணர்ந்து இருக்கிறாள். பிசாசுகளைப் பற்றிக் கூறவேண்டுமானால் அவை முழுமையான உயிர்கள் இல்லை என்பதைத் தவிர, எனக்கு அதிகம் தெரியாது. பிசாசு உயிரின் ஒரு சிறுபகுதி, குறிப்பிட்ட உணர்வு அனுபவத்துடன் தொடர்பு கொண்டது. இறப்பின் பொழுது, உயிர் உயர்-ஆத்மாவுடன் சென்று சேரும் பொழுது உயிரின் ஒரு பகுதி இங்கு பூமியில் தங்கி விடுகிறது. அந்த உயிர்ப் பகுதி, உலகில் முடிக்காத சில வேலைகளின் காரணமாக போக மறுத்து, பின்தங்கி விடுகிறது. பல காரணங்களால் சஞ்சலப்பட்டு, வருத்தத்துடன் அவற்றின் ஆன்மா சாந்தியடையாமல் அலைந்து கொண்டே இருக்கும். உதாரணத்திற்கு, அவை உலகில் வாழும்போது செய்த செயல்களில் முடிவு பெறாத இச்சைகள், தவறான செயல்கள், பிரச்சினைகளால் அவர்களுடைய உடல்கள் சரியாக அடக்கம் செய்யப்படாமல் இருந்திருக்கக்கூடும். பிசாசுகள், உயிருள்ளவர்களின் கவனத்தை தன் பக்கம் ஈர்ப்பதற்காக சில நேரம் துன்பங்களைக் கொடுக்கலாம்."

ரிக்கி கூறினான், "ஆக பைல்கருடன் (fylgjur), கெட்ட ஆவிகளும், பிசாசுகளும் இருக்கின்றனவா?"

ஸிக்கி சொன்னான், "ஆமாம், அதுதான் வாழ்க்கை. நாம் நமது ஆயுளைக் கழித்தபின், ஆன்மீகப் பரிமாணத்திற்கு திரும்புவது எப்பொழுதுமே ஒவ்வொருவருக்கும் சுலபமானது அல்ல."

ரிக்கி யோசிக்க நிறைய இருந்தது. சித்தப்பாவுக்கு அவன் பேயுடனும், பைல்ஜாவுடனும் ஏற்பட்ட அனுபவத்தைப் பகிர்ந்துகொண்ட பின் சற்று நிவாரணம் கிடைத்தது போல் தோன்றியது. ஆனால், இது புழுக்கள் நிறைந்த ஒரு புதுகுவளையைத் திறந்தது போல் இருந்தது. வாழ்க்கையில் அவன் நினைத்ததை விட அதிகமாக விஷயங்கள் உள்ளன என்பதைப் புரிந்துகொள்ளத் துவங்கினான்.

ரிக்கியும் ஸிக்கியும் செல் (Sel) பண்ணைக்குத் தென்பகுதியிலுள்ள கால்நடை வாசலுக்கு வந்தடைந்தனர். சரளைக்கல் சாலை வழியாக சில தொலைவு நடந்து பண்ணைக்குள் சென்றனர். ஸெல் பண்ணை விவசாயி இருவரையும் வரவேற்று, தொழுவத்தின் தென்பக்கம் அழைத்துச்சென்றான். காளைமாடு அதன் தொழுவ அடைப்பிலிருந்து வெளியே விடப்பட்டு பசுவுடன் அறிமுகப்படுத்தப்பட்டது. காளைமாடு உறுமிக்கொண்டும் ஊடுருவிக்கொண்டும் தன் மீது ஏறும் பொழுது, காலைமாட்டின் ஒரு டன் எடையையும் பசுமாடு அதிசயமாகத் தாங்கிக் கொண்டது. காளைமாடு தன் கடமையை முடித்ததும், தொழுவத்தின் அடைப்பிற்குள் கொண்டுசெல்லப்பட்டு, பசு தன்னை ஆசுவாசப்படுத்திக் கொள்வதற்கு நேரம் அளிக்கப்பட்டது. அதற்கிடையில் இரண்டு விவசாயிகளுக்கும், ரிக்கிக்கும் மதிய தேனீருடன் சேர்த்து இஞ்சி ரொட்டி பிஸ்கெட்டுகளை விவசாயியின் மனைவி அடுப்பிலிருந்து சுடச்சுட எடுத்து பறிமாறினாள். சிற்றுண்டிக்குப்பின், ரிக்கியும், ஸிக்கியும் பசுமாட்டுடன் திரும்ப லாக்ஜாமோட் நோக்கிப் பயணித்தனர்.

அது பாதி மதியம் கழிந்த நேரமாக இருந்தது. சரளைக்கல் வழியை தாண்டி பசுவை ஓட்டிச்செல்லும் பொழுது, ஸிக்கி விட்ட இடத்திலிருந்து உரையாடலைத் தொடர்ந்தான், "பூமியில் நமது இயல்பான இந்த உலகமும் மற்றும் ஆன்மீகப் பரிமாணத்தில் நம் இல்லம் இருப்பதையும் நான் அறிவேன். பேய்களின் பிரதேசத்தைக்கொண்ட பரிமாணம் இருப்பதாக நான் நிச்சயமாகக் கூறமுடியாது. எங்கள் கிராமத்து பாடல்கள் நீ சொன்ன இதுபோன்ற கதைகள் நிறைந்திருந்தாலும், இக்கதைகள் அனைத்திலுமே பேய்கள் மனிதனை அவர்களின் துயரத்தில் உதவுவதும், மனிதன் பேய்களை அதே போன்ற சூழ்நிலையில் உதவுவதும் சொல்லப்பட்டிருக்கிறது. பேய்கள் எப்படியும், அவர்களின் முயற்சிக்கு ஈடாக ஏதாவது எதிர்பார்க்கின் றன. கிடைக்காவிட்டால் பழி வாங்கும் குணமும் கொண்டுள்ளன. ஆனால்,

சிலருக்கு சிலநேரம் கைநிறைய அன்பளிப்புகளையும், செல்வத்தையும் பரிசளிக்கின்றன."

ஸிக்கி தொடர்ந்தான், "மேலும் தூரத்தில் இருக்கும் மனிதன் வாழாத மலைகளில் பூதங்களும் இருக்கின்றன. நீ இந்த பூதங்களின் கதைகளைப் பற்றிக் கேட்டிருக்கிறாயா?"

ரிக்கி சொன்னான், "நான் பூதப்பெண் கிரிலாவையும் (Grila), அவளுடைய கணவன் லெப்பாலுடி (Leppaludi)[32] யைப்பற்றியும் கேள்விப்பட்டிருக்கிறேன். இவர்கள் கிறிஸ்துமஸ் மாலையில் வந்து, குறும்பு செய்யும் குழந்தைகளை அடிப்பார்களாம். அவர்கள், பிள்ளைகளை பெரிய சாக்கு மூட்டையில் திணித்து தூரத்தில் தன் குகைக்குள் கொண்டு சென்று பசியாய் இருக்கும் தன் குழந்தைகளுக்கு ஊட்டிவிடுவார்களாம்."

ஸிக்கி சொன்னான், "ஆமாம், பூதத்தைப்பற்றிய இந்த கிராமத்துக் கதைகள் சுமார் 900 ஆண்டுகளுக்கு முன்பு ஐஸ்லாந்து மக்களால் கிறிஸ்துவ மதப் போராட்டத்தின்போது தழுவப்பட்டு, கிறிஸ்துவ மதத்தின் மீது நம்பிக்கையற்ற மனிதர்களின் மீது 1100 AD யில் திணிக்கப்பட்டது. இந்தக் கதைகள் வழக்கமாக பூதப்பெண்கள் கிறிஸ்தவ பாதிரிகளையும், கடவுளுக்கு பயப்படும் மக்களையும், அவர்கள் சர்ச்சுக்கு சென்றாலும், மத விடுமுறைகளில் பங்கு கொண்டாலும், துன்புறுத்துவதாக இருந்தன. இருப்பினும், பூ-கொல்லா (Boo-Kolla) என்ற பசுமாட்டின் கதை உள்ளது. இதை நான் உனக்கு சொல்வதற்குப் பொருத்தமாக இருக்கும், இந்த கதையை நீ கேட்டிருக்கிறாயா?"

ஸிக்கி கிராமத்து பாடல்களின் அறிவும், கதை சொல்லும் பிரியமும் ரிக்கிக்கு பழக்கம் என்பதால், பசுமாடு பூ-கொல்லாவின் கதை தனக்குத் தெரியாது என்று சொன்னான் ரிக்கி. அவன் லாக்ஜாமோட் பண்ணைக்குத் திரும்பும் வரை நேரத்தைக் கடத்துவதற்காக, அந்த பயமுறுத்தும் கதையை கேட்க காத்திருந்தான்.

ஸிக்கி மாவட்டத்தின் முக்கியமான சிறப்பு நிகழ்வுகள் அனைத்தையும் புனைந்து, அவனுடைய சொந்த பாணியில், அவனால் முடிந்த அளவுக்கு கதை பயங்கரமாகத் தோன்றும்படி சொல்ல ஆரம்பித்தான்.

---

32 Icel. names: Gríla and Leppalúði.

பூ கொல்லாவின் கதை[33]

நீ உன் நண்பனை பார்க்க ஞாயிறு தோறும் போகும் கோட் (Kot) பண்ணையில் ஒரு விவசாயி தன் மனைவி, அவனுடைய ஒரே ஒரு மகனுடன்வாழ்ந்துவந்தான். அவர்களிடம்ஒரேஒருபசுமாடுஇருந்தது. அதன் பெயர் பூ-கொல்லா (Boo-Kolla). பூ-கொல்லா கன்று ஈன்ற நாளிலிருந்து கதை ஆரம்பமாகிறது. பின்னர் அன்றைய நாளே, பூ-கொல்லாவும் அதன் கன்றும் காணாமல் போய்விட்டன. விவசாயியும் அவர் மனைவியும் எல்லா இடத்திலும் தேடி, அவை இரண்டும் கிடைக்காததால் தன் மகனுக்கு சாப்பாடு கட்டிக் கொடுத்து, புதிய காலணியையும் கொடுத்து இவர்கள் தேடாத, தெரியாத இடங்களில் எல்லாம் தேடி வருமாறு அவனை அனுப்பி வைத்தனர். மகன் வெகு தூரம், பள்ளத்தாக்குகளையும், நிலங்களையும், மலைகளையும் கடந்து, ஒரு பீடபூமியின் மத்தியில் நின்றுகொண்டிருந்தான். தேடிக் களைத்ததால், அவனுக்கு சாப்பிட கொடுத்த உணவினை உட்கொள்வதற்காக அமர்ந்தான். சாப்பிட்ட பின்னர் எழுந்துநின்று பசுமாட்டை அழைத்தான், "மூ.... என சொல், பூ-கொல்லா, இப்பொழுது நீ எங்கேயாவது உயிருடன் இருந்தால் " அவன் பசுமாடு எங்கிருந்தோ மூ... என்ற சத்தமிடுவதைக் கேட்டான். அந்த திசையில் சற்று நடந்து, மீண்டும் சாப்பிட உட்கார்ந்தான். சாப்பிட்டதும், எழுந்து நின்று, மீண்டும் அழைத்தான், " மூ.... என சொல், பூ-கொல்லா, இப்பொழுது நீ எங்கேயாவது உயிருடன் இருந்தால்" அவனுக்கு மறுபடியும் பசு வின் மூ.... குரல் கொஞ்சம் அருகில் கேட்டது. அவன் சத்தம் வந்த திசையில் இன்னும் நடந்தான். சில மணி நேரம் நடந்தான். மூன்றாவது முறையாக அமர்ந்தான். இந்த தடவை தீஃப் ஃபெல் (Thief Fell)[34] என்ற பெயர் கொண்ட பெரிய பனிச்சறுக்கின் மீது அமர்ந்தான். இது மத்திய ஐஸ்லாந்தின் லாங் கிலேசியருக்கும் (Long Glacier)[35]கிங் பேலெஸ் கிலேசியருக்கும் (King Palace Glacier)[36] மத்தியில் இருக்கிறது. சிறிது சிற்றுண்டி சப்பிட்டு, ஓய்வெடுத்துக் கொண்ட பின் ஒரு செங்குத்தான மலையின் விளிம்பில் நின்று, மூன்றாவது முறையாக, மீண்டும் அழைத்தான், "மூ.... என சொல், பூ-கொல்லா, இப்பொழுது நீ எங்கேயாவது உயிருடன் இருந்தால்". அவன் வியப்புக்கு, காலடியிலேயே பசுமாடு கத்துவதை கேட்டான். சுற்றும் முற்றும் பார்த்தான். ஆடு போகும் அளவிலான ஒரு பாதை அந்த மலையின் உச்சியிலிருந்து கீழே இறங்கியது, பனிசறுக்கின் வட பகுதியில் நடந்து, வடக்கு விளிம்பு வரை வந்துவிட்டான். அங்கே பூ-கொல்லா ஒரு தொழுவத்தின் அடைப்பில் கயிற்றால் கட்டப்பட்டு இருந்தது. அருகில் ஒரு பெரிய கொப்பரை

33 This tale is a variation on the classic Icelandic folktale about a mythological cow named Búkolla.

34 Icel. name: Þjófafell.

35 Icel. name: Langajökull.

36 Icel. name: Hofsjökull.

இருந்தது, அதில் குடித்து மீதமுள்ள சாறும், கன்று குட்டியின் எலும்புகள் கிடந்தன.

சத்தமில்லாமல் சிறுவன், பசுமாட்டை அவிழ்த்து மலை உச்சியின் விளிம்பிற்கு கொண்டு வந்து, பசு ஓடும் வேகத்தில் வீட்டிற்கு திரும்பி சென்றான். சிறிது தூரம் சென்று திரும்பிப் பார்த்த போது அந்த இரண்டு பூதப்பெண்களும் மலை உச்சியில் தோன்றி இவனை நோக்கி வந்து கொண்டிருந்தனர். அவர்களின் ஓடி வரும் காலடிச் சத்தம் இடியைப்போல் கேட்டது. அவர்களுடைய மிகப்பெரிய அடிகளால் சீக்கிரமே இவனை பிடித்து விடுவார்கள் என அறிந்து கொண்டான். ஆகவே, அவன் கூறினான், "என் அன்புள்ள பூ-கொல்லா, நாம் இப்பொழுது என்ன செய்வது?'

பூ-கொல்லா பதிலளித்து சொன்னது, "என் வாலிலிருந்து ஒரு முடியை எடுத்து அதை தரையில் போடு." அவன் அதை செய்ததும், பூ-கொல்லா அந்த முடியிடம்,

> "இதை நான் போட்டேன், இதை நான் சொல்கிறேன்
> ஒரு வல்லமை பொருந்திய ஏரியாக மாறிவிடு, நான் ஜெபிக்கிறேன்
> பறவைகள் மட்டும் இவ்வழியில் பறக்க."

என்று சொன்னது.

உடனே, அந்த முடி ஒரு பெரிய ஏரியாக மாறி விட்டது. பூதப்பெண்கள் ஏரியின் அருகே வந்ததும், பெரிய பூதம் சிறுவனை அழைத்து சொன்னாள், "இது நடக்காது, சீக்கிரம் பூ-கொல்லாவை நான் பெற்றுக்கொள்வேன்." அதன்பின்னர் தன் மகளைப்பார்த்து சொன்னாள், "வீட்டுக்குப்போய் உன் அப்பாவின் பெரிய மாட்டைக் கொண்டுவா. பூதப்பெண்ணின் மகள் ஓடிப்போய் சீக்கிரமே ஒரு பெரிய மாட்டுடன் வந்தாள். மாடு வந்த உடனேயே, ஏரியின் நீர் முழுவதையும் குடித்துவிட்டது. சிறுவன் திரும்பிப்பார்த்தான். அவர்கள் ஓடி வந்துக்கொண்டிருந்தனர். சீக்கிரமே இவர்களை பிடித்துக்கொள்வர் போல் தோன்றியது. எனவே, சிறுவன் கேட்டான், "என் அன்புள்ள பூ-கொல்லா, நாம் இப்பொழுது என்ன செய்வது?'

பூ-கொல்லா பதிலளித்து சொன்னது, "என் வாலிலிருந்து ஒரு முடியை எடுத்து அதை தரையில் போடு." அவன் அதை செய்ததும், பூ-கொல்லா அந்த முடியிடம்,

> "இதை நான் போட்டேன், இதை நான் சொல்கிறேன்
> கொடிய தீயாகி விடு, நான் ஜெபிக்கிறேன்
> பறவைகள் மட்டும் இவ்வழியில் பறக்க."

என்று சொன்னது.

உடனே அந்த முடி கொடிய தீயாக மாறி விட்டது. பூதப்பெண் தீயின் அருகில் வந்து, சிறுவனை அழைத்து சொன்னாள்," இது நடக்காது, நான் சீக்கிரம் பூ-கொல்லாவை பெறுவேன்." அவள் தன் மகளிடம் மீண்டும் ஒருமுறை சொன்னாள், "வீட்டிற்குப்போய் சீக்கிரம் அப்பாவுடைய பெரியமாட்டை இந்த தீயின் பக்கம் கொண்டுவா." அவள் அப்படியே செய்தாள். அந்த மாடு குடித்திருந்த குளத்து நீரை சிறுநீராக பொழிந்து தீயை அணைத்து விட்டது. மீண்டும் இரு பூதங்களும் சிறுவனின் பின்னால் மகிழ்ச்சியுடன் பெரிய அடிகள் எடுத்து வைத்து ஒரு மலையிலிருந்து அடுத்த மலைக்கு தாவி, சிறுவனை வென்று விட்டதாக எண்ணி துள்ளி குதித்து வந்து கொண்டிருந்தனர்.

சிறுவன் பீடபூமியைத் தாண்டி லாக்ஜாமோட் இருக்கும் ஷ்ரப் வேலி பள்ளத்தாக்கின் கிழக்கில் உள்ள நீர் பள்ளத்தாக்கு[37] வழியாக கோட் பண்ணையில் அவன் வீட்டின் அருகில்வந்துகொண்டிருந்தான். ஆனால், அவன் நீர் பள்ளத்தாக்கில் நுழைந்தவுடன் பன்றி மலை[38] விளிம்பின் மீது இரு பெண் பூதங்களும் நின்று கொண்டிருப்பதைப் பார்த்தான். இருவரும் சிறுநீர் கழித்து ஓடையில் ஓடிக்கொண்டிருக்கும் போதுமான நீரை, வெள்ளம் பெருக்கெடுத்து ஓடும்படி செய்து விட்டனர். சிறுவனாலும், பூ-கொல்லாவும் அந்த வெள்ளத்தைக் கடக்க இயலவில்லை.

மீண்டும் சிறுவன் கேட்டான், "என் அன்புள்ள பூ-கொல்லா, நாம் இப்பொழுது என்ன செய்ய வேண்டும்?"

பூ-கொல்லா மீண்டும் பதிலளித்தது, "என் வாலிலிருந்து ஒரு முடி எடுத்து தரையில் போடு." அதை சிறுவன் செய்ததும், பூ-கொல்லா அந்த முடியிடம்,

> "இதை நான் போட்டேன், இதை நான் சொல்கிறேன்
> பயங்கர மின்னலும், இடியுமாக, மாறி விடு, நான் ஜெபிக்கிறேன்
> பறவைகள் மட்டும் இவ்வழியில் பறக்க."

என்று சொன்னது. உடனே, முடி மின்னலும், இடியுமாக மாறி, நீர் புறப்படும் இடத்தை மின்னல் தாக்கியது, இதனால் அவர்கள் பின் வாங்கினர். இடியின் சத்தம் பயத்தை உண்டாக்கியது. பூதப்பெண், வேதனையால், கோபத்துடன் சிறுவனை அழைத்து "இது நடக்காது, நான் சீக்கிரம் பூ-கொல்லாவை அடைவேன்." என்றது.

பள்ளத்தாக்கு நடக்கக்கூடிய வகையில் ஆகிவிட்டதால், நீர் பள்ளத்தாக்கை கடந்து, கோட்டிலிருக்கும் வீட்டை நோக்கி நடக்கலானான். சிலமணி நேரம்

37 Icel. name: Vatnsdalur.
38 Icel. name: Svínadalsfjall.

கழித்து சென்று பார்த்தால், இரண்டு பூதங்களும், சமாளித்துக்கொண்டு மீண்டும் அவர்களை நோக்கி வந்துகொண்டிருந்தன. சிறுவனுடைய பயணம் முடிவுக்கு வந்து கொண்டிருந்தது. அவன் லாக்ஜாமோட் பண்ணையையும் அதன் வலதுபுறம், சிறிது தூரத்தில் கோட் பண்ணையும் கண்டான். சிறுவன் திரும்பிப் பார்த்து பூதங்கள் இருவரும் மிக வேகமாக நெருங்கிக்கொண்டிருப்பதை அறிந்தான். ஆகவே, அவன் மீண்டும் சொன்னான், "என் அன்புள்ள பூ-கொல்லா, நாம் இப்பொழுது என்ன செய்ய வேண்டும்?"

பூ-கொல்லா மீண்டும் பதிலளித்தது, "என் வாலிலிருந்து ஒரு முடி எடுத்து தரையில் போடு." அதை சிறுவன் செய்ததும், பூ-கொல்லா அந்த முடியிடம்,

> "இதை நான் போட்டேன், இதை நான் சொல்கிறேன்
> உயர்ந்த மலையாகி விடு, நான் ஜெபிக்கிறேன்
> பறவைகள் மட்டும் இவ்வழியில் பறக்க."

என்று சொன்னது. உடனே, முடி ஒரு பெரிய மலையாக மாறி விட்டது, அது தான் இப்பொழுது "ஷ்ரப் வேலி மலை" என அழைக்கப்பட்டு, லாக்ஜாமோட்டுக்கு பின்னால், ராஜ தோரணையுடன் நின்று கொண்டிருக்கிறது. அந்த பூதங்கள் மலைக்கு வந்தவுடன், பெரிய பூதம் சிறுவனை அழைத்துச் சொன்னாள், "இது நடக்காது, சீக்கிரமே பூ-கொல்லாவை நான் அடைந்திடுவேன்." பிறகு மகளிடம் கூறினாள், "உன் அப்பாவுடைய துளையிடும் கருவியைக் கொண்டு வா, இந்த மலையை குடைந்து விடலாம்." அவள் மேலும் சொன்னாள், "சாறு செய்யும் பெரிய கொப்பரையைக் கொண்டு வர மறக்காதே. இத்தனை கஷ்டங்களையும் நாம் இன்று அனுபவித்ததால், இந்த பையன் இன்று ருசியாகத்தான் இருப்பான்." பூத மகள் ஓடிப்போய் அப்பாவுடைய துளையிடும் கருவியையும், சாறு செய்யும் பெரிய கொப்பரையையும் கொண்டு வந்தாள். அதன்பின் பூதப்பெண் மலையை குடைந்து எடுக்க ஆரம்பித்தாள். குடைந்த துவாரத்தின் வழியாகப் பார்த்தாள். சிறுவனும் பூ-கொல்லாவும் கோட் பண்ணையை சுற்றியுள்ள பசும்புல் தரைக்கு வந்திருந்தனர். அதைக்கண்டு பொறுமையிழந்த அந்தப் பெரிய பெண் பூதம், துளையிடும் கருவியை தூக்கி எறிந்துவிட்டு, குடைந்து குறுகலாக இருந்த துவாரத்தில், கைகளை விட்டு மறுபக்கம் நீட்டிக்கொண்டு நுழைந்தாள். அதே சமயம் பூத மகள் அவள் கால்களை பிடித்து உள்ளே தள்ளினாள். ஆனால் அந்த துவாரம் மிகவும் சிறியதாக இருந்ததால் அதில் மாட்டிக்கொண்டு பூதப்பெண் கல்லாக மாறிவிட்டாள். அதைக்கண்ட பூத மகள் அழ ஆரம்பித்தாள். அவள் கொண்டு வந்த கொப்பரையையும், துளையிடும் கருவியையும் எடுத்துக்கொண்டு அப்பாவிடமே திரும்பி விட்டாள்.

கல்லாக்கப்பட்ட பூத மாடு (புகைப்படக் கலைஞர்: Bragi Ingibergsson / BRIN, http://brin.1x.com

சிலநாட்கள் கழித்து, பூ-கொல்லா ஒரு நிலத்தில் மேய்ந்து கொண்டிருக்கும் பொழுது, சிறிது தூரத்தில் ஒரு அகலமான நுழைகழியின் (செங்குத்தான மலையில் ஒடுக்கமான கடல்) கரையில் பூத மாடு நீர் பருகுவதை பார்த்தது. பூதப்பெண் இந்த மாட்டுடன் செய்த அட்டூழியத்தை நினைத்த பூ-கொல்லா, இவளின் மாயாஜாலத்தை முடக்க, இந்த வாய்ப்பை பயன்படுத்தி ஒரு மாய வித்தையை ஏவியது. அந்த மாடு உடனே கல்லாக மாறி விட்டது. இன்றும் நாற்பது அடி உயர மாட்டின் உருவத்தை, ஃபுஜோர்ட் (fjord)[39] கரைக்குச் செல்வோர்கள் நன்றாக காணலாம்

ஸிக்கி கதை சொல்லி முடிக்கும் சமயம் ரிக்கியும் ஸிக்கியும் கிட்டத்தட்ட வீட்டை அடைந்திருந்தனர். வாகனம் செல்லும் வழியில் வந்தவுடன், சிக்கி அவனுடைய தாத்தா புவியியலாளராக (geologist) ஷ்ரப் வேலி மலையை சோதித்த போது, மலையின் உச்சியிலிருந்து பாதி உயரத்தில், ஒரு பக்கம் பூதத்தின் கைகளும் மணிக்கட்டும் நீட்டிக்கொண்டிருந்ததையும், மறு பக்கம் அவளுடைய குதிக்கால்களும் பாதங்களும் நீட்டிக்கொண்டிருப்பதையும் கண்டுபிடித்தார் என்று கூறி, தன் கதையை முடித்தான் ஸிக்கி. ஸிக்கி, ரிக்கியிடம், “உனக்கு தைரியம் இருந்தால், என்றைக்காவது, மலைக்கு வந்து இந்த ஆதாரத்தை சோதனையிட்டு காணலாம்” என்றான். ரிக்கியும் ஸிக்கியும் மாலை பால் கறக்கும் நேரத்தில் சரியாக வந்துவிட்டனர். இந்த கதையைக் கேட்ட பின், ரிக்கி அடிக்கடி, ஷ்ரப் வேலி மலையின்

39 A reference to the rock formation named Hvítserkur, in Húnaflói.

மலைத்தோற்றத்தில் பெண் பூதத்தின் உருவம் எங்கே காணப்படுகிறது என்பதை அறிய, அவன் பார்வை மலையின் மீது படுவதை கவனித்தான். ஆனால் அவனால் பாதங்களையும் குதிக்கால்களையும் மலையின் அடுத்த பக்கம் தேட முடியவில்லை.

பண்ணை வாழ்க்கை இயல்பாக சென்றுக்கொண்டிருந்தது. செப்டம்பர் மாதம் வந்ததும் ஆடுகள் பீட பூமியிலிருந்து கொண்டு வரப்பட்டு குட்டிகள் தனியாக பிரிக்கப்பட்டு, அவை அனைத்தும் இறைச்சி கொட்டிலுக்கு (slaughter House) அனுப்பப்பட்டன. அக்டோபர் மாதம், குதிரைகள் பீடபூமியிலிருந்து கொண்டுவரப்பட்டு, தரமான குதிரை இறைச்சிக்காக குதிரைக்குட்டிகள் இறைச்சி கொட்டிலுக்கு அனுப்பப்பட்டன. ரிக்கியின் குடும்பம் வழக்கமாக ஒரு முழு குதிரைக்குட்டியையும் வாங்கிவிடும். அதன்பின்னர் ரிக்கியின் தாய் அதை உறைவிப்பானில் (freezer) அடைக்கலானாள்.

இந்நேரம், பூமியில் பனிக்கட்டிகளின் படர்வதன் காரணமாக, இரவு நேரத்தில் பசுமாடுகள் தொழுவத்தில் வைக்கப்பட்டன. எனவே, ரிக்கி அவற்றைக் காலையில் வெளியிலிருந்து கொண்டு வர தேவையில்லாமல் இருந்தது. பனிக்காலம் ரிக்கிக்கு மிக அழகானதாகவும், அதேசமயம் மிகவும் துக்கமானதாகவும் இருந்தது அவன் தந்தை பண்ணைக்கு வந்து, அவனை, திரும்பி ரீக்ஜாவிக் (Reykjavik) அழைத்துச்செல்ல நாட்கள் எண்ண ஆரம்பித்தான். -- இன்னொரு பள்ளியாண்டு

நிச்சயமாக இது சாகசங்கள் நிறைந்த ஒரு கோடையாகவே ரிக்கிக்கு இருந்தது. ரிக்கி நினைத்ததை விட அதிகமாகவே பேய், பூதக்கதைகளுடனும், ஆன்மீக பரிமாணத்தின் அறிவையும் சேர்த்து, அவனுடைய அறிவு எல்லைக்கோடு விரிவடைந்தது. இறக்காத பல வாழ்க்கைகள் கொண்ட ஓர் உயிராக, ஒரே நேரத்தில் பூமியிலும் ஆன்மீகப் பரிமாணத்திலும் இருக்கும் உள்உணர்வு உண்டாகியது. மேலும் வாழ்க்கை தன்னைப்பற்றி குறிப்பாக ஏதாவது கற்றுக்கொள்வதற்காக உடல் பரிமாணத்தின் தற்காலிக பயணத்தை மேற்கொள்வதைக் காணும் பொழுது, அது அவனுக்கு அர்த்தத்தைக் கொடுத்தது.

ஒரு அமைதியான உணர்வும், ஆன்மீக உறுதிப்பாடும் ரிக்கியின் மீது படர ஆரம்பித்தது. முதல் தடவையாக அவனுடைய வாழ்க்கை பற்றிய கண்ணோட்டம் அவனுக்கு ஏற்பட்டது. ஹீதர் ஹில்லில் முதிய ஆத்மாவை சந்தித்த பின், அவன் திக்குவாய்ப் பழக்கம் அவனது கட்டுக்குள் வந்து அவனுடைய நம்பிக்கை வளர்ந்ததை ரிக்கி கவனித்தான். முரண்பாடாக, இவனே விரும்பி தேர்ந்தெடுத்த இந்த திக்குவாய்ப் பழக்கம், வாழ்க்கையின்

போராட்டம் தன்னை பலமாக்கும் என்ற உண்மையை ஏற்றுக்கொள்ளும் அனுபவத்தையும் உள்ளார்ந்த அமைதியையும் வெளிக்கொண்டு வந்தது.

எழுத்தறிவுக்குழப்பம் (dyslexia) அவனை எப்படி தனிமைப்படுத்தியது என்பதை ரிக்கி அறிந்து கொண்டான். அவன் 'O' வகுப்பில் ஏழாவது வயதில் வைக்கப்பட்டு பன்னிரண்டு வயது வரை அதிலேயே இருந்தான். அவனுடைய பள்ளிக்கூடத்தில் வெறும் நான்கு பிரிவுகள் A-வகுப்பு, B-வகுப்பு, C-வகுப்பு, அடுத்து O-வகுப்பு என இருந்தன. ரிக்கி D, E-வகுப்புக்கள் ஏன் இல்லாமல் போயிற்று என யோசித்து வியந்தான். ஏன் C-வகுப்புக்கு பின்னர் எந்த வகுப்பும் இல்லாமல், திடீரென்று எவ்வாறு O-வகுப்பு வந்தது? நன்றி இறைவா, X, Y, Z வகுப்புகள் இருக்கவில்லை. அவை இருப்பதற்கு இன்னும் மிக மோசமாக இருந்திருக்கும்.

O-வகுப்பில் இருப்பது ரிக்கிக்கு சரியாகவே பட்டது இந்த வருடங்களில் அவன் தன் வகுப்பு நண்பர்களுடனும், மற்ற வகுப்பு நண்பர்களுடனும் மெதுவாக பழக ஆரம்பித்தான். மேலும் சில நல்ல நண்பர்களையும் அவன் பெற்றான். முதிய ஆத்மா, வாழ்க்கை ஒரு பயணம் என்று சொன்னதன் பிரதிபலிப்பாக, அவன் அவசரப்படாமல் பிரச்சினைகளை கடந்து செல்வதற்கு அவனுக்கு சுதந்திரம் அளித்தது. இறுதியில் அனைத்துமே சரியாகிவிடும் என அறிந்து அவன் மனஅமைதி கொள்ள ஆரம்பித்தான். மேலும் பாடங்களில் கவனம் செலுத்தி, வீட்டு பாடத்தையும் செம்மையாய் முடித்தான். மாதங்கள் பல ஓடின. பனிக்காலத்திலிருந்து, வசந்த காலம் வரை அவன் திக்குவாய்ப் பழக்கம் அநேகமாக மறைந்துவிட்டதை கவனித்தான். அவனுடைய எழுத்தறிவுக்குழப்பம் (dyslexia) அவனது கட்டுக்குள் வந்திருந்தது. படிக்கும் திறமை கூடியது. அவன் பயம் குறைந்தவனாக மாறிவிட்டான். வேறுபட்டவன், தனிமைப்படுத்தப்பட்டவன் என்ற எண்ணமும் குறைந்து விட்டது.

அத்தியாயம் 3

ஹோலார் பண்ணை

ரிக்கி அடுத்த கோடையில், தன் தந்தை மற்றும் சித்தப்பாவின் பெரும் ஏமாற்றத்திற்கு, லாக்ஜாமோட் பண்ணைக்குத் திரும்பவில்லை. அவன் தாய் இரண்டு சகோதரர்களும் ரிக்கியை ஸிக்கியின் ஒரு மகளுடன் பரிமாற்றிக்கொள்ள எடுத்த கற்பனை முடிவால் குத்தப்பட்டு புண்பட்டிருந்ததால். ரிக்கியை வேறு பண்ணைக்கு அனுப்புவது, அவனுக்கு புதிய சவாலையும் அனுபவத்தையும் கொடுக்கும் என அவள் நம்பினாள்.

ஆக, வசந்த காலத்தின் ஆரம்பத்தில் ஐஸ்லாந்தின் தென் பகுதியிலுள்ள ஒரு பண்ணையில் கோடையைக் கழிக்க ஏற்பாடுகள் செய்யப்பட்டன. அவன் சித்தப்பாவின் பண்ணையில் செய்த வழக்கமான வேலைகளே இந்த பண்ணையிலும் இருந்தன. குதிரைகள், ஆடுகள், பசுமாடுகள் இருந்தன. அவற்றை காலையில் கொண்டுவந்து, பால் கறந்த பின்னர் மேய்ச்சலுக்காக அனுப்பப்பட்டன. ரிக்கி, குறிப்பிட்டு கூற முடியாத ஒரு கோடையை இந்த பண்ணையில் தனது பதிமூன்று வயதில் கழித்தான். ஆனால், ரிக்கியின் பதினான்காவது வயதில் இந்த பண்ணையின் விவசாயி புற்றுநோயால் இறந்து விட்டான். அவன் ஃப்ரெட்ரிக் (Fredrick) என்ற பதினெட்டு வயது மகனையும், மனைவியையும் விட்டுச் சென்றான். மகன் பண்ணையை கவனிக்கலானான். அதற்கடுத்த கோடையில், ரிக்கி அந்த வாலிப விவசாயிக்கு உதவுவதற்காக சுறுசுறுப்பானான். அங்கு செய்வதற்கு நிறைய வேலைகள் இருந்தன. பால் கறக்கும் கருவிகள், சில பக்கத்து பண்ணைகளில் நிறுவப்பட்டபோதிலும், கையினால் பால் கறப்பது உட்பட, தொடர்ச்சியாக

பல வேலைகள் இருந்தன. ரிக்கி டிராக்டரை (tractor) பலமணி நேரம் வயலில் ஓட்டிக்கழித்தான். சுற்றி, சுற்றி, ஏக்கர் ஏக்கராக புல்லை திருப்பி காய வைத்து, பாடிக்கொண்டிருந்தான். பின்வரும் கிலைஃப் ரிசார்ட்ஸ் (Cliff Richard) உடைய பாடல் போன்று அது இருக்கும் :

> "சுபோகி உதடுகள் பொழுதும் முத்தும்
> சுபோகி உதடுகள் நீலமாய் இருக்கா.
> சுபோகி உதடுகள், தன் ஜோடியை தேடிப்பெறும்.
> தேவை இல்லை நான்கு இலைச் செடி,
> முயலின் கால் அல்லது கவரும் தோற்றம்.
> சுபோகி உதடுகளால் பெறுவீர்
> கையில் ஒரு பிள்ளை"[40]

பன்னிரண்டு வயதில் ரிக்கி சிறிது கூட திக்காமல் பாட முடியும் என்பதைக் கண்டு கொண்டான். இது அவனை விடுதலைப் பெற்றவனாக உணரச்செய்தது. அவனுடைய சிறந்த நண்பன் தொர் (Thor) கிதார் (guitar) வாசித்தான். இருவரும் பீட்டில்ஸ் (Beatles) பாடல்களும், புகழ் பெற்ற இசைகளையும் பாட பயின்றனர். அவர்கள் கணக்கற்ற மணி நேரம் உரக்கமாக இணைந்து பாடி பயின்றனர். இந்த செய்கை, சீக்கிரமே, ரிக்கியை முக்கியப் பாடகனாக கொண்டு ஒரு குழு ஸ்தாபிக்கப்பட்டது. அடுத்த வசந்தத்தில், பள்ளிக்கூட ஆடல் அரங்கேற்றங்களில் பாட ஆரம்பித்தனர். இந்த பொழுதுபோக்கு ரிக்கியின் பதினான்கு வயது வரை இரண்டாண்டுகள் நீடித்தது.

ஃப்ரெட்ரிக் (Fredrick) அருகிலுள்ள, செடி வளர்ப்பு பண்ணையில் சந்தித்த அன்னா (Anna) என்ற பெண் மீது காதல் கொண்டான். இரண்டாண்டுகள் கழித்து அவர்கள் மணம் புரிந்து கொண்டனர். ஒரு கோரமான நிகழ்ச்சிக்குப்பிறகு மண வாழ்க்கயின் சந்தோஷத்திற்கு திடீர் முடிவு ஏற்பட்டது. சாதாரண பேறு காலத்திற்கு பிறகு, அவர்களுடைய முதல் பிள்ளை, ஓர் புலப்படாத நோய் ஏற்பட்டு பிறந்த சில வாரங்களிலேயே, கை கால் முடங்கி மனநோயினால் பாதிக்கப்பட்டது. இரண்டாண்டுகள் கழித்து, ஆழ்ந்தாராய்வுக்குப்பிறகும் நோயின் காரணத்தை கண்டுபிடிக்க முடியாததால் மருத்துவரின் அறிவுறைப்படி, ஃப்ரெட்ரிக்கும் அவன் மனைவியும் மீண்டும் குழந்தை பெறுகின்ற அபாயத்தை மேற்கொண்டனர். அவர்களுக்கு இரண்டாவதாக மகன் பிறந்ததும், இருவரும் அமைதியடைந்தனர். பிள்ளையும் நோய் நொடி இல்லாமல் ஆரோக்கியமாக வளர்ந்தது. பிறகு, மூன்றாவது குழந்தை பெறுவது பாதுகாப்பாக இருக்கும் என எண்ணி, முதல் குழந்தை ஏதாவது

40 Cliff Richard. *Lucky Lips*. Recorded in the UK, 1963. Written by Jerry Lieber & Mike Stoller.

கிருமிகளால், அல்லது, மரபு வழி முடக்கத்தால் பாதிக்கப்பட்டிருப்பான், என்று நினைத்திருந்தனர். அவர்களின் மூன்றாவது குழந்தையும் ஆண் குழந்தைதான். ஆனால் இந்த தடவை அதிர்ஷ்டம் அவர்கள் பக்கம் இல்லை. பிறந்த சில வாரங்களுக்குப்பின், முதல் குழந்தைக்கு ஏற்பட்ட அதே நோய் இந்தக் குழந்தைக்கும் ஏற்பட்டு, குழந்தையின் ஆரோக்கியத்தைக் கொள்ளை கொண்டது.

ஃப்ரெட்ரிக்கும் அன்னாவும் நிலைகுலைந்து போயினர். அவர்களுக்கு தங்களின் சமூக ஆதரவும், சர்ச்சிலிருந்து ஆன்மீக ஆதரவும் கிடைக்காமல் இருந்திருந்தால் அவர்களால் இதனை சமாளித்திருக்க முடியாது. முதிய ஆத்மா சில வருடங்களுக்கு முன் ரிக்கியைப்பற்றி கூறும் பொழுது, திக்குவாய்ப் பழக்கமும், எழுத்தறிவுக்குழப்பமும் (dyslexia) இவனே தேர்ந்தெடுத்தான் என சொன்னதை நினைத்து, இந்த குழந்தைகளின் உயிரும் இதேபோல் தன் விதியைத் தானே கணித்துக்கொண்டு, இந்த விவசாயியும் அவனுடைய மனைவியும் கூட அவர்களுடைய சொந்த ஆன்மீக வளர்ச்சிக்காக, இந்த உணர்வுப்பூர்வமான உடல் சுமையை சகித்துக்கொள்ள ஒப்புக்கொண்டிருந்திருப்பார்களோ, என வியந்தான். அது அப்படியானால், நிச்சயமாக அவர்கள் ஒரு படி உயர்ந்து விட்டனர் எனலாம். ஏனெனில், இருவருமே குழந்தைகளின் மீதுள்ள பாசத்திலும், அவர்களுடைய பராமரிப்பிலும் எந்தக் குறையும் வைத்ததில்லை. அவர்களுடைய மனிதாபிமானத்தின் வெற்றி இது. மேலும் ரிக்கி முதிய ஆத்மாவை சந்திக்க வாய்ப்பு கிடைக்கும் பொழுது நிச்சயமாக விவாதிக்க நினைத்த தலைப்பு இது.

இதே போல் ஒரு பயங்கரமான விதி, சில மைல் தூரத்திலுள்ள ஒரு ஊரில் வசிக்கும் ஃப்ரெட்ரிக்கின் ஒன்று விட்ட சகோதரனுக்கும் அவன் மனைவிக்கும் ஏற்பட்டது. ஒரு மண் லாரி பின் வாங்கி, பின்புறம் விளையாடிக்கொண்டிருந்த மூன்று வயது பிள்ளையின் மீது ஒரு டன் மணலை கொட்டியது. மணலின் பளுவால் மூச்சுத் திணறி அந்தக் குழந்தை பலியானது. முதிய ஆத்மாவுடன் ரிக்கி உரையாட நினைத்த இரண்டாவது தலைப்பு இது. அதன்பிறகு, ரிக்கியின் பதினாறு வயது நண்பன் ஒரு கார் விபத்தில் இறந்து விட்டான். அவன் காரின் ஒரு பிரயாணியாகத்தான் இருந்தான். அவனுடைய நண்பனும் அவனும் ஒரு நாட்டுப்புற நடன நிகழ்ச்சியைக் கண்டு திரும்பிக்கொண்டிருந்தனர். நண்பன் கார் ஓட்டும் பொழுது, வண்டி தனது கட்டுப்பாட்டை இழந்து சரளைக்கல் சாலையில் விபத்து நடந்தது. அதே போன்ற, விதியின் விளையாட்டு, அவனுடைய அந்தரங்க ரகசியத்தை பரிமாறிக்கொண்ட சகமாணவனுக்கு கூட நேர்ந்தது. அவனும் ஒரு நாட்டிய நிகழ்ச்சியைப் பார்த்துவிட்டு வந்துகொண்டிருந்தான். லாரியின் பின்னால் நீட்டிக்கொண்டிருந்த ஒரு இரும்புகம்பி அவன் தலையை துளைத்துக்கொண்டு சென்று விட்டது. விபத்து நடந்த இடத்திலேயே அவன் இறந்து போனான். லாரியை ஓட்டியதும் ரிக்கியின் உயிர்

நண்பனே. பள்ளியின் சிறந்த ஓட்டவீரனான அவனும், இடுப்புக்கு கீழே உணர்வின்றி போய்விட்டான். கடைசி கதையாக, உயர் நிலைப்பள்ளியின் இசைக்குழுவில் டிரம்மராக இருந்தவனுக்கு ஒரு சோகம் உண்டாயிற்று. பதிமூன்று வயது மாணவனான அவன், வெளியே முகாமிட்டிருந்தபோது, அவன் தலை இரண்டு பாசி கொத்தில் மாட்டிக்கொண்டது. அதன்பின்னர் அவன் மிதமிஞ்சிய குடி போதையில் இருந்ததால் வாந்தி எடுத்து மூச்சு திணறி இறந்தான். ரிக்கி ஏன் இந்த நிகழ்ச்சிகள் நடை பெற்றன என்பதை அறிந்து கொள்வதற்கு மிகவும் போராடினான். அவை அனைத்துமே விதியாக்கப்பட்டவையா? இறைவன் செயலாக இருக்குமோ? ரிக்கி, அடுத்து முதிய ஆத்மாவை சந்திக்கும் பொழுது, அவற்றிற்கான பதில்களைப் பெறுவது என்று முடிவு செய்தான்.

இன்னொரு சுவாரஸ்யமான நிகழ்ச்சி ஆரம்பமாயிற்று. ரிக்கியின் தங்கை பிறப்பதற்கு சில வருடங்கள் முன் அவன் தாய் கர்ப்பம் தரித்திருந்தாள். ஆனால் அந்த சமயத்தில் தாயின் ஆரோக்கியத்தில் சிக்கல்கள் இருந்ததால், கருவைக் கலைக்க வேண்டியதாயிற்று. குழந்தை ஆண் குழந்தையாக இருந்து, அவன் ஆன்மீகப்பரிமாணத்தில் வளர்ந்து கொண்டிருந்தான்.[41] அவன் பூமியில் ஒரு வாழ்க்கையை வேண்டிக்கொண்டிருந்தான். அடிக்கடி ரிக்கி தூங்குவதற்கு சற்று முன்னர், அவன் படுக்கை அருகே காலடிப் பக்கம் வருவான். ரிக்கியின் உடல் தூங்கிய பின்னர், அவனுடன் சிறிதுநேரம் வேறு பரிமாணத்தில் கழிக்க விரும்பியிருந்தான். ரிக்கிக்கு இது பிரச்சினை தரக்கூடியதாக இல்லை. ஆனால், இதையும் முதிய ஆத்மாவிடம் விசாரிக்கத் திட்டமிட்டான். ஏனெனில் அவன் சகோதரன், ஒரு வழக்கமான ஆவியாகத் தோன்றவில்லை.

காதலும் பாலியலும்

ரிக்கி ஹோலார் பண்ணையில் கோடையைக் கழிக்க ஆரம்பித்து சிலவருடங்கள் சென்றிருந்தன. அவன் இனிய பதினாறு வயதில் இருந்தான். அவனுடைய சமூகவாழ்க்கை சுறுசுறுப்பாக இருந்தது. அவன் மிகவும் விரும்பப்பட்டதுடன். அவனுக்கு ஏராளமான நண்பர்கள் இருந்தனர். அவன் நண்பர்களைப்போல அவனுக்கும் காதல் கவர்ச்சியிருந்தது. தன் நண்பர்களைப்போல் அல்லாமல், அவன் அனுபவித்த அத்தனை மோகங்களும் மற்ற ஆண் நண்பர்களுக்காகவே இருந்தது. அவன் கடந்த காலத்தைப் பற்றி சிந்தித்துப் பார்கும்போது, அவன் எதிர் பாலினத்தால் கவரப்படவில்லை என்பதே உண்மை. அவன் பருவமடையும் முன் பலமுறை

41 இதே போன்ற நிகழ்வுக்கு, பார்க்கவும் Todd Burpo. Heaven Is For Real. Nashville: Thomas Nelson, 2010

சிறுவர்களுடனும், சிறுமிகளுடனும் பாலின்பத்தின் சோதனையை செய்து பார்த்திருக்கிறான். ஆனால் பருவமடைந்த பின், இந்த செயல்கள் ஆண்களிடம் மட்டுமே மையம் கொண்டிருந்தன. அப்பொழுதெல்லாம், அவன் விருப்பத்தின் காரணமாக பெண்கள் கர்ப்பம் தரித்துவிடுவார்களோ என்ற அச்சத்தை காரணமாகக் கூறி நியாயப்படுத்தினான். பெண்களிடம் அவனுக்கு பாலினக் கவர்ச்சி இல்லை என்பதை அறிந்து கொள்வதற்கு அவனுக்கு சில வருடங்கள் பிடித்தன. இந்த சுயவெளிப்பாடு ரிக்கிக்கு அதிர்ச்சியை அளித்தது. மேலும் அதை ஏற்றுக்கொள்வதற்கும் கடினமாக இருந்தது. காதல் வயப்பட்டு வேறு ஒரு ஆணுக்காக ஏங்குவது என்பது, நண்பர்கள் வட்டாரத்தில் சரியானதாக கருதப்படவில்லை என்று அவன் புரிந்துகொண்டான்.

இதற்கு ஈடு கட்ட, ரிக்கி தனது மிகக்கவர்ச்சியான நண்பர்களுடன் விளையாட்டாக மல்யுத்தம் (குஸ்தி) செய்ய ஆரம்பித்தான். இது அவர்களுடன் நெருக்கமான தொடர்பினைக் கொள்வதற்கும், புல்லில் புரள்வதற்கும், பல்வேறு நிலைகளில் நண்பர்களை கீழே அமுக்குவதற்கும், தனது பிடியிலிருந்து அவர்கள் தங்களை விடுவிக்க முயலும்பொழுது அவர்களின் சூடான, துடிப்புள்ள தேகத்தின் உணர்வை அனுபவிப்பதற்கும் இவனுக்கு ஒரு வாய்ப்பாக அமைந்தது. ரிக்கிக்கு இது மற்ற இளைஞர்களுடன் செய்ய இயலக்கூடிய சமூக ரீதியாக ஏற்றுக்கொள்ளப்பட்ட நெருக்கமான உடல் தொடர்பாகவும், அதே நேரத்தில், அவனுடைய நண்பர்களுக்கு இது ஒரு சாதாரண மல்யுத்தமாகவும் பட்டது. மேலும் இது கிளர்ச்சியைத் தூண்டுகின்ற, தடுக்கப்பட்ட பாலியல் அனுபவமாகவும் ரிக்கிக்கு இருந்தது. மல்யுத்த செயல்பாடு அவனுடைய பதினாறு வயதில் குறைய ஆரம்பித்தது. இருப்பினும், கள்ளத்தனமான சுய இன்பம் தேடும் தற்புணர்ச்சி வாய்ப்புகள் அதற்கு பதிலாக இருந்தன. இவை சுவாரஸ்யமான சிற்றின்ப நேரங்களாக இருந்தாலும், காதல் என்ற வகையில் பார்க்கும்போது இவை ஒன்றுமே இல்லை. அவனுடைய அனைத்து நண்பர்களும் வேற்றுப்பால் கவர்ச்சி கொண்டு, இயல்பான பாலுணர்வு நாட்டம் கொண்டிருந்தனர்.

ரிக்கி சமூகக் கடமை என்ற உணர்வினைக் கொண்டு, ஒரு குறுகிய காலகட்டத்திற்கு இரண்டு பெண்களுடன் டேட்டிங் சென்றான். ஆனால் அவர்களின் மீது எந்தவிதமான இச்சையோ அல்லது பாலியல் கவர்ச்சியோ அவனுக்கு ஏற்படவில்லை. தன்னைப் போன்று வேறு யாருமே இவ்வாறு இருக்கவில்லை என்று அவன் கருதினான். வருடங்கள் செல்லச் செல்ல, இந்த உலகத்திலேயே, தான் ஒருவன்தான் தன்பாலின விருப்பம் கொண்டவனாக இருப்பதைப் போன்று கருதிக்கொண்டான். ஒரு ஆழமான தனிமை உணர்வு அவனது பதின்ம பருவத்தின் பிந்தைய வருடங்களில் அவனை ஆட்கொள்ளத் தொடங்கியது. அவன் இனம்புரியாத அன்புக்காக தனிமையால் ஏங்கினான். அவன் ஒரு ஆணால் காதலிக்கப்பட்டதை என்றைக்காவது அனுபவித்திருக்கின்றானா? காதல்

சாகசங்கள் தாராளமான வகையில் ஏற்றுக்கொள்ளப்பட்டு, அதைப் பற்றி முடிவில்லாமல் உரையாடிக் கொண்டிருக்கும் அவனது எதிர்பாலின நண்பர்களைப்போல் அல்லாமல், அவனுடைய காதல் பாசம் இரகசியமாக மாறியது. தான் கிண்டல் செய்யப்படுவோம் என்பதற்காகவோ அல்லது ஒதுக்கப்படுவோம் என்பதற்காகவோ இல்லை, காதல் விருப்பங்களைப் பகிர்ந்து கொள்ளும் வகையில் அவனுக்கு யாரையுமே தெரியாது.

ரிக்கி தன்னுடைய இந்த உணர்வுகளை மூடி மறைத்து தன்னைத்தானே மாற்றிக்கொள்வதைத் தவிர வேறு எதுவும் செய்யமுடியாது என உணர்ந்தான். இந்த முடிவு, இருப்பினும், அவனுடைய காதல் விருப்பத்தை மிதித்து அழித்ததோடு மட்டுமல்லாமல், அவன் அறியாமலேயே, காதல் விருப்பத்தை அனுபவிக்கும் திறனையும் குறைக்க ஆரம்பித்தது. அவன் உணர்ச்சி வசப்படுவதும் குறைந்தது. நெருங்கிய உணர்ச்சிகளை அனுபவிப்பதற்கோ, வெளிப்படுத்துவதற்கோ அவனால் அதிகம் இயலவில்லை. மற்றவர்களால் அனுபவிக்கும் உணர்வுவலிகளை மதித்து அனுதாபம் கொள்வதற்கும் அவனால் இயலவில்லை. மொத்தத்தில், அவன் கடினமாகிவிட்டான். கடினமானவன் என்றால், உணர்வற்று மரத்துப்போனவன் போன்று ஆகிவிட்டான்.

ரிக்கி இதை நினைக்கும்பொழுது, எப்போதையும் விட அதிகமான இந்த பாலிய நாட்டப் பிரச்சினையில் முதிய ஆத்மாவின் எண்ணங்களை அறிய ஆசைப்பட்டான்.

அடுத்த வருடம் அவனுடைய பதினேழாவது வயதில், ரிக்கி முதிய ஆத்மாவை சந்திக்க முடிவெடுத்தான். அவர்கள் சந்தித்து ஐந்து ஆண்டுகள் கழிந்துவிட்டன. வாழ்க்கையைப்பற்றி நிறைய கேள்விகளுக்கு அவனுக்கு பதில் தேவைப்பட்டது. எதிர்வரும் பள்ளியாண்டிற்காக, நகரத்தில் இருக்கும் அவன் வீட்டிற்கு திரும்பி, வடக்கே லாக்ஜாமோட்டில் இருக்கும் சித்தப்பாவின் பண்ணைக்குவருவது என்று முடிவெடுத்தான் ரிக்கி. இது அக்டோபரின் ஆரம்பகாலம், பண்ணையில் பரபரப்பான நேரம். அந்த மாவட்டத்திலுள்ள பண்ணைகளை சேர்ந்த நூற்றுக்கணக்கான குதிரைகள், பீட பூமியிலிருந்து பள்ளத்தாக்கிலுள்ள பண்ணைகளுக்கு மந்தையாக ஓட்டப்பட்டன. இந்த நடவடிக்கைகளால் பண்ணை முழுவதும் ஒரே சலசலப்பாக இருந்தது. இந்த சமயத்திலும், ரிக்கி தனது டிரஸ்ட் குதிரையின் மீது சவாரி செய்வதற்கு நேரம் ஒதுக்கிக்கொண்டான். பலவருடங்கள் கழித்து, முதிய ஆத்மாவை சந்திப்பதற்கு ஹீதர் ஹில்லை நோக்கிப் போய்க்கொண்டிருந்தான். முன்பு போலவே, குன்றின் மீது ஏறி நின்றான். ஹீதர் ஹில்லை நோக்கி அவன் குதிரையின் மீதுள்ள பாசமான சிந்தனையுடன் நிற்கும் முன், மூன்றுமுறை கடிகாரமுள் சுற்றும் திசையிலும், மூன்று முறை கடிகார முள் சுழலும் திசைக்கு எதிர் திசையிலும் சுற்றி நடந்தான். நேரம் நின்று விட்டது. ஹீதர் ஹில் திறந்து கொண்டது.

முதிய ஆத்மா வாசலுக்கு வந்து ரிக்கியை அன்பாக வரவேற்றது. முதல் சந்திப்பின்போது செய்தது போலவே அவனை தன் தனி ஆய்வு அறைக்கு அது-அழைத்துச்சென்றது.

இந்த முறை ரிக்கி ஒரு நீண்ட கேள்விப்பட்டியலை தயார் செய்து வைத்திருந்தான். அதில் வாழ்க்கை, மரணம், சோக நிகழ்ச்சிகளுக்கான காரணம், அவன் நண்பர்களின் இறப்பு, ஹோலார் பண்ணையில் இரண்டு சிறுவர்களுக்கு ஏற்பட்ட மனநல பாதிப்பு மற்றும் கைகால் முடக்க நோய் ஆகியவை அடங்கியிருந்தன. ஆன்மீகப் பரிமாணத்தில் வளர்ந்த அவன் சகோதரனைப்பற்றி முதிய ஆத்மா என்ன சொல்லப்போகிறது என்பதை அறிய ஆவலுடன் இருந்தான். கடைசியாக, அவனுக்கு பாலிய நாட்டத்தில் அறிவுரை தேவைப்பட்டது.

ரிக்கி கேட்கப்போகும் கேள்விகளை ஏற்கனவே முதிய ஆத்மா அறிந்திருப்பது போல் தோன்றி, கேட்டது, "எனக்கான முக்கியமான கேள்விகளை நீ தயார் செய்துள்ளாய். ஆனால், இந்த கேள்விகளுக்குப் பதில் தரும் முன் இந்த இயல்பான உலகில் உன்னுடைய இருத்தலின் இயற்கையைப்பற்றிய பின்னணியை உனக்கு கொடுக்கப்போகிறேன்."

சென்ற சந்திப்பின் போது, நேரம் நின்றுவிட்டதை நினைத்து ரிக்கி, நகைச்சுவையாக கேட்டான், "இது அதிக நேரம் எடுக்காதுதானே?"

முதிய ஆத்மா புன்முறுவலுடன் பதிலுக்கு, "இல்லை, இந்த கணத்தில் நீ நேரத்தின் பரிமாணத்திற்கு வெளியே இருக்கிறாய். சொல்லப்போனால், இன்னும் சில நிமிடங்களில் இதைப்பற்றி நான் உனக்கு கூறுகிறேன்."

ரிக்கி புன்னகையுடன் முன்பு அமர்ந்த அதே முக்காலியின் மீது அவனால் முடிந்த அளவு அமைதியாக அமர்ந்தான். சுற்றும் முற்றும் பார்த்த போது, அவன் முதிய ஆத்மாவின் ஆய்வறையில் இருந்த போதிலும், அவனுக்கு ஆன்மீக அகிலம் முழுவதுமே நன்றாகத் தெரிந்தது. அவன் முதிய ஆத்மாவின் ஆய்வறையில் அமர்ந்து கொண்டு அகிலம் முழுவதையும் காண்பது, விசித்திரமாகத் தோன்றியது. ஆனால் அது அவ்வாறுதான் பிரமிப்பு வாய்ந்ததாக இருந்தது.

முன்பைப்போலவே, ஆத்மாக்கள் வளைந்து நெளிந்து செல்லும் பல வண்ண கோளங்களாக இருந்தன. முதிய ஆத்மாவும் மனித உருவத்தில் தென்படும் ஒரு ஆத்ம கோளம் என்பதை ரிக்கி அறிவான். ஆனால் அது பாலினமற்றதாக காணப்பட்டதுதான் ரிக்கிக்கு புரியாத புதிராக இருந்தது. ஆகவே, உரையாடல் தொடங்கும் முன்பே இதைப்பற்றி முதிய ஆத்மாவிடமே கேட்பது என்று ரிக்கி முடிவு செய்தான்.

ரிக்கி தயக்கத்துடன் வினாவினான், "நான் உன் மன்னிப்பைக் கோருகிறேன். நான் இதைக் கேட்பதை நீ தவறாக நினைக்க மாட்டாய் என நம்புகிறேன். நீ மனிதனாகத் தெரிகிறாய், ஆனால் நீ ஆணா பெண்ணா என என்னால் கண்டுபிடிக்க முடியவில்லை."

முதிய ஆத்மா ஏளனமாக சிரித்து, பதிலளித்தது, "நான் இரண்டுமில்லை... நான் எதுவாகவும் இருக்க முடியும். ஒரு ஆத்மா ஒரு ஆயுளை பூமியில் கழிக்க முடிவெடுத்த பின்தான் பாலின நியமிப்பு ஏற்படுகிறது. சிசுவின் பாலினம் கர்ப்ப காலத்தில்தான் தீர்மானிக்கப்படுகிறது. மேலும் ஒரு இனத்தை உண்டாக்கி பூமியில் அதை பரிபாலிக்க இரண்டு பாலினங்கள் வேண்டியதிருப்பதால், நாம் பொதுவாக, உடலை ஆணாகவோ, பெண்ணாகவோ தேர்ந்தெடுத்து உருவாக்குகிறோம். ஆனால் ஆன்மீகப் பரிமாணத்தில் இனப்பெருக்கம் ஏற்படுவதில்லை. ஆகவே இங்கே, ஆணாகவோ, பெண்ணாகவோ இருக்க வேண்டிய தேவை இல்லை."

'ஓஹ்,, சரி.'

"இருப்பினும், நான் ஆண் உருவத்தில் உனக்கு அறிவுரை வழங்கினால், நீ பெற்றுக்கொள்ள சுலபமாக இருக்கும் என்பதை நான் அறிவேன். தயவுசெய்து, என்னை நினைக்கும்போதும் குறிப்பிடும்போதும், ஆணுக்கான சுட்டுப்பெயரையே பயன்படுத்து."

"சரி, நான் அப்படியே செய்கிறேன்."

முதிய ஆத்மா வெள்ளை அங்கி அணிந்திருந்தது. அதனைச்சுற்றி, வெளிறிய நீலநிற ஒளிவட்டம் இருந்தது. ஒரு பொன் கயிற்றினால் ஒரு பெரிய பதக்கம் அதன் கழுத்தில் தொங்கிக்கொண்டிருந்தது. அந்த பதக்கம் ஒருவித கண்ணாடி போல் காட்சியளித்தது. ஏனெனில், ரிக்கி அதனைப் பார்க்கின்ற ஒவ்வொரு முறையும் அதுவரையிலான அவனுடைய வாழ்க்கை முழுவதும் அவன் மீது பிரதிபலித்தது.

ரிக்கி தன் கருத்தை தெரிவித்தான், "மிக சிறந்த பதக்கம் உன்னிடம் இருக்கிறது. நான் அதைப்பார்த்தால், இதுவரை நான் வாழ்ந்த வாழ்க்கை முழுவதும் தெரிகிறது."

"ஆமாம், எங்களுக்குள், ஆன்மீக உலகில் அநேகமானோரிடம் இருக்கிறது. பைல்கர் (Fylgjur) பணியில் இது எங்களுக்கு உதவுகிறது."

ரிக்கி முதிய ஆத்மாவை நோக்கினான். முதிய ஆத்மா மிக பழையதானதை அவன் அறிந்திருந்தாலும், அது அவனுடைய வாழ்க்கையின் பிரதான நிலையில் இருப்பதாகத் தோன்றியது. ஆனாலும் முதிய ஆத்மா அவனது தந்தை "பால்டரை" விட இளையவனாக தோன்றியது. முதிய ஆத்மாவுக்கு

பொன்னிற கேசமும், அடர்த்தியான புருவங்களும், கருத்த பழுப்பு நிற கண்களும் இருந்தன.

முதிய ஆத்மா பேச ஆரம்பித்ததும், அதனிடமிருந்து ஓர் ஆழமான கருணை உணர்வு வடிவெடுத்தது. "இப்பொழுது தலைப்புக்கு வந்து, இன்றைய பாடத்தை ஆரம்பிப்போம்."

ரிக்கி சில முக்கியமான தகவல்களைப் பெற தன்னை தயார் செய்துகொண்டான்.

"நீ எனக்காக தயாரித்து வைத்துள்ள கேள்விகளுக்கு நான் அளிக்கும் பதிலை நீ முழுமையாக புரிந்துகொள்வதற்கு, உனக்கு எவ்வளவு தகவல் தேவை என்பதை நீ அறியமாட்டாய்."

ரிக்கி புன்னகையுடன் சொன்னான், "நல்லது, நான் நேரத்தின் பரிமாணத்திற்கு வெளியே உள்ளதால், அவற்றை விளக்குவதற்கு உனக்கு எடுக்கும் நேரம் ஒரு பிரச்சினையாக இருக்காது என்று நான் நினைக்கிறேன்."

முதிய ஆத்மா புன்னகைத்தது, "நான் உன் கேள்விகளுக்கான சில பதில்களை அளிக்கும் முன், சில கருத்துக்களை விளக்க வேண்டியதிருக்கிறது. முதலில், எப்படி இந்த பிரபஞ்சம் உண்டாக்கப்பட்டது என்பதை நான் சிறிது சொல்ல வேண்டும். அடுத்து, நீ இதற்குள் உன் சுயரூபத்தை எவ்வாறு உண்டாக்குகிறாய் என்பதைக் கூறுகிறேன்."

"அது நிறைய தகவல்களைக் கொண்டதாக தெரிகிறதே?"

"ஆமாம், ஆனால் உன்னுடைய கேள்விகள் முக்கிய பிரச்சினைகளான வாழ்க்கை, மரணம் பற்றி இருக்கவேண்டும். இந்தக் கருத்துக்களின் அடிப்படை அறிவு இல்லாவிட்டால் என் பதிலுக்கான காரணத்தையும், தர்க்கத்தையும் புரிந்துகொள்ள முடியாது."

"நல்லது, நான் தயார். ஆரம்பிக்கலாம். பிரபஞ்சம் எப்படி உண்டாக்கப்பட்டது என்பதை என்னால் புரிந்துகொள்ளமுடியும் என்று நினைக்கிறாயா?"

முதிய ஆத்மா பதிலளித்தது, "ஆமாம், ஒரு வறையறுக்கப்பட்ட வழியில்."

பாகம் II

அத்தியாயம்

4

கட்டவிழ்கும் பிரபஞ்சம்

"இந்த பிரபஞ்சம் எப்படி ஒன்றாக்கப்பட்டது என்பதை ஒரு உவமையுடன் விளக்குகிறேன். "எல்லாம் அதுவே" அல்லது இறைவனை ஒரு மிகப்பரிய 'நனவு உயிரியாக' (conscious organism) கற்பனை செய்துக்கொள். இருப்பதெல்லாம் இந்த உயிரிக்குள் குடிகொண்டுள்ளது. அதனால் ஒவ்வொன்றுக்குள் நனவுநிலை (consciousness) இருக்கிறது. இந்த உயிரி ஒரு தானியங்கி (self-sustaining). இது இறைவனின் எண்ணப்படி தனக்குள் ஒருவித செய்கை அல்லது நிகழ்வை உண்டாக்கிக்கொள்ளும். இந்த செய்கை "நனவு நிலையின் அலகுகள்" (consciousness units) என்றும் சொல்லப்படும். நுண்துகள்களை செயல்படுத்தும் இந்த நனவு நிலையின் அலகுகள்தான் ஒரு உயிரிக்குள் அடிப்படை கட்டமைப்பின் தொகுதிகளாகும்."

அனைத்து பேச்சு, செய்கை மற்றும் நடத்தை ஆகியவை
நனவு நிலையின்
மாறுபாடுகள். நனவு நிலையில்தான் எல்லா
உயிர்களும்
உண்டாகி, நீடித்திருக்கின்றன. முழுபிரபஞ்சமும் நனவு
நிலையின்
தோற்றமே. பிரபஞ்சத்தின் மெய்மை ஒரு எல்லையற்ற
நனவு நிலை கடலின் இயக்கம்.

Maharishi Mahesh Yogi

"சரி, நம் முதல் சந்திப்பின் போது நீ கொடுத்த வீட்டுப்பாடத்தில், நனவு நிலையின் அலகுகளைப்பற்றி குறிப்பிட்டிருந்தது ஞாபகம் இருக்கிறது."

"ஆமாம், நான் அன்று சொன்ன கருத்தை, இன்று விரிவாகச் சொல்கிறேன்."

நனவு நிலையின் அலகுகளை செய்கை செயல்படுத்தும் பொழுது, அவை தன் தனித்தன்மையைப் பொறுத்து ஒன்றுகூட ஆரம்பிக்கும். ஆக, உதாரணத்திற்கு, பிரபஞ்சம் உண்டாக்கப்பட்டபோது தனித்தன்மை கொண்ட நனவு நிலை அலகுகளின் குழுக்கள் ஒன்றிணைந்து, பரிமாணங்களைத் தோற்றுவித்தன. அவை இயற்பொருள் பரிமாணத்தையும், ஆன்மீகப் பரிமாணத்தையும் உருவாக்கின. மேலும் பிற நனவு நிலை அலகுகள் பரிமாணங்களுக்குள் பின்னப்பட்ட பரிமாணங்களை உருவாக்கின. உதாரணத்திற்கு, உன் இயற்பொருள் பரிமாணத்திற்குள், இடப்பரிமாணம், நேரப்பரிமாணம் ஆகியவை பின்னப்பட்டுள்ளன."

இருக்கும் அனைத்திலும்
நனவு நிலை உண்டு

ரிக்கி யோசித்துக்கொண்டே சொன்னான், "சரி, நான் கவனித்துக்கொண்டிருக்கிறேன்."

"இந்த பரிமாணங்களுக்கு வெளியே நனவு நிலை அலகுகள் ஒருங்கிணைந்து ஒரு பொது மேடையை (general platform) அல்லது 'திரைச்சீலையை' (canvas) தோற்றுவிக்கும். ஆன்மீக அல்லது உடல் பரிமாணத்தில் தோன்றும் உடல் மற்றும் மனக் கட்டமைப்புகள் (mental and physical structures) இந்த மேடை அல்லது திரைச்சீலையிலிருந்துதான் தோன்றுகின்றன. உன் கண்ணோட்டத்தில், இந்த திரைச்சீலை கண்ணுக்கு புலப்படாமல் பின்னணியாக மட்டும் இருக்கிறது. அதில் உண்டாகி உனக்குத் தோன்றும் கட்டமைப்புகளை மட்டும் நீ பார்க்கிறாய். உதாரணங்களாக, விண்மீன் திரள்கள், நட்சத்திரங்கள், சூரிய மண்டலம், கிரகங்கள் மற்றும் பூமியில் இருக்கும் அத்தனை பொருள்கள், அடுக்கு மண்டலம் (stratosphere), உயிர்க்கோளம் (biosphere), மற்றும், பூமியில் எல்லா ஜடப்பொருள்களுமான மலைகள், நீர், தாவரங்கள், விலங்கினங்கள் முதலியவையாகும்.

"கட்டவிழ்கும் நல்லிணக்கம்" (unfolding harmony) என நான் குறிக்கும் செயல்முறையின் உதவியால் திரைச்சீலையில் உண்டாக்கப்பட்ட நிகழ்ச்சிகளின் தோற்றம் உன் உடல் பரிமாணத்திற்குள் கொண்டு

வரப்படுகிறது. கட்டவிழ்கும் நல்லிணக்கம் தொடர்ந்து நடக்கும் செயல்முறையானதால், நேரப்பரிமாணத்தில் நிகழ்வுகளை சரங்களாக வெளியேற்றும். இது பருநிலை பரிமாணத்தில் உண்டாகும் பிரபஞ்ச வட்டவடிவங்களை ஒருங்கிணைக்கும் பொறுப்பு கொண்டது. ஏனெனில், திரைச்சீலையில் உண்டாக்கப்பட்ட கட்டமைப்புகளை, சரமாகவும், நல்லிணக்கத்துடன் ஒருங்கிணைந்து செயல்பட்டு பருநிலை பரிமாணத்தில் (physical dimension) கொண்டு வரும்."

"சரி, நான் புரிந்துகொண்டேன் என நினைக்கிறேன். கண்ணுக்குத்தெரியாத ஒரு திரைச்சீலை, கட்டமைப்புகளை (structures) உண்டாக்குகிறது. மேலும் கட்டவிழ்கும் நல்லிணக்கம் (unfolding harmony) சரமாகவும் அதை என் பருநிலை உலகத்தில் நேரத்தின் பரிமாணத்தில் செலுத்துகிறது."

"சரிதான், ஒரு உதாரணத்திற்கு பாறைகள் உருவாவதையும், லட்சக்கணக்கான வருடங்களுக்குப்பின் காலப்போக்கில், அவை அரிக்கப்படுகின்ற முறையையும் கவனித்துப்பார். அதே போன்று, குறைந்த காலகட்டத்தில், ஆயுட்காலம் எனக் குறிக்கப்படும் சிக்கலான கட்டமைப்புகள் உருவாகின்றன. ஜீவராசிகள் (life forms) போன்றவையும், பொதுவாக ஆயுட்காலம் எனக் குறிக்கப்படும் வட்டவடிவ இயல்பு முறையைக் (circular pattern of evolvement) கொண்டுள்ளன. இந்த ஜீவராசிகள் பாலூட்டிகளான (mammals) மனிதர்களையும் சேர்த்து தாவரங்களிலிருந்து விலங்கினமாக இயங்கும் பொழுது, மிகவும் சிக்கலாகி விடுகின்றன."

"சரி, நான் புரிந்து கொண்டேன்."

"இப்பொழுது மனிதன், உயிர் மட்டும் இல்லாதிருந்தால், இந்த விளையாட்டு கட்டத்தில் மிருகமாக இருந்திருப்பான். அவன் உயிருடன் ஒன்றிணைந்த காரணத்தினால்தான் புலனறிவு உடையவனாகவும், சுய விழிப்பு உள்ளவனாகவும் இருக்கிறான்."

"அப்படியா, சிசுவுடன் உயிர் கலப்பதைப்பற்றி நீ சொன்ன கருத்து எனக்கு ஞாபகம் இருக்கிறது."

"ஆமாம், நான் இதை நம் கடைசி சந்திப்பின் பின்னர் கொடுத்த வீட்டுப்படத்தில் ஜாடையாக குறிப்பிட்டிருந்தேன். உயர்-ஆத்மாக்கள் தங்களைப் பற்றி அறிந்து கொள்வதற்கு தங்களின் உயிரை மனித சிசுவின் நனவு நிலையில் கர்ப்பகாலத்தில் தோற்றிவிக்கின்றன. இது நடக்கும் பொழுது, மனித மிருகம், புலனறிவு உடையதாகவும், சுய விழிப்பு உள்ள மனிதனாகவும் மாறிவிடுகிறது."

ரிக்கி புன்னகையுடன் பதிலளித்தான், “நல்லது, அது சற்று நிவாரணம் அளிக்கிறது. நான் ஒரு சராசரி மிருகத்தை விட அதிகமாக உருமலர்ச்சியுற்றிருக்கிறேன்.” சிறிது நிறுத்தி, சிந்தித்து, “ஆனால் அது நம்ப முடியாததாக உள்ளது.”

முதிய ஆத்மா அவன் சிந்தனையை அறிந்து சொன்னது, “ஆமாம், அதைத்தான் சிலர் தெய்வீக அதிசயம் என குறிக்கிறார்கள். நாம் அவதரிக்கும்பொழுது இப்படித்தான் நாம், உயிராக இருந்து, உலகில் பிரவேசிக்கின்றோம்.”

“நான் அதை விரும்புகின்றேன்.”

“ஆமாம், அதிர்ஷ்டவசமாக, உலகில் ஆயுட்கால அனுபவத்தைப் பெறுவதற்கு உடல் பரிமாணத்தில் உயிரைத் தோற்றுவிக்க ஆர்வம் கொண்ட உயர்-ஆத்மாக்களின் பற்றாக்குறை இல்லை. ஆக, அதன் விளைவால், அனைத்து மனிதர்களும், புலனறிவு உடையவர்களாக உள்ளனர்.”

“சரி, நான் புரிந்து கொண்டேன். இப்பொழுது, என்னிடம் ஒரு விரைவான கேள்வியுண்டு. எனக்கு டஜனான கடந்த கால வாழ்க்கைகள் இருந்தன என நீ ஒருமுறை கூறினாய். நான் திரும்பத் திரும்ப அவதரித்த அதே உயிரா?”

“கடந்த சில நூற்றாண்டுகளாக உன் உயர்-ஆத்மா பல உயிர்களை பூமியின் மீது தோற்றிவித்தது. ஆனால், சரியாக அதே உயிர் திரும்பி அவதரிப்பதில்லை. உன் உயர்-ஆத்மா ஒவ்வொரு அவதாரத்திற்கும்[42] தனித்தனி உயிரை உண்டாக்குகிறது. ஒவ்வொரு உயிரும் தன் முந்தைய அவதாரத்தின் அனுபவத்தையும் சேர்த்து, உன் உயர்-ஆத்மாவின் பல்வேறு குணாதிசயங்களைக் கொண்டவைகளாக இருக்கும். நான் முன்பு குறிப்பிட்டது போல் உயர்-ஆத்மாவால் வழங்கப்பட்ட அத்தனை உயிர்களுக்கிடையேயும் ஒற்றுமைகள் உள்ளன. இந்த ஒற்றுமைகள், ஒரு நபரின் பண்புகளிலும் முக ஜாடையிலும் இருக்கும். உண்மையில் உனக்கு உன் முந்திய காலத்தின் புகைப்படமோ அல்லது ஓவியமோ கிடைத்தால், அதில் இந்த ஆயுள் காலத்தில் உள்ள குறிப்பிடத்தக்க முக ஜாடை ஒற்றுமைகளை உன்னால் காண முடியும்.”

ரிக்கி வியந்துரைத்தான், “ ஒவ், அது மிக சுவாரஸ்யமாக இருக்கும்.”

42 Seth, in channeling through Jane Roberts, makes numerous references to the over-soul. (See for example, Jane Roberts. *The Nature of Personal Reality*, pg. 170, 1974). Also, the psychologist F.W. H. Myers (1843-1901) while channeling through Geraldine Cummins, thirty years following his own death, refers to this very same concept, calling it the ‘group-soul’. (G. Cummins, Chapter 6, *The Road to Immortality*, (originally published in 1932), White Crow Books, Guildford, UK, 2012).

"சில நேரங்களில் முந்தைய பிறப்பின் தீர்க்கப்படாத பிரச்சினைகளும் புதிய உயிரில் சேர்க்கப்பட்டு, அதற்கு அந்தப் பிரச்சினையின் மீது மேற்கொண்டு வேலை செய்ய வாய்ப்பு கொடுக்கப்படும். உதாரணத்திற்கு, தண்ணீரின் மீதான உனது பயம். இந்த பயம் மிக முந்தைய காலத்தில் தோன்றி, தீர்க்கப்படாமலிருந்தது. ஆக, நீ அதை இந்த அவதாரத்தில் கொண்டு வர முடிவு செய்து, அது இப்பொழுது தீர்க்கப்பட்டுவிட்டது. சில குறிப்பிட்ட திறமைகளும் மேற்கொண்டு வளர, எப்போதாவது முன்னுக்கு கொண்டுவரப்படும்."

"ஒரு குழந்தை மேதையை சொல்கிறாயா?"

ஆமாம். கடந்த வாழ்க்கையிலோ அல்லது தொடர்ச்சியாக கடந்த பல வாழ்க்கைகளிலோ வளர்க்கப்பட்ட ஒரு குறிப்பிட்ட திறமையை மேற்கொண்டு அதனுடன் வேலை செய்ய, உயர் ஆத்மா அதை சேர்த்துக்கொள்ளும்.

ஒவ்வொரு அவதாரமும் ஒரு புதிய உயிர் கொண்டு, ஒரு புதிய உடல் கொண்டு ஆரம்பமாகும், அல்லது துல்லியமாக சொன்னால், ஒரு புதிய திருத்தப்பட்ட உயிர். ஒரு புதிய உயிரைத் தயார் செய்யும்பொழுது சில மனோபாவப் பண்புகளுக்கும் நீ முக்கியத்துவம் அளிப்பாய், ஏனெனில், நீயே வரையறுத்த விதிக்கப்பட்ட நிகழ்வுகளின் தேவையை இந்த மனோபாவப் பண்புகள் சமாளிக்கும். இதனால், உன் உயிரின் இயற்கையைப்பற்றிய நுண்ணறிவை நீ அடையலாம். உயர்-ஆத்மா தன்னைப்பற்றி தொடர்ச்சியான அவதாரங்களின் சுழற்ச்சியினால் அறிந்துகொள்வதால், அது முதிர்ச்சியடைந்து, ஆன்மீக ரீதியாக உருவாகும். உன் உயர்-ஆத்மா தோற்றுவித்த ஒவ்வொரு உயிரும், அதன் தனித்த அடையாளத்தை தக்க வைத்துக்கொள்ளும் என்பதை நீ அறிந்து கொண்டு, உன் ஆயுள் காலம் முடிந்து, நீ ஆன்மீகப் பரிமாணத்திற்கு திரும்பிய பின் அதன் நினைவுகளையும், உணர்வு பூர்வ அனுபவத்தையும் அணுகமுடியும். நீ விரும்பினால் உன்னுடைய முந்தைய வாழ்க்கையை இந்த அவதாரத்தில், கடந்த வாழ்வின் முற்பிறவி பின்னடைவின் போது அணுக முடியும்."

"சரி, இது தெளிவாகி விட்டது."

"நாம் தொடரும் முன், இன்னும் நன்றாக புரிந்துகொள்ளக்கூடிய ஒரு குறிப்பு உள்ளது, புரிந்துகொள்ள முடியுமானால்?"

"நிச்சயாமாக, உன் மனதில் என்ன இருக்கிறது?"

"நம் முதல் சந்திப்பிற்கு பிறகு வீட்டு பாடமாக கொடுத்ததில் நீ கூறியிருந்ததாவது, பூமியின் மீதான வாழ்க்கை பிரதானமாக உள்ளார்ந்த கற்றலைப் பற்றியதுதான். இது உணர்வுபூர்வ அனுபவங்களை நாம்

உருவாக்கும்போது நடக்கிறது. ஆயுள் காலத்தில் ஏற்படும் மற்ற அனுபவங்கள். குறிப்பாக உணர்வுகளை சார்ந்து இல்லாதவைகளைப்பற்றி என்ன சொல்கிறாய்?' இது அவ்வளவு முக்கியமில்லையா?"

முதிய ஆத்மா தயங்கியது. "அது ஒரு நல்ல கேள்வி. இது சிறிது நேரம் நம்மை தலைப்பிலிருந்து திசைமாற்றி விடும். ஆனால் நாம் தொடங்கும் முன், ஒரு சுருக்கமான பதிலை நான் அளித்தால் உதவியாக இருக்கும் என நினைக்கிறேன்.

பூமியில் வாழ்க்கையைப் பற்றிய பொதுவான கருத்து என்னவென்றால், முக்கியமாக சாதனைப்படைப்பதும், வேலை போன்ற செயல்பாடுகளினால் வெற்றி அடைவதும்தான். ஆனால் அது அவ்வாறு இல்லை. நான் முன்பு கூறியது போல், உன் அவதாரத்தின் முக்கிய காரணம், ஆன்மீகப் பரிமாணத்தில்ஏற்படாதஉணர்வுகளைஅனுபவித்து,அவைகளைஅடையும் நேரத்தில், உண்டாகும் உள்ளார்ந்த-கற்றலால் நன்மையடைவதுதான். உன் ஆயுள் காலத்தில் நடக்கும் மற்ற எல்லா நிகழ்ச்சிகளும் இந்த அனுபவங்களைப் பெறுவதற்கு முதன்மை வகிக்கும் வாகனங்கள்தான்."

"நீ சொல்வது, மக்கள் தன் வாழ்க்கையில் செய்யும் மற்ற வேலைகளான, படிப்பு, ஒரு தொழிலுக்கு எடுத்துக்கொள்ளும் முயற்சி, வேலை செய்வது, பணம் சம்பாதிப்பது, முதலியவை முக்கியமில்லையா?"

"அப்படியில்லை, இந்த நாட்டங்களும் தேவைதான். அவை, நிறைவேற்றத்தையும், நோக்கத்தையும், ஒரு நபரின் வாழ்நாளில் அர்த்தத்தையும் கொடுக்கும். அதைப்பற்றி இன்னும் அதிகமாக நான் பிறகு சொல்கிறேன். ஆனால், மிக முக்கியமாக, இந்த நாட்டங்கள், உணர்வுபூர்வமான அனுபவங்கள் ஏற்படுவதற்கான சூழ்நிலைகளை உண்டாக்கும். இந்த நாட்டங்கள் மூலம், மாறுபட்ட வாழ்க்கைச் சூழ்நிலைகளில் தம்மை காணும் மக்கள், இதில் தன் மனோபாவனையை சூழ்நிலையின் தனித்துவத்துடன் இணைக்கும் பொழுது, அது ஒரு குறிப்பிட்ட உணர்வுபூர்வமான அனுபவம் உண்டாக வித்திடும்."

ரிக்கி கேட்டான், சிந்தித்துக்கொண்டே, "வாழ்க்கை முக்கியமாக உணர்வுகளை உண்டாக்குவதற்குத்தானா?"

"ஆமாம், சாராம்சத்தில் அதற்காகத்தான். சிறப்பு மிகுந்த 'நனவு அலகுகள்' (consciousness units) ஒருங்கிணைந்து ஒரு உணர்வு நிலையை (feeling state) தோற்றுவிக்கும். அதுதான் அத்தனை உணர்வுகளுக்குமான அடிப்படை. உன் நனவு நோக்கம், உணர்வு நிலையை சேகரித்து அதை சக்தியுள்ளதாக்கும். கடைசியில், ஒரு பக்கம் நனவு நோக்கமும், மனப்பண்புகளும், மறு பக்கம், வாழ்க்கையின் குறிப்பிட்ட சூழ்நிலைகள், இவை அனைத்தும் சேர்ந்த கூட்டு தன் உணர்வுகளை வரையறுக்கும்

-அல்லது இதற்கு ஒரு பெயர் கொடுக்கும். உதாரணத்திற்கு, ஒரு மின் உயர்த்தியில் (elevator) செல்லும் போது தீவிர பயத்தை அனுபவித்தால், உன் மனப் பண்பை பொறுத்து, ‹உயர்த்தி பயம்' (phobia of elevator) எனும் ஓர் அச்சநோயை வளர்த்துக்கொள்வாய். இதே போல், ஒரு கட்டிடத்தின் கூரை மேல் உண்டாகும் பயம், உயரங்களினால் அச்சத்தை (fear of heights) கொள்ள வைக்கும்.

ஒரு உணர்வை உண்டாக்கிய உடன் அந்த உணர்வு மற்ற சூழ்நிலைகளின் மேல் படிந்து, அவைகளையும் பொதுவானதாக்கி விடும். உதாரணத்திற்கு உயர்த்தி பயம், உயர பயம் ஆகியவற்றை அனுபவிக்கும் ஒரு நபர், மற்ற மூடப்பட்ட இடங்கள், உயரத்தைதுடன் சம்பந்தப்பட்ட எல்லா சூழ்நிலைகளிலும் பயத்தை வளர்த்துக்கொள்வர். இதை பொதுமைப்படுத்தும் பண்புகள், பயம், பதட்டம், பொறாமை, கோபம், மன அழுத்தம், குற்ற உணர்வு ஆகியவை உள்ளடங்கிய எதிர்மறை உணர்வுகளுடன் பிரச்சினைகளை உண்டாக்கக்கூடியவை. ஏனெனில், இவை ஒரு மூடுபனி போல் நம்முள் பயத்தைப் படரச்செய்யும். இந்த மூடுபனி மற்ற சூழ்நிலைகளிலும் பனி மூட்டத்தை ஏற்படுத்தி, ஒரு நபரிடம் உட்புகுந்து, பல நாட்கள், பல வாரங்கள், பல மாதங்கள் குடிகொள்ளும். இதே மாதிரியான பொதுமைப்படுத்தும் பண்புகள் நேர்மறை உணர்வுகளுக்கும் உண்டாகும். உதாரணத்திற்கு, ஒரு மிக மகிழ்ச்சியான நிகழ்ச்சி, அன்பின் உணர்ச்சி, மகிழ்சி, களிப்பு ஆகியவை ஒரு நபரை கம்பீரமான சூரிய ஒளிக்கதிர்களால் குளிப்பாட்டி விடுகிறது -- பல தடவை நீண்ட நேரத்திற்கு. இருப்பினும், உன் ஆறுதலுக்கு, காலப்போக்கில், துக்கம் தரும் எதிர்மறை உணர்வுகள் அடங்கிய நிகழ்வுகளில் அன்பின் (இது உயிரின் அடிப்படை குணம்) கையே ஓங்கி இருக்கும். இதனால், சூரிய ஒளிக்கதிர்கள் பட்டவுடன், மூடு பனியின் போர்வை கிழிந்து அகன்று விடுவதைப்போல், எதிர்மறை உணர்வுகளும் கரைந்து, காணாமல் போய்விடும்."

ரிக்கி, உணர்வுகளுக்கும் அறிவுத்திறனுக்கும் மத்தியுள்ள உறவை நன்கு புரிந்துகொள்ள கேட்டான், "ஆனால் அறிவுத்திறனும், அறிவாற்றலான நாட்டங்களைப்பற்றி என்ன கூறுகிறாய்? நிச்சயாமாக பூமியீன் மீதுள்ள வாழ்க்கையானது மாறக்கூடிய உணர்வுகளை விட அதிகமான அளவில் அறிவுத்திறனைத்தானே நம்பி இருக்கும்.?"

"உயிரின் அறிவுத்திறனை அதிகப்படுத்துவதற்காக மட்டுமே ஒரு அவதாரம் மேற்கொள்ளப்படுவதில்லை. அவதாரத்தின்போது உயிருக்கும், உயர்-ஆத்மாவுக்கும் உள்ள அறிவுத்திறன் அவதாரத்தின்போது மனித உடலால் வெளிப்படுத்தப்படுவதை விட அதிகமாக இருக்கும். அதனால்தான் (இதைப்பற்றி பிறகு நான் விரிவாக சொல்கிறேன்) ஒவ்வொரு மனிதனும் அறிவுத்திறனைப்பொறுத்து சமமானவர்கள் என்பதை நீ ஏற்றுக்கொள்ள

வேண்டும். அவர்கள் உயிரின் அறிவுத்திறனுக்குள் வித்தியாசம் ஏதுமில்லை. உயிருள்ள உடலைக் கொண்ட ஒரு நபர் மற்றும் மன நலம் பாதிக்கப்பட்டவர், கல்வி கற்காதவர், குப்பை அள்ளுபவர், மற்றும் உயிர்கள் குடிகொண்ட சமுதாயத்தில் பெறும் வெற்றி கண்டதாக அறியப்படும் தனி நபர்களான, நோபல் பரிசு பெற்றவர், இராஜ்ஜியத்தின் தலைவர்கள் ஆகியோரின் உயிர்களின் அறிவுத்திறனில் வித்தியாசம் இல்லை."

"எனக்குப் புரியவில்லை. இந்த தனிநபர்களுக்குள்ளே நான் பெருமளவிலான வித்தியாசத்தைக் காண்கிறேன்."

"ஆமாம், இருக்கிறது, ஆனால் அந்த வித்தியாசம் அவர்கள் உயிரின் அறிவுத்திறனில் இல்லை. மாறாக, கர்ப்ப காலத்தில் உயிர் சிசுவுடன் கலக்கும் பொழுது, திட்டமிட்ட வடிவமைப்பு ஏற்பட்டபோது, இந்த வித்தியாசம் ஏற்படுகிறது. உணர்வுகளின் குறிப்பிட்ட தரத்தை பிரிக்கும் அனுபவத்தை பெற, ஒரு உயிர் தானே விரும்பி தன் அவதாரத்தைத் தேர்ந்தெடுத்து, கலாச்சார, மக்கள் தொகை கொண்ட அமைப்புகளின்படி, சிசுவுக்கு மன ஆற்றல், பண்பு, ஆகியவற்றை அளித்து, அவதரித்த இடத்தில் உயிர்கள் நாட்டங்களை முன்நடத்தும் அல்லது வரையறுக்கும். இந்த வழியாக, ஒரு குறிப்பிட்ட உணர்வு அனுபவம் ஏற்பட உகந்த சூழ்நிலையை உயிர் உருவாக்க இயலும்.

உயர்-ஆத்மா மற்றும் உயிர்களுடைய கண்ணோட்டத்தில் குறிப்பிட்ட மாதிரியான உணர்வுகளை அனுபவிக்கும் வாய்ப்பை கொடுக்கும் நிபந்தனை அல்லது நிலைகளைக் கொண்டுவர, அவதாரத்தின் போது நாட்டங்கள் வடிவமைக்கப்படுகின்றன.

அறிவார்ந்த நாட்டங்கள், தீட்டப்பட்ட திறமைகள் கூட வாழ்நாளில் முக்கியமானதுதான். ஆனால் அவை, ஒரு உயிரின் அவதாரத்தில், பிரதான குறிக்கோளாக இல்லாமல் இரண்டாவது நிலையில் தான் உள்ளன."

ரிக்கி சற்று தணிந்த குரலில், "சரி, நீ சொல்வதை நான் ஏற்றுக்கொள்கிறேன். ஆனால், உணர்வுகள் கட்டுப்பாட்டை மீறிச் சென்றால் என்னவாகும்? மனிதன் தன்னை சுயமாக அழித்துக்கொள்வதிலிருந்து மாற்றுவழி காட்ட போதுமான அறிவுதிறன் இந்த பூகோளத்தில் இருப்பதாக நீ நினைக்கிறாயா?"

முதிய ஆத்மா புன்னகையுடன், "ஆமாம், இருக்கிறது."

தன் கருத்துகளின் சுருக்கத்துடன் முதிய ஆத்மா தொடர்ந்தது, "ஆத்ம வழிகாட்டிகளைத் தவிர, பூமியில் அவதரிக்கும் அத்தனை உயிர்களும் உணர்வுகளைப்பற்றி கற்றுக்கொள்ள அவதரிக்கின்றன. அவதாரத்தின்போது, வாழ்க்கையை அன்பின் நோக்கத்துடன்

(இதுதான் உயிரின் பிரதிபலிக்கும் இயற்கை குணம்) கழித்து, அதே சமயம் துன்பத்தைத் தருகின்ற அத்தனை எதிர்மறை உணர்வுகளையும் அனுபவித்து, கற்றுக்கொள்வதுதான் முடிவான சவால். உணர்வுகள் தீவிரமாகவும், அபரிமிதமானதாகவும் இருக்கும் பொழுது, அவைகளைக் கையாளும் விதமும், இந்நேரத்தில் நீ எடுக்கும் முடிவுகளும்தான் உன் உயிரின் இயற்கையான குணாதிசயங்களை அறிந்துகொள்ள உதவும். முடிவில், இந்த உணர்வுகளை கடக்க அறிந்துகொள்ளும் பொழுது, நீ ஆன்மீக ரீதியாக மாற்றம் அடைந்து இயங்குவாய்.

இந்த உள்ளார்ந்த-கற்றல் (inner learning) எப்படி உண்டாகிறது என்பதைப்பற்றி நம் உரையாடலின் தொடர்ச்சியின்போது நிறைய கூறுகிறேன். ஆனால், இப்பொழுது தலைப்புக்கு வருவோம்."

ரிக்கி குறிக்கிட்டு, "சரி, இந்த பிரச்சினைகளை தெளிவுபடுத்தியதற்கு நன்றி."

"நான் கூறியதைப்போல் ஒரு மனித உடல் அமைப்பியலை ஆதிக்கம் செலுத்தும் அடிப்படை உயிரியல் ஒரு புறமிருக்க, மனிதனை தனிப்பட்டவனாகவும், சுய விழிப்புணர்வு உள்ளவனாகவும் ஆவதற்கு பொறுப்பு உயிர்தான். உயிரின் நனவு நிலையும், உடலின் நனவு நிலையும் ஒருங்கிணைந்து தான் புலனறிவுடைய மனிதன் உண்டாக்கப்படுகின்றான். இந்த புலனறிவு கொண்ட மனிதன், இரண்டு விதமான நனவு நிலைகளின் ஒருங்கிணைப்பின் விளைவு - இதில் அதி நவீன உயிர் நனவு நிலை ஒரு பகுதியாகவும், உலகத்திலுள்ள அனைத்தையும் உண்டாக்கிய திரைச்சீலைக்குள் அடங்கியுள்ள தனிப்பட்ட நனவு நிலை அலகுகள், மறு பகுதியாகவும் இருக்கின்றன."

"சரி, நான் புரிந்து கொண்டேன்."

"ஆக, ஒரு மனிதனை புலனறிவு உடையவனாகவும் சுய விழிப்புணர்வு உள்ளவனாகவும் ஆக்குவது உடலுடனான உயிரின் ஒருங்கிணைப்புதான். உலகத்தைக் கண்டு அனுபவிக்க ஒரு கேமரா (camera) போலவும், வாழ்நாளில் நாம் கிரகத்தின் மீது நடக்கும் பொழுது ஒரு வாகனம் போலவும் நமது உடல் செயல்படுகிறது. இந்த உடல் என்ற கருவிக்கு சில சுவாரஸ்யமான தன்மைகளும் உண்டு. மேலும் இதற்கு வழக்கமாக பராமரிப்பும் தேவைப்படுகிறது. நாம் மேற்கொண்டுசெல்லும் முன், நான் உனக்கு இதைப்பற்றி சிறிது சுருக்கமாக விளக்குவது அவசியம்."

"சரி, உடலை ஒரு கேமரா (Camera) போலவும் ஒரு காரைப் (car) போலவும் விளக்கினாய்."

கட்டவிழ்கும் பிரபஞ்சம்

“ஆமாம், இது ஒரு நல்ல உவமை, இல்லையா? உனது கடந்தகால வாழ்க்கைகளில் பலதரப்பட்ட கார்களை நீ கொண்டிருந்தாய். அனைத்தும் சற்று மாறுபட்டு இயங்கி வந்தன. ஏனெனில், இரண்டு உடல்கள் துல்லியமாக ஒற்றுமையுள்ளதாய் இருக்காது.”

உடலின் அத்தியாவசிய அம்சங்கள்

முதிய ஆத்மா தொடர்ந்தது, “உடலுக்கு சில பண்புகள் உள்ளன. அவை எப்பொழுதும் ஒரே மாதிரியாக இருக்கும். இந்தப் பண்புகள், இயல்பான உலகை உணரும் திறனை, நம் உடலுக்கு அளிக்கின்றன. நான் அந்தப் பண்புகளை முதலில் விவரிக்கிறேன். அதன் பின்னர் சுருக்கமாக உடல் சரியாக செயல்படுவதற்கு வேண்டிய சில அடிப்படை தேவைகளை விளக்குகிறேன். கடைசியாக, நீ உன் உடலை உலகில் கையாளும் பொழுது, அது எதிர்கொள்ளும் சவால்களை விளக்குகிறேன்.

உன் உடலின் மிகவும் அடிப்படையான பண்பு அதன் உடல் முரண்பாட்டைக் கண்டறிவது ஆகும்.

உடல் தன் பிறப்பாலேயே முரண்பாட்டைக் கொண்டுள்ளது, ஏனெனில், இந்த முரண்பாடுதான் உடலின் மூல அடிப்படை. இதன் மூலம்தான் உடலானது உலகை அனுபவிக்க முடியும். உனக்கு முரண்பாட்டைக் கண்டறியும் திறன் இல்லையேல், நீ எதையும் உணரமுடியாமல் போய், இறுதியில் ஒரு அனுபவம் கூடக் கிடைக்காது. இந்த முரண்பாடு உணர்வானது உணர்ச்சி பொறிமுறை (sensory mechanism) மூலம் அறியக்கிடைக்கிறது. இதன் வாயிலாகத்தான் நீ உன் உடலியல் இருத்தலை அனுபவிக்க முடியும். உதாரணத்திற்கு: உன் கண்கள் ஒளியின் அதிர்வெண்களுக்கு இடையேயான முரண்பாட்டைக் கண்டறியும் திறன் கொண்டதனால்தான், நீ ஒரு குறிப்பிட்ட அலைவரிசையில் நிறமாலையின் நிறங்களை (spectrum of colors) காணமுடிகிறது. காதுகள் அலைவரிசைகளுக்கு இடையேயான முரண்பாட்டைக் கேட்டறியும் திறன் கொண்டதனால், நீ ஒரு குறிப்பிட்ட அலை வரிசையில் சப்தத்தைக் கேட்கமுடியும். தோலில் உள்ள வாங்கிகள் (receptors) ஆற்றலை வெப்ப வடிவத்தில் அறியும் திறனை உனக்குக் கொடுத்து, தட்பவெப்ப நிலையின் முரண்பாட்டை உணர்ந்து, அதற்கு தகுந்தாற்போல், உடலின் தட்பவெப்ப நிலையை பராமரித்து அதிவெப்பநிலையையும், வெப்பச்சோர்வையும் (hyperthermia and heat exhaustion) தவிர்க்க உதவும். உன் சருமத்தின் தொடுவாங்கிகள் (touch receptors) என்பவை, வேறுபாடு கொண்ட திசுஅமைப்பு, அழுத்தம், அதிர்வு, வலி போன்றவைகளை அறிந்து, முரண்பாட்டை அனுபவிக்க உதவும். நாக்கில் இருக்கும் ருசி வாங்கிகளால் ஐந்து வேறுபட்ட ருசிகளான, உப்பு, புளிப்பு, கசப்பு, இனிப்பு, துவர்ப்பு

ஆகிய சுவைகளை வேறுபடுத்தி முரண்பாட்டை அறிய முடியும். மூக்குத்துவாரத்திலுள்ள நுகர்வு வாங்கிகள், காற்றிலுள்ள நீர்த் துளிகளை நுகர்ந்து அறியவும், பல மாறுபட்ட வாசனைகளின் முரண்பாட்டை அறியவும் உதவும்."

ரிக்கி கவனாமாக கேட்டுக் கொண்டே கூறினான், "ஹ்ம்ம்ம் .... நான் இந்த வகையில் சிந்திக்கவே இல்லை."

"அநேகமானோர் சிந்திப்பதில்லை."

ஒருமித்த தகவல்கள் இந்த உணர்ச்சி பொறிமுறை மூலம் சேகரிக்கப்பட்டு ஒரு கலைடாஸ்கோப் (kaleidoscope) போன்று அனுபவங்களைத் தந்து, எண்ணற்ற கண்ணோட்டங்களில் உலகை உணர்ந்தறியச் செய்கின்றன.

இப்பொழுது உன் உடல் சரியாக செயல்பட, அதற்கு வேண்டிய அடிப்படைத்தேவைகளான, ஒளி, ஈர்ப்பு, தூக்கம், ஓய்வு, நீர், ஊட்டச்சத்து, ஆகியவற்றை நீ தெளிவாக அறிந்திருப்பாய். இருப்பினும், இந்த அம்சங்களின் மீதான என் கருத்தை சுருக்கமாகச் சொல்கிறேன்.

உன் உடலும், பூமியின் மீதுள்ள அத்தனை உயிர்களும் சூரியஒளியால் பராமரிக்கப்படுகின்றன. சூரியன் திடீரென்றுஅணைந்துவிட்டால், 8.3 நிமிடங்களுக்குப் பிறகு பூமியில் உயிர்கள் சாக ஆரம்பிக்கும். சூரிய ஒளித்துகள்கள் ஒரு வினாடிக்கு முப்பது லட்சம் மீட்டர் வேகத்தில் சூரியனிலிருந்து பூமிக்கு வரும் நேரம்தான் இது."

"ஓஹ், , அப்படியானால் அது ஒரு வேகமான அழிவுதான்."

"ஆமாம், ஆனால் அதிர்ஷ்டவசமாக இதைப்பற்றி நீ கவலைப்படத் தேவையில்லாத ஒன்று. ஆனால் உன் உடல் ஒளியால் பலவேறு வழிகளில் பாதிக்கப்படுகிறது. இருட்டில் உன்னால் பார்க்க இயலாது என்பதிலிருந்து இது உனக்குப் புரிந்திருக்கும். ஆக, இரவு நேரங்களின் போதான உனது செயல்பாடுகள் கட்டுப்படுத்தப்பட்டுள்ளன. சூரியஒளி உன் உடலுக்குத் தேவையான வைட்டமின் - D -யை உற்பத்தி செய்ய, உன் உடலைத் தூண்டுகிறது. மேலும் உன்னுடைய மூளையில் நரம்பு-இரசாயன எதிர்வினைகளைத் தூண்டி, உன்னுடைய மனநிலையை சீராக வைத்திருக்கவும் சூரியஒளி உதவுகிறது. அதனால் தான், சூரியஒளியில்லாத குளிர்கால மாதங்களில் சிலர் மனஅழுத்தத்திற்கு ஆளாகின்றனர்."

"இருண்ட குளிர்கால மாதங்களில் எப்பொழுதும் மனஅழுத்தத்திற்கு உள்ளாகும் இரண்டு பேரை எனக்குத்தெரியும்."

"ஆமாம், இது மிகவும் பொதுவான ஒரு பிரச்சினை. சூரிய ஒளி அல்லது பிரகாசமான ஒளிதான் அவர்களுக்கான சிறந்த சிகிச்சை.

உடலின் மீது விளைவு உண்டாக்கும் ஈர்ப்பு விசை மற்றொரு முக்கியமான அம்சம்.

ஈர்ப்பு விசை (Gravitational Force) எல்லா பொருள்களின் மீதும் செயல்பட்டு அவைகளை உன் கிரகத்தின் பக்கம் இழுத்து வைக்கும். உன் உடல் வளர்வதற்கும், சரியாக செயல்படுவதற்கும் இந்த விசை தேவை. ஈர்ப்புவிசை மட்டும் இல்லையெனில், பூமி பரப்பின் மீது உன்னால் நடக்க இயலாது, அல்லது வழக்கமாக உடற்பயிற்சி செய்து உடலை ஆரோக்கியமாக வைத்துக்கொள்ள இயலாது. ஈர்ப்புவிசை கிரகத்தைச் சுற்றி கண்ணுக்குப் புலப்படாத மண்டலத்தில் இருக்கிறது. பூமியை விட்டு வெகுதூரம் பயணிக்கும்பொழுது, இதன் தீவிரம் குறைந்து, தணிந்து சிதைந்துவிடும்.

கடைசியில், உடல் சரியாக செயல்பட தூக்கம், ஓய்வு, நீர் மற்றும் ஊட்டச்சத்து முதலியவையும் அவசியமானதாகும்.

உன் உடல் ஒளியைத் தழுவும் சமயம் ஒருவித சர்கேடியன் இசைவுகளை (circadian rhythms) வளர்த்துக்கொள்ளும். அதாவது, இருள் படரும்பொழுது, தூக்கத்தைத் தூண்டி ஓய்வுகொள்ள உடலானது ஒரு ஹார்மோனை (hormone) உற்பத்தி செய்யும். ஒளி திரும்பும்பொழுது, உன் உடலை எழுப்பி, நாள் முழுக்க விழிப்புடன் வைத்திருக்கும் மற்றொரு ஹார்மோனை உடலானது உற்பத்தி செய்யும் தூக்கத்தின்போது உடல் ஓய்வுகொண்டு தன்னைத்தானே மீட்டுக்கொள்ளும். தூக்கத்தின் மற்றொரு துணை விளைவு என்னவென்றால், உடல் தூங்கும்பொழுது, உயிர் உடலை விட்டு வெளியேறி மற்ற வேலைகளைக் கவனிக்கும். அப்பொழுது நடந்த உயிரின் செயல்பாடுகள், நீ காலையில் விழித்தபின், நினைவுகள் சிதைந்து கனவுகளாக அறியப்படும். கடைசியாக, உடலுக்குத் நீர் தேவை. மேலும் ஊட்டச்சத்துக்களும் வழக்கமான இடைவேளைகளில் தேவை."

ரிக்கி கனவுகளின் தலைப்பை எடுத்து சொன்னான், "என் உடல் உறங்கும்பொழுது, மற்ற பரிமாணங்களில் சுற்றுலா செல்வதை நான் அனுபவிக்கிறேன்."

"ஆமாம், எனக்குத்தெரியும். நீ "தெளிவான கனவு" என்ற உத்தியை பழகி, உன் சாகசங்களின் நினைவுகளை மேம்படுத்திக்கொள்ளலாம். ஆனால், இத்தலைப்பை நாம் மற்றொரு நேரத்தில் விவாதிக்கலாம்."

முதிய ஆத்மா தொடர்ந்தது, "நான் சுருக்கமாக, உன் உடல் சுற்றுச்சூழலை கண்டறியும் விதத்தையும், அதன் பராமரிப்புக்கு என்னென்ன தேவை என்பதையும் விவரித்தேன். இப்பொழுது நீ பூமியில் உன் உடல்

எதிர்கொள்ளக்கூடிய இரண்டு சவால்களைப் பார்ப்போம். நம்மிடம் இருக்கும் முதல் சவால், பருவ நிலை.

“பருவங்களின் மாற்றங்களையும், முரண்பாடுகளையும் கணக்கில்கொண்டு, உடல் தனது செயல்பாட்டைத் திட்டமிட்டு, சுற்றுச்சூழல் நிலைமைகளைப் பொறுத்து உடலை மாற்றிக்கொள்ளவைக்கும் காரணிகள்தான் காலநிலையும், பருவகால வானிலை அமைப்புகளும்.

ஒவ்வொரு இருபத்திநான்கு மணிநேரத்தில் பூமி தன் சொந்த அச்சில் சூரியனை சுற்றுவதால் உண்டாகும் விளைவுகளை நீ அனுபவிக்கிறாய். பூமி அவ்வாறு சுற்றும் பொழுது பலபகுதிகளில் சூரியஒளி படாமல், சூரியவெப்பம் உண்டாகாமல் தட்பவெப்ப நிலைகளில் மாறுபாடு உண்டாகிறது. இது வளிமண்டலம், வானிலை அமைப்பு, மற்றும் கடல் நீரோட்டத்தைப் பாதித்து, சிலநேரங்களில் மனிதனின் செயல்பாட்டைக் கட்டுப்படுத்துகிறது. மேலும் பூமி தனது அச்சில் சுற்றிக்கொண்டே சூரியனை 365 நாட்களில் வலம் வருவதாலும், தனது சுழற்சிகயுடன் தொடர்புடைய அச்சில் சாய்ந்திருப்பதாலும், பருவகாலத்தின் காலநிலை மாற்றத்தை நீ அனுபவிக்கிறாய். நீ இந்த பூமியின் பூமத்தியரேகையிலிருந்து தொலைவிலுள்ள, ஐஸ்லாந்து போன்ற பிரதேசங்களுக்குச் செல்லும்போது, இந்த பருவகாலத்தின் காலநிலை மாற்றங்கள் தனித்துவம் வாய்ந்ததாக இருக்கும். மே, ஜூன், ஜூலை மாதங்களில் வடதுருவம் சூரியனுக்கு நேராக வருவதால் இங்கே அதிக சூரியஒளி இருக்கும். அதேசமயம், நவம்பர், டிசம்பர், ஜனவரி மாதங்களில் தென்துருவம் சூரியனுக்கு நேராக வருவதால் தென்துருவத்தில் சூரியஒளி அதிகமாக இருக்கும். ஆனால் இங்கே வடதுருவத்தில், பெரும்பாலான மாதங்கள் இருட்டாகத்தான் இருக்கும். இதுபோன்று மாறிவரும் சுற்றுப்புறச் சூழ்நிலையை பொறுத்து நீ வழக்கம் போல உன்னுடைய செயல்களை மாற்றி அட்டவணைப்படுத்திக்கொள்கிறாய்.”

> “ஒவ்வொன்றுக்கும் ஒரு காலநிலை உள்ளது,
> வானத்தின் கீழ் ஒவ்வொரு நோக்கத்திற்கும்
> ஒரு நேரம் உள்ளது.
>
> Ecclesiastes 3:1

முதிய ஆத்மா தொடர்ந்தது, “கூடுதலாக மற்றொன்று சவாலை நான் இபோழுது குறிப்பிடுகிறேன். அது உன் உடலைவிட உயிருடன் அதிகம் சம்பந்தப்பட்டது. இது இடம் / நேரப் பரிமாணத்திற்குள் பூமியில் உன் உயிர், உடலைக் கையாளுகின்ற வெறுப்பு மிகுந்த ஒரு செயலைப்பற்றியது.

நீ இந்த உதாரணத்தை மிகவும் சுவாரஸ்யமான ஒன்றாக நீ உணர்வாய். இடம் மற்றும் நேரப் பரிமாணங்கள் ஒன்றுக்கொன்று சுதந்திரமாய் இருப்பதாக உனக்குத் தோன்றும். ஆனால் அவை இரண்டுமே ஒருங்கிணைந்து பின்னப்பட்டவை. அவைகளை நான் இனி இடம் / நேரம் என்றே அழைக்கிறேன். இடம் / நேரப் பரிமாணங்கள் ஆன்மீகப் பரிமாணத்தில் இல்லாததால், உயிர்கள் அவதரிக்கும்பொழுது அவைகளுக்கு இந்த உலகிலுள்ள இடம் / நேரப் பரிமாணம் என்பது ஒரு சவாலாக ஆகிவிடுகிறது. இந்த அனுபவத்திற்கு பல அம்சங்கள் உள்ளன. அவற்றைப்பற்றி நாம் பேசலாம். ஆனால், நான் சில அம்சங்களை மட்டுமே குறிப்பிட விரும்புகிறேன்.

உடல் வரம்புக்குள் சிக்கியுள்ள உயிரானது தன்னை அனுசரித்து, சரி செய்து கொள்வது என்பது அத்தனை சுலமானது அல்ல. ஆன்மீகப் பரிமாணத்தில் நீ நினைத்த உடனேயே, வேறு இடத்தில் தோன்றப் பழகிப்போனதால், பூமியில் நீ தொலைப்பேசி மூலம் உரையாடியோ, அல்லது நேரம் செலவுசெய்து உன் உடலை இடத்தின் பரிமாணத்தில் ஓரிடத்திலிருந்து வேறு இடத்திற்கு நகர்த்திச் சென்றோ, தூரத்திலிருக்கின்ற ஒருவருடன் பேச வேண்டியதிருக்கிறது. உன் 'எண்ணங்கள்', இருப்பினும், உடனடியாக தொடர்ந்து பயணம் செய்து யாருக்காக அவைகளை நீ அனுப்பினாயோ அந்த நபர் தொலையுணர்வு கொள்ளும் திறமையுள்ளவராக இருந்தால் மட்டுமே அவர் எண்ணங்களைப் பெற்றுக்கொள்வார். ஆனால், ஆன்மீகப் பரிமாணத்தில் இருப்பது போல் இல்லாமல், பூமியில் இச்செயல் நம்பிக்கையுடையதாய் இருக்காது. இடம் / நேரம்தான் மிகவும் வெறுப்பூட்டும் பரிமாணங்கள். உன் உயிரின் அவதாரம் முழுமையும் இதனை எதிர்கொள்ள வேண்டியதிருக்கிறது. நான் இதைப்பற்றி அதிகமாகப் பின்னர் கூறுகிறேன்."

"நினைத்த இடத்திற்கு நேரத்தோடு போகாமலிருந்ததால், நான் ஏன் எரிச்சலடைகிறேன் என இப்பொழுது எனக்குப் புரிகிறது."

ஒரு நிமிடம் எவ்வளவு நேரம் என்பது
நீ இருக்கும் குளியலறை கதவு பக்கத்தைப்
பொறுத்தது

Zall's law

"ஆமாம், நீ அறிந்ததைப் போல, இரண்டு அவசியமான நேரத்தின் அம்சங்களை நீ இப்பொழுது அனுபவிக்கிறாய். ஒருபுறம் உன்னிடம் கடிகாரநேரமும் (பூமி தன் அச்சில் ஒருமுறை சுற்றுவதை, இருபத்தி நான்கு பகுதிகளாகப்

பிரித்து, ஒரு மணியை அறுபது நிமிடங்களாகவும், ஒரு நிமிடத்தை அறுபது வினாடிகளாகவும் வகுத்துள்ளனர்), மற்றொரு புறம் நேரத்தைப் போக்கும் உன் சொந்த அனுபவமும் இருக்கிறது. நீ அறிந்தது போல், அடிக்கடி அனுபவிக்கும் இந்த நேரத்தின் சித்திரிப்புகள் ஒன்றோடொன்று ஒத்துப்போகாமல் இருக்கும். எப்படியும், நீ பூமியில் திறம்படச் செயல்பட வேண்டுமாயின் நீ உன் வாழ்க்கையை கடிகார நேரப்படி திட்டமிட்டு அட்டவணைப்படுத்திகொள்ள வேண்டும். உதாரணத்திற்கு, நீ வேலைக்கோ, அல்லது பஸ் அல்லது ரயில் வண்டியைப் பிடிப்பதற்கு நேரத்தோடு போகத்தவறினால், நீ உன் செயல்களைச் சரிவர செய்யமுடியாது. பிரச்சினை என்னவென்றால், நேரம் போக்கும் உன் சொந்த அனுபவம், கடிகார நேரத்தோடு ஒத்துப்போகாமல் இருப்பதுதான். சிலநேரம், இது வேகமாகப் போவது போலவும், கடிகாரநேரத்தை ஒப்பிட்டுப் பார்க்கும்போது சில நேரம் இது மெதுவாகச் செல்வது போலவும் தோன்றும். நீ எங்கேயாவது போக அவசரப்படும்போது உன் சொந்த அனுபவத்தில், நேரம் மெதுவாக நகர்வது போல் தோன்றும். அதே சமயம், நீ ஏதாவது வேலையிலோ அல்லது, வீட்டுப் பாடம் போன்றவைகளிலோ மூழ்கியிருக்கும்போது, உன் சொந்த அனுபவம் நேரப்போக்கில் கடிகார நேரத்தோடு ஒப்பிடும் பொழுது, துரிதமாகப் போவது போல் தோன்றும்.

உனது கட்டுப்பாட்டிற்கு வெளியே இருப்பதாக நீ கருதும் ஈர்ப்பு விசை, வானிலை அமைப்பு, பூமி தன் அச்சில் சுழன்று கொண்டே சூரியனைச் சுழல்வது போன்ற உலகின் மாறுபடாத அம்சங்களைத் தவிர, நேரத்துடன் ஒத்துப்போவதிலான பிரதான பிரச்சினை அதன் விளைவுகளைப் புறக்கணிக்க ஒரு வாய்ப்பு இருப்பது போன்று சிலநேரங்களில் உனக்குத் தோன்றுவதே. பூமியில் ஆண்டு முழுவதும் தொடர்கின்ற நேரத்தின் விளைவுகளை ஒரு காரணியாக்கத் தேவயில்லை என்ற கருத்து, சொல்லொண்ணா வழிகளில் எதிர்விளைவை உண்டாக்கிக், குறிப்பாக மக்கள் வாழ்க்கையில் எரிச்சலை ஏற்படுத்தி, தன் மீதும், மற்றவர் மீதும் கோபம் கொள்ளச் செய்யும்.

மக்கள், இடம் / நேரப் பரிமாணத்தைப் புறக்கணித்தால், அவர்களின் வாழ்க்கை எவ்வாறு பாதிப்படையும் என்பதைப் பற்றி, நான் இன்னும் அதிகம் சொல்ல வேண்டியதிருக்கிறது."

ரிக்கி தலை அசைத்தான், "சரி... நான் புரிந்து கொண்டேன்."

"இப்பொழுது, பிரபஞ்சம் எப்படி உண்டாக்கப்பட்டது, அது எப்படி வேலை செய்கிறது என்பதை, அடிப்படை சொற்களில் விளக்கினேன். மனிதன் எத்தனை புலனறிவு உள்ளவனாகப் பிறப்பிக்கப்பட்டு இருக்கின்றான் என்பதையும் விளக்கி, உடலின் அடிப்படை அம்சங்களையும், மேலும், இதன் மீது கால நிலையாலும், இடம் / நேரப் பரிமாணத்தாலும் சுமத்தப்பட்ட வரையறுப்புகளையும் விளக்கினேன்.

இப்பொழுது, நாம் சிறிது முன்பு விளக்கிய மனித உடலைப் பயன்படுத்தி நீ உன் சுயரூபத்தை, உன் யதார்த்தத்தை எப்படி உண்டாக்குகிறாய் என்பதை விளக்க முயல்கின்றேன்."

நீ உண்டாக்கிய உன் யதார்த்தம்

முதிய ஆத்மா தொடர்ந்தது, "ஒரு திரைச்சீலைக்குள் கட்டமைப்புகள் உண்டாக்கப்பட்டு, கட்டவிழ்கும் நல்லிணக்கம் இந்தக் கட்டமைப்புகளின் தோற்றத்தை உடல் பரிமாணத்தில் ஒருங்கிணைக்கின்றது என்று நான் சொன்னதை ஞாபகத்தில்கொள்."

"ஆமாம், இந்த இயற்பியல் உலகில் நான் காணும் பொருள்கள் அத்தனையும், அதன் பின்னணியான திரைச்சீலையிலிருந்து உண்டாகியவை."

"ஆமாம், நீ எதைப் பார்க்க விரும்புகிறாயோ, அல்லது எதைப் பார்க்க எதிர்பார்க்கிறாயோ, அதைத்தான் நீ பார்க்கிறாய்."

நீ பார்க்க விரும்பும் யதார்த்தத்தை
தான் நீ உண்டாக்குகிறாய்

"உண்மையாகவா? அது எப்படி நடக்கிறது?"

"உனக்கும் உன் சுற்றுச்சூழலுக்கும் மத்தியில் திரவ இடைச்செயல்கள் (fluid interactions) உண்டாகும். அவை உன்னைச் சுற்றியுள்ளதை நீ எப்படி உணர்கிறாய் என்பதைத் தீர்மானிக்கும். நீ உணரும் உன் உலகிற்கு இந்த ஒரு இடைச்செயல் மட்டும் பொறுப்பல்ல, ஆனால், பல இடைச்செயல்கள் ஒருமித்துச் செயல்படும், திரவமாக ஒன்றுக்கொன்று கலந்து. நான் சில செயல்முறைகளை உனக்கு விளக்க முயற்சிக்கின்றேன்."

"சரி, நான் கவனித்துக்கொண்டிருக்கிறேன்."

"முதலில் உன் உடலை ஒரு கையடக்கக் கேமரா (hand held camera)) என்று கற்பனை செய்துக்கொள். நீ அதை எடுத்துக்கொண்டு சுற்றி வரும்பொழுது கேமரா வில்லை (Lens) மூலம் சுட்டிக்காட்டப்படும் பக்கம் உள்ள அனைத்தையும் பதிவு செய்துக்கொள்கிறாய். ஒரு பக்கம் ஜடப்பொருள்களான கட்டமைப்புகள் (structures) உன்னைச் சுற்றி இருப்பது உனக்குத் தெரியும். ஆனால், கேமரா வில்லை எதனை எதிர்கொள்கிறதோ, அதன் பிரதி (copy) மட்டும் நீ எடுக்கிறாய்."

"சரி, நான் எதைக் கவனிக்கின்றேனோ, அதை மட்டும் பார்க்கின்றேன். ஆனால், அதே நேரத்தில், மற்றப் பொருள்களும் அங்கே என்னைச் சுற்றி இருக்கின்றன."

"ஆமாம், நீ ஏறெடுத்துப் பார்க்கும் பொருள் குறைந்தது இரண்டு நிலைகளில் விளக்கப்படும். நீ கேமரா லென்ஸினால் சுட்டிக்காட்டும் பொருளின் பிரதியை எடுக்கிறாய். ஆனால், இந்தப் பிரதியில் உன் கண்கள் காண்வதை விட அதிகம் உள்ளது. இது எவ்வளவு முக்கியம் என்பதை நீ எடுத்தவற்றை அதே தெருவில் தனது கேமரா லென்ஸைப் பயன்படுத்திப் படமெடுத்த உன் நண்பனின் பிரதியுடன் ஒப்பிட்டுப் பார்க்கும் வரை, நீ ஏற்றுக்கொள்ளமாட்டாய். இதிலிருந்து நீ கண்டறிவது என்னவென்றால், மேற்பரப்பாகக் கண்ட விளக்கத்தை நீ ஏற்றுக்கொள்வது. உன் கணிப்பு இந்த ஆய்வைப் பொறுத்தவரை புறநிலையானது எனக் கூறலாம். இருப்பினும் அதன் விவரங்களை நோக்கினால் அவன் கண்ட அதே பொருளின் விளக்கம், நீ கண்ட பொருளின் விளக்கத்தை விட முற்றிலும் மாறுபட்டு, நீங்கள் இருவரும் வெவ்வேறு தெருக்களுக்கு சென்றது போல் இருக்கும். நீங்கள் இருவரும் புறநிலையாக, ஒரே தெருவில் நடந்து சென்று இருப்பீர், ஆனால் நீ அகநிலையாக எடுத்த பிரதி அவனுடைய பிரதிநிலிருந்து வேறுபட்டிருக்கும். புறநிலை ஏற்பினைத் தாண்டி பார்க்கும்போது, உன் அகநிலை அனுபவம், உண்மையில் தனித்துவம் உடையதாக இருக்கும்."

"அப்படியா, இது இந்த அளவுக்கு இருக்கும் என நான் உணரவில்லை."

யதார்த்தம் என்பது ஒரு உறையாத ஜெல்லோ போன்றது. உறுதியற்ற இந்த கூழ்மம்தான் நமது சாத்தியமான வாழ்க்கை. மேலும், நமது ஈடுபாடு,
நமது கவனிக்கும் செயல், நமது கண்காணிக்கும் செயல் ஆகியவற்றால் இந்த ஜெல்லோவை உறையச்செய்கின்றோம். ஆக,
யதார்த்தத்தின் முழுசெயல்பாட்டிலும் நாம் உள்ளார்ந்ததாக
இருக்கிறோம். நம் ஈடுபாடு யதார்த்தத்தை உண்டாக்குகிறது.

Lynne McTaggart

"ஆமாம், நீங்கள் இருவரும் உண்டாக்கிய யதார்த்தத்திற்கு இது ஓர் உதாரணம். நீங்கள் உண்டாக்கிய யதார்த்தங்கள் புறநிலையில் ஒரே

மாதிரியாக இருந்தாலும், அகநிலைக் கண்ணோட்டத்துடன் ஆய்வு செய்யும் பொழுது, அவை தனித்துவம் வாய்ந்திருப்பதை நாம் கண்டுகொள்ளலாம்."

ரிக்கி இந்தக் கடினமான கற்றலின் பிறகு, சிறிது அலட்சியம் குடிகொண்டிருப்பதை அறிந்து, சில நாட்களுக்கு முன் ஒரு கட்டுரையில் ஸென் புத்திஸம் (Zen Budhhism) பற்றிப் படித்த ஒரு பகுதியை நினைவு கூர்ந்து, கிண்டலாகக் கூறினான், "அப்படியானால், இந்தக் கேள்விக்குப் பதில் சொல். யாரும் பாராமல் காட்டில் சாய்ந்து விழுகின்ற மரத்தின் தோற்றம் எப்படியிருக்கும்? ஒரு கையால் தட்டப்பட்ட கைதட்டலின் ஓசை எப்படியிருக்கும்?"

முதிய ஆத்மா சிரித்தது. "இது மிகப் பழைய நையாண்டி, தீர்க்கமுடியாத புதிரைப் பற்றிக் கேள்வியெழுப்புவது போன்றது. நாம் இன்று இங்கே இருப்பது முற்றிலும் நடைமுறை நோக்கத்திற்காகவே. ஆகவே, என் பதில் என்னவென்றால், நடந்த நிகழ்வின் ஒரு பார்வைப்பிரதி அல்லது கேட்பு ஒலிப்பிரதியை நீ செய்யாதவரை, இது நடந்திருக்காது. உன் கேள்வியின் போக்கிலேயே சொல்லப்போனால், மரம் சாய்வதை நீ பார்த்ததும் இல்லை, ஒரு கையால் கை தட்டுவதைக் கேட்டதும் இல்லை. ஆகவே, இது அவ்வாறு நடந்ததில்லை.

"ஒருவர், எனக்கு ஏதாவது சொல்லி, நான் அதை பார்க்காமலும், கேட்காமலும் இருந்து, அதை படித்திருந்தால், அது நடந்திருக்குமா?

"நீ இது சாத்தியமானதா என்பதை முடிவு செய்ய வேண்டும். உன்னிடம் உள்ளதெல்லாம் நீ கேட்டவற்றின் படித்தவற்றின் அனுபவப்பிரதிதான். இது உன்னுடைய யதார்த்தம். நான் முன்பு கூறியது போல், நீ கண்டதை அல்லது படித்ததை வைத்து உன்னிப்பாக உன் அனுபவங்களை ஆராய்ந்து, பிறகு அதை மற்றவருடைய அனுபவங்களுடன் ஒப்பிட்டுப் பார்க்கும் பொழுது, உன் அனுபவம் முற்றிலும் மாறுபட்டுள்ளதாக உனக்குப் புலப்படும். உன் யதார்த்தம் தனித்துவம் வாய்ந்தது. அதை உனக்காக நீயே உண்டாக்கியது."

ரிக்கி அசட்டுச் சிரிப்புடன் கூறினான், "அப்படியா, சரி. நான் அது நடந்ததைப்பற்றிக் கேட்டதும் இல்லை, அது நடந்ததும் எனக்குத் தெரியாது. அப்பொழுது அது நடந்திருக்குமா?"

முதிய ஆத்மா, புன்னகையுடன், "நீ விட மாட்டாய் இல்லையா? நடக்கும் என்று நீ அறியக்கூடிய நிகழ்ச்சிகள் நடக்கலாம், ஆனால் அவை நடந்ததா என்பது உனக்கு தெரியாது. இந்த நிகழ்ச்சிகளை - நீ பின்னர்க் கண்டுக்கொள்ளலாம், நடந்திருக்கும் அல்லது நடவாமல் இருக்கும் - அல்லது ஒருவேளை நடந்து இருக்கலாம். மேலும் நடக்காது என்று நீ

அறியும் நிகழ்ச்சிகள் நடக்கலாம். பின்னர் அவை நடந்தனவா அல்லது நடக்கவில்லையா என்பதைக் கண்டிருப்பாய். அல்லது, அவை நடந்தனவா என்று என்றும் உனக்குத் தெரியாது."

ரிக்கியும் முதிய ஆத்மாவும் இந்நேரம் அசட்டுச் சிரிப்பு சிரித்தபடியே இருந்தனர், ஏனெனில் ரிக்கி தீர்க்க முடியாத புதிர் பற்றிய இந்த வாய்மொழியுடன் மல்லுகட்டிக் கொண்டிருந்தான்.

"முடிவாக, ஒரு நிகழ்ச்சியின் ஏதாவது பிரதி உன் மனதில் இருந்தால், அதுதான் உனக்காக உண்டாக்கிக்கொண்ட உண்மை, யதார்த்தம்.

பெரியஅளவில் சொல்லப்போனால், தீர்க்கமுடியாத புதிரின் மீதான வாக்குவாதத்தில், சரியான அல்லது தப்பான பதில் இருக்காது. ஒரே ஒரு பதில் தான்: எந்தப் பதில் உனக்குச் சரிப்படுகிறதோ, அதுதான் சரியான பதில்.

இப்பொழுது, விட்ட இடத்திலிருந்து தொடர்வோம்."

ரிக்கி இந்தச் சிறிய இடைவெளியை அனுபவித்துக்கொண்டே, "சரி" என்றான்.

முதிய ஆத்மா தொடர்ந்தது, "உன்னுடைய சொந்த யதார்த்தத்தை நீ உண்டாக்கியது, உன் முந்தைய வாழ்க்கைகளைப் பொறுத்து இருக்கிறது. உன் உயர்-ஆத்மா உனது அனைத்து முந்தைய வாழ்க்கைகளின் அனுபவங்களையும், உடலற்ற பிரபஞ்சத்தில் உண்டான அனுபவங்களின் நினைவுகளையும் சேர்த்து உன்னைத் தனித்துவமுள்ளவனாய் ஆக்கியுள்ளது. மேலும் இதனால்தான் உன் அகநிலை அவதானிப்புகள் மற்றவருடன் ஒத்துப்போகாமல் இருக்கின்றன.

"முதலில் கண்களால் சந்திப்பதை விட அதிகமாகமான விஷயங்கள் உள்ளன. ஏனெனில், இந்தக் கடந்து போன அனுபவங்களும் ஓர் மெய்மறதியை உனக்குள் உண்டாக்கும். மெய்மறதி என்பது, நீ ஏதாவது செய்து கொண்டிருக்கும் போது, அல்லது ஏதாவது நடந்து கொண்டிருக்கும் போது, அதன் பக்கமாக உன் கவனத்தைத் திருப்பினால், உன்னைச் சுற்றி என்ன நடக்கிறது என்பதை நீ குறைவாகத்தான் அறிவாய். சொல்லப்போனால், உண்மையில் ஒவ்வொருவரும் எப்பொழுதும் மெய்மறதியில்[43] இருக்கிறார்கள்."

---

43 மெய்மறதியின் மீது மேற்கொண்டு தகவலை அறிய, ஆடாம் கிரேப்ட்ரீ, டிரான்ஸ் ஜீரோ: பிரேகிங் தி ஸ்பெல் ஆஃப் கன்ஃபார்மிடி. டோரான்டோ : சோமர்வில்லெ ஹவுஸ், 1997 (Adam Crabtree, Trance Zero: Breaking the Spell of Conformity. Toronto: Somerville House, 1997) பார்க்கவும்.

"ஓஹ், உண்மையாகவா?"

"ஆமாம், இந்த மெய்மறதி, பகுதியாக, ஏன் உன்னுடைய யதார்த்தம் தனித்துவம்வாய்ந்ததுஎனவிளக்கும். உதாரணத்திற்கு, நீஎதைப்பற்றியாவது ஆழ்ந்து சிந்திக்கும்பொழுது, ஒரு புத்தகம் படிக்கும் பொழுது, அல்லது யாருடனாவது பேசும் பொழுது நீ மெய்மறதியில் இருக்கிறாய். இந்நேரங்களில் உன் கவனம் ஒரே இடத்தில் அல்லது செய்கையில் குவிக்கப்பட்டிருப்பதால், உன்னைச்சுற்றி என்ன நடந்து கொண்டிருக்கிறது என்பதை நீ குறைவாகத்தான் அறிவாய். இவைகள்தான் மெய்மறதியின் நிலைகள். அவை கவனக்குவிப்பு உண்டாக்கி, நோக்கத்துடன் உன்னை ஒருமுகப்படுத்தும்."

முதிய ஆத்மா தொடர்ந்தது, "இப்பொழுது நீ மெய்மறதியுடன் உணர்வுகளைச் சேர்த்தால், இன்னும் அதிகமான கவனக்குவிப்பு உள்ளவனாகிவிடுவாய். தீவிர உணர்வுகள் ஆழமான மெய்மறதியாகிவிடும்."

"ஓஹ், அப்படியா?"

"தீவிரமான அளவில் உணர்வுகளை அனுபவிக்கும் மக்களுக்கு இது ஒரு பிரச்சினையாகிவிடும். உதாரணத்திற்கு அவர்கள் மன அழுத்தம், அல்லது பதற்றம் உள்ளவராக இருந்தால், மெய்மறதி உணர்வுகளிலிருந்து விடுபடுவது கடினமானதாகிவிடும். ஆனால், இதைப்பற்றி கூடுதலாக பின்னர் கூறுகிறேன். இப்போதைக்கு நீ புரிந்துகொள்ள வேண்டும் என நான் எண்ணுவது, உன்னுடைய தனித்தன்மை, மெய்மறந்த நிலை, மற்றும் உணர்வு ஆகியவற்றின் சேர்க்கை. நீ எப்படி உன் அகநிலையை அனுபவிக்கிறாய், அல்லது உண்மையில் எப்படி இதை உண்டாக்குகிறாய் என்பதைப் பொறுத்தது."

யதார்த்தத்தில், நாம் உலகத்தைப்
புறநிலைரீதியாகப் பார்க்கிறோம்
என உண்மையில் சொல்ல முடியாது.
முழுமையான புறநிலைக்கணிப்பு எதற்கும்
கிடையாது. ஏனெனில், பொருள்களைப்பற்றிய
நம் கணிப்பு, நம் முந்தைய
அனுபவங்களையும், உணர்வுகளையும்
சார்ந்துள்ளது.
ஒவ்வொன்றும் அதற்கான உணர்வு எடையைக்
கொண்டுள்ளது.

Daniel Monti, M.D.

"சரி"

"ஆனால், கூடுதலான செயல்முறைகள் ஒன்றாகக் கலந்து அகநிலை மெய்மையை உண்டாக்கும். உன் நினைவுகள், உன் எண்ணங்கள், மற்றும் உன்னுடைய மன விருப்பம் ஒரு குறிப்பிட்ட பாத்திரத்தில் நடிக்கும்."

"அது எந்த வகையில் நடக்கும்?"

"பௌதிகத்தில் நடந்த ஒரு கண்டுபிடிப்பை நான் சொல்கிறேன். இது மிகச்சிறிய பொருட்களை உற்றுநோக்கும்போது ஏற்படும் ஒரு குறிப்பிட்ட மாதிரியான பிரச்சினைப்பற்றியது. நிறமாலையின் முடிவில், வேறுவிதமாகக் கூறவேண்டுமானால், ஒரு குவாண்டம் (quantum) நிலையிலும் அதற்கு அப்பாலும் இயற்பியல் வல்லுனர்கள் அவர்களுடைய உணர்வுநிலையின் எண்ணப்படி அவர்கள் எதைப்பார்க்க எண்ணுகிறார்களோ அதே போன்று அங்கு தெரிவதைக் கண்டுபிடித்தனர். அவர்கள் தங்கள் சோதனையின் முடிவை அவர்களே கணித்ததைக் கண்டுபிடித்தனர். மற்ற வார்த்தைகளில் குவாண்டம் நிலையில் அவர்கள் தங்களின் யதார்த்தத்தை உண்டாக்கியுள்ளனர்."[44]

"ஓஹ்.... விஞ்ஞான ஆதாரமே உள்ளதா. அற்புதம்!! அதனால் விஞ்ஞானத்திற்கு ஏதாவது பிரச்சினையா?"

"சாதாரணமாக இல்லை, குவாண்டத்தை (quantum) விடப் பெரிய அளவிலான தனிமங்கள்தான் (elements) அனைத்து ஆராய்ச்சிகளிலும் கையாளப்படுவதால், பிரச்சினை இல்லை. ஆனால் இங்கு என்ன நடக்கிறது என்பதை நீ அறிவது முக்கியம். ஏனெனில் இது நீ உன் சொந்த அனுபவங்களை எப்படி உண்டாக்குகிறாய் என்பதைப்பற்றியானது. இதன் காரணம், நீ நோக்கும் திரைச்சீலையின் (canvas) அதே நனவுநிலை அலகுகளால் (consciousness units) பகுதியளவில் நீ உண்டாக்கப்பட்டிருக்கிறாய் என்ற உண்மையில் இருக்கிறது."

"ஓ, நீ என்ன சொல்கிறாய்?"

"பிரச்சினை என்னவென்றால், பகுதியளவில் உன்னை உண்டாக்கிய திரைச்சீலையின் அடிப்படை நனவு நிலையின் விதத்தைத்தான் நீ ஆராய முயல்கிறாய். சில வழிகளில் நீ ஒரு கண்ணாடியைப் பார்த்து குவாண்டம் (quantum) நிலையில் உன்னை நீயே ஆரய்ந்து கொள்கிறாய். குவாண்டம் நிலையில் உள்ள உன் சொந்த நனவுநிலையானது திரைச்சீலைக்குள் இருக்கும் நனவு நிலை அலகுகளைப் பாதிக்க ஆரம்பிக்கும். உன்னுடைய நனவு நிலை எண்ணம், திரைச்சீலையின் நனவு நிலையைக் கவர்ந்து, அதன் விளைவாகத் திரைச்சீலையின் இழைகளை இழுத்து, நீ என்ன பார்க்க எண்ணுகிறாயோ அதுவே உண்டாக்கப்படுகிறது. இந்த

44 Joseph Norwood. *Physics, Consciousness and the Nature of Existence*. Joseph Norwood, 2002.

வழியில் குவாண்டம் நிலையில் விஞ்ஞானிகள் நீயே உன் யதார்த்தத்தை உண்டாக்குவதை நிரூபித்திருக்கின்றனர். இந்த அபூர்வமான இயற்பியலைத் தாண்டி மேற்கொள்ளப்படும் விஞ்ஞான ஆய்வு பயனற்றுப் போகும். ஏனெனில், இந்த நுழைவு வாயிலைத்தாண்டிதான் எண்ணங்கள் பருநிலையைப் பெறுகின்றன."

"அப்படியா?"

"நான் சுட்டிக்காட்ட விரும்புவது என்னவென்றால், நுழைவு வாயில் வழியாகத்தான் மனதின் மனப்படிமங்கள் (mental images), பிரபஞ்சத்தில் உருவெடுக்கின்றன. இதேபோன்ற நுழைவு வாயில் வழியாக, உன் சொந்த நனவு எண்ணம், உன் சிந்தனைகள், ஆசைகள் மற்றும் கனவுகள் தோன்றி, இயற்பியல் உலகத்தில்[45] மெய்மையாகின்றன. ஆக, மீண்டும் ஒருமுறை இப்படித்தான் நீ உன் சொந்த யதார்த்தத்தை உண்டாக்குகிறாய்."

ரிக்கி ஆச்சரியத்துடன், உரத்தகுரலில், "அப்படி, இது உண்மையானால், என் நம்பிக்கைகளும், கனவுகளும் உண்மையாகுமா?"

முதிய ஆத்மா, தன் சாய்வு நாற்காலியிலிருந்து சற்று முன்னோக்கிக் குனிந்து, தொடர்ந்தது, "ஆமாம், அவை உண்மையாக முடியும். ஆனால் நீ உன் யதார்த்தத்தை எப்படி உண்டாக்குகிறாய் என்பதை விடவும் அதிகமாக உள்ளது. விதியும் இருக்கிறது."

"இது இன்னும் சிக்கலாக்குகிறது என நான் உத்தேசிக்கிறேன்."

"நல்லது, அதேதான். நீ உனக்காக ஓர் நீண்டகால இலக்கையும், விதியையும் வகுத்துக்கொள்ளும் போது ஒரு திரவ இடைச்செயல்பாடு (fluid interaction) உன் எண்ணங்களுக்கும் நோக்கங்களுக்கும் மத்தியில் உண்டாகிறது. ஞாபகத்தில் வைத்துக்கொள், நீ ஒரேநேரத்தில், நேரப் பரிமாணத்திற்கு வெளியேயும் இருக்கிறாய். மேலும் கட்டவிழ்கும் நல்லிணக்கம்தான் (unfolding harmony) நிகழ்ச்சிகளை நேரப் பரிமாணத்திற்குள் ஒரு சரமாக வெளிப்படுத்துகிறது. உன் உடல் நேரப் பரிமாணத்தில் சிக்கியுள்ளது, ஆனால் உன் எண்ணங்கள் இல்லை. இப்பொழுது உன்னைச்சார்ந்த ஒரு நிகழ்ச்சி நடக்க வேண்டுமானால் நீ முதலில் அந்த எண்ணங்களைக் கொண்டிருக்கவேண்டும். உன் எண்ணத்தில் எவ்வளவு அதிக ஆற்றலை நீ செலுத்துகிறாயோ, அல்லது எவ்வளவு பலமாக உன் நனவு நிலை நோக்கம் இருக்குமோ, அந்த அளவில் உன் எண்ணங்கள் இறுதியில் உருவெடுக்கும்

45 இந்த பொருளின் மீது மேற்கொண்டு படிக்கத், தயவு செய்து இதைப் பார்க்கவும்: Norman Friedman, *Bridging Science and Spirit,* St. Louis: Living Lake Books, 1990. Also Rosenblum & Kuttner, *The Quantum Enigma: Physics Encounters Consciousness.* New York: Oxford University Press, 2006.

சாத்தியக்கூறுகள் அதிகமாக இருக்கும். ஆகவே, நீ குறிப்பிட்ட எதையாவது அடைய வேண்டியது இருக்குமேயானால், நீண்ட கால இலக்கைத் வகுத்துக்கொள்ள வேண்டியது அவசியமாகும். நீ உனக்கான ஒரு நீண்டகால இலக்கைத் வகுத்துக்கொண்டால், நீ ஒரு இலக்கின் கம்பத்தை எதிர்நோக்கித் தீர்க்கமான திசையில் உழைத்து, உன் நோக்கங்களை ஒரே திசையில் செலுத்தி ஒரு சேரிடத்தை (destination) உண்டாக்கிக்கொள்கிறாய். மேலும், காலப்போக்கில், இந்த இலக்கை அடைய முயலும் உன் நோக்கம், பின்னணி திரைச்சீலைக்குள் நனவு நிலை அலகுகளைக் கவர்ந்து, இறுதியில் நீ விரும்பும் ஒரு பொருளாக உருவெடுக்கும்."

"அப்படியா, ஆனால் இது அவ்வளவு எளிதானதல்ல என்று சொல்லப்போகிறாய் என்று எனக்குத்தெரியும். ஏனெனில், அப்படி அது அவ்வளவு எளிதாக இருந்திருந்தால், ஒவ்வொருவரும் அவர் விருப்பத்தைப் பெற்றுவிடுவர்."

"மிகச்சரியாகச் சொன்னாய்." வாழ்க்கையில் உன் குறிக்கோளை நீ அடைய இச்செயல்முறையைப்பற்றி இன்னும் நிறைய இருக்கிறது. இது இன்னும் சிக்கலானது."

ரிக்கி, புன்னகையுடன், "அது ஏன்?"

"நல்லது, இதைப்பற்றி இன்னும் கொஞ்சம் சொல்கிறேன். இது, உன் விதிக்கும், சுயவிருப்பத்திற்கும் இடையே இருக்கும் திரவ இடைச்செயலை பொறுத்தது. நம் முந்தைய சந்திப்பிற்குப்பிறகு நான் உனக்குக் கொடுத்த வீட்டுப்பாடத்தில் கூறியபடி, நீ பிறக்கும் முன் உன் வாழ்க்கையில் ஏற்பட விருப்பப்பட்டு - நீ சந்திக்கப்போகும் நபர்கள், உன் வாழ்வில் அவர்களுடைய பங்கு, உன் அதிக நேரத்தை நீ கழிக்கப்போகும் இடங்கள் மற்றும் நீ எதிர்கொள்ளப்போகும் சவால்களின் விதம், முதலியவைகளின் தோராயமான திட்டங்களை வகுத்தாய். இவைதான் விதியாக்கப்பட்ட நிகழ்ச்சிகள். அவை நடக்கும் வாய்ப்புக்கள் உண்டு.

நீ அடையும் நோக்கத்துடன் உனக்காகச் சில குறிக்கோள்களையும் இத்துடன் தொடர்புள்ள சில விதியாக்கப்பட்ட நிகழ்வுகளையும் தொகுத்துக்கொண்டாய். உன் "உள்-அடையாளம்" இந்த அமைப்பை அறியும். ஆனால், இந்த அமைப்பு நிலையானதல்ல. மேலும் வாழ்க்கையை வாழும்பொழுது இதை நீ மாற்றி அமைக்கலாம். ஏனெனில், உனக்குச் சுயவிருப்பம் என்ற ஒன்று உள்ளது."

"என் விதியை மாற்றும் கட்டுப்பாடு என்னிடம் இருப்பதாக நீ சொல்கிறாயா?"

“ஆமாம், நீண்டகால இலக்குகளை நீ தொகுத்தது போல், உன் குறிக்கோளை நீ அடையும்வரை உண்டாகும் சில விதியாக்கப்பட்ட நிகழ்வுகளையும் தொகுத்தாய். இந்த உறவு திரவத்தன்மை வாய்ந்தது. வேறுவிதமாகக் கூறவேண்டுமானால், உன் மனதை மாற்றிக்கொள்ளவும், விரும்பும் நேரத்தில் புதிய இலக்குகளையும், குறிக்கோள்களையும் அமைத்துக்கொள்ளவும், உனக்கு சுயவிருப்பம் உண்டு. ஆனால் நீ அப்படிச் செய்யும் பொழுது சுயநினைவில்லாமல் புதிய விதிக்கப்பட்ட நிகழ்வுகளையும் உன் வழியில் தொகுத்துக்கொள்வாய். நீ தொகுத்த நீண்டகால இலக்குகளுக்கும், விதியாக்கப்பட்ட நிகழ்வுகளுக்கும் மத்தியில் எப்பொழுதும் இடைச்செயல்பாடு இருக்கும்.”

“என் நீண்டகாலக் குறிக்கோள்களுக்கும் என் விதிக்கும் மத்தியில் ஏன் உறவு இருக்கிறது?”

“நினைவுபடுத்திக்கொள். நீ ஒரே நேரத்தில் ஆன்மீகப் பரிமாணத்தில் இருந்துகொண்டு, அந்த வசதியான இடத்திலிருந்து உடல் பரிமாணத்தில் உன்னுடைய சாத்தியமான எதிர் காலத்தைக் காணமுடிகிறது. பூமியிலுள்ள உன் வாழ்க்கையானது ஒரு வரையறுக்கப்பட்ட பயணம். அந்தப்பயணத்தின்போது நீ உனக்காகச் சில குறிக்கோள்களை அமைத்துள்ளாய். உன் கண்கள் சந்திப்பதை விட அதிகமான விஷயங்களைக் கொண்டிருக்கும் குறிக்கோள்களையோ, அல்லது, குறிப்பிட்ட நீண்டகால இலக்கையோ நீ உனக்காக அமைத்துக்கொள்ளலாம். ஆக, நீ ஒரு நீண்டகால இலக்கைத் தீர்மானிக்கும் பொழுது, நிகழ் காலத்தில், இதே கணத்திலிருந்து அந்தக் குறிக்கோளின் வருங்கால விளைவுகளைக் காண்கிறாய். மேலும் நீ அதைச் செய்யும் பொழுது - அதே கணத்தில் - குறிப்பிட்ட விதியாக்கப்பட்ட நிகழ்வுகளையும் உன் வருங்காலத்தின் பாதையில் அமைக்கிறாய். அவை கட்டவிழ்கும் நல்லிணக்கம் வெளிப்படுத்தும் பொழுது, வெளியே தோன்றும். இது எல்லாம் கூடுமான வரை உன் குறிக்கோள்களை உன் வாழ் நாளில் அடைய அளிக்கப்படும் வாய்ப்பு.”

ரிக்கி சிந்தித்து, “சரி, நீ சொன்னதிலிருந்து என்ன தெரிகின்றது என்றால், என் வாழ்க்கையின் மீது எனக்குக் கட்டுப்பாடு உண்டு, மேலும், ஒவ்வொரு நிமிடமும் என் வாழ்க்கையை என் சுயவிருப்பத்தின்படி வழிநடத்துகிறேன், அதே நேரத்தில் நான் என் ஆன்மீகக் குறிக்கோள்களை அடையவும் விழிப்பாக இருக்கிறேன், ஆகவே, விதியாக்கப்பட்ட நிகழ்வுகளை என் பாதையில் அமைக்கிறேன்.”

“ஆமாம், எல்லா மாற்றத்தின் மத்தியமும் கணத்தில் உள்ளது - உன்னுடைய நிகழும் கணத்தில் - உனக்கு சுயவிருப்பம் உண்டு, அதனை தீர்மானிக்கிறாய், மற்றும் நீயே இலக்கையும் அமைக்கிறாய். நினைத்துக்கொள், ஆன்மீகப்

பரிமாணத்திலும், உடல் பரிமாணத்திலும் உன் இருப்புக்கு மத்தியில் முன்பின் உறவு உண்டு. மேலும், குறிப்பிடத்தக்க உன்னுடைய பகுதி, நேரத்தின் பரிமாணத்திற்கு வெளியே இருப்பதால், உன் செயல்களின் விளைவுகளை முன்கூட்டியே தெரிந்துகொள்ளும் அனுகூலம் உனக்கு உண்டு. உன் வெளி-ஆணவம், நிச்சயமாக இதை உணரக்கூடியதாக இல்லை. ஆனால், உன் உயர்-ஆத்மாவும் உன் உயிரும் நிச்சயமாக அறியும்."

உயிரின் தனித்துவம், மெய்மறந்த நிலை,
உணர்வுகள்,
நீண்டகால இலக்கு, நோக்கம், விதி மற்றும்
சுயவிருப்பம், ஆகியவற்றின் இடையில்
உண்டாகும் திரவ
உறவின் வாயிலாக நீ உன் யதார்த்தத்தை
உண்டாக்குகிறாய்.

"அப்படியா"

"முதிய ஆத்மா தொடர்ந்தது, "ஆக, உன் யதார்த்தத்தை உண்டாக்க இது மற்றொரு வழி - உன் சுயவிருப்பம் மற்றும் நீண்டகால இலக்குகளை அமைக்கும் சுதந்திரம், அத்துடன் விதிக்கப்பட்ட நிகழ்வுகளையும் சேர்த்து."

ரிக்கி, புன்னகையுடன், "எனக்கு இப்போது தெளிவாகப் புரிகிறது."

முதிய ஆத்மா உரையை நிறுத்தி சொன்னது, "நாம் நிறைய தகவல்களை இன்று தெரிந்து கொண்டோம். மேலும் நான் தொடங்கும்முன் உனக்குச் சிறிது இடைவேளை கொடுக்க விரும்புகிறேன். நான் இன்று கூறியதைக் கிரகித்துக்கொள்ள உனக்குச் சிறிது அவகாசம் தேவை."

"ஆமாம், இது நல்ல யோசனை. நேரம் ஆகிக்கொண்டிருக்கிறது."

"முதிய ஆத்மா புன்னகைத்தது, "இல்லை, உண்மையில் இல்லை. நாம் ஆரம்பிக்கும் முன் உனக்கு நான் தந்த செய்திகளைக் கிரகித்துக்கொள்ளப் பூமியின் சில மணி நேரங்கள் தேவை. நாளை நீ மீண்டும் வருகை தருவாயா?"

"ஆமாம், அது ஒன்றும் பிரச்சினையாக இருக்காது."

முதிய ஆத்மா எழுந்து நின்று, ரிக்கியுடன் கதவு பக்கம் வந்தது. அது கதவு திறந்ததும், ரிக்கி ஒரு சிறு துவாரத்தின் (porthole) வழியாகப் பார்ப்பதைப்போல் வெளியுலகத்தைக் காணமுடிந்தது.

அவன் முன்பக்கம் அடி எடுத்து வைத்ததும் ஒரு சக்தி அவனை முன்னுக்கு இழுப்பதைப்போல் தோன்றியது. அவன் உடனே ஹீதர் ஹில்லுக்கு வெளியே நிற்பதைக் கண்டான். அவனுடைய முதல் வருகையின் போது இருந்தது போலவே நேரம் நின்று போய் இருந்தது. அவன் குதிரை 'டிரஸ்ட்' சரியாக அதே தோரணையில் நின்று கொண்டிருந்தது. ஒரு நிமிட நேரமும் போன மாதிரித் தோன்றவில்லை. குதிரை, தன் தலையை அசைக்கும் நேரமோ, மூக்கைச் சிந்தும் நேரமோ, வாலாட்டும் நேரமோ அல்லது கண் சிமிட்டும் நேரமோ ஆகியிருக்காது. ரிக்கி இந்தத்தடவை, உலகப் பரிமாணத்திற்கு வெளியே அவன் எப்படி ஆன்மீகப் பரிமாணத்தில் காலடி வைத்தான் என்பதை நன்கு புரிந்து கொண்டான்.

ரிக்கி சவாரி செய்து பண்ணைக்குத் திரும்பும் போது குறைந்தது இருநூறு குதிரைகளின் மந்தை தூரத்தில் கிழக்குப்பக்கத்திலிருந்து, சரளைக்கல் சாலை வழியாக, தூசியைக் கிளப்பிக்கொண்டு, பீடப் பூமியிலிருந்து ஷ்ரப் வேலி பள்ளத்தாக்கில் இறங்கிக்கொண்டிருந்தன. அந்தக் குதிரை மந்தை தன் பக்கம் வருவதைக்கண்டு, முதிய ஆத்மா கூறிய இடம் / நேரம், அவனுக்கும் குதிரைகளுக்கும் உள்ள தூரம், அவைகள் அவன் பக்கம் வருவதற்கு எடுக்கும் நேரம் - பற்றிக் கூறியது நினைவுக்கு வந்தது. முதன்முறையாக அவனால் இந்தப் பரிமாணங்களைத் தெளிவாக மனதில் முறைப்படுத்த முடிந்தது. அவன் தன் புலன்கள் உயர் விழிப்புணர்வு கொண்டிருப்பதைக் கவனித்தான். அவனைச்சுற்றி அனைத்தும் தீவிரமாகவும் துடிப்புடனும் இருப்பதாகக் காட்சியளித்தன.

அவன் போகும் பொழுது, ஆகாயத்தின் மாறுபட்ட வர்ணங்கள், இயற்கையின் ஓசைகள், அவன் முகத்தில் படும்படி வீசிக்கொண்டிருந்த ஹீதர் ஹில்லின் மணம் மற்றும் அவன் குதிரை வியர்வையின் கஸ்தூரி வாசனை அனைத்தையும் உணர்ந்து அனுபவித்துக்கொண்டு கவனமாகச் சதுப்பு சகதி நிலங்களைத் தாண்டி, குதிரை துள்ளி ஓட, ஆட்டுக்குட்டிகளின் பழைய பாதை வழியாகச், சிறு சரளைக்கல் குவியல்களைக் கடந்து, பண்ணையை நோக்கி வந்து கொண்டிருந்தான்.

அவன் இன்று கற்றுக்கொண்டதில் நிறைய விஷயங்களைப் பரிசீலிக்க வேண்டியிருந்தது. மேலும் ஒரேசமயத்தில் நிறைய சிந்திக்க வேண்டியதிருந்தது. சிலசெய்திகள் அவன் மனதில் தனியாக விலகி நின்றன.

ரிக்கி, சவாரி செய்துகொண்டு வரும்போது, தனக்குள்ளேயே ஒரு வசனத்தில் ஈடுபடுத்திக்கொண்டான். ஒருவனுடைய அறிவாற்றலைக் கடந்து கற்றுக்கொள்வது சுவாரஸ்யமானது. உலகத்தில் தோன்றியிருக்கும் அத்தனைப் பொருட்களுக்கு மட்டுமின்றி நிகழ்ச்சிகளுக்கும் ஒரு நனவுநிலை திரைச்சீலை (conscious canvas) மேடையை இருக்கிறது . ஆனால் நாம் இந்தத் திரைச்சீலையைப் பார்க்கும் பொழுது, மேடையின் நனவுநிலைக்கும்,

நமது சொந்த நனவுநிலைக்கும் இடையில் ஏற்படும் திரவ இடைச்செயலின் காரணத்தால், துல்லியமாக உணர முடியாது.

ரிக்கி இந்தக் கருத்துக்களைத் தெளிவு படுத்திக்கொள்ளத் தொடர்ந்து முயற்சித்துக்கொண்டிருந்தான். ஒவ்வொரு நபரும் அவர் பார்க்கும் பொருளின் அகநிலைத்தோற்றத்தை உண்டாக்குகிறார். அது அவர் எதைக் காண எதிர்பார்க்கிறாரோ, அதற்கேற்றாற்போல ஒருமுகப்படுத்திக்கொள்கிறது. எனவே ஒவ்வொரு நபரும் தன் கண்களால் காண்பவற்றின் ஒரு தனிப்பட்ட நகலை உருவாக்குகின்றனர். இது ஒருவர் பகுதி குருடராக இருந்துகொண்டு, ஒரு பொருளின் வெளித்தோற்றத்தைத் தொட்டுணர்ந்து அதன் பின்னர் அந்தப் பொருளின் முழு உருவத்தையும் கற்பனை செய்துகொள்வதைப் போன்றது.

ரிக்கி மேற்கொண்டு நினைத்தான்: நம் கண்ணால் பார்ப்பவைக்கு மட்டும் உண்மையில்லை. இது நிகழ்ச்சிகளுக்கும் பொருந்தும். ஒவ்வொரு நபரும் அவன் எதிர்பார்ப்புடன் வரிசைபடுத்திக்கொள்ளும் ஒரு நிகழ்ச்சியின் அகநிலைத்தோற்றத்தை உண்டாக்குகின்றான். ஆக, ஒவ்வொருவனும் உண்மையில் அவன் அனுபவிக்கும் நிகழ்ச்சியின் ஒரு தனிப்பட்ட பிரதியை உண்டாக்குகிறான். இது யாதொரு பொருளின் தெளிவற்ற உணர்வின் தோற்றம் கொண்டு, பிறகு விவரங்களை நிரப்புவது போல் இருக்கலாம்.

அவனுடைய நினைவுகள் தொடர்ந்தன: உண்டாக்கும் செயல்பாடு இரண்டு தனிப்பட்டவர்களுக்கு இடையே போதுமான அளவு சீரானதாக இருந்தால், புறநிலையில் இருப்பதைப்பற்றி அவர்கள் பேசமுடியும். ஆனால் அவர்களுடைய கவனிப்பை ஆழமாக ஆராயச்சொன்னால், பெரிய அகநிலை மாறுபாடு இருப்பதைக் கண்டு பிடிக்கலாம். ஏனெனில், ஒவ்வொருவரும் தனித்தன்மை வாய்ந்தவராவார். மேற்கொண்டு இன்னும் இருக்கிறது. நம் உணர்வுகளின் தீவிர நிலையைப்பொறுத்து ஒரு வெள்ளம் போல் வற்றியும், பாய்ந்து செல்லும் மெய்மறதியில் நாம் இருக்கிறோம். எங்கள் விதியாக்கப்பட்ட நிகழ்ச்சிகளை நாம் செல்லும் பாதையில் வைத்து நமது உணர்வுகளை நாம் உண்டாக்குகின்றோம். அந்த விதியாக்கப்பட்ட நிகழ்ச்சிகள் நாம் நமது உள்ளுணர்வை அறிந்து கொள்வதற்காக நம் உணர்வுகளை உண்டாக்க நமக்கு ஒரு வாய்ப்பு அளிக்கிறது.

ரிக்கி பண்ணையை அடைந்தான். குதிரைகளின் மந்தை, அநேகமாகப் பெண் குதிரைகளும் குட்டிகளும் துள்ளிக் குதித்துக்கொண்டு, சாலையின் அருகில், புல்தரைக்கு வெளியே பண்ணையில் மேற்கே உள்ள புல்வெளியின் ஒரு பகுதி கல்லால் கட்டப்பட்ட வேலியின் பக்கம் வந்தன. குதிரைகள் களைத்துப் போயிருந்தன. வியர்த்துகொண்டும், சீறிக்கொண்டும் இரவைக்கழித்த வேலியிடப்பட்ட நிலப்பகுதியின் பக்கம் அந்தக் குதிரைகள் வந்தன. உண்மையாகவே பார்ப்பதற்கு அழகான காட்சியாக அது இருந்தது.

குதிரைகள் வந்தடைந்த நேரம், சூரியன் மறைந்து கொண்டிருந்தது. மாலை நேரப் பால் கறப்பு முடிந்திருந்தது. ஸிக்கி பீடப் பூமியிலிருந்து குதிரைகளை ஒன்று சேர்க்க மூன்று நாள் பயணத்தில் இருந்தான். ஒருநாள் முன்புதான் ரிக்கி லாக்ஜாமோட்டுக்கு வந்திருந்ததால், அதுவரை வாய்ப்பு கிடைக்காததால், சித்தப்பாவை அவன் சந்திக்காமல் இருந்தான்.

ஸிக்கி, ரிக்கியை பார்த்து மகிழ்ந்தான். கையசைத்து வரவேற்ற பின், வடக்கே விஜயம் செய்தத்தற்கான காரணம் என்ன என்று வினவினான்.

ரிக்கி பதிலுக்கு, “நான் என் பைல்ஜாவை (fylgja) ஹீதர் ஹில்லில் காண வந்தேன்”, என்றான்.

ஸிக்கி கூறினான், “ அவனை முதல் தடவையாக நீ பார்த்து குறைந்தது ஐந்து வருடங்கள் ஆயிருக்கும்.”

ரிக்கி பதிலளித்தான், “ஆமாம், நேரம் பறந்து விட்டது.” ஸிக்கி புன் முறுவலுடன் கேட்டான், “வீட்டில் அவன் இருந்தானா?”

ரிக்கி சொன்னான், “ஆமாம், அவன் சில அடிப்படை பொருள்களைப்பற்றி அறிவித்தான். பிரபஞ்சம் எப்படி உண்டாகியது, நாம் நமது யதார்த்தத்தை எப்படி உண்டாக்குகிறோம், போன்றவை.”

ஸிக்கி, பொருளின் ஆழத்தைத், தற்சமயம் புறகணித்த படி, கேலியாகக் கேட்டான், “ஆன்மீகப் பரிமாணத்தில் வானிலை எப்படியிருக்கிறது? மழை, பொழிந்ததா ?”

ரிக்கி புன்னகையுடன், அதே தொனியில் பதிலளித்தான், “இல்லை, வெயிலாக இருந்தது.”

குதிரைகள் அடைக்கப்பட்டு, பசுமாடுகளை கவனித்த பின், ஸிக்கியும், ரிக்கியும் குடும்பத்தின் மற்ற நபர்களுடன் சுற்றி அமர்ந்து, பழைய நினைவுகளையும், ரிக்கி கோடையைக் கழிக்க இங்கே வருவதை நிறுத்தியபின் நடந்த நிகழ்ச்சிகளையும் நினைத்துப் பேசிக்கொண்டனர்.

அத்தியாயம்

5

அடுத்த நாள் காலையில் ரிக்கி குதிரை மீது ஏறி ஹீதர் ஹில்லுக்குச் செல்லும் முன்பு காலை நேரப் பால் கறப்பில் உதவியளித்தான். அங்கே சென்றடைந்ததும், குன்றின் மீது ஏறி ஹீதர் ஹில்லுக்கு நேராகத் தன் குதிரை மீது கொண்ட அன்பான நினைப்புகளுடன் நிமிர்ந்துநிற்கும் முன்னர், முன்பு செய்தது போலவே, மூன்றுமுறை கடிகாரமுள் திசையிலும், மூன்றுமுறை எதிர்த்திசையிலும் நடந்தான். ஹீதர் ஹில் திறந்துகொண்டது. முதிய ஆத்மா கதவு அருகில் வந்து, அவனைத் தன் ஆய்வுஅறைக்கு அழைத்துச் சென்றது. இருவரும், வசதியாக அமர்ந்துகொண்டனர்.

முதிய ஆத்மா, ஒரு புன்னகையுடன் கூறியது, "காலை வணக்கம், உலகத்தானே, உன்னை மீண்டும் வரவேற்கிறேன், ஆன்மீகப் பரிமாணத்திற்கு வருக வருக..."

ரிக்கி, பணிவுடன் பதிலளித்தான், " நன்றி உனக்கு."

அடிப்படை நம்பிக்கைகளும் உன் யதார்த்தத்தின் மீது அதன் விளைவுகளும்

முதிய ஆத்மா தொடர்ந்தது, "உன் யதார்த்தத்தை உண்டாக்கும்போது நடக்கும் சில செயல்பாடுகளை இப்பொழுது நீ புரிந்துகொண்டதால், பூமியில் வாழும் அனுபவத்தைத் தன் அனுகூலத்திற்கு எப்படித் தழுவிக்கொள்வது என்பதை பற்றி நான் சிறிது கூறுகிறேன். நான் நேற்று கூறியது போல், உன் நினைவுகள் யதார்த்தத்தை உண்டாக்கும். ஆகவே, நீ அனுபவிக்கப்போவதை உன் நினைவுகளை வடிவமைத்து, அதன் விளைவாக நீ என்ன விரும்புகிறாய் என்பதை நீ கிரகித்துக்கொள்வது மிக முக்கியம்.

நான் குறிப்பிடும் நினைவுகள், சாதாரணமாக நீ நினைப்பவைகளைவிட அடிமட்டத்தில் அல்லது பின்னால் இருப்பவையாக இருக்கும். அவற்றை நான் அடிப்படை நிம்பிக்கைகள் என்று குறிக்கிறேன். நான் இந்த அடிப்படை நம்பிக்கைகள் எப்படி நீ உன் உலகத்தை காணும் பார்வையை வடிவமைத்து, நீ உன் யதார்த்தை உண்டாக்க ஒரு காரணியாகின்றன என்பதை விளக்குகிறேன்."

"பெரிய காட்சி இன்னும் பெரியதாகிக்கொண்டு போகிறதா?"

"வாழ்க்கை என்பது ஒரு சிக்கலான விஷயம். இது சிக்கலாக இருப்பதால்தான் வசீகரமாகவும் உள்ளது, நீ அவ்வாறு நினைக்கவில்லையா?"

"ஆமாம், நான் உண்மையில் சில கேள்விகளைத் தயாரித்து, அவற்றின் மீது உன் கருத்துக்களைக் கேட்பதற்கு எதிர்நோக்கிக்கொண்டிருக்கிறேன்."

"தெரியும், அநேகமான கேள்விகளுக்கு நான் அடிப்படை நம்பிக்கைகளைப்பற்றி விளக்கும் போதே உனக்குப் பதில் கிடைத்து விடும்."

"சரி, அது நல்லதாக இருக்கும்."

முதிய ஆத்மாவின் ஆய்வுக்கூடத்தில் புத்தக அலமாரிகள் வரிசையாக அமைக்கப்பட்டிருந்தன. முதிய ஆத்மா ஒரு அலமாரியைத் தேடி ஒரு புத்தகத்தை எடுத்துத், தன் மடி மீது வைத்துக்கொண்டு கூறியது, "அடிப்படை நம்பிக்கைகள்" என்ற தலைப்புடன் இங்கே என்னிடம் ஒரு புத்தகம் உள்ளது. இதைப்பற்றிச் சொல்கிறேன்."

முதிய ஆத்மா ஆரம்பித்தது, "இந்தப் புத்தகம் இயற்பியல் உலகின் சில அடிப்படை அம்சங்களை விளக்குகிறது. வாழ்க்கையில் என்னென்ன செய்யவேண்டும் என்று நீ தீர்மானிக்கிறாயோ அவற்றில் செழித்து விளங்குவதற்கு, இந்தப் புத்தகத்தில் உள்ளவற்றைப் புரிந்து அவற்றை ஏற்றுக்கொண்டு அதன்படி நடக்க வேண்டும்."

"இது என் அன்றாட வாழ்க்கைக்கு உதவும் போலிருக்கிறதே."

"ஆமாம். இந்த அடிப்படை அம்சங்களை, நீ உள்ளார்ந்து அறிந்துகொண்டால், பூமியில் வாழ்க்கை எவ்வாறு கட்டவிழ்கிறது என்பதைப்பற்றிய அடிப்படை நம்பிக்கையின் சீரான தொகுப்பு உன் மனதில் பதிந்துகொள்ளும். இந்த அடிப்படை நம்பிக்கைகள் உனக்கு ஒரு கண்ணோட்டத்தை அளித்து உன் அனுபவங்களை, நான் நேற்று அறிவித்த இயற்பியல் உலகத்தின் அடிப்படை கட்டமைப்பு தொகுதிகளுடன் (basic building blocks) இசைவான வகையில் அவற்றின் அர்த்தத்தைப் புரிந்துகொள்ள உன்னை அனுமதிக்கும்."

> வாழ்க்கை உன்னைக் கண்டறிவதைப்
> பற்றியது அல்ல,
> வாழ்க்கை உன்னை உண்டாக்குவதைப் பற்றியது
>
> George Bernard Shaw

முதிய ஆத்மா சற்றே நிறுத்தி, பிறகு சொன்னது, "இந்த அடிப்படை நம்பிக்கைகளை, உள்ளார்ந்து அறிந்துகொள்வதில் நீ வெற்றி பெற்றால், உன் மீதமுள்ள வாழ்க்கை முழுவதும் தேவையில்லாத மணிக்கணக்கான வேதனையை அனுபவிப்பதிலிருந்து இது உன்னைக் காக்கும்."

ரிக்கி சற்றே ஆர்வத்துடன் கேட்டான், "அடிப்படை நம்பிக்கை என்றால் என்ன? நீ எனக்கு ஒரு உதாரணம் கொடுப்பாயா?"

முதிய ஆத்மா தன் கண்களை அகலவிரித்து புன்னகைத்தது, இது ஒரு நீண்ட பாடமாக இருக்கும் என்பதைத் தெரிந்து கொண்டு, பதிலளித்தது, "நான் எண்ணற்ற உதாரணங்களை உனக்குக் கொடுக்கிறேன். நீ அறிந்து கொள்ள வேண்டியது ஒரு முக்கிய அம்சம் என்னவென்றால், இந்த அடிப்படை நம்பிக்கைகள் "அர்த்தம்" என்ற கருத்தில் வேரூன்றியுள்ளன."

> நீ உலகத்தை அறிந்துகொள்ளும் வழியில்
> அடிப்படை நம்பிக்கைகளை
> உரு கொடுத்திருக்கிறாய், மேலும் இது உன்
> யதார்த்தத்தை எவ்வாறு
> உண்டாக்குகிறாய் என்பதிலும் தாக்கத்தை
> ஏற்படுத்துகிறது.

"நீ "அர்த்தம்" என்று சொல்வதற்கு என்ன அர்த்தம்.

"நான் விளக்குகிறேன். உன் வாழ்நாள் முழுக்க நிகழ்ச்சிகள் நடந்த வண்ணம் உள்ளன. அந்த நிகழ்ச்சிகளை நீ திரும்பிப்பார். இது ஏன் நடந்தது? இதிலிருந்து நான் என்ன கற்றுக்கொண்டேன்? இப்போது இதனை நினைவு கூறும்போது அது எனக்கு எடுத்துக்கூறுவது என்ன? எந்த வகையில் இது எனக்கு அர்த்தமுள்ளதாய் இருக்கிறது? ஒரு நடந்து முடிந்த நிகழ்ச்சியை நினைத்துப் பார்த்து, ஒரு அர்த்தத்தை சாற்றுவது மனித இயற்கையின் தன்னியக்கமான ஒரு அம்சம். இது பதிலுக்கு நிகழ்காலத்தில் ஒரு நோக்கத்திற்கான ஓர் உணர்வினைத் தந்து, அந்த நேரத்தில் ஒரு திருப்தியைக் கொடுக்கும். இந்தத் தொடர்நிகழ்வுகளின்

"சரிமான செயல்முறை", அது நடைபெறும்போது எதிர்காலத்திற்கான எதிர்பார்ப்பை உன்னில் ஏற்படுத்தி வாழ்க்கையில் முன்னேற உதவுகிறது."

"அப்படியா, சரி."

"இப்பொழுது, ஒரு நிகழ்ச்சிக்கு ஒரு அர்த்தத்தை கொடுப்பது அகநிலைச் செயல்முறையாகும். அதாவது, அந்த நிகழ்ச்சியின் சொந்தக்காரரால் மட்டுமே நிகழ்ச்சியின் அர்த்தத்தைக் கண்டுபிடிக்கவோ அல்லது முடிவுசெய்யவோ முடியும். வேறுவிதமாககூறவேண்டுமானால், மற்றவருக்கு எது அர்த்தமுள்ளதாய் இருக்கும் என்று நீ முடிவு செய்யமுடியாது."[46]

"சரி அதை நான் அறிவுறை வழங்கும் போது ஞாபகத்தில் வைத்துக்கொள்கிறேன்."

"மேலும், அடுத்தடுத்த அர்த்தமுள்ள நிகழ்ச்சிகளினால் ஒருவர் வாழ்நாள் முழுவதுமான தனது சொந்தப் பயணத்திற்கு ஒருமித்த அர்த்தத்தைக் கண்டுபிடிக்கிறார்."

"இப்பொழுது, "அர்த்தம்" என நான் சொன்னதன் அர்த்தம் உனக்கு விளங்கி விட்டதனால், சில அடிப்படை நம்பிக்கைகளை விளக்குகிறேன்."

முதிய ஆத்மா சற்று நிறுத்தி, மேலும் கூறியது, "நான் உனக்குச் சொல்லப்போகும் கருத்துக்கள் என்னவென்றால், விதி, சுயவிருப்பம், தனித்தன்மை, வினை அல்லது செயல், அறிவாற்றல், முரண்பாடு அல்லது வேறுபாடு, முதுமையுறல், மற்றும் மரணம்."

ரிக்கி, குறுக்கிட்டு, "நாம் நேற்று ஏற்கனவே விதியைப்பற்றியும், சுயவிருப்பங்களைப்பற்றியும் பேசி விட்டோமே."

"ஆமாம், நீ எப்பொழுதும் விதியையும், சுயவிருப்பத்தையும், அடிப்படை நம்பிக்கைகளாகப் பரிசீலிக்க வேண்டும் என வலியுறுத்துகிறேன். நான் கூடுதலாக இதைப்பற்றிய செய்திகளை அளிக்கும்பொழுது, குறிப்பாக விதி மற்றும் சுயவிருப்பத்தின் பால் நீ கொண்டுள்ள அணுகுமுறை எவ்வாறு உன் தினசரி வாழ்க்கையிலான அனுபவங்களைப் பாதித்து அவற்றிற்கு உருவம் கொடுக்கும் என்பது உனக்குத் தெளிவாகிவிடும்."

"அப்படியா, சரி."

"நேற்று, உன் விதியை நீ எப்படி அமைக்கிறாய், சுயவிருப்பம் கொண்ட தகுதியினால், நீண்ட கால இலக்குகளை அமைக்கும்பொழுது, உன் விதியை

---

46 Victor E. Frankl. *The Will to Meaning: Foundations and Applications of Logotherapy.* New York: Penguine Books, 1969

எவ்வாறு நீ மாற்றிஅமைக்கிறாய் என்ற கண்ணோட்டத்துடன் நான் இந்தக் கருத்துக்களை அறிமுகப்படுத்தினேன். மேலும், விதியாக்கப்பட்ட நிகழ்ச்சிகள் கட்டவிழ்கும் நல்லிணக்கத்தில் பின்னப்பட்டு, கட்டவிழ்கும் நல்லிணக்கம் அவற்றை சரமாக நேரப் பரிமாணத்தில் வெளியிடும்பொழுது, அவை எவ்வாறு நிகழ்காலத்திற்குக் கொண்டு வரப்படுகின்றன என்பதையும் விளக்கினேன். இப்பொழுது, இந்தக் கருத்துக்களை அதிக தனிப்பட்ட கண்ணோட்டத்துடன் நீ நன்றாகத் தொடர்புபடுத்துவாய் என்ற நம்பிக்கையில் விளக்குகிறேன்."

விதியும் கட்டவிழ்கும் நல்லிணக்கமும்

முதிய ஆத்மா தொடர்ந்தது, "உன் பிறப்பிற்கு முன், பூமியில் கட்டவிழ்கும் நல்லிணக்கமும், நிகழ்ச்சிகளின் ஒன்றுபட்ட இசைவும் நேரப் பரிமாணத்தில் பறந்து கிடந்தன. இந்தக் கட்டவிழ்ப்பு உன்னை நோக்கி வரும்பொழுது, அந்தக் கணத்தில் எதிர்கால வாய்ப்பிற்கான ஜன்னல்களை மூடிக்கொண்டு மறைந்து விடுவதற்குள் அவை திறந்த வண்ணம் வருவதாய்த் தோன்றும். ஜன்னல் திறந்திருக்கும்பொழுது, வாய்ப்பைப் பற்றிக்கொண்டால், நீ உனக்காக ஒரு சரித்திரம் படைத்து விட்டாய் எனச் சொல்லலாம். வாழ்க்கையின் இந்தச் செயல்பாடு ஒவ்வொரு கணமும் நடந்து கொண்டிருக்கிறது. உன்னுடைய பிறப்பு இந்த இயற்பியல் உலகத்தில் கட்டவிழ்கும் நிகழ்ச்சிகளின் ஆற்றில் உன்னைத் திணித்துள்ளது.

உனக்குத் தெரிந்தது போல், உன் எதிர்காலத்தை உன்னால் காணமுடியாது. என்ன நடக்கும் என்ற துல்லியமான முன்கணிப்பும் சாத்தியம் இல்லை. ஆனால் அடுத்த சில மணிநேரத்தில் என்ன நடக்கும் என்ற மிகத் துல்லியமான யூகத்தையும், எதிர்காலத்தில் நடப்பவற்றின் ஓரளவு சரியான யூகத்தையும் சொல்ல இயலும். ஒரு கனவில் எப்போதாவது உன்னுடைய எதிர்காலத்தின் கண நேரக் கண்ணோட்டத்தை நீ காணலாம். மேலும் சிலநேரம் "தேஜா வு" (déjà vu) போன்ற அனுபவம், தூக்கத்திலிருந்து விழித்துக்கொண்ட பின் கிடைக்கலாம்.

காணாதவற்றைக்காணும் புலன்திறன் உடையவர், எப்போதாவது எதிர்காலத்தின் கண நேரத்தைக் கண்டுணர்வது உண்டு. மேலும், அது உண்மையாகிப்போனதும் உண்டு. ஆனால், இந்தக் கண நேர எதிர்காலத்தின் பார்வை, அதைக் கண்டவரை எந்த விதத்திலும் பாதித்ததும் இல்லை, வாழ்க்கையை மாற்றியதும் இல்லை."

"அது ஏன்?"

"இது உன்னுடைய நீடித்து இருத்தலை, அல்லது வாழும் காரணத்தின் மதிப்பைக் குறைத்துவிடும். உன் விதியை நீ முன்கூட்டியே அறியாமல், நீயே உன் வழியில் வகுத்துக்கொண்ட அனுபவங்களிலிருந்து நன்மை அடைய வேண்டியதுதான் முக்கியம். இந்நிகழ்ச்சிகளை அறிந்து கொள்ளாமை, உன்னை அதிகப்பட்ச உள்-கற்றலுக்கான வாய்ப்பினை அளித்து அதிகஅளவிலான நிகழ்ச்சிகளை அனுபவிக்கச் செய்யும். நீ உண்மையில், மொத்தத்தில் விதியின் கருணையில் இருக்கிறாய். நீ செய்யக்கூடியதெல்லாம், அதற்குப் பதிலளிக்க வேண்டியது மட்டுமே."

கடந்தது, ஆனால் அதுவே
ஒரு ஆரம்பத்தின் ஆரம்பம்.
இருப்பதும் இருந்துகொண்டிருப்பதும்,
ஆனால் விடியலின் அந்திஒளியே.

H.G. Wells

ரிக்கி, எச்சரிக்கையான குரலில், துணிந்து, "நான் வாழ்க்கையில் கடுமையான பாடங்களுக்கு என்னை தயார்படுத்திக்கொள்ள வேண்டும் என நினைக்கிறேன்."

"உனக்கு முன்னால் அற்புதமான மற்றும் மகிழ்ச்சிகரமான விதியாக்கப்பட்ட அனுபவங்கள் இருப்பதை மறந்துவிடாதே."

"ஆமாம், நிச்சயமாக நான் மறக்கமாட்டேன்."

"இப்பொழுது உனக்கு ஒரு விருப்பத்தேர்வு இருக்கிறது. சொல்லப்போனால், விதி "உன் முகத்தில் அறைந்தால்", நீ இரண்டில் ஏதாவது ஒன்றைத் தேர்ந்தெடுக்கலாம் - நீ நல்லவனாகத் தேறலாம், அல்லது, கெட்டவனாகத் இருக்கலாம். உனக்கு விதியாக்கப்பட்ட இந்நிகழ்ச்சிக்குப் பிறகு, நீ கெட்டவனாக இருக்கத் தேர்ந்து, நிரந்தர வேதனைக்கு உட்பட்டால், பிறகு இதே போன்ற விதியை மீண்டும் மீண்டும் நீ தொடர்ந்து பல்வேறுபட்ட சூழ்நிலைகளில், உனக்காக நீ வகுத்த பாடத்தைப் படித்து அறிந்து கொள்ளும் வரை அனுபவிக்க வேண்டியதிருக்கும். அதே சமயம், நீ நல்லவனாகத் தேறி, விதியாக்கப்பட்ட அந்த நிகழ்ச்சியை, வேதனையும் கவலையும் இல்லாமல் நேர்மறையான மரியாதையுடன் தழுவிக்கொண்டால், நீ உனக்காக வகுத்துக்கொண்ட பாடத்தை நோக்கி, விதியாக்கப்பட்ட இந்நிகழ்ச்சி உனக்குத் தந்த அறிவை நீ இணைத்துக்கொள்ள முடியும்."

விதியைத் தழுவிக்கொள் :
நல்லவனாக மாறு, கெட்டவனாக அல்ல

"இது ஒரு நல்ல புத்திமதி போல் ஒலிக்கிறது."

"ஆமாம், இம்முயற்சியில் இது ஓர் உதவியாக இருப்பதுடன், ஒரு குறிப்பிட்ட விதியிலிருந்து நீ உயர்நிலை அடையக் காரணமான ஒரு கருத்தை நீ பரிசீலிப்பதற்கு உனக்குப் பயனுள்ளதாக இருக்கும். நீ உயர்நிலையில் தேறினால், விதியாக்கப்பட்ட குறிப்பிட்ட நிகழ்ச்சி உன்னைத் தடம்புரளச் செய்ய முடியாது. அந்த நிகழ்ச்சி தொடர்ந்து நடக்கலாம். ஆனால் அது உன் வழியில் ஒரு தடையாக இருப்பதை எண்ணி, நீ அதற்குப் பதிலளிப்பதை நிறுத்தி விடுவாய். தாமரை இலைத் தண்ணீரைப் போன்று, அதை நீயும் வடிந்து செல்ல விட்டுவிடுவாய். என் அறிவுரை என்னவென்றால் நீ அந்த விதியை, அன்பாக வரவேற்று, இந்த அறைகூவலை உனக்காக நீயே வகுத்துக்கொண்டதை அறிந்து, தழுவிக்கொள். அதுதான் ஒரு அடிப்படை நம்பிக்கையாகும்.

விதியைத் தழுவிக்கொள். அதுதான் அதை நோக்குவதற்கான மாறுபட்ட வழி. அநேகமானோர், விதியை எதிர்மறை சூழலில் ஏதோ துரதிர்ஷ்டமாக அதைக் கருதுகின்றனர்.

ஆமாம், விதியைத் தழுவாமையின் எதிர்மறை விளைவு என்னவென்றால், உலகத்தின் மீது உனக்குக் கோபம் உண்டாகும். நீயே உனக்காக வகுத்துக்கொண்டு விதியாக்கப்பட்ட சூழ்நிலைகளை உனக்கு முன்கூட்டியே அறிவிக்கப்பட்ட தனிப்பட்ட நபரைப் பழிவாங்க நினைப்பாய். ஆனால், இந்தப் பழி வாங்கலைப்பற்றிப் பின்னர் கூறுகிறேன்.

கட்டவிழ்கும் நல்லிணக்கம், பூமியின் மீது சுழற்சியான தோற்றம் கொண்ட அத்தனை நிகழ்வுகளையும் ஒருங்கிணைப்பது மட்டுமல்லாமல், ஒருமுறை மட்டுமே நிகழும் விதியாக்கப்பட்ட நிகழ்வுகளையும் ஒருங்கிணைத்து அட்டவணைப்படுத்தும். விதியாக்கப்பட்ட ஒரு நிகழ்வின் சிறப்பான உதாரணம் உன் பிறப்புக்கு முன் விதியாக்கப்பட்ட ஒரு நிகழ்ச்சி நம் முதல் சந்திப்பிற்குப்பிறகு பனிக்காலத்தில் நடந்தது. அன்று வழக்கம்போல காலை 7.30 மணிக்கு வந்தடையும் உனது பள்ளிப்பேருந்தை (School Bus) நீ தவறவிட்டுவிட்டாய். அந்த ஊர்திக்காக நீ காத்திருக்கும் பொழுது, நீ நீண்டகாலமாகக் காணாத உன் தந்தையின் நண்பர் ஒருவர், அங்கே வந்தார். நீங்கள் இருவரும் காத்திருக்கும் பொழுது நீ அவருடன் பேசி, அடுத்த கோடையில் வடக்கேயுள்ள உன் சித்தப்பாவின் பண்ணைக்கு போக மாட்டாய் எனக் கூறினாய். அவருடைய நண்பர் ஐஸ்லாந்தின்

தெற்கேயுள்ள பண்ணையில் உதவிக்காக ஒரு பண்ணையாளைத் தேடிக்கொண்டிருப்பதாகக் கூறினார். பிறகு உன் பெற்றோர் பேசி முடித்த பின், நீ இந்தப் பண்ணைக்கு அடுத்த கோடையின்போது செல்வது என்று ஒப்புக்கொள்ளப்பட்டது. நீ இப்பொழுது ஐந்து கோடைகள் அந்தப் பண்ணையில் கழித்தாய். மேலும் சில கோடைகளைக் கழித்து வேலை செய்யத் திட்டமும் தீட்டியுள்ளாய். இதுதான் விதியாக்கப்பட்ட நிகழ்வுகள். இவை உன் பிறப்பிற்கு முன்பு, கட்டவிழ்கும் நல்லிணக்கத்தின் நேரக்கோட்டில் (timeline) வகுக்கப்பட்டவை. நீ உன் ஆயுள்காலத்தை உன் சித்தப்பாவின் பண்ணையில் ஒரு விவசாயியாகக் கழிக்காமல் இருக்க உறுதியாக்கப்பட்ட வடிவமைப்புகள்."

"அப்படியா, சரி. ஆனால், நான் ஒரு விவசாயியாக இருந்திருந்தால் மகிழ்ந்திருப்பேன் என நினைக்கிறேன்."

"ஆமாம், இருக்கலாம். ஆனால், ஒரு ஆன்மீக நிலையில் இருக்கும்போது, உன்னை அதிகம் திருப்திப்படுத்தும் மற்ற நிகழ்வுகள் உனக்காக விதியாக்கப்பட்டு இருக்கின்றன என்பதை நீ தெரிந்துகொள். கருதப்படவேண்டிய மற்றொரு அம்சம் என்னவென்றால், கட்டவிழ்கும் நல்லிணக்கம் இந்த விதியை உனக்கு கொண்டுவந்தது மட்டுமல்லாமல், இது உன் சித்தப்பாவின் பண்ணைக்கு நீ திரும்பக்கூடாது என்ற உனது தாயின் விருப்பத்தைப் பூர்த்தி செய்து, தெற்கே பண்ணையில் விவசாயி ஒருவர் தன் பண்ணைக்கு ஒருவனைத் தேடிக்கொண்டிருந்த விருப்பத்தையும் பூர்த்தி செய்தது. இது, வாழ்க்கையில் விதி எப்படி ஏற்படுகிறது, கட்டவிழ்கும் நல்லிணக்கம் எவ்வாறு எல்லா நிகழ்ச்சிகளையும் ஒருங்கிணைக்கிறது என்பதற்கான சிறந்த உதாரணம் ஆகும்."

"நான், இன்னும் சரியாகப் புரிந்துகொள்வதற்கு எனக்கு உதவி செய்வாயா? விதிக்கும், கட்டவிழ்கும் நல்லிணக்கத்திற்கும் இடையேயான வரையறுக்கக்கூடிய வித்தியாசம் என்ன?"

"இது குழப்பமாக இருக்கும் என எனக்குத் தெரியும். பரந்து செயல்படும் கட்டவிழ்கும் நல்லிணக்கத்திற்குள் விதியாக்கப்பட்ட நிகழ்வுகள் உன் உயர்-ஆத்மாவினாலும், உன் உயிரினாலும் தொடங்கப்பட்டவை. இது ஒருமுறை நிகழக்கூடிய நிகழ்ச்சி, இடம் / நேர கோட்டிற்குள் நிகழ்வதற்காக அட்டவணை செய்யப்பட்டது. அதே சமயம், கட்டவிழ்கும் நல்லிணக்கம், நடந்து கொண்டிருக்கும் சுழற்சியிலுள்ள செயல்பாடுகள், சூழலில் தோன்றி மறையும் உலகில் உடற்பாங்கான கட்டமைப்புகள் இவையெல்லாம், "எல்லாம் அதுவே"வின் வழிகாட்டுதலால் இயக்கப்படுபவை."

"சரி, நான் புரிந்து கொண்டேன்."

“நீ அநேகமாகப் பூமியில் நடப்பது எதுவும் தற்போக்காக நடக்கவில்லை என்பதைப் புரிந்து கொண்டிருப்பாய். ஒவ்வொன்றும் செயல்பட்டு மற்ற எதற்காவது ஏதாவது ஒரு வழியில் ஏற்படுகிறது. இதிலிருந்து, தற்செயலோ, அல்லது அதிர்ஷ்டமோ இல்லை என்று தெரிகிறது.”

“பிங்கோ ஜெயிப்பது, லாட்டரி ஜெயிப்பது பற்றி என்ன கூறுகிறாய்? அல்லது, குதிரைப்பந்தயத்தில், விளையாட்டுகளில், பந்தயம் கட்டுவது, தனது உண்மையான காதலைச் சந்திப்பது, மக்கள் தாங்கள் எத்தனை அதிர்ஷ்டசாலிகளாக இருந்தனர், மேலும் எவ்வளவு துர்பாக்கியசாலிகளாக இருந்தனர் என்று சில நேரம் பேசிக்கொள்வதைப்பற்றி எல்லாம் என்ன கருத்து கூறுகிறாய்?”

“அந்த மாதிரியான நிகழ்வுகள் அனைத்தும் விதியாக்கப்பட்டவையே. அநேகமானோர் உண்மையான காதலைச் சந்திப்பதும், மேலும் காதலித்தவரையே மணம் புரிந்து மகிழ்ச்சியாக வாழ்வது, நீ கூறிய, பிங்கோ, லாட்டரி, ஓட்டப்பந்தயம் அல்லது, விளையாட்டுப்பந்தயம் போன்ற சில சூழ்நிலைகளில் விதி என்ற ஒன்று இருப்பதாக ஏற்றுக்கொள்கின்றனர். அதிர்ஷ்டம் விதியை விடப் பரபரப்பானதாகவும், உறுதியானதாகவும் அறியப்படுகிறது. நிச்சயமாக நீ ஒரு பந்தயத்தில் முதலீடு செய்யும்போது அதன் மீது கவனம் செலுத்தினால், நீ ஒரு நோக்கத்தைப் பயில்கிறாய். இது முன்பு நாம் பேசிய திரைச்சீலை (canvas) மீது விளைவை உண்டாக்கி அது உன் விருப்பத்தை உண்மையாக்கும் வாய்ப்பை அதிகரிக்கிறது. மேலும் இது கட்டவிழ்கும் நல்லிணக்கத்தால் முன்னால் கொண்டுவரப்படுகிறது. நான் முன்பு விளக்கிய நீண்ட கால இலக்கு உருபெறுவதும் இது போன்றே நடக்கிறது.”

“முடிவில் விளைவு ஒன்றுதான். நீ அதை விதி என அழைத்தாலும், அதிர்ஷ்டம் என அழைத்தாலும், இது வெறும் பொருள்விளக்கம்தான். முடிவு ஒன்றாகத்தான் இருக்கும். முக்கிய வேறுபாடு நம்பிக்கையைப் பொறுத்தது. விதியின் மீதான ஒரு நம்பிக்கை, நோக்கத்திற்கான ஓர் உணர்வினை அளித்து, வாழ்க்கையின் ஆழமான அர்த்தத்தை உனக்கு அளிக்கும். அதேநேரத்தில், அதிர்ஷ்டம் என்று ஒன்று நடப்பதெல்லாம் குறிப்பான நோக்கம் ஏதும் இல்லாத ஒரு தற்போக்கான செயல். மேலும் அதற்கு பெரிய அர்த்தம் என்று ஒன்றும் கிடையாது”

“சரி, நான் அதைப் பார்க்க முடிகிறது.”

“நீ துரதிருஷ்டத்தைப் பற்றி கூடக் குறிப்பிட்டாய். அதேபோல், விதியின் மீது நம்பிக்கை இல்லாமல் துரதிர்ஷ்டத்தை ஏற்றுக்கொள்வது கடினம். ஏனெனில் இதிலிருந்து சாத்தியமான வேறு அர்த்தம் எதுவும் கொள்ளமுடியாது. உதாரணத்திற்கு உன் மொத்தப் பணத்தையும் ஒரு பந்தயத்தில் தோற்றுப்போவது. அதிகபட்சமாக இதனை

யோசிக்கும்போது அனைத்துமே அதிர்ஷ்டத்தின் காரணமாகவே ஏற்படுகிறது என்ற ஒரு நம்பிக்கையும் உண்டு. இதிலிருந்து அனைத்துமே ஒரு குறிப்பிட்ட நோக்கம் ஏதுமின்றி தற்போக்காக நடைபெறுகிறது என்று அர்த்தம்கொள்ளலாம். மேலும் உன்னுடைய வாழ்க்கையும் குறிப்பிட்ட நோக்கமின்றி உள்ளதுதான். இதற்கு ஆழமான அர்த்தம் ஏதும் கிடையாது. உதாரணத்திற்கு ஏதாவது சோக நிகழ்ச்சியால் ஒருவர் எதையாவது இழந்து மன அழுத்தத்திற்கு ஆளானால், வாழ்க்கையின் அர்த்தத்தை அவர்களால் காண முடியாது, ஏனெனில், அவர்களுக்கு நிகழும் அத்தனையும் தற்போக்கான, ஒரு குறிப்பிட்ட நோக்கம் ஏதும் இல்லாது நடைபெறும் ஒரு நிகழ்வு. அது அதிர்ஷ்டம் அல்லது துரதிர்ஷ்டம் என்ற விளைவை மட்டும்தான் கொண்டுள்ளது. ஆகவேதான் விதி என்று ஒன்று இருக்கிறது என்ற நம்பிக்கை கொண்டிருப்பது அவசியம்.

உனக்கு விதியின் மீது நம்பிக்கை இருந்தால்தான், நீ நன்றாகச் செழித்து வளருவாய். அது தான் உன்னுடைய அடிப்படை நம்பிக்கைகளில் ஒன்று."

———————

தற்செயலான நிகழ்வு அல்லது அதிர்ஷ்டம் என்ற
ஒன்று இல்லை

———

"ஆமாம், அது எவ்வாறு பயனுள்ளதாக இருக்கும் என்பதை நான் பார்க்கிறேன்."

"இப்பொழுது, சுயவிருப்பத்தைப்பற்றி சிறிது அதிகமாகக் கூறுகிறேன். இந்தக் கருத்தை நேற்று நான் நீண்டகால இலக்குகள் அமைப்பதைப்பற்றிக் கூறும் பொழுது குறிப்பிட்டிருந்தேன். ஆனால், இப்பொழுது, நீ உன் தினசரி வாழ்வில் எப்படி சுயவிருப்பத்தை அனுபவிக்கிறாய் என்று விளக்குகிறேன்."

தன்னிச்சை என்ற சுயவிருப்பம்

முதிய ஆத்மா தொடர்ந்தது, "தன்னிச்சை என்ற சுயவிருப்பம், விதியாக்கப்பட்ட சூழ்நிலைக்குள், உன் வாழ்க்கையில் நீ விரும்பியதை செய்ய சுதந்திரம் அளித்துள்ளது. ஆன்மீக ரீதியில் இயங்கி வளரவும், மற்றும் உன் உள்ளார்ந்த இயற்கையை அறியும் வாய்ப்புகளை அதிகமாக்கிக்கொள்ளவும், நீ பெரும்பாலான சந்தர்ப்பங்களில் எதை தேர்ந்தெடுப்பதென்று உன் உள்ளார்ந்த உணர்வால் அறிந்துகொள்வாய். வழக்கமாக நீ நேர்மறையான விளைவுகளைத் தரும் சந்தர்ப்பங்களைத்தான் தேர்ந்தெடுப்பாய். ஆனால் எப்பொழுதாவது இதற்கு சங்கடமான நிலை

ஏற்படும்போது, என்ன செய்வதென்று உனக்கு புரியாது. அப்படி நீ ஏதாவது சங்கடத்தை சந்திக்க நேரும்போது, நான் உனக்கு கூறும் அறிவுரை என்னவென்றால் உன் மனசாட்சிப்படி நடந்து, நீ அறிந்த உயர்ந்த இலட்சியத்திற்கு ஏற்ப வாய்ப்புகளை தேர்ந்தெடுக்க வேண்டும்."

"சரி, நான் அதை கவனத்தில் வைத்துக்கொள்கிறேன். ஆனால், என் நண்பர்கள் எனக்கு தப்பாக விளங்கும் ஒரு செயலை செய்யச் சொல்லும்போது அந்தச் சூழ்நிலையில் நான் என்ன செய்வது?"

"இது ஒரு கஷ்டமான சூழ்நிலையாக இருக்கும். வழக்கம்போல் உன் உயர்ந்த இலட்சியத்தின்படி செய்கையைத் தேர்ந்தெடுக்கும் தன்னிச்சை என்ற சுயவிருப்பம் உனக்கு எப்பொழுதும் உள்ளது. இருப்பினும், நீ எதிர்பார்த்த பதில் இது இல்லை என நான் அறிவேன். உன் கேள்வியின் பதில் பண்பின் வலிமையைச் சார்ந்திருப்பதால் இதன் பின்னர் மற்ற அடிப்படை நம்பிக்கைகளைப்பற்றிப் நாம் இன்று பேசும் பொழுது நீ அறிந்து கொள்வாய். தற்சமயம் நான் சொல்லக்கூடியதெல்லாம் என்னவென்றால், நீ அறிந்திருப்பதற்கு எதிராகப்போவது தான் ஒரு சரியான செயலாகும். அது நீ யாராக இல்லை என்பதை நினைவூட்டும். இது ஆன்மீக ரீதியான ஞானோபதேசம் ஊட்டும் செயல் ஆகாது. ஏனெனில், உன்னைப்பற்றிப் புதிதாக ஒன்றும் அறிந்து கொள்ளப்போவதில்லை. இது பின்னடைவுக்கு எடுக்கப்பட்ட ஓர் அடி. மேலும் இது ஆன்மீக ரீதியில் உன்னை வளரவிடாது. வாழ்க்கையின் காரணமே, ஆன்மீக ரீதியில் இயங்கி வளருவதுதான். நீ எவ்வளவு அதிகமாக உன் மனசாட்சிக்கு எதிராகப்போய் "யாராக இல்லை" என இருப்பாயோ, அவ்வளவு மெதுவாகத்தான் உன் ஆன்மீக அந்தஸ்தும் உயரும்."

"சரி, நான் புரிந்துகொண்டேன். அவன் அல்லது அவள் தன் மனசாட்சிக்குத் தக்க, குற்றம் புரியப்போகும் பொழுது ஒரு நபர் தன், பகுத்தறிவுக்கு ஏற்ப விளக்கமளித்து, அந்தச் செய்கையை நியாயப்படுத்தினால் என்னவாகும்?"

"மக்கள் தம் செய்கையை நியாயப்படுத்த எப்பொழுதும் பகுத்தறிவின் துணையையே கொள்கின்றனர். அது திரிக்கப்பட்டதாக இருக்கும். மேலும் நீ அதை ஒப்புக்கொள்ளாமல் இருப்பினும், தர்க்கரீதியாக அது அவர்களுக்குச் சரியாகத்தோன்றும். எப்பொழுதும் உன் தேர்வுக்கு ஒரு விளைவு உண்டு என்று சொல்வதைவிட, உன்னுடைய கேள்விக்கு வேறு எளிமையான பதில் கிடையாது. மேலும் சிலநேரம், நீ தேர்ந்தெடுத்தவை, உனக்கும் மற்றவர்களுக்கும் வேதனை அளிக்கும் அனுபவத்தை உண்டாக்கும். இவை அனைத்துமே நீ உன் பாதையில் அமைத்துக்கொண்ட விதியாக்கப்பட்ட நிகழ்வுகள். மேலும், இம்மாதிரியான சூழ்நிலைகள் ஏற்படும்பொழுது, சூழலுக்குத் தகுந்தவாறு நீ உயர்ந்து நிற்கவேண்டும்.

தன்னிச்சை என்ற சுயவிருப்பத்தைக் கொண்டிருப்பது இரட்டை முனை வாள் போன்றது. சில நேரம் இதன் எந்தப்பக்கத்தை பிரயோகிப்பது என்று அறியக் கடினமாக இருக்கும். உன் நெறிமுறைகளுக்கும், தீர்ப்புக்கும் மாறாக எதையாவது தேர்ந்தெடுக்கும் பொழுது, அந்தச் சூழ்நிலை மிகக் கடினமானதாக இருக்கும். இருந்தும், இந்த ஒரே ஒரு விருப்பத்தேர்வு தான் நீ விரும்பும் விளைவை உண்டாக்கும். இத்தகைய முடிவை எதிர்கொண்டால், நீ உன் உள்-இயற்கையைப்பற்றி ஏதோ புதிதாகக் கற்றுக்கொள்ளப்போகிறாய் என்பது உறுதி."

"இது கடினமானதாகத் தெரிகிறதே."

"ஆமாம், இது கடினமாகத்தான் இருக்கும். இதனை நீ உன் உள்ளார்ந்த உணர்வால் நீ அறிந்துகொள்ளலாம். ஆன்மீகரீதியாக இயங்கி வளர்வதற்கு, சிலநேரம் நாணயத்தின் இரு பக்கங்களையும் அனுபவித்தாக வேண்டும். கெட்டவனாக இருக்கும்பொழுது உன் உணர்வுகள் எப்படி இருக்கும், நல்லவனாக இருக்கும்பொழுது உன் உணர்வுகள் எப்படி இருக்கும், உனக்கு நல்லது எனத் தெரிந்து அதைச் செய்யும்பொழுது உன் உணர்வுகள் எப்படி இருக்கும், மற்றும் உனக்குத் தீமை தரும் எனத் தெரிந்தும் அதை நீ செய்யும் பொழுதுஉன் உணர்வுகள் எப்படி இருக்கும். அல்லது, வேறுவிதமாகச் சொல்ல வேண்டுமானால், ஆழமான நிலையில் நீ யார் என்பதைக் கண்டுபிடிப்பதற்கு சிலநேரங்களில் நீ "யாராக இல்லையோ", அவனாக இருந்து பார்க்க வேண்டும்."

"நான் முன்பு சொன்னதைப்போன்று, ஒரு குற்றம் எனத் தெரிந்தும், அதை மனசாட்சியால் நியாயப்படுத்தும் அதே சூழ்நிலைதானே இது?"

"இல்லை, இந்த நிகழ்ச்சியில் செய்கை முன் கூட்டியே திட்டமிட்டதல்ல. உன் விஷயத்தில் எடுத்துக்காட்டாகக் கூறவேண்டுமானால், தற்காப்புக்காக ஒருவனை நீ கொல்வது என்பது நீ ஒரு சமாதானவாதிதான் என அறியவைக்கிறது, நீ அன்பாக நேசிக்கும் ஒரு நபரைக் காயப்படுத்தியவனை வன்முறையாகத் தாக்குவதும் ஒரு உதாரணம். மற்றச் சூழ்நிலையில், அந்தச் செய்கை சட்டபூர்வமாக ஒப்புதல் அளிக்கப்பட்டதாக இருக்கலாம். இதில் நீ உன் அறநெறி மனசாட்சிக்கு எதிராகச் செயல்பட நிர்பந்திக்கப்படலாம். இதற்குப் பொதுவான உதாரணம், போர்காலம். அப்பொழுது ஒரு நபர் படையில் சேர்க்கப்பட்டுத் தன் நாட்டிற்காகவும், கூடுதலான நன்மைக்கு மற்றொருவரைக் கொல்லக்கூடிய சுழ் நிலை ஏற்படலாம். இப்பேற்பட்ட சூழ்நிலைகளைச் சந்திக்கும்பொழுது, நீ நிர்பந்திக்கப்பட்டதாக உணரலாம், அல்லது, நிர்பந்திக்கப்பட்டு "நீ யாராக இல்லையோ" அவனாக இருக்க வேண்டிய சூழ்நிலை ஏற்படும். இதுபோன்ற சூழல்களில் இச்செய்கையின் விளைவுகள் உன் அடிமட்டத்தையே குலுக்கி, உன்னை ஒன்றும்

செய்ய முடியாதவனாக்கிவிடும். ஆனால், காலப்போக்கில், இந்தக் கட்டுப்பாட்டிலிருந்து விலகி, ஆழமான, மேம்பட்ட ஆன்மீக நுண்ணறிவால், நீ உண்மையில் யார் என்பதைக் கண்டறிந்துகொண்டு, புதிதாக வளருவாய்."

"வாழ்க்கையின் இந்தப் பாடங்கள் மிகக்கடினமாக தெரிகின்றன."

"இந்த மாதிரியான சூழ்நிலைகளில் உண்டாகும் உன் விருப்பத்தேர்வின் விளைவுகள், ஆழமான நிலையில் நீ உன்னை யார் என்று அறிந்துகொள்ள உதவும். மற்ற வகையிகளில் கிடைக்காமல்போகும் இந்த அனுபவங்கள், ஒரு உள்ளார்ந்த அனுபவத்தைப் பெற்றுக்கொண்டு, உன்னை மீண்டும் கண்டறிந்து கொள்ளச்செய்யும். நீ யார் என்று கண்டறிவதற்கு மேற்கொள்ளும் முயற்சியில், நீ தன்னையும் மற்றவரையும் எந்த அளவுக்கு வேதனைக்குட்படுத்தியுள்ளாய் என்பது, உன் சொந்த உறவின் பேரழிவுக்குப் பிறகு உனக்குத் தெரிய வரும். அப்பொழுது, உள்ளார்ந்த கற்றல் அல்லது இதே மாதிரியான சுயக் கண்டறிதலின் அனுபவம் உனக்குக் கிடைக்கும். இந்த அனுபவங்கள் உன் உலகை மாற்றியமைத்து, முன்பு இருந்த விஷயங்களின் முக்கியத்துவம் இத்தகைய அனுபவங்களுக்குப் பிறகு முற்றிலும் மாறுபட்டு இருப்பதை நீ காண்பாய். நீ உன் வாழ்க்கையை வேறு விழியாடியால் காண்பாய். நீ மாறுதலை உணர்வாய். உன் கோட்பாடுகள், உன் பண்புகள் மாறிவிட்டதை நீ அறிவாய்."

"எந்தவிதத்திலான சொந்த உறவுகளின் பேரழிவை நீ குறிக்கிறாய்?"

"நிறைய இருக்கின்றன உடல் கூற்றாக ஏற்படும் துஷ்பிரயோகம், பாலியல் துஷ்பிரயோகம், மட்டு மீறிய குடிப்பழக்கம், போதை மருந்து துஷ்பிரயோகம், உறவில் வஞ்சனை, ஆகியவைதான் உன் தன்னிச்சை என்ற சுயவிருப்பம் உண்டாக்கும் பேரழிவுகள். இந்த அனுபவங்கள் விதியாக்கப்பட்டவை. மேலும் ஒருவருடைய வாழ்க்கைப்பயணத்தில், அவர் யாராக இல்லை என்ற சுயக் கண்டுபிடிப்பிற்கு, சுயவிருப்பத்தை பயன்படுத்திக்கொண்டு, அவருடைய உயர்ந்த இலட்சியப்படி வாய்ப்பைத் தேர்ந்தெடுத்து, ஒரு நல்ல மனிதனாக இருப்பது, தனிப்பட்டோரின் பொறுப்பு."

ரிக்கி பெருமூச்சு விட்டான், "வாழ்க்கை கடினமானதாக இருக்கமுடியும்."

"ஆமாம்.... மேலும், ஆனந்தமாகவும், அழகானதாகவும் கூட. அதிர்ஷ்டவசமாக, பெரும்பாலான மக்கள் இந்த மோசமான சூழ்நிலையை எதிர்கொள்வதில்லை."

முதிய ஆத்மா தொடர்ந்தது, "நாம் விதியும், தன்னிச்சை என்ற சுயவிருப்பத்தையும் பற்றி விளக்கமாகக் கவனித்தோம். இப்பொழுது, நம் கவனத்தை தனித்தன்மையின் பக்கம் திருப்புவோம். இந்தக் கருத்தை

நான் நேற்று இது உன் யதார்த்தத்தை உண்டாக்குவதில் எப்படிப் பங்காற்றுகிறது என்பதைப்பற்றிக் குறிப்பிட்டேன். ஆனால் இன்று மேலும் தனிப்பட்ட கண்ணோட்டத்துடன் இதைக் கவனிப்போம்."

தனித்தன்மை

முதிய ஆத்மா தொடர்ந்து பேசியது, "நீ தனித்தன்மை உடையவன். இன்று நான் விளக்கப்போகும் மிக முக்கியமான கருத்துக்களில் இதுவும் ஒன்று. நீ வழக்கம்போல், உன் உள்ளார்ந்த உணர்வால் நீ தனித்தன்மை உடையவன் என்பதை அறிவாய். ஆனால், இதை உன்னுடைய தினசரி வாழ்க்கையில் விழிப்புணர்வுக்குக் கொண்டு வரவேண்டும். இந்த உண்மையை நாள்முழுக்க நினைவுபடுத்திக்கொண்டே இருக்க வேண்டும். நீ தனித்தன்மை வாய்ந்தவன் ஆனதால், நீ ஈடுசெய்யப்பட முடியாதவன். நீ உலகத்தில் கொண்டு வந்துள்ள தனித்தன்மைவாய்ந்த பங்களிப்பை ஈடுகட்ட யாராலும் இயலாது. அத்தனை மனிதர்களும், தனித்தன்மை வாய்ந்தவர்களே. யாரும் ஒரே மாதிரி கிடையாது மனிதக் குலத்தின் சரித்திரத்தில் ஒரே மாதிரியான இரண்டு நபர்கள் என்றைக்குமே இருந்ததில்லை. வருங்காலத்திலும் இருக்கப்போவதில்லை. அடிப்படையாகவே நீ தன்னை எப்பொழுதும் தனித்தன்மை வாய்ந்தவனாக நினைக்க வேண்டும்.[47] நீ செழித்து வளர இது ஓர் அடிப்படை நம்பிக்கையாகும்."

"சரி, நான் தனித்தன்மை வாய்ந்தவன் மற்றும் ஈடுசெய்யப்பட முடியாதவன். அதை நான் என் மந்திரமாக்கிக்கொள்கிறேன்."

நீ தனித்தன்மை வாய்ந்தவன்
ஈடுசெய்யப்பட முடியாதவன்

"நல்ல கருத்து. அடுத்த கருத்து, வினை அல்லது செயல்பாட்டைச் சார்ந்தது. பிரபஞ்சத்திற்குள் இயங்கும் செயல்பாட்டைப்பற்றி நான் இதற்கு முன் குறிப்பிட்டிருக்கின்றேன். ஆனால், மீண்டும் ஒருமுறை, உன் தினசரி வாழ்க்கையின் அடிப்படையில் செயலுக்கென்று ஒரு தனிப்பட்ட அம்சம் உண்டு."

---

47 Victor E. Frankl. *The will to Meaning: Foundations and Applications of Logotheraphy.* New York: Penguin Books, 1969.

செயல் - வினை

முதிய ஆத்மா தொடர்ந்தது, "நீ உன் உள்ளார்ந்த இயற்கையை அறிந்து கொள்வதற்காக உலகில் ஓர் வாழ்க்கையை வாழ்வது என்று முடிவெடுத்தது உனக்கு ஏற்கனவே தெரியும். மற்றவர்களுடனான இடைச்செயலின் விளைவால் உனக்குள் உணர்வுகள் உண்டாகி, உள்ளார்ந்த இயற்கையின் கற்றல் ஏற்படுகிறது என்பதும் உனக்குத் தெரியும். இந்த நிலைகளின் பிரகாரம், இதைத் தொடர்ந்த உனது மிக அடிப்படையான பொறுப்பு (மற்றவர்களுக்கும், உன்னுடனான அவர்களின் இடைச்செயல் மூலம் கற்கும் சமயத்தில்) என்னவென்றால், உன் அவதாரத்தின் போது செயல்படு அல்லது நடவடிக்கை எடு. உன்னை மலரும் பூவாக நினைத்துக்கொள். உன் இதழ்களைத் திறந்து உன் வாழ்க்கையைத் தழுவிக்கொள். உன்னால் முடியும் வரை கிரகித்துக்கொள்ள உனக்கு ஒரு வரையறுக்கப்பட்ட வாழ்நாள் இருக்கிறது. ஆகவே, நடவடிக்கை எடுத்து வருத்தமின்றி நீ நீயாக இரு. உன் செய்கையினால் தான் உன் உள்ளார்ந்த இயற்கையை நீ கற்க இயலும். இது ஒரு அடிப்படை நம்பிக்கையாகும்."

செயல்படு, நீயாக இரு, வருந்தாமல்

"சரி, நான் தனித்தன்மை வாய்ந்தவன், மேலும் ஈடு கட்டப்பட முடியாதவன். நான் நடவடிக்கை எடுத்து நானாக இருப்பேன், வருத்தமின்றி."

"சபாஷ்."

"மக்கள் என்னை விரும்பாமல், என்னை மதிப்பிட்டால் என்ன செய்வது?"

"உன்னை நேசிப்பவர் எப்பொழுதும் இருப்பர். மற்றவர் நேசிக்காமலும் இருப்பர். ஞாபகத்தில் வைத்துக்கொள், நீ தனித்தன்மை உடையவன். மக்கள் ஒருத்தருக்கொருவர் கருத்துக்கொள்வதும், குற்றம் காண்பதும், சாதாரண நிகழ்ச்சிகளாகும். இந்தத் தலைப்புகளின் பின்னர் நான் இன்னும் அதிகமாகக் கூறுகிறேன். இப்போதைக்கு உனக்கு என்னுடைய அறிவுரை: உன்னை, நீயே மதிப்பிட்டுக்கொள்ளாதே. இதை மற்றவருக்காக விட்டுவிடு. மற்றவர் உன்னைப்பற்றி என்ன நினைக்கிறார்கள் என்பது உன்னுடைய வேலைக்கு அப்பாற்பட்ட விஷயம்."

ரிக்கி, தயக்கத்துடன் புன்னகைத்துகொண்டே கூறினான், "சரி, அதன் மீது நான் கவனம் செலுத்துகிறேன்."

"இப்பொழுது, அடுத்த கருத்து சுவாரஸ்யமானது. நான் இதை அறிவாற்றலின் முரண்பாடு என் குறிக்கிறேன்."

அடுத்த சுழற்சியில் உலகிற்குத் திரும்பினால், நீ
இரகசியங்களைப் பெறுவதில் வெற்றி பெறுவாய்
என்ற நம்பிக்கையில் நாளுக்கு
நாள், சுழற்சிக்கு சுழற்சி தள்ளிப் போடாதே

Jesus Christ

(From the Gnostic scripture, Pistis Sophia)

அறிவாற்றலின் முரண்பாடு

முதிய ஆத்மா தொடர்ந்தது, "நேற்று நான் இயற்பியல் முரண்பாட்டைப் பற்றிக் கூறும்பொழுது, உடல் அனுபவத்தை எப்படி உணரமுடிகிறது என்றஅடிப்படையில் உனக்குக் கூறியதுநினைவிருக்கலாம். முரண்பாட்டின் இன்னொரு முக்கிய அம்சம் அது உன் எண்ணங்களின் தனித்தன்மையுடன் தொடர்பு கொண்டுள்ளது. நீ தனித்தன்மை வாய்ந்தவனானதால், பூமியில் வேறு யாருக்கும் நீ கொண்ட அதே அனுபவங்கள் ஏற்பட்டதில்லை என்பது உனக்குத் தெரிந்திருக்கும். ஆகவே வேறு யாருக்கும் அதே கண்ணோட்டம் கிடையாது. ஆகவே, உன் எண்ணங்கள், கருத்துக்கள் மற்றும் பிற அனைத்தைப் பற்றியுமான உன் சொந்த நம்பிக்கைகள் சிலவழிகளில் தனித்தன்மை வாய்ந்தது என்று எடுத்துக்கொண்டால், அவை மற்றவருடைய கருத்துக்களுடன் முரண்பாடு கொண்டுள்ளன.

நான் முன்பு கூறியது போல், பூமியில் நீ கற்பதற்காக இருக்கிறாய். மேலும் நீ எதிர்கொள்ளும் அத்தனை மற்ற மனிதர்களுடனும், அவர்கள் தம்மை உனக்குத் தருவது போல், நீ உன்னை அவர்களுக்குத் தருவதற்கு அவர்களுடனான ஓர் உள்ளார்ந்த உடன்படிக்கை உனக்கு உள்ளது. ஆகவே நீ பூமியில் இருக்கும்பொழுது, உனது அடிப்படையான பொறுப்பு உன்னுடைய தனித்தன்மையை உலகத்தில் உந்துவதுதான். உன் எண்ணங்கள் மற்றவருடன் முரண்படும் அதேசமயம், உன் பங்களிப்பு அவர்களுக்கு உதவும். இந்த முரண்பாட்டின் வழியாக, அவர்கள் தங்களது சொந்த எண்ணங்களை மதிப்பிட்டு தங்களது சொந்தத் தனித்தன்மையை அறிந்துகொள்ள முடியும். வேறு விதமாகக் கூறவேண்டுமானால், உன்னுடைய எண்ணங்களைப் பேசி உரையாடுவதால், நீ அவர்களுக்கு ஓர்

அளவுகோல் அளித்து அவர்கள் உன்னுடைய எண்ணங்களுடன் முரண்படும் அடிப்படையில், தன் சொந்த எண்ணங்களைக் கணித்துக்கொள்வர். இதுவரை நான் சொன்னது புரிந்ததா?"

"ஆமாம், நான் புரிந்து கொண்டேன்."

"மிகவும் அடிப்படையான நிலையில் அனைத்து மனிதர்களும் சமமானவர்கள். மற்றும் அனைத்து எண்ணங்களும், கருத்துக்களும் சமமானவை[48] என்பதையும் நீ புரிந்துகொள்ள வேண்டும். நாம் பேசும் பொருளின் சூழலில், உன்னுடைய எண்ணங்களும், கருத்துக்களும், மற்றவருடையதை விட மேன்மையானவை என்றோ, அல்லது ஒரு மனிதன் மற்ற மனிதனை விட உலகத்திற்கு அதிகப் பங்களிக்கிறான் என்றோ நீ நினைப்பதும் சரியல்ல."

அனைத்து மனிதர்களும் சமமாக
ஏற்றுக்கொள்ளத்தக்கவர்கள்
மற்றும், அனைத்து எண்ணங்களும் கருத்துகளும்
சமமாக ஏற்றுக்கொள்ளத்தக்கவையே.

"நான் புரிந்துகொண்டேன்."

"நீ மனதால் பேசும்பொழுது ஏதோ தப்பாகச் சொல்கிறாய் என நினைத்து தயங்காதே. சரியானதோ அல்லது தப்பானதோ, உள்ளபடி[49] இருக்கும் ஒரு எண்ணமோ, கருத்தோ கிடையாது. குறிப்பிட்ட சூழ்நிலைக்கு உகந்த ஒரு தீர்ப்புக்கு வந்து, அதன் விளைவாக அதிகப்பட்ச நல்லிணக்கத்தைப் பெறுவதுதான் நோக்கம். ஆகவே, உதாரணத்திற்கு ஒரு பிரச்சினையைப்பற்றி முடிவெடுக்கவேண்டிய ஒரு சூழ்நிலையில், பல்வேறுபட்ட எண்ணங்கள், கருத்துக்களின் பங்களிப்பே முரண்பாட்டை ஏற்படுத்துகிறது, இதன்மூலம் முரண்பட்ட கருத்துகள் உருவாவதற்கும் மற்றும் கொடுக்கப்பட்ட சூழ்நிலைக்குள் கருத்தொற்றுமை உருவாவதற்கும் தேவையான மதிப்பீட்டு செயல்முறை ஏற்பட வழிவகுக்கும். உன்னுடைய பங்களிப்பு "சரியானதாகவோ" அல்லது முடிவின் கருத்தொற்றுமையுடன் ஒத்துப்போகக்கூடியதாகவோ இருக்கவேண்டியது முக்கியமல்ல. இந்த உதாரணத்தில் ஒரு தவறான எண்ணம் அல்லது ஒத்துப்போகாத ஒரு எண்ணம் சமமாக செல்லத்தக்கதே, ஏனெனில், அது இல்லாமல்

---

48 Victor E. Frankl. *The Will to Meaning: Foundations and Applications of Logotherapy.* New York: Penguin Books, 1969.

49 Neal Donald Welsh. *Conversations with God: An Uncommon Dialogue,* Vol.1. New York: Putnam's Sons, 1996.

ஒரு விவாதமோ, அல்லது எவ்வாறு அது பொருந்தவில்லை என்பது நடந்திருக்காது. மேலும் அதேபோன்று, சிறந்த முறையில் பொருந்தும் ஒரு எண்ணம் அல்லது கருத்தின் பாராட்டும் நடந்திருக்காது."

"பேசுவது எல்லோருக்கும் சுலபமல்ல, குறிப்பாக இவர்களின் சுய மதிப்பு சூன்யமாக இருக்கும் பொழுது. என் நண்பன் ஒருவன், பிறரிடம் பேசி அவர்களின் கவனத்தை ஈர்ப்பதற்குப் பதிலாக, மறைவாக இருப்பதையே விரும்புவான். பிறகு, பேசாமலிருந்ததற்கும், தன் கருத்தை வெளியிடாததற்கும் தன்னைத்தானே கண்டித்துக்கொள்வான்."

"சரியாகச்சொன்னாய். நிறைய பேருக்குப் பேசுவது கஷ்டமான காரியமாக இருக்கும். வருந்தாமலிருப்பதற்கும், உலகத்தில் செயல்களை மேற்கொள்வதற்கும், பேசுவது என்பது அவர்களுடைய பொறுப்பு. வாழ்க்கையைக் கணக்கில் கொண்டு சிலர் அவருடைய பங்களிப்பைத் தகுதியுள்ளதாக நம்புவதற்கு சிலருக்கு கஷ்டமாக இருக்கும். அடுத்த தடவை, உன் நண்பன் இந்தச் சூழ்நிலையில் தன்னைக் கண்டால், அவனுக்கு பரிந்துரைப்பதற்கு என்னிடம் ஒரு யோசனை உள்ளது."

"சரி, அது என்ன?"

"உன் நண்பன் அடுத்தவனுக்குக் கொடுக்கும் ஒவ்வொரு சொல்லும் அவன் சார்பாக கிடைக்ககூடிய ஒரு வெகுமதி என்ற உண்மையின் மீது கவனம் செலுத்தச்சொல். அது இவனுக்கான ஒரு தனித்துவம் வாய்ந்த பரிசு. ஏனெனில், இவனும் ஒரு தனித்துவம் வாய்ந்தவனே. அவனை உதவும் நோக்கத்துடன், தனக்குப் பிடித்தமான உணவை நினைத்துக்கொள்ளுமாறு அவனிடம் கூறு. அவனுக்குப் பிடித்த உணவு எது? அவன், 'என் அம்மா தயாரிக்கும் ஸ்பெகட்டி (spaghetti) சேமியா பிடிக்கும்' என்று கூறலாம். ‹இது எல்லா நேரங்களிலும் சிறந்தது!›. பிறகு, அவனிடம் அடுத்த தடவை பேசத்தயங்கும்போது பொழுது, அவன் எதிரில் உள்ளவர்களுக்கு அம்மா செய்த சிறப்பான ஸ்பெகட்டி சேமியாவைப் பற்றி பேசுவதாக அவனை மனதில் நினைத்துக்கொள்ளச்சொல். இதுவரை கண்ட சேமியாவில் இது சிறந்தது, அவர்களுக்காக அவன் அளிக்கும் ஒரு தனித்துவம் வாய்ந்த பரிசு, அதற்கு ஈடு வேறு ஒன்றும் கிடையாது.

இதை அவன் பேசப் பழகி வந்தால், அவனுக்கு உதவியாக இருந்து, அவன் பேச்சுத்தயக்கத்தை போக்கி விடும். அவன் தடையின்றி, மன்னிப்புக்கோராமல் பேச முடியும்."

ரிக்கி, சிரித்துக்கொண்டே சொன்னான், "இது வேடிக்கையாக இருக்கிறது, ஆனால், நல்ல கருத்து. நான் அவனிடம் சொல்கிறேன்."

"கடைசியாக இந்த எண்ணங்களின் முரண்பாட்டைப்பற்றிப் பேச்சுப்போட்டியுடனோ, அல்லது அந்தஸ்துடனோ சேர்த்துக் குழப்பிக்கொள்ளக்கூடாது. நமது நோக்கம், நாம் பேசிய பொருளில் மற்றவரை விடச் சிறந்து விளங்க வேண்டும் என்ற எண்ணத்தை வளர்த்துக்கொள்ளக்கூடாது. மேலும் இதனால் அதிகாரம் அல்லது கட்டுப்பாட்டைப் பெறும் எண்ணமும் கூடாது. நாம் தனித்துவம் கொண்ட பங்களிப்பைப் பற்றிதான் பேசுகிறோம். நீ செழித்து வளர உன்னுடைய தனித்துவம் கருத்துக்களிலும் எண்ணங்களிலும் மற்றவர்களுடன் உண்டாகும் முரண்பாட்டைத் தழுவிக்கொள்ள வேண்டும். இது ஒரு அடிப்படை நம்பிக்கையாக நிறுவப்படுவது முக்கியம்."

"சரி, நான் புரிந்து கொண்டேன்." நீ எனக்கு போட்டியைப் பற்றியோ, அதிகாரத்தைப் பற்றியோ கற்றுக்கொடுக்க முயலவில்லை."

"சரிதான்."

ரிக்கி படிப்படியாக அதிகத் திகைப்புக்கு ஆளாகிக்கொண்டிருந்தான். ஒரு பணிச்சட்டத்தைப்போல் எவ்வாறு இந்த இயற்பியல் உலகம் ஒன்று சேர்க்கப்பட்டது, எப்படி இது இயங்குகிறது, இதற்குள் அவன் தன் அனுபவத்தை எவ்வாறு உண்டாக்கினான், பரிந்துரைக்கப்பட்ட அடிப்படை நம்பிக்கைகள் எவ்வாறு அவன் வாழ்க்கையில் நடைமுறைக்கு எடுத்துக்கொள்ளப்படும் என்று நினைத்து வியந்து கொண்டிருந்தான்.

முதிய ஆத்மா தொடர்ந்தது, "இன்னும் இருக்கிறது. முதுமைப்பற்றிச் சொல்கிறேன். மக்கள் சில சமயம் ஏற்றுக்கொள்ளக் கடினமாக உணரும் வாழ்க்கையின் மற்றொரு அம்சம் முதுமையுறுவது."

முதுமையுறுதல்

முதிய ஆத்மா, பேசிக்கொண்டிருந்தது, "பூமியில் வாழ்க்கை வரையறுக்கப்பட்டதை ஏற்றுக்கொள்வது ஒவ்வொருவருக்கும் முக்கியமானது. நனவு நிலை திரைச்சீலையிலிருந்து (conscious canvas) உருவாகும் சுழற்சி செயல்பாட்டில் (circular process) இருந்து, ஆரம்பிக்கப்பட்டுக், கட்டவிழ்க்கும் நல்லிணக்கத்தால் (unfolding harmony) உலகில் தோன்றி, உன் உடல் வித்திலிருந்து வளர்ந்து, முதுமையடைந்து, தளர்ந்து, வாடி, வதங்கி, மேற்கொண்டு நிலைத்திருக்க முடியாமல் இறந்துவிடுகிறது. இந்த முதுமையுறும் செயல்பாடு, பலருக்கு ஏற்றுக்கொள்வதற்குக் கடினமானதாக இருக்கும். இதனால்

மக்கள் தன் உடலை இளமையாக மாற்றியமைப்பதற்கு கடுமையான நடவடிக்கைகளை மேற்கொள்கின்றனர். மேற்கத்திய கலாச்சாரத்தில் இளமைத்தோற்றம் பெரிதும் விரும்பப்பட்டாலும், கடைசி காலத்தில் முதுமையுறும் செயல்பாடு என்பது இயல்பானது என்பதையும், தவிர்க்க முடியாதது என்பதையும் ஒப்புக்கொள்வது முக்கியம். இதுவும் ஒரு அடிப்படை நம்பிக்கையாக இருக்க வேண்டும்."

பூமியில் உள்ள வாழ்க்கை வரையறுக்கப்பட்டது:
நீ வித்திலிருந்து வளர்ந்து, முதுமையடைந்து
தளர்ந்து, வாடி வதங்கி இறந்து போவாய்

ரிக்கி குறிக்கிட்டு, "இது எனக்குக் கவலை கொடுக்கவில்லை, இதுவரை!"

முதிய ஆத்மா புன்னகைத்துக்கொண்டே கூறியது, "பதினேழு வயதில் இது கொடுக்காது, ஆனால், நீ முதுமை அடையும் பொழுது, இளமையை விரும்புவாய்.

நாம்அதிகபட்சவிஷயங்களைஇன்றுபார்த்துவிட்டோம்.மரணத்தைப்பற்றிச் சில கருத்துக்களைக் கூறி நான் முடித்துக்கொள்கிறேன்."

மரணம்

"உன் உயிருடன் கூடிய உன் உடலின் இணைவாழ்வுத்திறன் அல்லது ஒருமித்த உறவின் காரணமாக, உயிர் பிரிந்தவுடன், உடல் இறந்து விடும் என்பதை நினைவில் வைத்துக்கொள். தங்களது மரணத்தின் துல்லியமான நேரத்தைப் பெரும்பாலான மக்கள் அறிந்திருக்கமாட்டார். ஆனால், வழக்கமாக வெளி-ஆணவத்திற்கு தெரியாமலும், சிலசமயம், உள்ளார்ந்த அடையாளத்திற்கு தெரியாமலும், அவருடைய உயர்-ஆத்மாவும் உயிரும் முன்கூட்டியே மரணத்தை முடிவெடுக்கும். ஆகவே, உயர்-ஆத்மா மற்றும் உயிரைப் பொறுத்தவரை தற்செயலான மரணம் என்பது கிடையாது. உயிர்கள், தன் சொந்த அனுபவத்திலிருந்து வெளியேறும் சூழ்நிலையைத் தேர்ந்தெடுக்கும், மேலும் அதனை நேசிப்போருடன் உடன்பட்டிருக்கும். அவர்களும் தன் சொந்த வளர்ச்சிக்காக அடுத்துவரும் சோகத்தின் அனுபவத்தைத் தேர்ந்தெடுத்திருப்பர்."

தற்செயலான மரணம் என்பது கிடையாது

"நான் இறக்கும் முன்னர் எனது இறப்பு எப்போது நடக்கும் எனத் தெரிந்துகொள்ள விரும்புகிறேன்."

"உனக்குத் தெரியவரலாம். நான் இந்தச் செய்தியை உனக்குக் கூறுவதற்கு அனுமதிக்கப்படவில்லை. அநேக மரணங்கள், உடலின் இயற்கையான வாழ்க்கை சுழற்சியின் முடிவில் ஏற்படும். இந்தச் சுழற்சிகளில் மரணத்தின் வழிமுறையாக உயிரானது நோயைத் தேர்ந்தெடுக்கும். நோயுறும் அனுபவம் அதற்குத் தேவைப்பட்டால் மட்டுமே. மற்ற நேரங்களில் உடல் சாதாரணமாக விழுந்து இறந்து விடும், வழக்கமாக தூங்கும் சமயங்களின் போது. பல காரணங்களினால் சில உயிர்கள் வாழ்விலிருந்து முன்னதாகவே வெளியேறுவது உண்டு. ஆனால், இது வெளியேறும் உயிருக்கும், சோகம்கொள்ளும் உயிர்களுக்கும், அவர்களின் உயர்-ஆத்மாக்களுக்கும் இடையில் எடுக்கப்பட்ட கூட்டுமுடிவின் அடிப்படையில் ஆன்மீக நிலையில் எடுக்கப்பட்ட ஒரு முடிவாக இருக்கும்."

"சோகத்தை அனுபவிக்கும் மக்கள் யாரும் அதனை சாதாரணமாக ஏற்றுக்கொள்ள மாட்டார்கள் என நினைக்கிறேன்"

"இல்லை, பெரும்பாலானோர் இதைக் கேட்டு ஏற்றுக்கொள்வதற்கு கடினமானதாக இருக்கும் ஒரு கருத்து இது. நீ உயிர் இறக்காது என்று தெரிந்திருந்து அந்த ஞானத்தைப் பெற்றிருந்தாலும், உன் நெருங்கிய உறவினர் இறக்கும்பொழுது, நீ முற்றிலும் சோகம் கொள்வதற்கு அது உன்னைத் தடை செய்யாது. தம்மை நேசிப்பவரின் இழப்பு மக்களை சோகத்திற்குள்ளாக்குவது இயற்கையே. ஆனால், உன்னை நேசிப்பவர் தன் முழு உணர்வுகளுடனும், நினைவுகளுடனும் ஆன்மீகப் பரிமாணத்திற்குள் பிரவேசித்திருக்கிறார் என்ற ஒரு தேற்றமும், ஆறுதலும் உனக்குக்கிடைக்கும். மேலும் தவிர்க்க முடியாமல், நீ கூட அவர்களைப் பின்தொடருவாய். மரணம் எப்படி, எங்கே உண்டாகும் என்ற இந்த ஆன்மீகச் செயல்பாட்டை அறிந்துகொள்வதும் ஓர் அடிப்படை நம்பிக்கையாகும். இது உன் தவிர்க்க முடியாத சோக உணர்வுகளைத் திறம்பட எதிர்கொள்வதற்கு உதவும்.

மக்கள் தனது முதுமைப்பருவத்திலோ, அல்லது வாழ்க்கையின் இளமைப் பருவத்திலோ எதிர்பாராத வகையில் இறக்கும்பொழுது, ஈடுகட்ட இயலாத இந்த இழப்பைச் சமாளிக்க உயிர் பிழைத்திருப்பவர்களுக்கு மிகவும் வருத்தமாக இருக்கும். ஆனால், மனதில் வைத்துக்கொள், இந்த உலகம் என்பது ஓர் அரங்கம். இங்கே உயிர்கள் சூழ்நிலைகளை அமைத்து, அவைகளால் அனுபவங்கள் ஏற்படுத்தி, அந்த அனுபவங்களுக்குப் பதிலாகத் தன் சொந்த உணர்வுகளை உண்டாக்குகின்றன. முதலில், உலகத்தில் வாழ்க்கைகொள்வதின் முக்கிய நோக்கமே இதுதான். இந்த வழியாகத்தான், உயிர்கள் தம்மைப்பற்றிக் கற்றுக்கொள்வதற்கு பல்வேறு வாழ்க்கைகளை அனுபவிக்கின்றன. இதைச்செய்ய, உதாரணத்திற்கு

ஒவ்வொரு வாழ்க்கையிலும், மாறிமாறி, ஒரு வெற்றியாளனாகவோ அல்லது ஒரு வில்லனாகவோ, ஒரு உதவியாளனாகவோ அல்லது இடையூறு செய்பவனாகவோ, ஒரு மாணவனாகவோ அல்லது ஒரு ஆசிரியராகவோ, ஒரு நோயாளியாகவோ அல்லது ஒரு மருத்துவனாகவோ, ஒரு தந்தையாகவோ அல்லது ஒரு மகனாகவோ இருந்து, உணர்வுகளின் ரோலர் கோஸ்டர் கொடுக்கும் உணர்வுகளை உயிர்கள் அனுபவிக்கும். பல்வேறு வாழ்க்கைகளில், பல்வேறு பாத்திரங்களினால் கற்கப்பட்ட பல்வேறு நிலைகளின் அம்சங்களை உயர்-ஆத்மாவால் கற்க முடிகிறது. இந்த அனுபவங்களால்தான் உயர்-ஆத்மாக்கள், "எல்லாம் அதுவே" உடன் கூடிக்கொண்டேயிருக்கும் இணக்கத்தை நோக்கி மெதுவாக நகர்ந்து இயங்கி வளர்கின்றன."

"ஆக, ஹிட்லரைப் போல் உள்ள ஒருவன் நல்லவனா, கெட்டவனா?' வெறும் அனுபவத்திற்காக மட்டுமே, அவன் ஒரு வில்லனாக இருந்தானா?"

"நீ இதை உன் நனவு நிலையில் அறியாமலிருந்த போதிலும், ஒரு சர்ச்சைக்குரிய தலைப்பை எடுத்து இருக்கிறாய். மேலும் இது நீ சிறப்பு ஆர்வம் கொண்ட ஒரு தலைப்பு."

"நீ என்ன சொல்கிறாய்?"

"நல்லது, உன்னுடைய மிகவும் சமீபத்திய ஆயுள்காலம் ஒரு போலாந்து நாட்டு யூதனாக (Polish Jew) இருந்தது. உன் மனைவியும் இரண்டு குழந்தைகளும் க்ராகோவ் (Krakow) நகரில் 1939-ல் நடந்த வெடிகுண்டு தாக்குதலில் இறந்தனர். இந்த நிகழ்வின் பின்னர் உடனேயே நீ "ஜெஸ்டாபோ" என்ற இரகசிய போலீசால் உன் தலையின் பின்புறத்தில் சுடப்பட்டாய்."

ரிக்கி கண்களை அகலமாகத் திறந்து, நம்பமுடியாமல் கேட்டான், "என்ன? இது உண்மையாகவா?"

முதிய ஆத்மா அமைதியாகச் சொன்னது, "ஆமாம், இது உண்மை. உன் அமைதிவாதத்திற்கு இதுவும் ஒரு காரணம். நீ சமீபத்தில் போரை அனுபவித்துள்ளாய். அந்தச் சூழ்நிலைகளில் உனக்கு இழைக்கப்பட்ட அந்த மனிதாபிமானமற்ற செயலின் வாழ்க்கையை வாழ மீண்டும் உனக்கு ஆசையோ, நாட்டமோ இல்லை."

"ஓஹ், என் கடவுளே!"

"ஆமாம், இந்த வாழ்க்கை உன்னுடைய தற்போதுள்ள அவதாரத்தைப் எவ்வாறு பாதிக்கிறது என்பதைப் பின்னர் கூறுகிறேன்."

ரிக்கி மூச்சு விட்டான், "நான் அதை எதிர்பார்க்கிறேன்."

"இப்பொழுது, ஹிட்லரைப்பற்றிய உன் கேள்விக்குப் பதில். நினைத்துக்கொள், நீ ஒரேநேரத்தில் இரண்டு உலகங்களில் வாழ்கிறாய். ஆகவே, உன்னுடைய கேள்விக்கு இரண்டு பதில்கள் உள்ளன. ஒன்று, பூமியில் உள்ள உன் வாழ்க்கையின் கண்ணோட்டத்தோடு, மற்றொன்று ஆன்மீகப் பரிமாணத்தில் உள்ள உன் வாழ்க்கையின் கண்ணோட்டத்தோடு. நீ தற்சமயம் பூமியில் இருப்பதால் உலகத்திற்குள் எது மிகப்பொருத்தமான நடவடிக்கையோ அதன் மீது கவனம் செலுத்தவேண்டும். உன்கலாச்சாரத்தின்மதிப்புகள், நெறிமுறைகள் மற்றும் ஒழுக்கத்தின் பிரதிபலிப்புதான் ஏற்றுக்கொள்ளக்கூடிய நடத்தையின் எல்லைக்கோடுகள். மேலும் இந்தப் போதனைகளிலிருந்து பெறப்பட்ட கட்டளைகள் உன்னிடம் இருக்கின்றன. ஹிட்லரின் விஷயத்தில், அவனுடைய செயல்பாடு இலட்சக்கணக்கான மக்களுக்கு மட்டுமல்ல, முழு மேற்கத்திய நாகரீகத்திற்கும் வலியையும் மனவேதனையையும் கொண்ட உணர்வுகளை ஏற்படுத்தியது. மேலும், நீ அவனையும், அவனைப்போன்ற காட்டுமிராண்டித்தனமான தனி மனிதர்களையும், உன் கலாச்சார மதிப்புகள், அறநெறிகளின் பின்னணியில் இருந்து கொண்டு மதிப்பிடுவதைத் தவிர வேறுவழி இல்லை. தீர்ப்பு கூறுவது சுலபமில்லை. ஏனெனில், ஹிட்லரும் அவனை ஆதரித்த அந்த காலத்திய கலாச்சாரமும் அவை தம்முடைய உயர்ந்த இலட்சியங்களின்படியே இயங்குவதாக நம்பித், தம் செய்கைகளை நியாயப்படுத்தியதும் உண்மை. இம்மாதிரி நிகழ்ச்சிகளில் நடக்கும் உண்மை இதுதான். சர்வாதிகாரிகள் எப்பொழுதும், தன்னுடைய உயர்ந்த இலட்சியத்தின் பிரதிபலிப்பையே நியாயப்படுத்துகின்றனர். இருப்பினும், தவிர்க்க முடியாமல், உன் கலாச்சாரத்தின் கோட்பாட்டிற்குள் இருந்து கொண்டு, உன் மதிப்பு, அறநெறி, ஒழுக்கம், ஆகியவற்றின் அடிப்படையில் உன் கருத்தை உருவாக்கித் தீர்ப்பு அளிக்காமல் நீ தப்பமுடியாது."

"ஒரு முழுநாட்டின் உயர்ந்த இலட்சியமும் யூதர்கள், ஜிப்ஸிகள் (நாடோடிகள்), ஓரினச்சேர்க்கையாளர், ஊனமுற்றோர் மற்றும் மனநிலை பாதிக்கப்பட்டோர், அனைவரையும் அடியோடு அழிப்பது என்பதை ஏற்றுக்கொள்ளவதற்கு கடினமாக உள்ளது."

"ஜெர்மனியில் உள்ள ஒவ்வொருவருமே நாஜி (Nazi) கட்சிக்கு ஓட்டுப்போடவில்லை. மேலும் இந்தக் கட்சியின் இலட்சியம் இந்த அளவுக்குக் கொடுமையாக இருக்கும் என எதிர்பாராதவரும் ஓட்டுப்போடவில்லை.

எதிர்காலத்தைத் தெரிந்திருந்த உயிர்களும், உயர்-ஆத்மாக்களும் எப்படி இந்தப் படுகொலைக்குப் பொறுப்புள்ளவராவர்?

போர்கள் பல நூற்றாண்டுகளாகப் பூமியைச் சூறையாடியுள்ளன. உயிர்களே இயங்கி வளர்வதற்காக, பயங்கரத்தையும் இழப்பையும் கொண்ட உணர்ச்சிபூர்வமான அனுபவங்களைஅவை தன் பயணத்தின் ஒரு பகுதியாகக் கொண்டுள்ளன. இருப்பினும், நம்முடைய முதல் சந்திப்பிற்குப் பிறகு, உனக்கு நான் கொடுத்த வீட்டுப்பாடத்தில் கூறியிருந்ததைப்போல், தெய்வீக அறைகூவல் அறிவுறுத்துவதாவது, உன்னுடைய உணர்வுகள் உன்னை அடக்கித் திணறச்செய்யும் பலம் கொண்டவைகளாக இருந்தாலும், நீ தன்னையோ, மற்றவரையோ கொல்லக்கூடாது. எதிர்மறை உணர்வுகளிலிருந்து கற்கும்பொழுதும், அவைகளை அனுபவிக்கும் பொழுதும், தீய செயல்களில் ஈடுபடவேண்டியது என்பது அவசியமில்லை.

நாம் இந்தத் தலைப்பினை பின்னர் விரிவாக விவாதிக்கலாம். ஆனால். இப்போதைக்கு மரணத்தின் தலைப்புக்குத் திரும்பி வருவோம்.

நான் முன்பு கூறியது போல், எந்த மரணமும் தற்செயலாக நடப்பதில்லை. இருப்பினும், இறக்கப் பயப்படுபவர், இறக்கத் தயாராகதவர் ஆகியோரின் வெளி-ஆணவமும், உள்-அடையாளமும், தங்களின் திடீர் மரணத்தை எதிர்த்துத் தடுக்கும். அந்த மாதிரி விஷயங்களில் முழு நனவுநிலையும் மரணத்தின் போது மேலெழுந்து ஆன்மீகப் பரிமாணத்திற்குள் பிரவேசிக்காது."

"என் சித்தப்பா ஸிக்கி, சிலவருடங்களுக்கு முன் நாங்கள் ஒரு பசுமாட்டைச் சினைப்படுத்துவதற்காக அதை ஓட்டிக்கொண்டு, அருகில் இருந்த அடுத்த பண்ணைக்குச் செல்லும் வழியில் இதைப்பற்றிச் சிறிது குறிப்பிட்டது எனக்கு ஞாபகம் வருகிறது.'

"சரிதான். உன் சித்தப்பா, நீ பன்னிரண்டு வயதில் இருந்தபோது இதைப்போன்ற சில நிகழ்ச்சிகளை விவரித்திருந்தார். ஆனால், அவற்றை நான் உனக்காக மறுபடியும், அவர் சொன்னதுடன் சில செய்திகளையும் சேர்த்துச் சொல்கிறேன்."

ஆவிகள்

"சாதாரணமாக, ஆன்மீகப் பரிமாணத்திற்குள் பயணம் செய்வது என்பது சுலபமானது. மரணத்தின்போது, உயிர்கள் தன் உயர்-ஆத்மாவுடன் சேரத் தயாராகிக்கொண்டிருக்கும்பொழுது, அந்த நபருடைய அனுபவங்கள் மற்றும் நினைவுகளின் இறுதிப்பிரதி ஒன்று மிகவிரைவாக மறு பரிசீலனை செய்யப்படும்.[50] அந்த நேரம், வெளி-ஆணவமும், உள்-அடையாளமும் உயிரால் கிரகிக்கப்படும்.

50 Van Pim Lommel. *Consciouenss Beyond Life. New York*: Harper Collins, 2010

அரிய சந்தர்ப்பங்களில், திட்டமிட்டபடி இந்த விஷயங்கள் நடக்காது. உள்-அடையாளத்தின் ஒரு பகுதியும், வெளி ஆணவத்தின் ஒரு பகுதியும் உயிரால் கிரகித்துக்கொள்ள முடியாமல் போய்விடும். அவை பிரிந்து, புறக்கணிக்கப்பட்ட நிலையில், பூமியின் வானத்தளத்தில் நேரப் பரிமாணத்திற்கு வெளியே மிதந்து கொண்டிருக்கும். இந்தத் துகள்கள், அவைகளின் மனித நிலையின் நினைவுகளையும், அனுபவங்களையும் தன்னுடன் நிறுத்தி வைத்துக்கொண்டிருக்கும். மேலும் அவை பொதுவாக, வஸ்து, ஆவி, அல்லது பேய் எனக் குறிக்கப்படும்.

இது நடக்கும் பொழுது, குறைந்தது மூன்று விதமான காட்சிகள் உண்டாகியிருக்கும்:

- இறந்த நபர் பூமியில் ஏதாவது ஒரு முடிவு பெறாத சம்பவத்துடன் பலமான இணைப்பு கொண்டிருந்து, அவன் அல்லது அவள் தனது ஆன்மீகப் பரிமாணத்திற்குள் பிரவேசிக்கும் முன், அதை முடிக்கக் கட்டாயப்படுத்தப்பட்டிருக்கலாம்.[51] இந்தத் தனிப்பட்டவர்கள், வழக்கமாகப் பேய்கள் எனக் குறிக்கப்படுவதுண்டு. அவர்களுக்கு நேரம் போவதைப் பற்றித் தெரியாமல், குறிப்பிட்டுக் கூறமுடியாத பல வருடங்கள் பூமியில் கழித்துக்கொண்டு, அவர்கள் சாந்தியடையும்வரை, விரக்தியான நிலையில் இருப்பர். அவர்கள் சாந்தியடைந்ததும், ஆன்மீகப் பரிமாணத்திற்குள் பிரவேசித்து தன் உயர்-ஆத்மாவுடன் கலந்து விடுவர்.

- அந்த நபர் பயங்கரமான ஏதாவது ஒரு காரியத்தில் ஈடுபட்டுவிட்டு, தண்டனைக்குப் பயந்து மேலெழுந்து ஆன்மீகப் பரிமாணத்திற்குள் பிரவேசிக்காமல் இருப்பான். இந்த மாதிரியான ஆவிகள் குறும்புள்ளவை. தன் சொந்தப் பயனுக்காகச் சந்தேகப்படாத நபரைப் பிடித்துக்கொண்டு, சூழ்ச்சியைக் கையாண்டு, அவர் மீது ஆதிக்கம் செலுத்த முயற்சிக்கும்.

- மேலும் சில நேரங்களில், சிலர் தனது உடல் இறந்துவிட்டதை அறியாமல், ஏற்றுக்கொள்ளமுடியாமல், அதிர்ச்சியில் இருப்பர். இந்த மாதிரியான ஆவிகள், அறியாமல், மூடுபனி போல என்ன நடந்தது என அவர்கள் அறியும் வரை அலைந்து கொண்டிருக்கும். அப்படி அலையும் பொழுது, அவை தனது உணர்வு போன்ற உணர்வு கொண்ட மற்றவருடைய சக்தி-வெளியால் ஈர்க்கப்படுவர்.

---

51 இத்தலைப்பில் சுவாரஸ்யமான புத்தகங்கள் : Carl Wickland. *Thirty Years among the Dead*. Pemeroy: National Psychological Institute. First print in 1924; reprinted 1963. Also William J. Baldwin. *Spirit Releasement Therapy*: A Technique Manual. Terra Alta: Headline Books, 1992 ஆகியவை அடங்கும்.

அவர்களுக்குப் பொருத்தமான விருந்தோம்பியை (host) எதிர்கொள்ளும்பொழுது, அவை அந்த நபரின் சக்தி-வெளியில் தன்னை இணைத்துக்கொண்டு, அந்த நபர் விழித்துக்கொண்டு, தனது உடலுக்கு என்ன நடந்தது என்பதை அறியும்வரை அந்த உடலிலேயே தங்கியிருக்கும்."

"அது எப்படி நடக்கிறது. அவைகளை யார் எழுப்பி அறியச்செய்கிறார்?'

"எப்போதாவது, அந்த விருந்தோம்பியை (host) இந்த விஷயங்களில், அந்த ஆவியை விடுவித்து, அதை ஆன்மீகப் பரிமாணத்தில் அனுப்பி வைக்கக்கூடிய, கைதேர்ந்த மருத்துவ வல்லுனரிடம் செல்வார். வழக்கமாக அந்த ஆவி தன் விருந்தோம்பியிடம் அவர் மரணம் அடையும் வரை இருந்து, அவருடைய உயிர் உலகைக் கடந்து ஆன்மீகப் பரிமாணத்திற்குள் செல்லும் பொழுது, இதுவும், பின்தொடர்ந்து சென்றுவிடும். சில நேரங்களில், ஒரு மீட்பு உயிரால் (rescue soul) ஆன்மீகப் பரிமாணத்தில் பிரவேசிப்பதற்கு இதற்கு உதவி செய்யப்படும். ஆன்மீகப் பரிமாணத்தில் சில உயிர்கள் மீட்புப்பணிக்காகவே தன்னை மீட்பு உயிராக அர்பணித்துக்கொண்டுள்ளன."

"ஒரு ஆவி தன்னை மற்றவனுடைய சக்தி-வெளியில் தாழிட்டுக்கொண்டால் என்ன நடக்கும்?'

"இது ஒரு நல்ல கேள்வி. வஸ்துகள், அவைகளின் விழிப்பு நிலையைப் பொறுத்து மாறுபடுகின்றன. சில ஆவிகள் தன்னையும் அறியாமல் நித்திரையில் இருக்கும். அதே சமயம், மற்றவை முழு விழிப்புடன், தன் இருப்பிடத்தை அறிந்தவைகளாக இருக்கும். எல்லா நிகழ்வுகளிலும் விருந்தோம்பி (host) ஆவியின் துகள்கள் அது ஆட்கொள்ளும் மனிதனின் சக்தி-வெளியில் அடைக்கலம் கொள்ளும்பொழுது, அந்த மனிதன் தனது உணர்வு, நடத்தை அல்லது ஆரோக்கியத்தில் திடீர் மாற்றங்களை அனுபவிப்பான். இது, அந்த ஆவியின் மரணநிலையில் இருந்த உயர்த்தப்பட்ட உணர்வுகள், நடத்தை, உடல் ஆரோக்கியம் அத்தனையும் விருந்தோம்பிக்குள் செலுத்தப்படுவதால், உண்டாகிறது. ஆக, உதாரணமாக இறக்கும்பொழுது அந்த நபர் மனஅழுத்தத்திற்கு ஆளாகியிருந்தால், விருந்தோம்பி அந்த சோகத்தை உணர்வான். இறந்தவன் குடிகாரனாகவோ, புகைப்பவனாகவோ இருந்திருந்தால், விருந்தோம்பித் திடீரென அதிகஅளவு மது, சாராயத்திற்காக அல்லது புகைக்க ஏங்குவான். அதே போல், அந்த நபர் மாரடைப்பால் அல்லது வேறு ஏதாவது வலிதரும் நோயால் இறந்திருந்தால், விருந்தோம்பியும் திடீரென அந்த வலிகளின் அறிகுறியை, அதற்குத்தகுந்த தன் உடலின் பாகங்களில் உணர்வார். மற்றும் முடிவில், அந்த ஆவி ஏதாவது ஓர் விபத்தில், உதாரணத்திற்கு வாகனத்திலோ, தீயிலோ அல்லது நீரிலோ மூழ்கி இறந்திருந்தால், விருந்தோம்பியும் திடீர் என அந்தச் சூழ்நிலைகளில் பயப்பட ஆரம்பிப்பார்.

ஆவியின் துகள்கள் சுற்றுப்புறத்தை உணர்வதாக இருந்தால், அது விருந்தோம்பியையும் ஏமாற்றி, இணங்கச்செய்து, தன் மரணத்தின் போது உண்டான அந்தச் அனுபவங்களை விருந்தோம்பியும் அனுபவிக்குமாறு செய்யும். அந்த சூழ்நிலைகளில் உண்மையில் தன் அருகில் நிற்பவருடன் பேசுவதைப்போலவே விருந்தோம்பி அவனது தலைக்குள் இருக்கும் அவனுடைய ஆவியுடன் உரையாடுவார். இதேபோல் சில நிகழ்வுகளில் விருந்தோம்பி அறியாமலேயே மற்றும் இதை வேறுபட்டு உணராமலேயே, பிறப்பிலிருந்தே ஆவிகள் தன்னை இணைத்துக் கொண்டிருக்கின்றனர். அவன் கேள்வியின்றி, மற்ற நபர்களும் தன்னுடைய தலையில் மற்றொரு ஆளுடன் பேசிக்கொண்டுள்ளதாகக் கருதிக்கொண்டு சாதாரணமாக இருப்பான். அதைப்பற்றிக் கேட்கவேண்டும் என்று நினைக்கவும் மாட்டான். எப்படியும், விருந்தோம்பியின் தொல்லை தரும் உணர்வுகளும், நடத்தையும் இச்சூழ்நிலைகளில் முற்றிலும் அவனுடையது இல்லை, மாறாக, அவனுக்குள் இருக்கும் ஆவியின் ஒரு பகுதி."

"இது ஓர் செவிப்புல மாயத்தோற்றமாக (auditory hallucination) ஒலிக்கிறது."

"பயிற்சியில்லாத பார்வையாளனுக்கு அப்படித் தோன்றலாம். ஆனால், இந்தச் நிகழ்வில் அப்படியில்லை. ஒரு மருத்துவ நிபுணன், அதாவது இந்த சாத்தியக்கூறுகளுடன் பழகியிருந்து "ஆவி விடுவிக்கும் சிகிச்சையில்" தேர்ச்சி பெற்றிருப்பவன், இதனை சுலபமாக ஆராய்வான். ஏனெனில், தன் வாடிக்கையாளரின் மூலமாக ஆவியுடன் உரையாடுவது சுலபம்."

"நல்ல செய்தி என்னவென்றால், ஆவிகள் விடுவிக்கப்பட்டவுடன், அதனுடன் தொடர்புடைய அறிகுறிகள் உடனே மறைந்து விடும்."

"இந்த வஸ்துக்கு உயிர் உள்ளதா?"

"உயிர் எப்பொழுதும் சேதமடைவதில்லை. இது எந்த வழியிலும் துண்டாக்கப்படுவதுமில்லை. அது உடல் மரணிக்கும் போது, அனைத்து நேரமும், முழுமையாக மேலெழும்பிச்செல்லும். இருப்பினும், நான் முன்பு கூறியது போல், உயிர் மேலெழும்பும் முன் உள்-அடையாளமும், வெளி-ஆணவமும் உயிரினால் முழுமையாகக் கிரகிக்கப்படாமல் இருக்கும். உயிரின் சக்தியின் இந்த அம்சங்கள் அல்லது துகள்கள் வழக்கமாக உணர்வு அனுபவங்களுடன் தொடர்புள்ளவைகளானதால், நபருடைய நினைவுகளையும், அவன் அடையாளங்களையும் தன்னிடம் தக்கவைத்துக்கொள்ளும். அவரின் நனவு நிலை விழிப்புணர்வு அல்லது உயிரின் தரம், மிக வரையறுக்கப்பட்டதிலிருந்து பாதிப்பு இல்லாமல் முழுமையாக இருப்பது போல் தெரியும். ஒரு பிசாசு, உதாரணத்திற்கு மிகவும் வரையறுக்கப்பட்ட சிறிதளவு நனவு நிலை விழிப்புணர்வு கொண்டதாக இருக்கும். ஆகவேதான் அவை மீண்டும் மீண்டும் ஒரே செய்கையில்

குறிப்பிட்ட குறிக்கோளில் ஈடுபட்டுள்ளபடி பார்க்கமுடிகிறது. அவற்றின் பலம் உணர்வினால் தொடர்பு கொள்ளமுடியாமல் அரைகுறையாக ஒரு செயல்பாட்டைத் தீர்க்க இருப்பதாக இருக்கும். அதே சமயம் குறும்பு பிடித்த வஸ்து, அறிவார்ந்ததாகத் தோன்றிப் பரந்த நனவு நிலை கொண்டதாகத் தோன்றும். இருப்பினும் அதுவும் வரையறுக்கப்பட்டதே."[52]

ரிக்கி முணுமுணுத்தான், "அப்படியா, சரி."

"கடைசியில் கூடுதலாக, சற்றே தொடர்பில்லாத, சிலநேரங்களில் கருக்கலைப்பு (abortion) அல்லது கருச்சிதைவுக்கு (miscarriage) பிறகு பொதுவான சூழல்களில் அல்லாமல் நடக்கும் விஷயங்களை உனக்குச் சொல்கிறேன். நிச்சயமாக இதைப்போன்ற எல்லாச் சூழ்நிலைகளிலும், உயிர் முன் கூட்டியே சிசு தன் காலத்தை கழிக்க முடியாது என்பதை நன்றாக அறிந்திருக்கும்."

ரிக்கி, குறுக்கிட்டுக் கேட்டான், "உயிர்கள், அவை கலைக்கப்படும் என முன் கூட்டியே அறியுமா? சிலர் கருக்கலைப்பை முன்தீர்மானித்த கொலையைத் தவிர வேறு இல்லை எனக் கருதுகின்றனர்."

"இது ஒரு சர்ச்சைக்குறிய தலைப்பு என்பது எனக்குத்தெரியும். ஆனால், நாம் உயிரின் கண்ணோட்டத்திலிருந்து பேசுகிறோம். உனக்குத் தெரியும், உயிரானது நேரப் பரிமாணத்திற்கு வெளியே இருப்பதால். அடுத்து என்ன நடக்கும் என அதற்குத் துல்லியமாகத் தெரியும். இருப்பினும், நான் முன்பு கூறியது போல், பூமியில் உள்ள மக்களுக்கு நடைமுறையிலுள்ள அணுகுமுறை மற்றும் கலாச்சாரத்தில் இருக்கும் நம்பிக்கையினால், நீ உன் கலாச்சாரத்தின் ஒரு தயாரிப்பாக இருந்து உன்னால் ஒன்றும் செய்ய இயலாது. உன் கண்ணோட்டத்திலிருந்து மட்டும் உன் கருத்துக்களை கணிப்பதைத்தவிர உனக்கு வேறுவழி இல்லை. முடிவில் உண்டாகும் உண்மை இங்கு முக்கியமில்லை, இது நீ உண்டாக்கும் வாழ்க்கை என்ன என்பதைப்பற்றிய உணர்வுகள் என்பதை ஞாபகத்தில் வைத்துக்கொள். இந்த உணர்வுகளால் தான் நீ உன் உள்ளார்ந்த இயற்கையைக் கற்கிறாய்."

"எனவே, சரியான அல்லது தப்பான கருத்து இங்கே கிடையாது?"

முதிய ஆத்மா பொறுமையுடன் கூறியது, "இல்லை, நீ உன் உள்ளார்ந்த இயற்கையைக் கற்றுக்கொள்ள உணர்வுகளின் அனுபவங்களை உண்டாக்குவதற்கு எது பொருந்துமோ அதுவே சரி.

---

52 இம்மாதிரியான வஸ்துவின் நல்ல ஆவணச்சான்றுக்கு தயவு செய்து பார்க்கவும்: Joe Fisher. *The Siren Call of Hungry Ghosts.* New York: Para View Press, 2001.

நாம் தலைப்புக்குப் போவோம். பூமியில் முன்பு அவதரிக்காத ஒரு உயிர், தற்காலிகக் கருத்தரிப்பின் அனுபவத்தைப்பெற தன்னைத் தேர்ந்தெடுத்துக்கொள்ளும். பிறப்பிற்கு முன் அனுபவத்தைப்பெற்று சிசுவின் நனவு நிலையுடன் ஒன்றுபடுவதைப் பயிலுவும், உள்-அடையாளத்தையும், வெளி-ஆணவத்தையும் தோற்றுவிக்கவும் அது விரும்பும். உயிரானது பூமியில் எதிர்காலத்தில் அவதரிக்க எண்ணினால், இந்த அனுபவம், அதற்கு ஒரு மதிப்புவாய்ந்த பயிற்சியை அளிக்கும். கர்ப்பம் முடிக்கப்பட்டபின் உயிர் போலியான ஒரு உடலுடன் தொடர்ந்து வேலை செய்யும். அப்பொழுது ஒரு சக்தி-வெளி உடலைப்போல் தோற்றம் கொண்ட ஒரு போலியான பதிப்பு ஆன்மீகப் பரிமாணத்தில் வளர்ந்து அபிவிருத்தி அடையும். உன் சகோதர ஆவி, நீ தூங்கும் போது உன்னிடம் வந்து போனானே, அதை உன் தாய், அவளுடைய கர்ப்பக் காலத்தின் பின் பகுதியில் கலைக்க வேண்டியதாயிற்றே, அது, இந்த மாதிரி உயிருக்கு ஒரு நல்ல எடுத்துக்காட்டாகும். அவன் ஆன்மீகப் பரிமாணத்தில், மனிதனைப்போன்ற ஒரு சக்தி-வெளியில், ஒரு போலி நேரக்கோட்டில் வளர்ந்து கொண்டிருக்கிறான்."

"நன்றி உனக்கு, அது என்னுடைய கேள்விகளில் ஒன்றாக இருந்தது."

"ஆமாம், நான் அறிவேன்."

முதிய ஆத்மா இப்பொழுது தன் சாய்வு நாற்காலியில் பின் பக்கம் சாய்ந்து, சொன்னது, "இப்பொழுது, இதனைப் பெற்றுக்கொள். நான் யதார்த்தத்தின் சில அடிப்படை அம்சங்கள் அல்லது கருத்துக்களை மறுஆய்வு செய்துள்ளேன். நேற்று நாம் உடல் அம்சங்களைச் சார்ந்திருந்த கருத்துக்களை ஆய்வு செய்தோம். இன்று நாம் முக்கியமாக அர்த்தத்தில் ஆழப்பதிந்த கருத்துக்களை மறுஆய்வு செய்வோம். நான் உனக்குச் சொன்னதெல்லாம் உலகத்தில் உண்மையாக நிகழ்ந்தவை. இந்தத் தகவலை உன் அனுபவத்தைக் கட்டமைக்கும் அடிப்படை நம்பிக்கைகளின் மேடையுடன் உள்ளடக்க அனுமதித்தால், நீ பயன்பெறுவாய் என நான் நிச்சயமாகச் சொல்கிறேன்."

ரிக்கி பயபக்தியுடன், "சரி, நான் அதைச் செய்ய முயற்சிக்கிறேன்."

"அநேக மக்களின் மனோதத்துவப் பிரச்சினைகள் அவர்களின் வளரும் வயதில் அடிப்படைக் கொள்கைகளை அவர்களுக்குத் தெரியப்படுத்தாத உண்மையின் காரணமாக ஏற்படுகின்றன. அதனால், அவர்கள் பெரியவர்களாக வளரும்பொழுது தவறான கருத்துக்களின் அடிப்படையில், உலகில் செயல்படும் முறையைத் தவறாகப் புரிந்து கொண்டு, பொய்யான அடிப்படை நம்பிக்கைகளை வளர்த்துக்கொண்டுள்ளனர். மேலும், அவர்களுடைய அனுபவங்கள் குவிக்கப்பட்டு, தொடர்ந்து தவறாக அர்த்தம் கொள்ளப்பட்டு,

ஆழமாகப் பதிந்த உணர்வுகளின் மோதலினை ஏற்படுத்தி வதைக்க ஆரம்பிக்கும். ஒரு சோகமான உண்மை என்னவென்றால், நான் உனக்கு ஆரம்பத்திலேயே கூறிய அடிப்படை நம்பிக்கைகளை அவர்கள் உட்புகுத்திக்கொள்ள வழிகாட்டப்பட்டிருந்தால், இந்த மோதல்கள் ஏற்பட்டிருக்காது."

"அப்படியா?'

"பொய்யான அடிப்படை நம்பிக்கைகள் நிறுவப்பட்டதும், உடலியல் இருத்தலின் திரிக்கப்பட்ட அர்த்தம் காலப்போக்கில் உருவெடுக்க ஆரம்பிக்கும். இது நடக்கும்போது, மனோதத்துவ மோதல்கள் ஏற்பட ஆரம்பிக்கும். துரதிர்ஷ்டவசமாக, வருடக்கணக்கில் பொய்யான அடிப்படை நம்பிக்கைகளின் அடிப்படையில் செய்யப்பட்ட தவறான பண்புக்கூற்றுகளை இல்லாமல் ஆக்குவது என்பது கடினம். ஆகவே, இதற்கு மருத்துவச் சிகிச்சை, தேவை."

"ரிக்கி வியப்புடன், உரத்தகுரலில், "என்னிடம் எத்தனை பொய்யான அடிப்படை நம்பிக்கைகள் உள்ளன என வியப்படைகிறேன்."

"நான் சொன்னபடி அந்தக் கருத்துக்களை நீ உன் உள்ளார்ந்து புரிந்துகொள்ள நினைத்தால், உனக்கு நன்மை உண்டாகும். உலகம் எப்படி உண்டாயிற்று, இதில் உன்னுடைய இடம், உன் உடலியல் இருத்தலுக்கு அர்த்தம் கொள்ளும் விதம் ஆகிய அம்சங்கள் உன்னுடைய இரண்டாவது இயற்கைக்குணமாகவும் உன் யதார்த்தத்திற்கு அர்த்தம் கொடுத்து அதைப் புரிந்துகொள்ள உதவும் ஒரு கண்ணாடி வில்லையாகவும் (lens) இருக்க வேண்டும்."

"சரி, நான் அதன்படி நடந்து என் நண்பர்களுடன் அதைப்பற்றிப் பேசுகிறேன்."

"அது மிகவும் நல்லது."

முதிய ஆத்மா தொடர்ந்தது, "நாம் நிறைய தகவல்களை உள்ளடக்கினோம். இருப்பினும், உன்னிடம் வாழ்க்கை, மரணம் பற்றிய சில பொதுவான கேள்விகள் இருப்பது எனக்குத்தெரியும். மேலும் பாலியல் நாட்டத்தைப்பற்றிய உன் சொந்தப் பிரச்சினைகள், இவற்றிற்கெல்லாம் என் அறிவுரையை விரும்புகிறாய்."

"ரிக்கி நன்றியுடன் கூறினான், "ஆமாம், உன்னுடைய அறிவுரையை நான் மிகவும் வரவேற்கிறேன்."

"நான், உன் கேள்விகளையும், கவலைகளையும் அறிவேன். நேற்றும் இன்றும் நாம் விவாதித்ததை நீ நினைத்துப்பார்த்தால் எப்படியும் உனக்கு

இளம்வயது நபர்களின் எதிர்பாராத மரணத்தைப்பற்றிய கேள்விகளுக்குப் பதில் கிடைக்கும்.

பண்ணையில் இரண்டு சிறுவர்களுக்கு ஏற்பட்ட கைகால் முடக்கமும் மனவளர்ச்சியின்மையும், உலகில் தனிப்பட்ட கண்ணோட்டம் கொள்வதற்காக அவருடைய உயிர்களின் தீர்மானமே என்பது உனக்குத் தெரியும். மனதால் அல்லது உடலால் பிறவியிலேயே ஊனமுற்றோர் வாழ்க்கையில், அவர்களுக்குத் தேவையான கவனிப்பு கொடுக்கப்பட்டால், அவர்கள் துன்புறுவதில்லை. வேதனையும் சோகமும் அவர்களை நேசித்து, கவனிக்கும் நபர்களின் மனதில் உண்டாகி, அந்த ஊனமுற்றோரின் மூலமாக அவர்களைக் கவனிப்பவர், தன் உள்ளார்ந்தஇயற்கையையும், குணங்களை அறிந்துகொள்ள முடிகிறது."

"இது அந்தச் சிறுவர்களுக்கு நியாமற்றதாக தோன்றுகிறது. நான் பண்ணையில் இருக்கும்போது, அவர்களுக்கு உதவுவது எனக்கு மிகவும் கஷ்டமாகவும் இக்கட்டாகவும் இருந்தது. எப்படியும் நான் அவர்களுடன் தொடர்புஇல்லாமல் இருந்ததால், அவர்களைக் கவனிக்கச் சொல்லும் பொழுது அது எனக்குப் பிடிக்கவில்லை."

"நல்லது, அதைப்பற்றிக் கவலைப்படாதே, உன் கடந்தகால வாழ்க்கையில் நீ போதுமான அளவு செயல்படாததுதான் இதற்கு காரணம்."

"இன்னொரு கடந்த வாழ்க்கையா? அது என்ன?"

"அது ஒரு குறுகியகால வாழ்க்கை. ஐரோப்பாவில் பதினேழாம் நூற்றாண்டில் நீ ஒரு மனநிலை வளராத சிறுவனாக இருந்தாய். உன் பெற்றோர் ஏழ்மையின் காரணமாக, உன்னைக் கைவிட்டுவிட்டிருந்தனர். நீ உயிர் பிழைப்பதற்காக திருட்டுத் தொழில் செய்து கொண்டிருந்தாய். ஒரு குதிரை வாகனம் உன்னைத் தள்ளி விட்டதால், உன்னுடைய ஒன்பதாம் வயதில் நீ இறந்து விட்டாய். உன் உடல் குப்பையுடன் வீசப்பட்டது."

"ஓ, அந்த அனுபவத்தன் பிரதிபலிப்பைதான் நான் பார்க்கிறேன் என்று நினைக்கிறேன்."

"ஆமாம், உன்னை அறியாமலேயே, நீ அதைச் செய்கிறாய். அதிர்ஷ்டவசமாக உன்னைவிட அதிகக் கவனம் அந்தச் சிறுவர்களுக்குக் கிடைத்துக்கொண்டிருக்கிறது.

உன் நண்பனைச் செயலிழக்கச் செய்த அந்தக் கார் விபத்து கூட அதன் காரணமாக ஏற்பட்ட காயத்தின் சவால்களிலிருந்து கற்றுக்கொள்ள அவனே விதித்துக்கொண்டு, தேர்ந்தெடுத்த விதியாகும். உன்னையும் சேர்த்து,

அவனை நேசித்த நபர்கள், உணர்வுகளின் அனுபவத்தைப் பெற்று உங்கள் உள்ளார்ந்த இயற்கையைக் கற்க நீங்களே தேர்ந்தெடுத்த சந்தர்ப்பம் அது."

"ஆமாம், நான் புரிந்துகொண்டேன். ஆனால் அவனை நினைக்கும் பொழுது எனக்கு நிலைகுலைந்தது போல் ஆகிவிடுகிறது."

முதிய ஆத்மா அவனுக்கு அவனுடைய சொந்தப் பாலியல் நாட்டத்தைப் பற்றி ஏதாவது வழிகாட்டமாட்டானா என ரிக்கி வியந்தான்.

"உன் பாலியல் நாட்டத்தின் மீது என்னுடைய அறிவுரைக்கு பொறுத்திருக்கவும். என்னை நம்பு. நீ பிறக்கும் முன் திட்டமிட்டபடி, உன் வாழ்க்கை சரியாகக் கட்டவிழ்கிறது. எதிர் காலத்தில் உனக்குச் சில கடினமான நேரங்கள் வர இருக்கின்றன. நான் கூடுமானவரை சிறந்தமுறையில் உனக்கு, நீ எதிர்கொள்ளத் தேர்ந்தெடுத்த அனுபவங்களை இல்லாமல் செய்யாத அளவுக்குப், போதுமான அளவில் நான் வழிகாட்டுகிறேன்."

ரிக்கி சிறிது ஏமாற்றத்துடன் பதிலளித்தான், "சரி, நான் புரிந்துகொண்டேன், நான் சரியாகப்போவேனா?"

"ஆமாம். ஆனால், தற்சமயம் நான் அவ்வளவுதான் சொல்வேன். நம் சந்திப்பு இத்துடன் முடியவேண்டும். ஆனால், நான் தூரத்திலிருந்து உனக்கு ஆதரவு கொடுப்பேன். நாம் சந்திப்பதற்கு இன்னும் அதிக காலம் ஆகாது. அப்பொழுது உன் பாலிய நாட்டத்தின் முக்கியத் தகவல்களையும், மேலும் இன்னும் வேறு பல பிரச்சினைகளைப் பற்றியும் தகவல்கொடுப்பேன். உன் வருகைக்கு நன்றி, என் நினைவுகள் எப்பொழுதும் உன்னுடன் இருக்கும்."

ரிக்கி எழுந்து நின்று, முதிய ஆத்மாவுக்கு நன்றி கூறினான். முதிய ஆத்மா அவனுக்கு தலைவாயிலைக் காட்டியது. அது ரிக்கியை உலகத்திற்குள் கொண்டுவந்து விட்டது. முன்பு போலவே, கடிகார நேரம் நகராமல் இருந்தது. அதேசமயம், ரிக்கியின் நேரத்துடன் உண்டான அனுபவம் பல மணிநேரம் கடந்து விட்டதாக அவன் அறிந்தான்.

சில நிமிடங்கள் தன் நினைவுகளைச் சேகரித்து ரிக்கி தன் குதிரை மீது ஏறிப் பண்ணைக்குத் திரும்பினான். அவன் தன்னை வளர்ந்த அறிவாளியாக உணர்ந்தான். வாழ்க்கையின் மீது அவனுடைய கண்ணோட்டத்தையும், தன்னை எப்படி அர்பணித்துக்கொள்வது என்ற எண்ணத்தையும் ஐந்து வருடங்களுக்கு முன்னரான அவனுடைய முதல் சந்திப்பு முற்றிலும் மாற்றிவிட்டதாக அவன் உணர்ந்தான். இந்தத் தடவை, மீண்டும் இரண்டு வருகைகளுக்குப்பின் அவன் வாழ்க்கையில் புதிய மாற்றம் பெற்றுள்ளதாக உணர்ந்தான்.

ரிக்கி பண்ணைக்குச் சவாரி செய்து திரும்பும்பொழுது முதிய ஆத்மாவுடன் அவனுடைய உறவு என்ன என்பதை ஆழ்ந்து சிந்தித்துக்கொண்டு இருந்தான். முதிய ஆத்மா நிச்சயமாக ஒரு உண்மையான நண்பனாகத் தோன்றியது. தன் பிறப்புக்கு முன் உயிர் நிலையில் இருக்கும்போது இருவரும் ஒருவருக்கொருவர் தெரிந்தவர்களாக இருந்திருப்போமோ. தன் நினைப்பைத் திறம்படத் திரித்துக்கொண்டிருக்கும் பொழுது, பண்ணையைச் சுற்றியிருந்த புல்தரையின் மேற்குப்பக்கத்தில் இருந்த கற்களால் ஆன வேலியின் சுற்று வளைவுக்குள் வந்தடைந்தான்.

மாமிச வெட்டுமிடத்தில் (abattoir) இருந்து வந்த சுமை ஊர்தி (truck) அதன் கதவினைத் தூக்கி நிறுத்தி சில குதிரைக் குட்டிகளை அதில் ஏற்ற ஆயத்தம் ஆகிக்கொண்டிருந்த ஏற்பாடு, அவனுடைய கவனத்தை திசை மாற்றியது.

ரிக்கி வீட்டிற்குத் திரும்பிச், சிலநாட்கள் கழித்து எப்பொழுதையும் விட நல்ல தீர்மானத்துடன் பள்ளிக்கூடத்திற்குச் செல்ல ஆரம்பித்தான். அந்த வருடம், ரீக்ஜாவிக் ஊரின் கோடியில் இருந்த மற்றொரு பள்ளிக்கு புதிய மாணவர் குழுவுடன் செல்லத் தொடங்கினான். வகுப்பின் முதல் சிலநாட்கள் மன அழுத்தத்தைத் தரும்படி இறுக்கமாக இருந்தன. அது பல்கலைக்கழகப் படிப்புக்கு மாணவரைப் பழக்கும் நான்காண்டு கால பாடப்பயிற்சியாக இருந்தது. இந்தப் பள்ளிக்கூடம் பழைய ரீக்ஜாவிக் ஊரின் மத்தியில், ஏரிக்குப்பக்கத்தில் ஒரு பழைய கட்டிடத்தில் இருந்தது. ஒரு வகுப்பில் இருபது மாணவர்கள், நான்கு வரிசைகளில், ஒரு மேஜைக்கு இருவராக அமர்ந்து இருந்தனர். ஆசிரியருடைய மேஜை வகுப்பின் முன்பகுதியிலும், அதன் பின்புறத்தில் சுவற்றில் கரும்பலகையும் இருந்தது. இடதுகைப் பக்கம் ஏரியைப் பார்த்தப்படி ஜன்னல்கள் இருந்தன. வலதுகைப் பக்கம், வாசலுக்கு வெளியே நடைகூடம் சுவற்றின் பக்கம் இருந்தது. ரிக்கி ஆறு அடி உயரமுள்ள ஆல்ஃப்ரெட் (Alfred) என்ற இளைஞனுடன் அமர்ந்திருந்தான். அவன் பார்க்க அழகாக இருந்தான். அடர்பழுப்பு நிறம் கொண்ட முடி, அசாதாரணமான அம்சம் கொண்ட கண்கள் அவனுக்கு இருந்தன. ரிக்கியின் கருத்துப்படி, அவன் படிப்பில் சிறந்துவிளங்கும் கெட்டிக்காரனாக இருந்தான். அதன் காரணமாகவே, ரிக்கியும் நன்கு படிக்கும் பழக்கத்தைப் பெற்றிருந்தான். வகுப்பில் அவனுடைய படிநிலை (grades) ரிக்கியைப்போல் அல்லாமல் எப்பொழுதும் நன்றாகவே இருந்தது. அவர்கள் இருவரும் நல்ல நண்பர்களாயினர். மேலும் வகுப்பிலும், பள்ளிக்கூடம் முடிந்த பின்பும் ரிக்கிக்கு அடிக்கடி படிப்பில் உதவிக்கொண்டிருந்தான்.

ரிக்கி முதிய ஆத்மாவிடம் கற்றுக்கொண்டதில் ஆர்வத்துடன் இருந்தான். அந்தக் கருத்துக்களைப் பள்ளியாண்டின்போது நடைமுறையில் பயில,

அவன் உறுதியளித்தது போல் முயற்சித்தான். பதினைந்து நிமிட இடைவேளை அவன் ஆராய்ச்சிகளுக்கு நல்ல வாய்ப்பை அளித்தது. அவன் எண்ணங்களைச் சோதிக்க முதிய ஆத்மாவிடமிருந்து கற்ற கருத்துக்களை உரையாடலின் போது குறிப்பிட முற்பட்டான். உதாரணத்திற்கு, ஒரு சமயம் அவன், " ஆல்ஃப்ரெட்! உனக்குத் தெரியுமா? நான் என்னைத் தனித்துவம் வாய்ந்தவனாகவும், ஈடுசெய்யப்பட முடியாதவனாகவும் உணர்கிறேன்."

ஆல்ஃப்ரெட் பதிலளித்தான், "நீ அப்படி சொல்வதற்கு என்ன அர்த்தம்?"

ரிக்கி பதிலளித்தான், "நல்லது, இந்த உலகத்தில் என்னைப்போல் யாரும் கிடையாது, நான் தனித்துவம் வாய்ந்தவன், ஆகவே, நான் ஈடுசெய்யப்பட முடியாதவன்."

ஆல்ஃப்ரெட் சொன்னான், "அதுதான் நம் இருவரையும் ஒன்றிணைத்துள்ளது என்று நான் நினைக்கிறேன்."

ரிக்கி தொடர்ந்தான், "நான் இருப்பதே ஒரு பரிசு. நான் உச்சரிக்கும் ஒவ்வொரு வார்த்தையும் உன் உலகத்தில் சேரும்."

மேலும் ஆல்ஃப்ரெட் , " அதேபோல் என் வார்த்தைகளும் உன் உலகத்தில் சேரும்."

ரிக்கி விடக்கூடாது எனத் தீர்மானித்து, தொடர்ந்தான், "நான் விளக்கும் ஒவ்வொரு கருத்தும் நீ நினைப்பதிலிருந்து வேறுபட்டு, நீ என்னை விட மாறுபட்டவன் என்பதைக் கண்டுகொள்ளச் செய்கிறது.'

ஆல்ஃப்ரெட் புன்னகையுடன், " நானும் அப்படித்தான்."

இதே மாதிரி பள்ளியாண்டு முழுக்க, ரிக்கி முதிய ஆத்மாவின் கருத்துக்களைப் பயின்றுக்கொண்டிருந்தான்.

ஆல்ஃப்ரெட் இதை விளையாட்டாக எடுத்துக்கொண்டு ரிக்கி தனது விசித்திரமான கருத்துக்களைச் செயல்முறைபடுத்தும் பொழுது, அவற்றுடன் தன்னைப் பழக்கிக்கொண்டான்.

ரிக்கி ஒருநாள், "இன்று நான் ஒரு மலராக மலர்ந்து, என் இதழ்களை விரித்து, மன்னிப்புக்கோராமல், இந்த உலகில் அனைவரும் என்னைக் காண வேண்டும் என எண்ணுகிறேன்.'

ஆல்ஃப்ரெட் அமைதியான மனிதன் என்பதால் பதிலளித்தான், "நீ ஏன் அதைச் செய்ய விரும்புகிறாய்?"

பதிலுக்கு ரிக்கி சொன்னான், "என் வாழ்க்கையையும், என் உடலியல் இருத்தலையும் கணக்கில் கொள்வதற்கு இது என் முதல் அடிப்படை பொறுப்பு. இது ஒரு பரிசு. நீ எனக்கு ஒரு பரிசாக இருப்பது போல் என் சார்பாக உனக்கு நான்தரும் ஒரு பரிசு. இருப்பதா வேண்டாமா, அதுதான் கேள்வி, மற்றும் ஒரு சவால்."

ஆல்ஃப்ரெட் சொன்னான், "இதோ, மீண்டும், நீ என்னை முன்மொழிவது மாதிரித் தெரிகிறது."

ரிக்கி, புன்னகையுடன் சொன்னான், "உண்மை என்னுடைய ஒவ்வொரு நுண்துளையிலிருந்தும் கசிகிறது."

இதே போல் மேலும் நடந்து கொண்டிருந்தது. வாரங்கள் ஓடின. ரிக்கி முதிய ஆத்மாவின் கருத்துக்களைப் பயின்றுக்கொண்டேயிருந்தான். இந்த ஆன்மீக இருத்தலியல் தத்துவம் அவன் வாழ்க்கையின் அணுகுமுறையில் ஒரு நேர்மறை விளைவுகளை ஏற்படுத்த ஆரம்பித்தது. அவன் திக்குவாய்ப் பழக்கத்தால் ஏற்பட்ட தயக்க மனப்பான்மை, கல்வி கற்பதிலான சிரமம் ஆகியவை ஒரு உள்ளார்ந்த நம்பிக்கையால் மாற்றப்பட்டுவிட்டது. அடிப்படை நம்பிக்கைகளை கிரகித்துக் கொண்டு, அதன் குறிப்புகளை அவன் எவ்வளவு புரிந்துகொள்ள முடிந்ததோ, அவ்வளவு நல்ல செயல்பாடுகளை அவன் மேற்கொள்ள முடிந்தது. வாழ்க்கை சுலபமானதாக இருக்கவேண்டும் என்ற அவசியமில்லை. ஆனால், அடிப்படை நம்பிக்கைகள் அளித்த அத்தியாவசியமான கருவிகள் அவன் எதிர்கொண்ட ஏற்றத்தாழ்வுகளைச் சுலபமாக ஊடுருவிக் கடக்க உதவியது. இது ஏன் பள்ளிக்கூடங்களில் கற்றுத்தரப்படவில்லை என வியந்தான். அடிப்படை நம்பிக்கைகளை அறிந்து கொள்வது நிச்சயமாக ஒவ்வொரு மாணவனுக்கும் பயனுள்ளதாக இருக்கும், என நினைத்தான்.

சமூக சூழ்நிலைகளிலிருந்து மன்னிப்புக்கோரி, விலகிவிடும் பழக்கத்தைச் சமாளிக்க வழியைக் கண்டுகொண்டான். அப்படி உணர்வதற்கு எந்தவிதமான காரணமும் இல்லை என்று இப்பொழுது அவன் அறிந்துகொண்ட போதிலும், குறிப்பாக அவன் நிச்சயமற்றதாக உணர்ந்த சூழ்நிலைகளில் அது அவனுக்கு அவ்வளவு சுலபமாக இருந்ததில்லை. ஆக, அப்பேற்பட்ட சூழ்நிலைகளில் அவன் தன்னைத் தனித்துவம் வாய்ந்தவன் என்றும், ஈடுசெய்ய முடியாதவன் என்றும் ஞாபகப்படுத்திக்கொண்டான். ஒரு பொருளைப் பற்றி தப்பாக நினைப்பது, நல்ல கருத்தினைக் கொள்ளாதது ஆகியவை சரியாகப் பட்டது. ஏனெனில் இது அறியாமலிருப்பதை, அறிந்தது போல் செய்யத்தக்க உரையாடலுக்கு மாறுபட்ட கண்ணோட்டத்தை குறைந்தபட்சம் அளித்தது. இருந்த போதிலும் கணக்கற்ற சவால்கள் இருந்தன, எடுத்துக்காட்டாக, வகுப்பில் ஆசிரியர் சொல்லும்பொழுது,

புரியாமல் இருந்தால் கேள்வி கேட்பது. மேலும் சிறு விஷயங்களான அவன் பகுதிநேர வேலையில் தொலைபேசியில் கேட்கப்படும் கேள்விக்குப் பதில் அவனுக்கு தெரியாமலிருக்கும் பொழுதும், தொலை பேசியில் பதிலளிப்பது போன்றவை.

பிறகு, அங்கே விதியும் இருந்தது. முதிய ஆத்மா விதியைத் தழுவச்சொல்லி அறிவுறுத்தியிருந்தது. ஆகவே, ஒருநாள் பள்ளி இடைவேளை நேரத்தில், ஆல்ஃப்ரெட் ஒரு அற்பமான துரதிர்ஷ்ட சம்பவத்தைப் பற்றி புலம்பிக்கொண்டிருந்தான். ரிக்கி, விமர்சித்தான், “உனக்குத் தெரியுமா, நீதான் இதை நடக்கும்படி விரும்பினாய்!”

வேறு ஒருவரின் வேண்டாத அறிவுரையை எதிர்பார்த்தவாறே, ஆல்ஃப்ரெட் கூறினான், “என்ன? இது நடக்கவேண்டும் என்று நான் கேட்கவில்லை. நீ என்ன சொல்கிறாய்?”

ரிக்கி அவனிடம் கேட்டான், “வாழ்க்கையைப்பற்றி நீ என்ன நினைக்கிறாய்.?”

ஆல்ஃப்ரெட் சில வினாடிகள் யோசித்துப் பதிலளித்தான், “கற்பதும், அனுபவிப்பதும்.”

ரிக்கி சொன்னான், “சரியாகச் சொன்னாய், உன் துரதிர்ருஷ்டம் ஒரு கற்கும் அனுபவமே, இல்லையா?”

ஆல்ஃப்ரெட் கூறினான், “ஆமாம், ஆனால் அதை நான் கேட்கவில்லை. இது இறைவனுடைய விருப்பமாக இருக்க வேண்டும்.”

ரிக்கி கூறினான், “உன்னை இறைவன் நிலைகுலையச் செய்வான் என நீ நினைக்கிறாயா?”

ஆல்ஃப்ரெட் கூறினான், “நல்லது, இல்லை, நான் ரொம்ப நல்லவன் என்று நினைக்கிறேன்.”

ரிக்கி பதிலளித்தன், “பிறகு, ஏன் அவன் அதைச் செய்வான் என எண்ணுகிறாய்? நீ மாறுபட்டு யோசித்துப்பார். நீயே இதை உனக்காகத் திட்டமிட்டிருக்கலாம். இதன் மூலம் கற்பதற்கு, நீ இதன்மூலம் எப்படி நடந்துகொள்கிறாய் எனக் அறிந்துகொள்வதற்கு. உன்னைப்பற்றிக் கற்றுக்கொள்வதற்கு இவற்றிற்காக இருக்கலாம், இல்லையா. நீ இப்பொழுது என்ன சொன்னாய்? வாழ்க்கை கற்பதற்கும், அனுபவிபதற்கும்தான் என்று, இல்லையா?.”

ஆல்ஃப்ரெட் மெதுவாக, “ஆமாம்.”

ரிக்கி தொடர்ந்தான், "இந்த வழியில் அதனைப் பார். உன் உயிர் நித்தியமானது. ஆனால் உன் உடல் நித்தியமானது இல்லை. உன் உடல் பிறக்கும் முன், நீ உன் வாழ்க்கையைத் திட்டமிட்டாய். கற்பதற்காக உன்னிடம் சில குறிப்பிட்ட இலக்குகள் இருந்தன, நீ சில நிகழ்வுகளை உன் வழியில் அமர்த்தினாய். அவைகள் உன் ஆயுள்காலத்தில் உன் வழியில் வரும் என உனக்குத் தெரியும். அந்த நிகழ்ச்சிகள் நடப்பதற்கு விதியாக்கப்பட்டவை. அவைதான் உன் விதி. இப்பொழுது, என்ன கற்றுக்கொள்வதற்காக இது நடந்தது என்பதைத்தான் நீ கண்டுபிடிக்கவேண்டும்."

ஆல்ஃப்ரெட் குறும்பாகச் சிரித்தான். "சரி, நீ என்ன சொல்கிறாய் என்று நான் பார்த்தேன். ஆனால் அது எனக்குப் பிடிக்கவில்லை வாழ்க்கை நியாயமானதல்ல!"

அப்பொழுது மணி அடிக்கப்பட்டு, இடைவேளை முடிந்தது. ஆல்ஃப்ரெட் வகுப்புக்குச் செல்லத் திரும்பி, விமர்சித்தான், "நமக்குள் யாரும் இங்கிருந்து உயிருடன் வெளியேறப்போவதில்லை!"

ரிக்கி, புன்னகைத்தான், "என்ன? நிச்சயமாக இல்லை!"

அத்தியாயம்

6

விழித்துக்கொள்வதற்கான அழைப்பு

ரிக்கி அடுத்த வசந்தத்தில் ஹோலாருக்கு திரும்பவில்லை. அவன் வெந்நீருக்காகக் கிணறு போல் துளையிடும் ரிக் (Hot Water Drilling Rig) கம்பெனியில் வேலை செய்ய ஆரம்பித்தான். ஐஸ்லாந்தின் பல இடங்களில் இயற்கையான வெப்பசக்தியைப் பெறுவதற்கு ரிக்குகள் நிறுவப்பட்டு, வீடுகளுக்கு குழாய்களின் மூலம் வெப்பத்தைப் பெறுவதற்காக வெந்நீர் செலுத்தப்பட்டது. துளையிடும் வேலை தடையின்றி தொடர்ந்து நடக்க, ஆறு பேர் கொண்ட ஒர் குழு பன்னிரண்டு மணிநேர ஷிஃப்டில் வேலை செய்தனர். நடமாடும் ரிக்குகள் பெரிய லாரிகளின் பின்புறம் பொறுத்தப்பட்டு தேவைப்படும் இடத்திற்கு கொண்டுசெல்லப்பட்டன. ரிக்கியின் "மாஸ்ட் மேன்" (mast man) வேலை பெரிய குழாய்களை துளைக்கிணற்றுக்குள் (borewell) இறக்கி, பின்னர் அடுக்கு பாறைகளை துளையிட்டு தேய்ந்து போன துளையிடும் கருவியின் மேல்ப்பகுதியில் பொருத்தப்பட்டிருக்கும் டையமன்ட் ஹெட்டை அகற்றி, மீண்டும் குழாயை மேலே தூக்கி, அதை மாற்றிவிட வேண்டியதிருக்கும். துளைக்கிணறுகள் போதுமான அளவு ஆழத்தில் வெந்நீர் ஆவி தேக்கத்தை அடைந்ததும், அதிலிருந்து இருநூறு டிகிரி செல்சியஸ் (200° C) வெப்பத்தில் நீராவி பீறிட்டு வரும்.

வேலையாட்களின் குழு தொடர்ந்து மூன்று வாரங்கள் வேலை செய்த பின் நான்காவது வாரம் ஓய்வு எடுத்துக்கொள்ளும். வேலை மிகவும் கடினமானது மட்டுமல்ல, அபாயமானதும் கூட. ஆனால் அதில் நல்ல வருமானம் வந்தது. ரிக்கியின் வாழ்க்கையில் முதல் தடவையாக நிறைய பணம் இருந்தது. ஆகவே தன் நண்பர்களுடன் வார ஓய்வுநாட்களை கொண்டாடுவான். தன்

பதினேழாம் வயது வரை மது அருந்தாமல் இருந்தவன், நிறைய பழக்கங்கள் கற்றுக்கொள்வதற்கு இருந்ததைக் கண்டான்.

அதுவரை ரிக்கி சனிக்கிழமை இரவுகளை மது அருந்தாதோருக்கான நடன கூடத்தில் இரு நண்பர்களுடன் அக்கார்டியன் இசைக்கும், நாட்டுப்புற நடன ஆட்டங்கள் ஆடியும் இரவுகளை கழித்துவந்தான். அவர் மூவரும் தங்களை முத்துப்பாக்கி வீரர்கள் (Three Musketeers) என புனைந்து கொண்டு, ஆடல் தளத்தில் நகைச்சுவையுடன், கால் விரல்களை மான் போல் ஊன்றி நடந்து ஒரு நடனத்திற்குப்பிறகு மறு நடனமாக, ஆடிப்பாடி இரவு முழுவதும் கும்மாளம் போட்டனர். அது அவர்களுக்கு மகிழ்ச்சிகரமான நேரமாக இருந்தது. அந்த காலம் முடிவுறும் சமயத்தில் ரிக்கி தன் காற்சட்டையின் கவட்டையில் (crotch of pants), மறைத்து மது சாராயத்தை நடன கூடத்திற்குள் கடத்தி வந்தான். ஏனெனில், விருந்தாளிகள் வரும்பொழுது, இந்த ஒரு பகுதிதான் பாதுகாப்பு பணியாளர் சோதனை செய்யாத ஒன்று. அவ்வாறு செய்யும்பொழுது ஒரு சமயம், நாட்டுச் சாராயத்தை, மறைத்து எடுத்துச்சென்று, அங்கு போன பின் அதை மறந்து விட்டான். அந்த சாராயம் புதிதாக வடிகட்டப்பட்டு, அதன் புளிப்பு இன்னும் ஏறவில்லை. ஆடும் வேகத்தில், அசைவுகள் ஏற்பட்டு, குவளைக்குள் அழுத்தம் கூடிக்கொண்டே போயிற்று. வழக்கம் போல், அவன் அங்கு சென்ற உடன், தனியாக இருப்போருடன் நடனம் ஆடி, அங்கும் இங்கும் சுற்றி போல்கா போன்ற ஊக்கமூட்டும் ஆட்டங்களை ஆடியதால், அவனுடைய கவட்டை சூடேறி அவன் ஏமாற்றத்துக்கு, குவளை வெடித்தது. அதிர்ஷ்டவசமாக முக்கிய உறுப்புகள் ஒன்றும் அறுபடாமலும், சேதப்படாமலும் இருந்தன. ஆனால், சொல்வதற்கு போதுமாக, இதுதான் அவன் குடிக்காதவர்களுக்கான நடன நிகழ்ச்சியில் கலந்து கொண்ட கடைசி கட்டம்.

அடிக்கடி நடக்கும் கொண்டாட்டங்கள், கோடைக்குப் பின்பும், பனி காலத்திலும், பள்ளிக்கூடம் ஆரம்பித்த பின்பும், கூடிக்கொண்டே போயின. ரிக்கியின் வகுப்பில் அவன் தரநிலை (grade) குறைந்து கொண்டே வந்தது. இறுதியில், அவனுடைய பதினெட்டாம் வயதில், அனைத்து நிலைகளிலும் அவன் தேறாமல் பள்ளியாண்டை மீண்டும் தொடர வேண்டியதாயிற்று. இது அவனுக்கு விழிக்க வைக்கும் அழைப்பாக இருந்தது. அந்த அழைப்பு, அவன், பள்ளிக்குப்பிறகு நடக்கும் சமூகச் செயல்பாடுகளைக் கட்டுப்படுத்தாவிட்டால் பல்கலைக்கழகத்தில் நுழைய முடியாது என்பதை அவனுக்கு உணர்த்தியது.

அடிக்கடி களிப்புக் கூத்தாட்டத்தில் கழியும் அவனுடைய இரவுகளுக்கும், மறைக்கப்பட்ட பாலிய நாட்டத்திற்கும் நெருங்கிய தொடர்பு உள்ளதை வெளிப்படையாக அவன் கண்டான். ஆனால் அதற்கு மாற்றுச் செயலாக எதையும் காணமுடியவில்லை. வெளிப்படையாக ஓரினச்சேர்க்கையைச்

சார்ந்திருப்பது அந்நேரம் ஐஸ்லாந்தில் ஓர் விரும்பத்தக்க விஷயமாக இல்லை.

அதே சமயம், ரிக்கி தன்னை ஐஸ்லாந்தில் கடற்கரைகளுக்குள்ளேயே முடங்கியிருப்பதாக உணர ஆரம்பித்தான். அவனுக்கு பணிவாய்ப்புகள் இல்லாதிருப்பது அவனை உறுத்தியது. குறிப்பாக அவனுடைய பாலியல் நாட்டம் கண்டுபிடிக்கப்படும் பட்சத்தில். அவன் ஆடவர்களுடன் அபரிமிதமாக பாலியலில் ஈடுபட்டு, இரவுகளைக் கழித்ததால், மற்றவர் அவனுடைய பாலியல் விருப்பங்களை வெகுவிரைவில் அறியக்கூடும் என்பதை அறிவான்.

ரிக்கி சிறுவனாக இருக்கும்பொழுது அவனுக்கு இருந்த கால்நடை மருத்துவன் ஆகும் ஆர்வம், சிலகாலமாக மருத்துவத்தைப் படிக்கும் தீர்மானத்துடன் மாற்றப்பட்டிருந்தது. இருப்பினும், சமீபத்திய கட்டு மீறிப் போகும் பொறுப்பற்ற நடத்தை அவன் இலக்கிலிருந்து அவனை வழி கடத்திச்சென்றது. ஒரு புதிய ஆரம்பம் தேவை எனத் தீர்மானித்து, அதற்கு ஐஸ்லாந்தில் இருப்பதைவிட வெளிநாட்டில் ஏதாவது பல்கலைக்கழகத்தில் சேர்வதுதான் சரியான விருப்பத்தேர்வு என எண்ணினான். இது அவனுடைய ஓரினச்சேர்க்கையின் நாட்டத்தை மேற்கொண்டு மறைத்து வைத்திருக்க நல்ல வாய்ப்பாக அமையும். வெளிநாடு போகும் இலக்கை அமைத்ததோடு, பல்கலைக்கழகத்தில் சேரவேண்டுமானால் வகுப்பில் உயர்ந்த படிநிலை அவனுக்குத் தேவை என்பதை உணர்ந்தான். ஆகவே, ஒரு தீர்மானத்துடன், பள்ளியாண்டை மீண்டும் படித்து முடித்தான். பல்கலைக்கழகத்திற்கு விண்ணப்பித்து, இரண்டு வருட முன் மருத்துவப் படிப்பில் (pre-med program) அவனுக்கு இடம் கிடைத்ததும், ஐஸ்லாந்தை விட்டு 1972-ம் ஆண்டு பனிக்காலத்தில் கனடா சென்றான். அப்பொழுது அவன் வயது இருபது.

இருந்தபோதிலும், ஒரு நிபந்தனை இருந்தது. மருத்துவப் படிப்பினைத் தொடர்ந்து மருத்துவப் பள்ளியில் சேரவேண்டுமானால், ரிக்கியின் மதிப்பெண்கள் நேராக 'A' எனத்தான் இருக்க வேண்டும். ஆனால், விஷயங்கள் எதிர்பார்த்தது போல் நடப்பதில்லை. கலாச்சார அதிர்ச்சியும், அவனது ஆங்கில பலவீனமும் தன் வேலையைக்காட்டின. முதல்-பருவத்தில் அவனுடைய படி நிலை (grades) படுமோசமாக இருந்தது. உண்மையில் மனோதத்துவ பாடத்திட்டத்தில் (psychological course) மட்டுமே அவன் தேறி இருந்தான். மொத்த ஆறு பாடத்திட்டங்கள் அவன் பட்டியலில் (roster) இருந்தன. மருத்துவம் படிக்கும் அவனுடைய திட்டம் இனி ஒரு விருப்பமாக இருக்கவில்லை. ஆகவே புதிய செயல்பாட்டினை மேற்கொள்வது என்று முடிவெடுத்தான்.

இவை அவனுக்குச் சோதனையான காலங்களாக இருந்தன. ரிக்கி அதிர்ச்சியுடன் இருந்தான். மறுபடியும் அவன் தோற்றுப்போனான்.

இரண்டு வருடங்களுக்கு முன் தேறாமல் போனதைப் போன்று இந்த வருடமும் அத்தனைப் பாடங்களிலும் தோற்றுப்போயிருந்தான். ஆனால் ஒரு இரட்சிப்பினைப் போன்று, அவனுடைய சிறுவயது நண்பர்கள் யாரும் இதை அறியவில்லை. வாழ்க்கை ஒரு போராட்டம். ரிக்கி சிறு வயதிலிருந்து கல்வியில் போராடிக்கொண்டே வளர்ந்தவன். நிச்சயமாக, அவன் வியந்தான்: ஏன் இந்த விதி? இது உண்டாக அவன் விரும்பினானா? முதிய ஆத்மா ஒரு முறை, அவன் சிகிச்சையாளனாக வேலை செய்வான் என ஆலோசனை கூறியது ஞாபகம் வந்தது. ஆனால், ரிக்கி அதை மருத்துவ வல்லுனர் (Doctor) என நினைத்துக்கொண்டான்

உன்னுடைய வேலை உன் வாழ்க்கையின் பெரும் பகுதியை நிரப்பப்போகிறது. பெரிய வேலை என நீ நம்புவதைச் செய்வதுதான் திருப்தியடைவதற்கான ஒரே வழி. பெரிய வேலை செய்யும் ஒரே வழி, நீ செய்வதை விரும்புவது. இதுவரை உனக்குக் கிடைக்காமலிருந்தால், தொடர்ந்து எதிர்பார்த்திரு.

Steve Jobs

ஓரிரு வாரங்கள் தள்ளாடிய பின், முதிய ஆத்மா அறிவுறித்தியது போல், விதியைத் தழுவி நல்லவனாக இருப்பேனே ஒழியக் கெட்டவனாக இல்லை எனத் தீர்மானித்தான், ரிக்கி. அவன் ஒரு நீண்டகால இலக்கை அமைக்க வேண்டியதாயிற்று. மனோதத்துவம், தற்போது கிடைக்கப்பெறும் சூழ்நிலைகளில் மிகவும் நியாயமான விருப்பமாகத் தோன்றியது. ஆகவே, தான் ஒரு மனோதத்துவ நிபுணன் ஆவது என்று தீர்மானித்தான்.

ரிக்கி படிப்படியாகத் தன் கால்களைப் புதிய தீர்மானத்துடன் ஊன்ற, அவனுடைய படிநிலைகளும் வளர ஆரம்பித்தன. அவன் மனோதத்துவத்தை ரசித்தான். நீண்டகால இலக்கு அவன் வேலைக்குப்பணிக்கான நோக்கத்தையும், அந்தச் சமயத்திலான திருப்தியையும் மற்றும் அதன் அர்த்தத்தையும் கொடுத்தது. ஒரே எண்ணத்துடன் தன் குறிக்கோளை அடைவதற்காக அவன் தன்னை அர்பணித்துக்கொண்டான். இவனது முயற்சியால் பல்கலைக்கழகத்திலும் இடம் கிடைத்தது. அவன் சிறந்து விளங்கி, ஒன்றின் பின் ஒன்றாக- இளங்கலை பட்டம் (Bachelor’s Degree), முதுகலை பட்டம் (Master’s Degree), மற்றும் மருத்துவ உளவியலில் (Clinical Psychology) உள்ளகப்பயிற்சி (internship) ஆகியவற்றை முடித்தான்.

ரிக்கி ஐஸ்லாந்தை விட்டு வந்து எட்டு வருடங்கள் விரைவாகக் கடந்துவிட்டன. இந்த வருடங்கள் பரபரப்பாகக் கழிந்தன. அவன் பல மணிநேரங்களை நூலகத்திலேயே கழித்தான். வாரக் கடைசி நாட்களிலும், மாலையில் அதிகநேரமும் புத்தகங்கள் மீது கவனம்செலுத்தி நூலகத்திலேயே இருந்தான். இந்த நேரங்களில் ரிக்கி பாரபட்சத்திற்குப் பயந்து அவனுடைய காதல் நினைவுகளைத் தனக்குள் அடக்கி வைத்துக்கொண்டான். கடைசி தடைக்கல்லான PhD திட்டத்திற்குள் அவனை ஏற்றுக்கொண்டால், தன் பாலியல் விருப்பத்தை வெளியில் தெரிவிப்பது பாதுகாப்பாக இருக்கும் என அவன் நினைத்தான்.

அந்த நேரத்தில், கனடாவில் இத்தனை வருடங்கள் இருந்து சோர்ந்து போய், வேறு எங்கேயாவது போக விரும்பினான். இந்தத் தடவை அவனுடைய விருப்பம் இங்கிலாந்தாக இருந்தது. அவன் யார்க் பல்கலைக்கழகத்திற்கு (York University) விண்ணப்பித்த உடனேயே அவன் விண்ணப்பம் ஏற்றுக்கொள்ளப்பட்டது. உளவியல் நிபுணன் (மனோதத்துவ நிபுணன்) ஆகும் குறிக்கோள் பார்வையில் தெரிந்தது. அவன் செய்ய வேண்டியதெல்லாம், கவனத்தைச் சிதறடிக்காது பட்டப்படிப்பை முடிப்பதற்குக் கடுமையாக உழைப்பதுதான். தன் பாலியல் விருப்பத்தை வெளியில் தெரிவிப்பது பாதுகப்பானது என்று உணர்ந்தான்.

அவனுடைய புதிய பேராசிரியர், உள்ளகப்பயிற்சியின் (internship) போது இருந்த பேராசிரியர் மற்றும் அவனது முதுநிலை பேராசிரியர், ஆகிய மூவருமே அதே பல்கலைக்கழகத்தில் முப்பதுகளின்போது ஒன்றாகப் படித்து ஒருவருக்கொருவர் நன்கு பரிச்சியமானவர்கள். ஆனால் அவர்கள் அனைவரும் தொடர்பைத் தொலைத்து விட்டு அதுவரை ஒருவருக்கொருவர் இருக்கின்ற இடம் தெரியாமல் இருந்தனர். ரிக்கி தன் கல்விப்பருவத்தின்போது அதனைச் சுட்டிக்காட்டாமல் இருந்திருந்தால், அவர்களுக்கிடையேயான தொடர்பு தொடர்ந்திருக்காது. மூவருக்குமான இந்தத் தொடர்பை அறிந்த பின்னர், ரிக்கி இது ஒரு நல்ல விதியின் எடுத்துக்காட்டு என நினைத்துக்கொண்டான். பல்கலைக்கழகத்தின் பழைய நண்பர்களான அவர்களிடமிருந்து ரிக்கி அடைந்த வழிமுறைகள், பெறப்போகும் வழிகாட்டுதல்கள் ஆகியவை அவனை ஆச்சரியத்தில் ஆழ்த்தியது. இப்பொழுது உண்மையான தற்செயல் என்பது கிடையாது என்று அவனுக்குத் தெரிந்தது. அவனுடைய வாழ்க்கையில், அந்தப் பேராசிரியர்களின் வருகை, விதியாகத்தான் இருக்க முடியும் என்ற ஒரே விளக்கம் அவனிடம் இருந்தது. அவன் பிறப்பதற்கு முன், அவர்களைத் தொடர்பு கொண்டிருந்தானா? அவர்கள் ஒரு உத்தியுடன் அவனது வாழ்க்கையில் தோன்றிப் பல்கலைக்கழகத்தின் பயணத்தில் அவனை ஆதரிப்பதற்கு விதியாக்கப்பட்டனரா? இவற்றை முதிய ஆத்மாவிடம் எப்போதாவது கேட்பது என்று தீர்மானித்தான்.

வெளியே வருவதும், பாலியலும்

ரிக்கி இறுதியில் அவன் அடைந்துகிடந்த அலமாரியிலுருந்து தைரியத்துடன் வெளியே வந்தான். இது அவனுக்கு ஒரு நிவாரணம் அளித்தது. அவனுடைய ஏழு வயதில் அவன் காதலால் ஈர்க்கப்படாத ஒருநாள் கூட இருந்ததாக அவனுக்கு ஞாபகம் இல்லை. சில மோகங்கள் மாதக்கணக்கில் தொடர்ந்தன. சில ஒன்று அல்லது இரண்டு வருடங்கள் தொடர்ந்தன. ஆனால் அவை இதய நரம்புகளைக் கிழித்து முடிவின்றி மணிக்கணக்கான வேதனையை அளித்தன. அவனுடைய காதல் உணர்வுகள் எப்பொழுதும் இரு பாலின நாட்டம் கொண்ட நண்பர்களின் மீது கவனம் கொண்டதாக இருந்தது. ரிக்கி அவனுடைய தேவைகள் என்றைக்கும் பூர்த்தியாகாது என அறிந்தான். ரிக்கியின் சில நண்பர்கள் மீதான அன்பு நெருக்கமான நட்பு மூலம் திருப்பப்பட்டது. மேலும் எப்போதாவது, இரவில் நேரங்கழித்து அவர்கள் நல்ல போதையில் இருந்தால் மட்டுமே காதலைச் சேராத பாலியல் சூழல்களை அவன் அனுபவித்தான். அவனுடைய பின்அறிவால் இந்த நட்பினைப் பாதுகாப்பானதாக உணர்ந்தான். ஏனெனில் உண்மையான காதலுக்கு வாய்ப்பே இருந்ததில்லை. அவன் வெளிப்படையாகத் தன் பாலியல் நாட்டத்தை எதிர்கொண்டதில்லை. அவன் தன் அலமாரியில் பாதுகாப்பாக இருந்தான். இப்பொழுது, கடைசி கல்வி தடங்கலைக் கடந்து நிம்மதியடைந்தான். மனோதத்துவ நிபுணனாக அவன் வளர்த்த குறிக்கோளுக்கு எந்தவித பாதிப்பும் இல்லாமல், காதலிப்பது, பம்பரத்தானாக (Gay) பயமில்லாமல் இருப்பது, அவன் அவனாக இருப்பது என்று அனைத்தையுமே பாதுகாப்பாக உணர்ந்தான். பல்கலைக்கழக உணவு விடுதியில் கெல்வினை (Kelvin) பார்த்து அதிகநேரம் கடந்திருக்காது. கெல்வின் அவனை விட ஒன்பது வருடம் இளையவன். அவன் பல்கலைக்கழகத்தில் முதல் வருடம் படித்துக்கொண்டு இருந்தான். ஒரு பொத்தானைப்போல் அழகாக இருந்தான். அவனுடைய அலை பாயும் அடர்ந்த பழுப்பு நிறக்கூந்தல், படுக்கையறை கண்கள், மனங்கவரும் விவரமான வடிவம் ஆகியவை ரிக்கி தன்னுடைய அடுக்குமாடி கட்டிடத்தில் கண்ட கிரேக்கக் கடவுள் அப்போலோவின் மார்பளவு உருவச்சிலையை நினைவுபடுத்தியது. (எப்படியும் இந்த மதிப்பீடு, அவனுடைய மோகத்தின் திரையால் கவரப்பட்டது என்பதை ரிக்கி பின்பு அறிந்துகொண்டான்) கெல்வின் ஒரு பம்பரத்தானா என ரிக்கிக்கு தெரியாது. ரிக்கியின் பாலியல் நாட்டம் கெல்வினுக்கும் தெரியாது.

சில நாட்கள் கழித்துப், பள்ளி உணவுவிடுதிக்கு வெளியே உள்ள கூடத்தில் கெல்வின் பின்பால் இயந்திரத்தில் (pinball machine) விளையாடிக்கொண்டிருக்கும்போது, ரிக்கி தன்னை அறிமுகப்படுத்துவதற்கான இந்த வாய்ப்பாக இதனைப் பயன்படுத்திக்கொண்டான்.

ரிக்கி, தயக்கத்துடன் புன்னகைத்துகொண்டே, "ஹாய், நீ எப்படி இருக்கே?" கெல்வின் பதிலளித்தான், " நன்றாக இருக்கிறேன்."

ரிக்கி ஜாக்கிரதையாக அவன் விளையாட்டுக்குத் தடங்கல் ஏற்படாமலிருக்கத், தன் கையை நீட்டாமல் சொன்னான், "நான் ரிக்கி."

கெல்வின் புன்னகையுடன், "நான் கெல்வின்."

ரிக்கி, சில சங்கடமான வினாடிகளின் அமைதிக்குப்பின் விமர்சித்தான். "இந்த விளையாட்டில் நீ கெட்டிக்காரனாக இருப்பாய் போலிருக்கிறதே?"

கெல்வின் கூறினான், "ஆமாம், இந்த இயந்திரத்தில் இதுவரை நான்தான் அதிக புள்ளிகள் பெற்றுள்ளேன்."

கெல்வினின் கவனம் சிதறுவதையும் மற்றும் விளையாட்டிலும் சற்றே அவனது ஈடுபாடு குறைவதையும் கண்ட ரிக்கி சாதுரியமாகச் சொன்னான், "நீ முடித்த பின் நாம் பாரில் சந்திப்போமா? நான் உனக்கு பீர் வாங்கி வைக்கிறேன்."

"கெல்வின் பதிலளித்தான், "அபாரம், இரண்டே நிமிடத்தில் நான் உன்னைப் பார்க்கிறேன்."

ரிக்கி, கூடத்தில் சற்றுத் தொலைவில் இருந்த அருந்தகத்திற்குச் சென்று, இரண்டு பைன்ட் (1 பைன்ட் = 20 நீர்ம அவுன்சு) பீர் கொண்டு வரச்சொல்லி உத்தரவு கொடுத்து, அமர்ந்தான். அவன் மனம் பந்தயத்தில் ஓடுவதைப்போல் படபட என அடித்துக்கொண்டிருந்தது. அவன் வேகமாக சிந்திக்க வேண்டியிருந்தது. அவர்கள் எதைப் பற்றிப் பேசுவது? இரண்டு நிமிடங்களில் கெல்வின் உள்ளே நுழைந்ததும் அருந்தகத்தின் பின்புறம் ஒரு டார்ட் போர்டு (Dart Board) தொங்கிக்கொண்டிருப்பதை ரிக்கி பார்த்தான். கெல்வின் பக்கம் திரும்பிப் புன்னகையுடன், "டார்ட் விளையாட்டு பிடித்திருக்கிறதா?"

ரிக்கிக்கு அது விளையாடத்தெரியாது. கெல்வினுக்கும் தெரியாது என சீக்கிரமே தெரிந்து கொண்டான்.

அடுத்த ஒருமணி நேரத்தில், ஒன்றல்ல, இரண்டு முறை விளையாடினர். கெல்வின் தென்மேற்கு இங்கிலாந்தின் சோமெர்செட் (Somerset) என்ற இடத்தைச்சேர்ந்தவன். அவனது உள்ளூர் உச்சரிப்பு பேச்சு வழக்கப்படி பேசினான். அவன் பேசும் பொழுது, "ஊஹ் அர்ர்" என்று சொல்வான். அதாவது "ஓஹ் ஆமாம்" என்று அதற்கு அர்த்தம். ரிக்கி ஒரு டார்ட்டை (dart) வீசி அது டார்ட் பலகையில் படும் பொழுது, கெல்வின் அதற்கு "சரியான வேலை", அதாவது "சபாஷ் நன்றாக செய்தாய்" என்று பாராட்டுவான்.

இரண்டு பைன்ட் பீர் குடித்து, நல்ல உரையாடலுக்குப் பின் கெல்வினைப் பற்றி அதிகம் அறிந்துகொள்ளும் நேரம் வந்து விட்டதாக ரிக்கி நினைத்து, "நாளை மாலை நீ என் ஊருக்கு வந்து ஒரு பைன்ட் குடிப்பாயா?" எனக் கேட்டான். கெல்வின் பதிலளித்தான், "ஊஹ் அர்ர் நான் அதை விரும்புவேன்."

ரிக்கி தொடர்ந்தான், "நான் நகரத்தில் வசிப்பதால் நீ அங்கு வந்துவிடு, நாம் அங்கிருந்து என் ஊருக்கு நடந்து போவோமே."

கெல்வின் கேட்டான், "இது எங்கு? (அதாவது அது எங்கே, அல்லது நீ எங்கே வசிக்கிறாய்) ரிக்கி அவனுடைய விலாசம் கொடுத்து, வரவேண்டிய வழியின் விவரங்களை அளித்தான். கெல்வின் தன் சைக்கிளில் அவன் ஊருக்குச்சென்று அதை ரிக்கியின் கட்டிடத்தில் விட்டுக், குடிக்கப்போவது என்று முடிவு செய்தான்.

கெல்வின் மறுநாள் மாலை வந்து சேர்ந்தான். இருவரும், சாலையைக் கடந்து பொது விடுதிக்கு (பப்) சென்றனர். யார்க் போன்ற சிறிய ஊரில் அப்பொழுது முன்னூற்றி அறுபத்தைந்து அருந்தகங்கள் இருந்தன. ஒரு நாளுக்கு ஒன்று என்ற கணக்கில், குடிப்பதற்கு ஒரு பப் தேடுவது என்பது பிரச்சினையே இல்லை. கெல்வின் ஓரினச்சேர்க்கையாளரா (Gay) என ரிக்கிவுக்கு தெரியாததல், ஓரிரு அருந்தகங்களுக்கு கெல்வினை அழைத்துச்சென்று, கடைசியில் 'யார்க் ஷயர் ஆர்ம்ஸ்' என்ற ஒரே ஓரினச்சேர்க்கையாளர்களுக்கான பிரத்யேக அருந்தகத்திற்கு அழைத்துச்சென்றான். அவர்கள் அமர்ந்திருந்த போது, ரிக்கி நிசப்தத்துடன் கேட்டான், "இங்கே வரும் வாடிக்கையாளர்களிடம், வழக்கத்திற்கு மாறாக நீ எதையாவது காண்கிறாயா?"

அவர்கள் நுழையும் போதே, இது ஒரு பம்பரத்தான்களுக்கான நிறுவனம் என்பதை அறிந்துகொண்ட கெல்வின் கேலிப்புன்னகையுடன் கூறினான், "ஊஹ் அர்ர், நிறைய ஆண், பெண் பம்பரத்தான்களும் பம்பரத்திகளும் (Gays and Lesbians) இங்கே இருக்கிறார்கள்."

அதுவரை, ரிக்கியோ, கெல்வினோ தான் ஒரு பம்பரத்தான் என்பதை வெளிப்படுத்தவில்லை. ஒருவருக்கொருவர் விரும்பியதால், மற்றொருவர் நேர்த்தி விரும்பியாக (straight) இருந்தால் தங்கள் விருப்பத்திற்கு கேடு வந்துவிடுமோ என்ற எண்ணத்தில் மற்றொருவர் அதை வெளிப்படுத்தவில்லை. ஆகவே, புதிரான மாலை நேரத்தில் பேசியும், சிரித்தும் அதேசமயம் "தர்மசங்கடமான விஷயத்தை" பற்றி ஜாக்கிரதையாக பேசாமல் கழித்தனர். கடைசி உத்தரவின் பிறகு, பிரவுன் வினிகர் தூவப்பட்ட மீனும், சிப்ஸும் ஒரு தாளில் சுற்றப்பட்டு வழங்கப்பட்டது. மேலும் அதற்குத் தொட்டுக்கொள்வதற்காக மசித்த பட்டாணியையும் எடுத்துக்கொண்டு

திரும்பத் தன் இருப்பிடத்திற்கு வந்தனர். ரிக்கி உறக்கத்திற்கு முன் பருகும் பானத்தை (nightcap) அருந்துமாறு கெல்வினை அழைத்தான். சமையல் அறையில் சில சுற்றுகள் அதனைப் பருகி முடித்த பின் ஒருவருக்கொருவர் தம்முடைய இரகசியத்தை ஒப்புக்கொண்டனர். ஒன்றின் பின் ஒன்றாக நிகழ்ச்சிகள் தொடர, கெல்வின் ரிக்கியுடன் இரவைக் கழித்தான். சொல்லி வைத்தாற்போல், அடுத்தடுத்த நாட்களில் உணர்ச்சிகளின் ஆறு அங்கு பெருக்கெடுத்து ஓடியது. வருடக்கணக்காக மூடப்பட்ட, ஓயாத, தக்க கைம்மாறு செய்யப்படாத காதல், மேற்கொண்டு கட்டுப்படுத்தப்படாமல் பீறிட்டு வெளியே வந்தது.

ரிக்கியை சந்திக்கும் முன் கெல்வின் வார விடுமுறைகளைத் தன் நண்பர்களுடன் மொராக்கோவில் (Morocco) கழிக்க ஏற்பாடு செய்திருந்தான். பயணச்சீட்டுகளும் (tickets) வாங்கியாகி விட்டதால், அவன் போகாமலிருக்க முடியவில்லை. ஆகவே, ரிக்கி முன்பு திட்டமிட்டபடியே ஸ்காட்லாந்தில் சைக்கிளில் சுற்றுலா செல்ல இது ஒரு நல்ல வாய்ப்பு என எண்ணிக், கெல்வின் சென்ற பின், யார்க் நகரிலிருந்து எடின்பர்குக்கு (Edinburgh) இரயில் வழியாகச் சென்று அங்கிருந்து இரயில் மாறி ஸ்காட்லாந்தின் வடமேற்கு கடற்கரையிலிருந்த சிறிய ஊரான துர்சோவுக்கு (Thurso) சென்றான். பிறகு அவன் ஐந்து நாள் சைக்கிள் சவாரி மேற்கொண்டு வடக்குகடற்கரையிலிருந்து மேற்கு கடற்கரைக்கு வந்து, அங்கிருந்து கிலாஸ்கோவுக்கு (Glasgow) வந்தான்.

இது ஒரு ரசிக்கக்கூடிய சுற்றுலாவாக இருந்தது. ஆனால் ஒரு புது உணர்வு ரிக்கியின் மனதில் குடிகொண்டிருந்தது. காதல் வேதனை அவனுக்குக் கனமாகத் தெரிந்தது. மனவலியின் புதிய உணர்வு அவனுக்கு ஆச்சரியத்தைத் தந்ததே தவிர இனிமையாக இருக்கவில்லை. கெல்வினை விட்டுத் தனியாக இருந்தது அவனுக்கு வேதனையாக இருந்தது. அவன் தன் மனம்மாறி வேறு எதையும் நினைக்க முடியவில்லை. காதல் கதவுகளைப் பல வருடங்கள் மூடி வைத்திருந்ததால் அதன் விளைவு என்ன என்பதை அவன் இப்பொழுது அறிந்துகொண்டான். காதலித்திருந்தால், ஒதுக்கப்பட்டு, வெளியேற்றப்படுவான் என்ற பயம் அவனை இந்த மயக்கத்தின் உச்சநிலையை கொள்ளை கொண்டிருந்தது. இந்த உணர்வுகள் புதிதானவை அல்ல. இதற்கு முன்பும் மற்ற நண்பர்களுடன் நடந்துள்ளது. ஆனால் அதற்கு பதிலாக யாரும் அவனை விரும்பவில்லை. அவர்களுக்காக ரிக்கி அடிபணிந்ததும் இல்லை. ஆனால், இப்பொழுது அவன் அடிபணிந்து விட்டான், நெருக்கம் பத்து மடங்கு அதிகமாகவும், பத்து மடங்கு அதிசயமாகவும், மேலும் பத்து மடங்கு வேதனையாகவும் கூட இருந்தது.

ரிக்கி மலைகளிலும் மிகவும் அழகான பள்ளத்தாக்குகளிலும் சைக்கிளை ஓட்டிக்கொண்டு வரும்பொழுது, தன்னிடம் உரத்த குரலில் பேசிக்கொண்டான். காதலிப்பதால் இவ்வளவு சுதந்திரம்

கிடைக்குமா என்று நான் உணரவில்லை. நான் வெளியே வராதவரை யாரும் எனக்கு இதை விவரித்து இருக்கமுடியாது. சுதந்திரமாக ஓடிவிடாமல் தடுக்கப்பட்டு, கூண்டில் அடைக்கப்பட்டிருந்த ஒரு மிருகம் இந்தக் களிப்பை உணரும் வரை விடப்போவதில்லை. பயணம் முழுவதும் தன்னைத்தானே பேசிக்கொண்டிருந்தான் ரிக்கி. ஒவ்வொரு பம்பரத்தானும், பம்பரத்தியும் சிலநேரம் இதை அனுபவித்திருப்பர் என நான் நினைக்கிறேன். ஓரினச்சேர்க்கைக்குப் பயப்படும் வெறியர் இந்த உணர்வைக் கொள்ளையடித்து விட்டனர். நான் மீண்டும் அலமாரியில் அடைக்கப்படமாட்டேன். நான் இப்பொழுது பெருமையாக உணர்கிறேன். கடைசியில் நான் சுதந்திரம் அடைந்துவிட்டேன். அவனுடைய சைக்கிள் தரிசுநிலங்களில் ஓடி ஒரு சரிவிலிருந்து உல்லபூல் (Ullapool) என்ற ஊரிலுள்ள முகாமிட்ட மைதானத்திற்கு வந்து, அவன் பாட ஆரம்பித்தான்: “பாடு நீ பம்பரத்தானாக இருக்க மகிழ்ந்தால், பாடு நீ அப்படி மகிழ்ச்சியாக இருந்தால், ஹேய், பாடு நீ பம்பரத்தானாக இருக்க மகிழ்ந்தால், பாடு நீ அப்படி மகிழ்ச்சியாக இருந்தால்”[53]

பிறகு, ரிக்கி அவனுடைய குறிப்பேட்டில் (diary) எழுதினான் :

> நான் சிறியவனாக இருக்கும்பொழுது சாதாரணமாக இருந்தேன். நான் யாராகவும் இருக்க சரியாகத்தான் இருந்தது. எனக்கும் விருப்பு வெறுப்புகள் இருந்தன. மற்றவரைப்போல் நான் சுதந்திரமாக இருந்தேன். நான் மோகம் கொள்ளச் சிறப்பான ஒருவன் இருந்தான் என்ற இரகசியத்தை சொல்ல நான் வெட்கப்பட்டேன். யாராவது கவனித்துவிடுவார்களோ என்று சங்கடப்பட்டேன். அது சாதாரணமானது என எனக்குத் தெரியும். என் நண்பர்களும் அப்படி இருந்தனர். யாராவது நாம் விரும்பும் எங்கள் “சிறப்பு” நண்பன் என்று யாரேனும் கேலி செய்தால், அனைவரும் பயத்தினால் வெட்கப்படுவோம். ஆகவே அதுபோல் யாரும் செய்ததில்லை.
>
> ஒருநாள், எப்பொழுது என்று சரியாகத்தெரியவில்லை, நான் திகைத்துப்போனேன். திடீரென நான் மாறுபட்டவனாக எனக்குத் தோன்றியது. அப்பொழுது என் கலாச்சாரத்தையும், மதிப்பு, மரியாதைகளையும் உள்ளடக்கியிருந்து எது சரி, எது தவறு, எது சாதாரணமானது, எது அசாதாரணமானது என்பதை நான் அறிந்திருந்தேன். பொதுவான விஷயத்தில், நான் மற்றவரைப்போலச் சாதாரணமாக இருந்தேன். ஆனால், ஒரு குறிப்பிட்ட வழியில் தனித்தன்மையுள்ளவனாக இருந்தேன்.

53 Tom Robinson. *Glad To Be Gay*. Recorded by: The Tom Robinson Band, UK. 1978

என் சொந்த பாலினத்தைத் தவிர மாற்று பாலினத்தை நான் கவரமுடியவில்லை. இது கெட்டதாக இருந்தது! நான் என்ன செய்யமுடியும். அது வெக்கக்கேடாக இருந்தது. யாருக்காவது தெரிந்தால், நான் மடிந்துவிடுவேன். நான் என் நண்பர்களாலும், குடும்பத்தாலும் கேலி செய்யப்பட்டு இழிவான நிலைக்கு ஆளாகியிருப்பேன். நான் என்னுடைய காதல் உணர்வுகளை நிறுத்த முயற்சித்தேன். அது முடியாது என்பதைச் சீக்கிரமே தெரிந்து கொண்டேன். ஆனால் அதை நான் இரகசியமாக வைத்துக்கொள்ள முடியும்.

இதற்கிடையில், மற்ற அனைவரது காதலும்கொண்டாடப்பட்டு, பேசப்பட்டு, புகழப்பட்டு வருகிறது. நீ எத்திசையில் கண்டாலும் ஆணும் பெண்ணும், ஒருவருக்கொருவர் தழுவிக்கொண்டு, முத்தமிடுகின்றனர், நடனமாடுகின்றனர், ஒன்றாய் சேர்ந்து அமருகின்றனர். பாலியலில் ஈடுபட்டு, மணம் புரிகின்றனர், குழந்தைகளைப் பெறுகின்றனர்; இது இரண்டு ஆண்களில் இல்லை, இரண்டு பெண்களில் இல்லை! நீ ஏற்றுக்கொள்ளப்படவேண்டும் என்பது உன்னுடைய தேவை, ஆகவே, நீ பாவனை செய்தாய். நீ பொய்யாக வாழ நினைத்தாய். குறிப்பாக உன்னை மிகவும் நேசித்த - உன் குடும்பத்துக்கும், உன் நெருங்கிய நண்பர்களுக்கும் நீ பொய்யுரைத்தாய். இது மனம் புண்பட வைக்கிறது. எனது காதல் கவர்ச்சிகளை வெளிப்படுத்தமுடியவில்லை, வெளிப்படுத்தினாலோ, அவை திருப்பிச் செலுத்தப்படுவதில்லை. அடுத்தவர் மீதுள்ள அல்லது உன் மீதுள்ள கோபத்தினால் காதல், துவைத்து அடக்கப்பட்டு, தலை கீழாக்கப்பட்டது, அல்லது, உள்ளிருந்து வெளியில் கொணரப்பட்டது.

சிலருக்கு, அது தீவிரமாகி விட்டால், அது பம்பரத்தானின் நிராகரிப்பு அல்லது தற்கொலையில் முடிகிறது. அநேக நேரங்களில், கொடுமை அல்லது மனஅழுத்தத்தை ஏற்படுத்துவதாகவும், மேலும் எப்பொழுதுமே ஓர் அடக்கப்பட்ட ஓரினச்சேர்க்கை பயம் மற்றும் காதல் தனிமையில் சென்று முடிகிறது.

நமக்குள் பலர், நாம் தனியாக இல்லை என்பதை அறிந்து கொண்டு, சரியான நேரத்தில் நமது உள்ளார்ந்த இயற்கையை ஏற்றுக்கொண்டு, வெளிப்படையாக வாழும் தைரியம் பெறுகின்றனர்.

என் முதல் பம்பரத்தான் பெருமை நாள் (Gay Pride Day Celebration) ஒரு அண்ணீர் சுட்டதுபோல் (adrenalin shot) இருந்தது. அந்தக் கொண்டாட்டமானது உடலியல் இருத்தலின் உறுதிப்பாட்டையும், பழங்குடி காலத்திற்குச் சென்ற ஓர் அறிமுகத்தையும், சமுதாய பலத்தையும், எல்லாவற்றையும் விட மேலாக சுய ஏற்றம் பெற்றது போலவும் இருந்தது. என் உயிர் அன்று தன் இதழ்களைத் திறந்து, மலர்ந்து, உள்ளார்ந்த ஒரு சக்தியை பெற்றது. மன்னிப்பு கோராமல் வாழ்வதற்கு நான் தீர்மானித்தேன். வருடக்கணக்கில், கண்ணுக்குத்தெரியாத என் உயிரை அமுக்கி நெறித்துக் கொண்டிருந்த பளு ஒன்று தூக்கி வீசப்பட்டு, கடைசியில் நான் சுதந்திரம் பெற்றேன், மீண்டும் ஒரு முறை, இது எல்லாம் தொடங்கும் முன் நான் இருந்த அதே நிலையில். நான் தனித்துவம் வாய்ந்தவனாகவும், ஈடுசெய்ய முடியாதவனாகவும் உணர்ந்தேன்.

யார்க் நகருக்குத் திரும்பிய பின் ரிக்கி கெல்வினுடன் மீண்டும் இணைந்து கொண்டான். முதன் முறையாகத், திருப்பிக் காதலிக்கப்படுவதைக் கண்ட அந்த அனுபவத்தில் திளைத்திருந்தான். வருடக்கணக்காக மறைக்கப்பட்ட காதல் கவர்ச்சியால் உறைந்து தணிந்து போய் இருந்த உணர்வுகள், ஓர் அணைக்கட்டு போலத் திறந்து, மென்மையான, பலவீனமான பருவமடைந்த காலம் முதல் அடக்கப்பட்டு வந்த உணர்வுகள் படிப்படியாக வெளிவந்தன. அப்போது 1981 ஆம் வருடம். அந்த ஆண்டில்தான் செயின்ட் பால் கிறிஸ்துவ தேவாலயத்தில் இளவரசர் சார்ல்ஸும், இளவரசி டயானா வும் மணம் புரிந்து கொண்டனர்.

அடுத்த சிலமாதங்களில் இது குடும்பத்திற்கும் நண்பர்களுக்கும், தாய், தந்தை, சகோதரச் சகோதரி உள்பட அனைவருக்கும் தெரியவந்து பிரச்சினையை ஏற்படுத்தியது. அவனுடைய தாய், தந்தையிடமிருந்து பிரிந்து ரிக்கி பல்கலைக்கழகத்திற்குச் சென்றுவிட்ட சில நாட்களில் கனடாவுக்கு இடம் பெயர்ந்தாள். அவள் செய்தியை ஏற்றுக்கொண்டாலும் அவன் குண்டர்களால் தொல்லைப்பெற்று, தாக்கப்படுவானே என்ற கவலை மட்டும் அவளுக்கு இருந்தது. அவன் சகோதர சகோதரிகள் செய்தியை ஒரு சகஜமான ஒன்றாக எடுத்துக்கொண்டனர். மறுமணம் புரிந்து ஐஸ்லாந்தில் வசிக்கும் அவனுடைய தந்தை, செய்தியைக் கொஞ்சம் தவறாகக் கருதுவார் என்று கவலைப்பட்டான்.

அடுத்து வந்த கோடையில், ரிக்கி இந்த விஷயத்தைப் பற்றி தந்தையிடம் சொல்லும் நேரம் வந்து விட்டதாகத் தீர்மானித்து, கெல்வினை தந்தைக்கு அறிமுகப்படுத்த நினைத்தான். வீட்டிற்கு வருகை தந்தும், ஹீதர் ஹில்லில் முதிய ஆத்மாவைச் சந்தித்தும் பல வருடங்கள் ஆகியிருந்தன. அவன் இன்னொரு சந்திப்பை எதிர்நோக்கிக் கொண்டிருந்தான்.

வாழ்க்கையைப்பற்றிப் பல கேள்விகள் அவன் ஆராய இருந்தன. குறிப்பாகப் பாலியல் நாட்டம். ஏன் முதிய ஆத்மா கடந்த சந்திப்பின் போது அவனுக்கு அறிவுறை வழங்க விருப்பமின்றி இருந்தது?

அந்தக் கோடையில் ரிக்கியும் கெல்வினும் எக்ஸ்பிரஸ் இரயில் மூலம் யார்க் நகரிலிருந்து எடின்பர்க் (Edinburgh) வந்து, ரிக்கி சைக்கிளில் சுற்றுலா வந்த துர்சோ ஊருக்கு வந்தனர். அங்கிருந்து இரண்டு நாள் படகுப்பயணம் அவர்களை ஃபாரொ (Faroe) தீவிலிருந்து ஐஸ்லாந்தின் கிழக்கு கரையில் சென்று சேர்த்தது. அங்கிருந்து இருவரும் இலவசப்பயணத்திற்கு உதவி கேட்டு இரண்டு நாட்களில் லாக்ஜாமோட் பண்ணையை அடைந்தனர். பண்ணைக்கு வந்து பல வருடங்கள் ஆகியிருந்தன. ஆனால் வழக்கம் போல் அன்பான கைகளால் அவன் ஆரத்தழுவப்பட்டு வரவேற்கப்பட்டான். மனமார்ந்த மதிய உணவிற்குப்பிறகு, முதிய ஆத்மாவைச் சந்தித்துப் பத்து வருடங்கள் கழிந்த விட்டதால், ரிக்கி தான் ஹீதர் ஹில்லுக்குச்சென்று வருவதாக ஸிக்கிக்கு விளக்கினான். ஸிக்கி கேலியுடன் பதிலளித்தான், “கடைசியாக நீ இங்கே தங்கியிருந்தபோது நீ அங்கு சென்றதைத் தவிர, அந்த ஹீதர் ஹில் சரிவுகளில் எந்தவிதமான மனித செயல்பாட்டையும் நான் பார்த்ததில்லை, சில ஆட்டுக் குட்டிகள் அங்கே எப்போதாவது மேய்வதைத் தவிர.”

ரிக்கி திரும்பிக் கேட்டான், “அந்த ஆட்டுக் குட்டிகள், ஆன்மீக சக்தியால் தூண்டப்பட்டவைகளாகத் தெரிந்தனவா?” ஸிக்கி, உள்ளூரச் சிரித்து, “இல்லை, ஆனால், நிச்சயமாக சிறந்த ஆட்டுப்பாயாவை அளித்தன”.

குதிரைக்கு சேணம் கட்டும் திட்டமும், ஆட்டு வேலிகளைச் சரி பார்த்துச் செப்பனிடும் வேலையும் இருந்ததால், ஸிக்கி, கெல்வினை தன்னுடன் சவாரிக்கு அழைத்துக்கொண்டான். அதேசமயம், ரிக்கி ஹீதர் ஹில்லுக்கு முதிய ஆத்மாவைச் சந்திப்பதற்காக நடையைக் கட்டினான்.

இந்தத்தடவை, ரிக்கி குன்றுக்கு நடந்து செல்லத் தீர்மானித்தான். ஏனெனில், அவனுடைய குதிரை டிரஸ்ட் வயதான காரணத்தால், சில நாட்களுக்கு முன் இறந்து போய்விட்டிருந்தது. அவன் அந்தப் பெரிய குன்றின் மீது ஏறி முன்பு போலவே மும்முறை கடிகார முள் திசையிலும், மும்முறை கடிகார முள் திசைக்கு எதிர் திசையிலும் சுற்றி, ஹீதர் ஹில்லை நோக்கி நேராக நின்றான். இந்தத் தடவை, அவன் பாராட்ட வந்த முதிய ஆத்மாவின் மீது அன்பான எண்ணம் கொண்டு நின்றான். வாசல் கதவு திறந்து கொண்டு, முதிய ஆத்மா அவனைத் தன் தனி ஆய்வுக்கு முன்பு போலவே அழைத்தது.

பரஸ்பர நலவிசாரிப்புகளைப் பரிமாறிக்கொண்டபின், ரிக்கியின் பயணத்தைப்பற்றிக் கேட்டறிந்த முதிய ஆத்மா, ரிக்கியை ஏதோ கவலை வாட்டுவதை அறிந்திருந்தது. “சென்றதடவை நாம் சந்தித்த போது, உன்

பாலியல் நாட்டத்தை நீ எப்படிக் கையாளுவது என்பதைப்பற்றி அறிவுறை வழங்க முடியாமல் போய்விட்டது."

ரிக்கி பதிலளித்தான், "உனக்கு நன்றி. ஆனால் நான் ஏற்கனவே, உன் உதவி இல்லாமலேயே இதனைக் கையாண்டுவிட்டேன். இது என் வாழ்க்கையில் மிக முக்கியமான பிரச்சினையாக இருந்து கொண்டிருக்கிறது."

ரிக்கி, இந்த விஷயத்தைப் பற்றிப் பேசும்போது அவனுடைய சொந்த உளரும் தொனி நடுங்குவதைக் கேட்டு ஆச்சரியப்பட்டான். ஆனால், அவன் எந்த அளவுக்கு இந்தப் பிரச்சினையால், பல நேரம் எரிச்சலுடன் இருந்திருக்கிறான் என்பதை முதிய ஆத்மா அறிந்திருந்தது.

"ஆமாம், எனக்குத் தெரியும். நீயாகவே நல்லதைச் செய்திருக்கிறாய்."

"நான் உன் உதவியை நாடி இருக்கலாம்."

"ஆமாம், நீ குறிப்பாக உனக்கு உதவி தேவையில்லை எனக் கூறினாய்."

"நீ என்ன சொல்கிறாய்.?

"நீ குறிப்பாகக் கேட்டுக்கொண்டாய். நான் உதவ வேண்டியதில்லை என்றும், நீயே உன் சொந்த வழியை இப்பிரச்சினையில் தேடிக்கொள்வதாகவும், நான் உன் பயணத்தைச் சுலபமாக்க எந்த விமர்சனமும் கொடுக்க வேண்டியதில்லை எனவும் கேட்டுக்கொண்டாய்."

"நான் சொன்னேனா?"

"ஆமாம், நீ பிறப்பதற்கு முன் இதையும் விவாதித்தோம். அதனால் தான் உனக்கு குறிப்பிட்ட அறிவுரையை நான் வழங்கவில்லை. மன்னிக்கவும், ஆனால் என் கைகள் கட்டப்பட்டிருந்தன."

ரிக்கி வாயடைத்துப்போய் கூறினான், " நாம் ஒருவருக்கொருவர் என் பிறப்பிற்கு முன் அறிவோமா?"

"ஆமாம், நிச்சயமாக. கடைசியாக நாம் சந்தித்த போது நான் என்ன சொன்னேன், ஞாபகப்படுத்திக்கொள். நீ உன் வாழ்க்கையின் முக்கிய நிகழ்வுகளை பிறக்கும் முன்பே அமைத்து, நீ சந்திக்கப்போகும் அத்தனை பேர்களையும் சேர்த்து அமைத்தாய். நான் துல்லியமாக ஒரு ஆள் இல்லையென்றாலும், அவர்களுக்குள் நானும் ஒருவன், எடுத்துக்காட்டாக உன் சினேகிதன் கெல்வின்."

"ஓஹோ அப்படியா?"

“சென்ற முறை நாம் சந்தித்தபோது, உன் பாலியல் நாட்டத்தைப்பற்றி சொல்ல இயலவில்லை. ஆனால் இப்பொழுது சொல்கிறேன். நீ அறிந்ததை விட அதிகமாக இதைப்பற்றி உள்ளது. நான் சொன்னது போல் விதியாக்கப்பட்ட சில நிகழ்வுகளை உன் வழியில் நீ பிறக்கும் முன் அமைத்தாய். அதில் ஒன்றுதான், ஐஸ்லாந்தை விட்டு வெளியேறி வெளிநாட்டுப் பல்கலைக்கழகத்தில் சேர தேவையான சூழ்நிலைகளை உண்டாக்குவது. நாம் கடைசியில் சந்தித்தபோது நீ ஏற்கனவே பட்டுக்கொண்டிருக்கும் விஷயங்களில் நல்லதை நான் செய்திருந்தால், உன் போக்கு மாறி, நீ ஐஸ்லாந்தை விட்டு வெளியே போயிருக்கமாட்டாய். உனக்கு இப்பொழுது தெரிய வந்துள்ள AIDS என்ற நோய் 70-ம் முடிவிலேயும், சென்ற இரண்டு வருடங்களாகவும் ஓரினச்சேர்க்கையாளர் சமூகத்தை அழிக்கத் தொடங்கிவிட்டது. ஆனால் நீ அலமாரியில் அடைபட்டிருந்ததால், பாலியல் சந்திப்புக்களுக்காக நீ ஓரினச்சேர்க்கையாளர் சமூகத்துடன் வெளியே போகத் துணியவில்லை. ஆகவே, ஏற்கனவே பல பேரை கொன்று விட்ட இந்த நோய் உன்னையும் தொற்றிக்கொள்வதிலிருந்து, உன்னை விடுவித்துக்கொண்டாய். ஒரு ஓரினச்சேர்க்கையாளராக உன்னை ஆதரித்து, உன் பாலியல் நாட்டத்தை நான் உறுதிப்படுத்தியிருந்தால், நீ வெளியில் வந்திருப்பாய். மேலும் HIV கிருமிகள் எப்படி பரவுகின்றன என்பதை நீ அறியும் முன், அவைகள் உன்னையும் தாக்க விட்டிருப்பாய். இந்நேரம் நீயும் HIV கிருமிகள் தாக்கப்பட்டவனாக இருந்திருப்பாய்.”

“ஓஹோ, அப்படியா? உனக்கு இங்கே ஒரு கருத்து இருக்கிறது.

“இப்பொழுது, ஏன் ஆயுள்காலம் அது இருப்பதுபோல் வடிவமைக்கப்பட்டிருக்கிறது என்பதை நீ அறியலாம் நீ எதிர்கொள்ளப்போகும் நபர்களும், உன் இருத்தலால் தொடர்பு கொள்ளும் மற்றவர் வாழ்க்கைகளும் சேர்த்து, பல பாத்திரங்கள் இந்த நாடகத்தில் இடம் பெற்றுள்ளனர். நீ ஐஸ்லாந்தை விட்டுப்போகாமல் இருந்திருந்தால், இந்நேரம் கிருமிகளால் நோய் பீடிக்கப்பட்டிருப்பாய். கடந்த பத்துவருட காலத்தில் நீ சந்தித்த யாரும் அவர் வாழ்வில் உன் இருத்தலால் கவரப்படும் வாய்ப்பை பெற்றிருக்க முடியாது. நிச்சயமாக நீ ஐஸ்லாந்தில் வேறு மனிதர்களைச் சந்தித்திருக்க முடியும். ஆனால், உன் வாழ்க்கை வெட்டப்பட்டு, முழுமையில்லாமலும், பூர்த்தியடையாமலும், இப்பொழுது இருக்கிற, ஆன்மீக தூண்டுதல் மற்றும் அந்தஸ்து இல்லாமல் போய் இருக்கும். அதற்காகவே, திட்டமிடும் சமயம், நீ என்னை உன் போராட்டத்தில், பாலியல் நாட்டம் பொறுத்தவரையில், எந்தவித நிவாரணத்தையும் அளிக்கக்கூடாதென்று கேட்டுக்கொண்டாய்.”

“நன்றி உனக்கு, நான் பிறக்கும் முன் நீயாவது அல்லது நானாவது என் வாழ்க்கையை பாதுகாத்திருப்போம் என நினைக்கிறேன்! இப்பொழுது,

இந்த விதமான விஷயங்கள் பின் அறிவில் எப்படி உணரப்படுகின்றன என்பதை நான் பார்க்கின்றேன்."

"ஆமாம், உன்னுடைய வரையறுக்கப்பட்ட கண்ணோட்டத்தில். எனக்கு சாதகமான இடத்தில் நேரப் பரிமாணத்திற்கு வெளியே இருந்து கொண்டு பார்க்கும்போது, உன் முடிவுகளைப்பொறுத்து உன் வாழ்க்கை எப்படி அமையப்போகிறது என்று நான் காண்கிறேன். மேலும் முக்கிய தீர்ப்புகளின் விளைவுகளான, ஐஸ்லாந்தை விட்டுப்போவது, அலமாரியிலிருந்து வெளிவராமை போன்றவைகளை காண்பது எனக்கு மிக சுலபம். ஆனால் இதைப்பற்றி பின்னர் விரிவாக சொல்கிறேன்."

ரிக்கி, நாணத்துடன், "நான் சீற்றமும் கோபமும் கொண்டு வெடித்ததற்கு வருந்துகிறேன்."

"பிரச்சினை இல்லை. நீ இன்று உள்ளே வருவதற்கு முன்பே, உன் உணர்வுகளை நான் அறிவேன். பத்து வருடங்களுக்கு முன் நாம் விவாதிக்காத தலைப்புகளான பாலினத் தேர்வு மற்றும் பாலியல் நாட்டம் பற்றி கொஞ்சம் விளக்குகிறேன்."

"சரி"

"நான் உனக்கு இரு பால் கூறுகளை ஒருங்கே பெற்றவர்போலத் தோன்றுவதாகவிமர்சித்தாய். நீ சரியாகத்தான் சொன்னாய். இங்கு இருக்கும் எல்லா உயர்-ஆத்மாக்களும் இரு பால் கூறு உடையவையே. நான் அதிகம் ஆணகவோ, அல்லது அதிகம் பெண்ணாகவோ காட்சியளிக்கின்றேன் என நீ சரியாகச்சொல்ல இயலாது. இதற்குக்காரணம், ஆன்மீகப் பரிமாணத்தில் பாலின சித்தரிப்புகள் தேவையில்லை. பூமியில், எப்படியும் இனப்பெருக்கம் தேவைப்படுகிறது. மேலும் ஆணுடைய உடலும், பெண்ணுடைய உடலும் இனப்பெருக்கத்தின் தேவைக்கு இயங்குகின்றன. உனக்கு, நீ ஒரு உயிராக இருந்து, ஆணின் எதிர் நிலையில் பெண் உடல் கொண்டது, நிச்சயமாக ஒரு மாறுபட்ட அனுபவமே. பாலினத்தின் இடையில் சுவாரஸ்யமான சமூக இயக்கவியல் மாறுபாடுகள் இருப்பதால், உன் அடையாளத்தின் அடிப்படையில் நீ யாராக இருக்க விரும்பினாய் என்பதைப் பொறுத்து, கூடுதலான அனுபவங்களும் உண்டு.

ஆகவே, கர்ப்பகாலத்தில், முதல் வேலைகளில் ஒன்று நீ உடலின் பாலினத்தை வரையறுப்பதுதான். ஆணாகவோ அல்லது பெண்ணாகவோ அடையாளம் கொள்ள விரும்புகிறாய். அநேக உயிர்கள் அவர்கள் அடையாளத்தை உடலின் பாலினத்தோடு ஒருமுகப்படுத்திக் கொள்கின்றன -- ஒரு ஆணின் அடையாளம் ஆணின் உடலில் அல்லது பெண்ணின் அடையாளம் பெண்ணின் உடலில். ஆனால், அத்தனை உயிர்களும் இந்த சரியான

ஒருமுகப்பாட்டை தேர்ந்தெடுப்பதில்லை. ஆகவே பல மாறுபாடுகள் உள்ளன. ஒளிக்கற்றையின் (spectrum) மறுகோடியில், உனக்கு ஒரு பெண் அடையாளம் ஆண் உடலில், அல்லது ஆண் அடையாளம் பெண் உடலில் இருக்கும். இந்தவிதமான ஏற்பாடு ஒரு நபரை திருநங்கையாக்கிவிட்டு அவதாரத்தில் அனுபவத்தின் அடிப்படையில் தனித்துவமிக்க வாய்ப்புகளை அளிக்கிறது. கர்ப்பகாலத்தில் உடல் வளர்ச்சியுடன் சேர்த்து பாலின மாற்றங்களும் ஏற்படுகின்றன். உதாரணத்திற்கு, உயிர் ஆண் உடலை பெண் தன்மையுடையதாக்கி தோற்றத்தை மாற்ற சாதாரண XY குரோமோசோம் (chromosome) ஜோடியுடன் ஒரு X இனக்கீற்றை கூட்டி இரு பால் உடலை உண்டாக்க முடியும். பலவித வரிசை மாற்றங்கள் சாத்தியமாகும் என்பதைப்பார்."

"அப்படியா? நான் அறிந்ததே இல்லை."

"உன்னுடைய பாலினம், மற்றும் அடையாளம் தேர்ந்தெடுத்த பின், உன் காதல் நாட்டத்தை தேர்ந்தெடுக்கிறாய் -- எதிர்பாலின உறவா அல்லது ஓரின உறவா என்று. உன் பாலினமானது, உன் அடையாளம், உன் காதல் நாட்டம் மற்றும் உன் வாழ்க்கையில் நீ எதிர்பார்க்கும் மிக அடிப்படையான அனுபவங்களுக்கு வித்திடுகின்றன."

உன் பாலினம், ஆண் / பெண் அடையாளம்
மற்றும் பாலிய நாட்டத்தை நீயே
தீர்மானிக்கிறாய்

"இந்த ஆயுள்காலத்தில், நீ ஆண் உடலை ஒரு ஆணாக அடையாளம் காட்டவும், காதலால், அதே பாலினத்தால் கவரப்படவும் தேர்ந்தெடுத்து இருக்கிறாய்."

"ஆமாம்"

"ஏன் அதை நீ பாலியல் நாட்டம் என்று இல்லாமல், காதல் நாட்டம் என அழைக்கிறாய்?"

"இதை நான் வேண்டுமென்றே அழைக்கிறேன். ஒரு காதல் நாட்டத்தை பாலியல் நாட்டம் என குறிப்பிடுவது ஒரு தவறான சொல்வழக்கு, மேலும் அது பிரச்சினையை மிகவும் கடினமாக்கிவிடுகிறது. நீ "பாலியல்" என்ற வார்த்தை உபயோகிக்கும் பொழுது, பாலினம்தான் நாட்டத்திற்கான தீர்மானிக்கும் காரணியாக ஆகிவிடுகிறது -- ஆனால், அது அப்படியல்ல. காதல் கற்பனையும், காதல் கவர்ச்சியும் மாறுபட்ட பாலினத்திற்கான

அல்லது ஒரே பாலினத்திற்கான -- ஒரு நபரின் நாட்டத்தை நிர்ணயிக்கும். உடல் உறவு கொள்ளும் செயல் அப்படி நிர்ணயிக்காது."

"அப்படியா, சரி."

"நிச்சயமாக. பாலியல் உறவு பல சூழ்நிலைகளில் ஏற்படுகிறது. ஆனால், இது காதலை வெளிப்படுத்தும் வாகனமாகப் பயன்படுத்தப்பட்டால், இதில் ஈடுபட்டவர்களுக்கு ஒரு நிறைவு கொடுக்கும். ஆனால், உனக்குத்தெரியும், எப்பொழுதும் இந்த மாதிரி இருக்காது. பல காரணங்களுக்காக மக்கள் உடல் உறவு கொள்கின்றனர். சமூகப்பொறுப்புக்காகவும், வாரிசான குழந்தைகளைப் பெறவும், உடல்ரீதியான மகிழ்ச்சிக்காகவும், தன் துணையை மகிழ்விக்கவும், அல்லது ஓரினச்சேர்க்கை காரணமாக அலமாரியில் அடைபட்டுக் கிடக்கும் ஓரினச்சேர்க்கையாளர் ஒதுக்கப்படும், புறக்கணிக்கப்படும் பயத்துடன். ஒரு உண்மையான அன்பின் பிணைப்பு இல்லாத சூழ்நிலையில் நிறைவு பெறுவது, இரண்டு கூட்டாளிகளுக்கும் வரையறுக்கப்பட்டதே.

இப்பொழுது, தேர்வு செய்தலுக்குத் திரும்பிச்செல்வோம். அநேக உயிர்கள் தன் பாலியல் நாட்டத்தை வாழ்க்கையில் ஒரு போராட்டமாகவும், ஒரு பிரச்சினையாகவும் ஆக்காமல் இருக்க அவர்களுடைய உடல்களை ஆணாகவோ, பெண்ணாகவோ அடையாளத்துடன் வரிசைபடுத்திக்கொண்டு எதிர்பாலின ஈர்ப்பு உடையதாக தேர்ந்தெடுக்கும். சிலர் இரு பாலருடன் உறவு கொள்ளத் தன்னைத் தேர்ந்தெடுத்து, இருபாலருடனும் காதல் இச்சையுடன் மிதப்பவர்களாக இருக்கின்றனர்.

நீ ஓரினச்சர்க்கையாளராக இருக்கத் தேர்ந்தெடுத்திருக்கிறாய். இது உன்னை உலகில் நிலவும் அநேக சமூகங்களில் அவற்றின் நெறிமுறையின் வரையறைகளுக்குள்ளேயே அமைக்கும். சில நாடுகள் உன்னைச் சிறையில் அடைக்கலாம் அல்லது மரண தண்டனை விதிக்கலாம்."

ரிக்கி வியக்கத்துடன், உரக்க, "நான் ஏன் அவ்வளவு கடினமான பாதையைத் தேர்ந்தெடுத்தேன்?"

"நாம் முன்பு பேசிய பலதரப்பட்ட உணர்வுகளின் அனுபவம் கொள்வதற்காக உன் உயிரின் விருப்பப்படி இது இருக்கிறது. பிறப்பிற்கு முன் உன் வாழ்க்கையைத் திட்டமிடுவது ஒரு கடுமையான வேலை. நீ நிறைய நேரம் எடுத்துக்கொண்டு உன் முடிவுகளைப் பற்றிச் சிந்தித்தாய்.

இப்பொழுது என் குறிப்பிட்ட அறிவுரையின் அடிப்படையில், நீ உன் பாலியல் நாட்டத்தைத் தழுவிக்கொள்வதுதான் முக்கியம்.

நீ ஓரினச்சேர்க்கையாளராக இருக்க விரும்பினாய். இரண்டு காரணங்களுக்காக நீ இதைச் செய்தாய். ஒரு காரணம், நான் உனக்கு முன்பு கூறிய மிகச் சமீப காலத்தில் நீ போலாந்து நாட்டில் ஒரு யூதனாக அவதரித்து, இரண்டாம் உலகப்போரில் உன் வாழ்க்கை முடிவடைந்தது. அந்த வாழ்க்கையில் நீ மணம் புரிந்து, உனக்கு இரண்டு குழந்தைகள் இருந்தன. அவர்கள் அனைவரும் குண்டு தாக்குதலில் இறந்தனர். நீ அந்தத் தாக்குதலில் உயிர் தப்பினாய். ஆனால், பிறகு கொல்லப்பட்டாய். ஆனால், நீ உன் குடும்பத்தைப் பிரிந்த சோகத்திலிருந்து விடுபடவில்லை. இந்தத் தடவை, குழந்தைகளைப் பெற்றுக்கொள்ளும் எண்ணம், கடந்த நினைவுகளையும் இழப்பையும் மனக்கண் முன் கொண்டுவரும். அத்துடன் இன்னும் பல மற்றப் பிரச்சினைகளையும் கவனிக்க வேண்டியிருந்தது. உன் ஓரினச்சேர்க்கை விருப்பம் குழந்தைகளைக் கொள்வதிலும், இழப்பின் நெருங்கிய நினைவுகளை மீண்டும் அனுபவிப்பதிலிருந்தும் தூரப்படுத்தி விட்டது."

"ஆமாம், இது எனக்கு ரொம்ப அர்த்தமுள்ளதாய்த் தெரிகிறது."

"AIDS தொற்று நோயால் பாதிக்கப்பட்டவர்களுடன் வேலை செய்யும் அடிப்படையில் உளவியல் பகுப்பாய்வுக்குத் தேவையான ஆழமான அறிவினைப் பெற நீ ஓரினச்சேர்க்கையாளராக இருக்க விரும்பினாய். AIDS கூடிய சீக்கிரம் பல்லயிரக்கணக்கான ஓரினச்சேர்க்கையாளர்களைக் கொல்லப்போகிறது. மேலும் அது இலட்சக்கணக்கானோரை வரப்போகும் தசாப்தங்களில் தொடர்ந்து கொல்லும்."

"ஓ, அது ரொம்ப கொடூரமான செய்தி!"

"நான் முன்பு கூறியது போல் இது சமூக நிலையில் விதியாக்கப்பட்ட ஒரு நிகழ்ச்சியாகும். உனது விதியை நீயே தீர்மானிக்கிறாய், ஆனால் இன்னும் அதிகம் உலகத்தில் நடந்து கொண்டிருக்கிறது. சமூக நிலைக்குள் இயங்கக்கூடிய செய்முறைப்படிதான் உன் நீண்டகால இலக்குகள் அமைக்கப்பட வேண்டும். ஏதாவது மோதல் ஏற்பட்டால், உன் குறிக்கோள் நிறைவேறாது. அல்லது அது மாற்றியமைக்கப்பட்டு, மற்ற மொத்த சமூகத்தாராலும், மற்ற உயிர்களாலும் அமைக்கப்பட்ட கட்டவிழ்கும் நல்லிணக்கத்தால் அது நிகழ்வதற்கு விதியாக்கப்படும். AIDS பேரழிவு ஏற்படுத்தும் அதேசமயம், கலாச்சாரங்களில், பல வழிகளில், பலவிதமான அறநெறி, இரக்க உணர்வு மட்டுமல்லாமல் விஞ்ஞானரீதியாக செயல்படும் வாய்ப்புகளை உண்டாக்கும்."

முதிய ஆத்மா மீது இருந்த மனக்கசப்பு ரிக்கிக்கு இப்பொழுது தணிந்து இருந்தது. தன்பாலியல் நாட்டத்தின்பொருட்டு அவன்பெற்றஅறிவுரையால், அமைதியையும் சமாதானத்தையும் உணர்ந்தான். முதிய ஆத்மாவின்

அறிவுரைகளைப் பின்பற்றி, விதியைத் தழுவிக்கொண்டு, அவன் பாலியல் நாட்டத்தின் பொருட்டு தேவைப்பட்ட தகவல் கிடைக்காதது அவன் பெற்ற அனுபவங்களிலிருந்து கற்றுக்கொள்வதற்காகத்தான் என்பதை நம்பியிருந்தால், முதிய ஆத்மாவின் மீது மனக்கசப்பு ஏற்பட்டிருக்காது என உணர்ந்தான். இந்த நிகழ்ச்சியின் மீது தெளிவு ஏற்பட்டு விட்டதால், அவன் தன் பின்அறிவால் நன்றி உணர்ந்தான். அவன் அடைப்பில் குடியிருந்ததற்குத் தன்னைத்தானே நன்றியுள்ளவனாக எண்ணி, இன்றைய தேதி வரை பட்ட தொல்லைகள் ஒரு பக்கம் இருந்த போதிலும், அவன் எதையும் மாற்றப்போவதில்லை. "நான் யாராக இருந்தாலும், அல்லது யாராக மாறி இருந்தாலும், என்னை நான் விரும்புகிறேன்."

அவனுடைய எண்ணங்களைப் படித்துக்கொண்டிருந்த முதிய ஆத்மா கூறியது, "இது வரை அனைத்தையும் சரியாகத்தான் செய்திருக்கிறாய். இப்பொழுது விதியைத் தழுவிக்கொள்ள வேண்டும் என்பதை ஞாபகத்தில் வைத்துக்கொள். இதுதான் நீ பின்பற்ற வேண்டிய சுலபமான வழி."

"நான் இப்பொழுது பார்க்கிறேன். நான் மறந்துபோகும் முன், உன்னிடம் என்னுடைய மேற்பார்வையாளர்களான மூன்று பேராசிரியர்களைப் பற்றிக் கேட்க விரும்புகிறேன். பிறப்பிற்கு முன் நான் அந்த மூவரையும் அறிவேனா?"

"ஆமாம், நீ அறிவாய். அவர்கள் உன் நெருங்கிய நண்பர்களின் வட்டத்தில் இல்லை. ஆனால், உனக்குத் தேவைப்படும் போது அவர்கள் கதவைத்தட்டினால், உனக்கு உதவுவதாக ஒப்புக்கொண்டிருந்தனர்."

அத்தியாயம் 7

மனதின் உணர்வு நிலைகளும் உன் யதார்த்தின் மீது அவற்றின் விளைவுகளும்

முதிய ஆத்மா இப்பொழுது தொடர்ந்தது, "நாம் பாலினத் தேர்வையும் பாலியலையும் இப்பொழுது ஆராய்ந்து விட்டதால், சென்றமுறை நாம் சந்தித்தபோது நான் சுருக்கமாகக் குறிப்பிட்டிருந்த உணர்வின் தலைப்பை எடுத்துக்கொள்கிறேன்."

முதிய ஆத்மா எழுந்து தன் புத்தக அலமாரியை நோக்கிச் சென்றது. மனதின் உணர்வு நிலைகள் என்ற புத்தகத்தை வெளியே எடுத்துச் சொன்னது, "யதார்த்தத்தை உண்டாக்க உணர்வுகள் எவ்வாறு பங்காற்றுகின்றன என்பதைச் சென்ற முறை நாம் சந்தித்தபோது குறிப்பிட்டிருந்தேன். உன் சொந்தக் கண்ணோட்டத்தில் இது எப்படிச் செயல்படுகிறது என்பதை இப்பொழுது விரிவாகச் செல்கிறேன்."

ரிக்கி தலையை அசைத்துகொண்டே, "ஆமாம், அது உதவியாக இருக்கும்."

முதிய ஆத்மா புத்தகத்தின் பகுதிகளைப் படிக்க ஆரம்பித்து, ரிக்கி முழுவதும் நன்கு புரிந்து கொண்டானா என்பதை உறுதி படுத்திக்கொள்ள ஒவ்வொரு பகுதியையும் விவாதிக்க நேரம் எடுத்துக்கொண்டது.

"நான் முன்பு கூறிய சில விஷயங்களிலிருந்து தொடங்கி, அவ்வப்போது முக்கிய விவரங்களை உடன் சேர்த்துக் கூறுகிறேன்.

நான் முன்பு குறிப்பிட்டதைப்போல், அனைத்து உயர்-ஆத்மாக்களும், உயிர்களும் மிகுந்த நுண்ணறிவுள்ள எண்ண வடிவங்கள். அவைகளின் பிரதான உணர்வு அன்பு. ஆன்மீகப் பரிமாணத்தில், அன்புடன் கூடியிருக்கும் அமைதியான அனுபவத்தைத் தவிர மற்ற உணர்வுகளை அனுபவிக்கும் வாய்ப்பு மிகவும் வரையறுக்கப்பட்டது. ஆகவே இந்த ஒரு முக்கியக் காரணத்தால்தான் உயர்-ஆத்மாக்கள் உயிரை பூமியில் ஒரு அவதாரத்திற்குத் தோன்றச்செய்கின்றன. அவதாரத்தின்பொழுது, உயிர்கள் உடலைப்பெற்று, ஆன்மீகப் பரிமாணத்தில் வாழ்க்கையின் சாதாரணப் பகுதியாக இல்லாத எதிர்மறை உணர்வுகளைப் பூமியில் அனுபவிக்கும் வாய்ப்பைப் பெறுகின்றன.

உயிரின் இயற்கை குணத்தின் ஆதார வெளிப்பாடான அன்புதான் அனைத்து விதமான உணர்வுகளுக்கும் அடிப்படையாகும். இது பரவலாக, பல்வேறு வடிவங்களில் அனுபவிக்கப்படுகிறது. பூமியில் மகிழ்ச்சியிலும், மற்றவர் மீது அன்பு உண்டாகும்போதும், மிருகங்கள், மற்றும் இன்ன பிற உயிர் வடிவங்களுக்காகவும் அனுபவிக்கப்படுகிறது. அன்பு, வலி வேதனையின் உணர்வினாலும் அனுபவிக்கப்படுகிறது. அன்பாக நேசிக்கப்பட்ட ஒரு பொருள், மரணிக்கும்போது அல்லது இழக்கப்படும்போது அல்லது உறவு முறிவின் காரணமாக நம்மை விட்டுச்செல்லும் போதுதான் வலி வேதனை தரும் உணர்வுகளின் நெருக்கத்தையும் ஆழத்தையும் நம்மால் அறியமுடியாது.

நான் முன்பு குறிப்பிட்டது போல், அவதாரத்தின் போது, வாழ்க்கையில் மெதுவாக நகரும்பொழுது, நீ உணர்வுகளை அளிக்கும் சூழ்நிலைகளில் உன்னைச் செலுத்தி, இந்தச் சந்திப்பால் ஏற்படக்கூடிய கல்வியை நீ கிரகித்துக்கொள்கிறாய். உணர்ச்சிகளின் கிளர்ச்சியின் நேரத்தில் இந்தச் சந்திப்பின் அர்த்தம் வெளிப்படையாக உனக்குத் தெரியாது. ஆனால், அது பின்அறிவால் வேறு ஒரு சமயத்தில் அளிக்கப்படும். வேறுவிதமாகக் கூறவேண்டுமானால், அந்தக் குறிப்பிட்ட உணர்வு அனுபவத்திலிருந்து நீ என்ன கற்க எண்ணினாயோ, அதைக் கற்ற பின், உனக்குத் தெரியவரும். சில வேளைகளில், நிகழ்ச்சிகள் நடந்து முடிந்தவுடன் அதன் அர்த்தம் உனக்கு விளங்கும். அதே சமயம், வேறு சில நேரங்களில் அந்நிகழ்ச்சிகள் முடிந்து பலவருடங்கள் ஆனாலும், மரணப்படுக்கை வரையிலும் அல்லது, நீ இறந்து ஆன்மீகப் பரிமாணத்திற்குத் திரும்பிய பிறகும் உனக்குத் தெளிவாகாது."

> உயிரின் பிரதான உணர்வு அன்பு,
> மற்றும் அன்புதான் எல்லா உணர்வுகளின்
> அடிப்படைத்தனிமம்

"நீ அனுபவித்த கடினமான நேரங்களின் அர்த்தம், அல்லது அர்த்தமுள்ள புரிதலுக்கும் மிக நீண்டநேரம் காத்திருக்கவேண்டியது போல் தோன்றும்."

"ஆமாம், ஒரு ஆயுள்காலம் எவ்வளவு துரிதமாகக் கடந்து விடுகிறது என்பதைக் கண்டு ஆச்சரியப்படுவாய். இப்பொழுது எண்ணிப்பார். உதாரணத்திற்கு, நாம் சென்றமுறை சந்தித்த பொழுது உன் பாலியல் நாட்டத்திற்கு நான் அறிவுரை தரவில்லை என்ற நிகழ்ச்சிக்கு நீ ஒரு அர்த்தம் அளித்தாய். இந்த நிகழ்ச்சி நடந்து பத்து வருடங்கள் கழிந்து விட்டன. வழக்கமாக எப்படியும் ஒரு நிகழ்ச்சிக்கு அர்த்தம் அளிக்கும் உட்பார்வைக்கு அவ்வளவு நேரம் எடுக்காது. ஆனால் சில நேரங்களில், இதற்கு நீண்டநேரம் ஆகி விடுகிறது."

முதிய ஆத்மா, தொடர்ந்தது, "இப்பொழுது, நாம் சுருக்கமாக அன்பின் உணர்வு நிலைகளான, பயம், கவலை அல்லது பதற்றம், கோபம், மற்றும் மனஅழுத்தம் ஆகியவைகளைப் பற்றி பார்ப்போம்."

நான் கூறப்போகும் சில உதாரணங்களுடன் உனக்கு ஏற்கனவே அனுபவம் உண்டு என்பதை நான் அறிவேன். ஆனால் அவைகளை இங்கே பரிசீலிப்பதால் அவற்றை முழுமையாக அறியமுடியும்."

"சரி"

"உணர்வுகளில் அன்புதான் அடிப்படையானது. ஆகவே, முதலில் அதைப் பற்றி பார்ப்போம்."

அன்பு

"நான் இப்பொழுது கூறியதுபோல், அன்பின் வெளிப்பாடுதான் மனிதனின் அடிப்படை அம்சம். இருப்பினும், மக்கள் தாம் செலுத்தும் அன்பிற்குப் பரிகாரம் எதிர்பார்க்கும் பட்சத்தில், உறவில் சிக்கல் ஏற்படுகிறது. நீ கடந்தகாலத்தில் மற்ற ஆடவர்களைத் தன் விருப்பத்திற்கு இணங்கச்செய்யும்பொழுது, பல நேரங்களில் இந்த உணர்வை நிச்சயமாக அனுபவித்துள்ளாய். அன்பின் சில அம்சங்களைப்பற்றிய அடிப்படைகளை நீ புரிந்து கொள்வதற்காகச், சில குறிப்புகளைத் தருகிறேன்.

அன்பு ஒற்றைத்திசையைச் சார்ந்தது என்பதை நீ அறிந்துகொள்வது முக்கியம். எல்லா ஆழமான நோக்கங்களுக்கும் நீ மற்றவன் மேல் கொண்டுள்ள அன்பு உன்னிடமிருந்து யாருக்காகச் செலுத்தப்பட்டதோ, அவனிடம்தான் பாயும். அவன் உன் அன்பை உணர்ந்து அதில் ஸ்நானம் செய்து கொள்ளலாம். ஆனால் இதற்குப் பதிலாக அவனிடமிருந்து அன்பு கிடைக்கப்பெறாது. இருப்பினும், அவனும் உனக்காக அதே மாதிரி உணர்ந்து, அவனுடைய அல்லது அவளுடைய அன்பினை உனக்குப் பிரதிபலிக்கலாம். நீயும் அப்படிப்பட்ட அன்பின் உணர்வுகளில் நீராடலாம், ஆனால் இது உன் அன்பின் பிரதிபலிப்பு அல்ல. ஆகவே இதை ஞாபகத்தில் வைத்து, மற்றவன் உன்னைத் திரும்பி நேசிக்கவில்லை எனில் வருத்தப்பட வேண்டியதில்லை. அன்பு ஒற்றைத்திசையை சார்ந்து இருப்பதால், அது பிரதிபலிக்கும் என்பது தவறான அனுமானம்."

"ஓஹ், சில விஷயங்களை இது தெளிவாக்கிவிட்டது என நினைக்கிறேன்."

முதிய ஆத்மா அறிந்து, புன்னகைத்துத் தொடர்ந்தது, "அன்பு நிபந்தனையற்றது என்பதை நீ புரிந்துகொள்வது முக்கியம். அதாவது, நீ ஒருவனை விரும்பும்போது அல்லது அவனிடம் இரக்கமாக அல்லது கருணையாக இருந்த போது, அவற்றிற்கு ஈடாக எதையும் அவனிடத்திலிருந்து எதிர்பார்க்கக்கூடாது. அன்பும் கருணையும் ஒருவருக்கு கொடுக்கப்படும் இலவசப் பரிசுகளாகும். அன்பும் கருணையும் நிபந்தனையற்றவை என்பதால், இந்த உணர்வுகள் அல்லது செயல்கள் பிரதிபலிக்கப்படவேண்டும் என்ற எண்ணம் தவறான அனுமானம். ஆக, இந்தக் கொள்கையை மீண்டும் வலியுறுத்த, அன்பான அல்லது கருணைமிக்க ஒரு செயல், மற்றவனிடமிருந்து திரும்ப ஏதாவது எதிர்பார்க்கும் பட்சத்தில், அது உன்னால் இலவசமாகக் கொடுக்கப்படவில்லை என்பதை நீ அறிந்து கொள்ளவேண்டும். இந்த மாதிரித் திரிக்கப்பட்ட எதிர்ப்பார்ப்பு பொதுவாக நடைமுறையில் இருக்கிறது. அது பெறுபவருக்குக் குழப்பத்தை ஏற்படுத்திக், கொடுத்தவருக்கு ஏமாற்றத்தை அளிக்கிறது. ஒரு வேண்டுகோளின்படி அல்லது நீயாக செலுத்திய அன்பு அல்லது ஒரு கருணை செயலுக்குப் பிரதிபலிப்பை எதிர்நோக்கினால், உன் எதிர்பார்ப்பை வெளிப்படையாகச் சொல்லிவிடு. எடுத்துக்காட்டாக, 'நான் உன்னிடமிருந்து சில பரிமாற்றங்களை எதிர்பார்க்கிறேன்.' அல்லது, 'நீ எனக்குக் கடன்பட்டிருக்கிறாய்' என்பவை.

இந்த நிகழ்வில், உன் அன்பினால் அல்லது இரக்க உணர்வுகளினால் உந்தப்பட்டு நீ யாருக்காவது உதவி செய்கிறாய் என்றால், நீ செய்யும் உதவி நிபந்தனையுடன் உள்ளதாகும். இது ஒரு ஆதரவு அல்லது சலுகைதான். மேலும் இந்த மாதிரி நிகழ்வுகளில் நீ அடுத்தவனுக்கு உதவியதுபோல், அவரும் உன் மனதைப் படித்து நிபந்தனையில்லாமல் உனக்கு, அவன் அல்லது அவள், நீ செய்த உதவிக்கு பதில் உதவி செய்து

அதனைப் பிரதிபலிக்கவேண்டும் என்பதை எதிர்பாராதே. நிபந்தனையுடன் உதவி பெற்றபின், அவனுக்கு அது தோன்றியிருக்காது. மேலும் அவனை வெறுக்கும் உரிமை உனக்கில்லை. இந்த நிகழ்வில் தாரக மந்திரமான 'கேளுங்கள் கொடுக்கப்படும்' என்பது பொருந்தும்."

> யாரோ செய்த தீங்கை மறந்து விடு
> நீ செய்த உபகாரத்தையும் சேர்த்து
>
> சத்ய சாயி பாபா

ரிக்கி நன்கு புரிந்துகொண்டான். முதிய ஆத்மாவுக்கு அவனுடைய நண்பன் பிஜோர்ன் (Bjorn) பற்றிக் குறிப்பிட்டு விமர்சித்தான், "பிஜோர்ன் தன் தாயுடன் செயல்பாடற்ற உறவைக் (dysfunctional relationship) கொண்டுள்ளான். அவன் அடிக்கடி வந்து தன் தாயுடன் மிகுதி நேரம் தங்கி இருப்பான். தாயானவள் அவன் பால் கொண்ட நிபந்தனையற்ற அன்புக்கு இது ஒரு நல்ல எடுத்துக்காட்டாகும். அவள் காட்டும் ஒவ்வொரு பாச சைகையிலும் அன்பின் பிணைப்புகள் தெரிந்தன. ஆனால் அவனுக்கு அவை அத்தனையும் வேண்டப்படாதவை, தேவையற்றவை. அவள் சிணுங்கி, "நான் செய்தவற்றிற்கெல்லாம் நீ காட்டும் கைம்மாறு இதுதானா?" "அவமானம்", "வேசி மகனே" என்றெல்லாம் வார்த்தைகள் கூறுவாள். அவன் தாய் ஒருவனுடன் கொண்ட ஒரு இரவிலான உறவின் காரணமாகப் பிறந்தவன் பிஜோர்ன். அதன் பிறகு, அவன் பிஜோர்னின் தாய்க்கு ஒன்றுமே செய்ததில்லை. ஆனால், அவளோ, அவனுடன் தொடர்ந்து இரண்டு வருடங்கள் தகாத உறவுமுறை கொண்டிருந்தாள்."

"ஆமாம், இது ஒரு நல்ல எடுத்துக்காட்டு. நான் நெறியற்ற உறவைப்பற்றிப் பின்னர் விமர்சிக்கிறேன். இப்பொழுது, அன்பின் அடிப்படை அம்சங்களைக் கவனிப்போம்.

அன்பு கேட்டுப் பெறக்கூடியதல்ல. நீ எவ்வளவு தான் முயற்சித்தாலும் நீ யாரையும் உன்னை நேசிக்கக் கோரமுடியாது. அதே போல், நீ விரும்பாத யாரையும், விரும்பச்சொல்லி உன்னை வற்புறுத்தவும் முடியாது. உன் அன்பு மற்றவர்களுக்கும், மற்றவர் அன்பு உனக்கும் என்றுஇருக்கும், அல்லது இருக்காது. நீ மாறுதல் செய்ய அங்கு ஒன்றும் இல்லை. உறவுகளில் வழக்கமாகத் திரிக்கப்பட்டு காட்டப்படும் மற்றொரு அன்பின் வெளிப்பாடு தான் பொறாமையாகும். பொறாமை என்பது நீ விரும்பும் ஒருவனுடைய அன்பை மற்றவருக்காகத் தொலைத்து விடும் பயம்தான். அது தீவிர வலி வேதனை உணர்வை உண்டாக்கும். இது ஒரு அப்பட்டமான அச்ச உணர்வின் வெளிப்பாடு. நீ விரும்பும் ஒரு ஆண் அல்லது பெண், அவர்கள்

உன் மீது செலுத்தும் அன்பை மற்றவர் மீது செலுத்தும்போது அதைத் தடுத்து நிறுத்துபவன்தான் பொறாமை பிடித்தவன். அவன், தான் தொலைத்த அன்பைத்திரும்பப்பெறும் நோக்கத்துடன், தான் நேசித்த நபரின் மீது ஆதிக்கம் செலுத்த அல்லது தன் துணையின் மீது உரிமை கொண்டாட முயல்வான். உறவின் இந்நிலையில் பயம் குடிகொண்டு, அன்பு தன் இயற்கையான வெளிப்பாட்டை நிறுத்திவிடும். எப்பொழுதும் நீ இந்த மாதிரியான அன்பில், பொறாமையுடன் பின்னித் திரிக்கப்பட்ட உணர்வுகளைத் தவிர்க்க முயற்சிக்க வேண்டும். காதல் உறவு மோசமடைய ஆரம்பிக்கும்பொழுது, இந்த மாதிரி உணர்வுகள் மறைமுகமாக அடிக்கடி உருவாகும்."

"பல ஆண்டுகளாகப் பொறாமையின் அறிகுறிகள் என்னிடம் தென்பட்டன என நான் நினைக்கின்றேன்."

"ஆமாம், எனக்குத்தெரியும்.

அன்பு ஒரு அகநிலை அனுபவம் என்பதை நீ அறிந்துகொள்ள வேண்டும். அது சொந்த அனுபவத்தின் வரலாற்றில் இருந்து கிளம்புகிறது. அது நிச்சயமாக ஒவ்வொரு மனிதனுக்கும் வேறுபட்டிருக்கும். உனக்கு, உன் காதலனின் உடலின் உள்ளே நுழையக்கூடிய வாய்ப்பு கிடைத்தால், அவன் கண்களால் காணும் உலகத்தினை நீ அனுபவிக்கையில், அவனுடைய அன்பு உன் பால் முற்றிலும், நீ அவன் மீது கொண்ட அன்பின் அனுமானத்திலிருந்து, வேறுபட்ட அனுமானத்தில் இருக்கும் என்பதை அறியும்போது நீ ஆச்சரியம் கொள்ளலாம். உதாரணத்திற்கு, உன் தோழமையின் தேவையின் பிரதிபலிப்பு உன் அன்புக்குக் காரணமாக இருக்கலாம். அதே சமயம், அவன் அன்பு உன்னிடத்தில் அவனுடைய பாதுகாப்புத்தேவையின் பிரதிபலிப்பாக இருக்கும். பொதுவாக எப்படியும், காதல் உறவில் அன்பானது, இருவருக்கும் எல்லை கடந்த உச்சநிலையில், ஊக்குவிப்பின் அடிப்படையில், இருவருக்கும் நினைவின்றி இருக்கும்."

"ஆமாம், நான் கெல்வினை எதற்காகக் காதலித்தேன் என்பதைச் சரியாக என்னால், தொட்டுச்சொல்ல இயலவில்லை."

"அன்பு ஒரு சிக்கலான விவகாரம்.

விரும்பப்பட வேண்டிய தேவை மற்றும் 10 சதவீத விதிமுறை நிபந்தனை இதற்கு உண்டு." முதிய ஆத்மா தொடர்ந்தது. "மற்றவரால் விரும்பப்பட வேண்டும் என்ற தேவையும், நெருங்கிய நண்பர்களைப் பெறும் தேவையும் அன்புடன் நெருக்கமான உறவு கொண்டுள்ளது.

ஒவ்வொருவரும் தங்களை விரும்பவில்லை என அறிந்து, அதை ஏற்றுக்கொள்ளக் குறிப்பாக இளைஞர் சமுதாயத்திற்குக் கஷ்டமாக இருக்கிறது.

அன்பு : ஒற்றைத்திசையை சார்ந்தது,
நிபந்தனையற்றது
அது கேட்டுப்பெறக்கூடியதல்ல.
அது அகநிலை கொண்டது

ஒருவன் எல்லோராலும் விரும்பப்படுவது என்பது முடியாத காரியம். ஏன் என நான் விளக்குகிறேன். பல பில்லியன் மக்கள் இந்த கிரகத்தில் குடியிருக்கின்றனர். ஒரு நபர் கூட சரியாக உன்னைப்போன்று இருப்பதில்லை. மக்களுக்கிடையே நிலவும் வேறுபாடுகளினால் அவர்களில் அநேகமானோர் உன்னை நேசிக்க வேண்டும் என எதிர்பார்ப்பதே அர்த்தமற்ற, பொறுத்தமில்லாத ஒரு வாதம். அதற்காக நீ அவர்களை விரும்பவேண்டும் என்பதும் கிடையாது. உனக்கு ஓரிரண்டு சிறந்த நண்பர்கள் இருந்தாலே நீ நட்பில் சிறந்தவன் என்று நான் சொல்வேன்.

நீ விரும்பப்படவேண்டும் என்ற எண்ணத்தைப் பொறுத்து நீ மனதில் வைக்கவேண்டிய ஒரு நல்ல கட்டைவிரல் விதி (rule of thumb) என்னவென்றால் அது 10 சதவீத விதிதான் என்று நான் சொல்வேன். நீ சந்திக்கும் 10 பேரில் ஒன்றை விட அதிகமானோருடன் தோழமை வளர்த்துக்கொள். அல்லது நீ சந்தித்ததில் 10 சதவீதத்திற்கு மேற்பட்டவர் உன்னை நண்பனாக விரும்புவதை நீ எதிர்பார்த்தால் நீ ஏமாற்றம் அடைவாய்."

"சரி, நான் இதைப்பற்றி நினைக்கும் பொழுது, நீ சொல்வது அநேகமாகச் சரியாக இருக்கலாம். உண்மையில் நான் சந்திக்கும் மக்களில் 10 சதவீதத்தை விட அதிகமானோருடன் நான் இழைந்து ஒன்றுபட்டால், அவர்கள் என்னை விரும்புவார்களா என்பது சந்தேகம்தான். இருப்பினும், அந்த அனைவரும் என்னை விரும்பவேண்டும் என நான் ஆசைப்படுகிறேன்."

'நல்லது, ஆனால் அது நடக்காது. சராசரியாக 10 சதவீதம் பேர் உன்னை விரும்புவர். 80 சதவீதம் நீ யார் என்றே கவலை கொள்ளமாட்டார்கள், மற்றும் 10 சதவீதம் உன்னை விரும்பமாட்டார் -- நீ உன் வாயைத்திறக்கும் முன்பே."

ரிக்கி பெருமூச்சு விட்டான். "நீ சரியாகத்தான் இருப்பாய். நான் நேர்மையாகச் சொல்லப்போனால் நீ சொன்னது போலத்தான் நான் மற்றவர்களைச் சந்திக்கும் போதும் உணர்கிறேன்."

"நீ உன்னுடைய நண்பர்கள், அறிமுகமானோர்களிடம் நீ இதைப்பற்றிக் கேட்கவேண்டும் என்று நான் கருதுகிறேன். அவர்களில் அநேகமானோர் இந்த ஏமாற்றத்தால் பாதிக்கப்பட்டிருப்பர் என்பதை அறியலாம். தோழமை

வளர்த்துக்கொள்ள, மக்கள் தாம் சந்திக்கும் 30 முதல் 50 சதவீதம் பேர் தம்மை விரும்புவதாகக் கருதிக்கொள்வது அசாதாரண விஷயம் ஒன்றுமில்லை."

---

10 சதவீத விதியை ஞாபகத்தில் வைத்து
நீயாக இரு, மன்னிப்புக்கோராமல்.

"இப்படி ஏமாற்றத்திற்கு ஆளாவது என்பது அநேகமானோருக்கு ஒரு பிரச்சினையாக இருப்பதில்லை. ஆனால் சிலருக்கு இது பிரச்சினைதான். துரதிருஷ்டவசமாக, சிலர் தாங்கள் விரும்பப்படவேண்டும் என்ற ஆசையில் மன உறுத்தலுக்கு ஆளாகி, நிறைய நேரமும், சக்தியும் இந்த அடைய முடியாத குறிக்கோளுக்காக அவர்களால் செலவிடப்படுகிறது. இந்த பின்தொடர்கையின் நாட்டம் தவிர்க்கமுடியாத ஒரு சுயத்-தோற்கடிப்பாகும். இது மேலும் பலவிதமாக உருமாறும். உதாரணத்திற்குத், தன் இலக்கை அடைவதற்காக, பிறர் விரும்பும்படியாக நடித்து, அவர் விரும்பும் நபரைப்போலவே இருக்க முனைவது. அப்படிச் செய்யும்பொழுது, ஒருவன் தன்னை மற்றவன் விரும்பவேண்டும், நேசிக்கவேண்டும் என்ற விரக்தியில், நிச்சயமாகத் தன் சொந்தத் தேவைகளைப் பலிகொடுத்து விடுவான். இதனால் உண்டாகும் பிரச்சினை என்னவென்றால், விரக்தியாகப் பின்தொடரும் நாட்டத்தினால், மற்றவருக்காக வாழ வேண்டியநிலை ஏற்பட்டுவிடும். ஒருவன் அவனுடைய இந்தத் தீவிரமான நிலையில், தான் யார் என்பதையே மறந்துவிடுவான். தான் தனித்துவம் படைத்தவன் என்பதையும் மறந்தவிடுவான். இப்படிப்பட்ட நபர்கள், தன் துணையுடைய தேவைகள், வேண்டுகோள்கள் மற்றும் ஆசைகளைப் பற்றிதான் நினைத்துக்கொண்டிருப்பர். அவர்களுக்குத், தம்முடன் இருந்த தொடர்பு அற்று போகும். அப்படிப்பட்டவர்கள் தவிர்க்க முடியாமல் சுயமதிப்பையும், மரியாதையையும் குறைந்து, படிப்படியாகத் தன்னையே மறந்து, யாரும் தன்னை விரும்பமாட்டார் என்ற பயத்தால் மற்றவர்கள் தன்னை விரும்பவேண்டும் என்ற தேவையிலிருந்து விடுபட முடியாமல் போகும். அவர்கள் அப்படிச் செய்யும் பொழுது, மன்னிப்புக்கோராமல், அவர்களாக இருக்கத் தன் அடிப்படை அனுமானத்தை மீறி முகமூடி அணிந்திருப்பர். தன்னை அறியாமல் நடக்கும் இந்த நாடகம், பல திருப்பங்களைக் கொண்டு, சம்பந்தப்பட்ட இருவரும் தங்களை இணக்கமற்று இருக்கும் நிலை ஏற்படும்போது, மிகத் துயரத்தில் அவர்களை ஆழ்த்திவிடும்."

"இப்படிப்பட்ட சிலபேரை எனக்குத்தெரியும். இது அநேகமாக அவர் மெய்மறதியில் இருப்பது போல் தோன்றுகிறது."

"ஆமாம், சரியாகச் சொன்னாய். நாம் முன்பு சந்தித்த போது மெய்மறதியைப்பற்றி சிறிது பேசினோம், ஞாபகம் இருக்கிறதா?"

உணர்வுகள் எவ்வளவு பலமாக இருக்குமோ அவ்வளவு ஆழமாக மெய்மறதி இருக்கும். அல்லது, இந்த உதாரணத்தில் விரும்பப்பட வேண்டும் அல்லது நேசிக்கப்பட வேண்டும் என்ற விரக்தி எவ்வளவு பலமாக உள்ளதோ, விரும்பப்படாமல் இருக்கிறோமே என்ற கவலையும் ஏக்கமும் அவ்வளவு அதிகமாக இருக்கும். இந்தப் பழக்கத்திலிருந்து விடுபடுவது மிகவும் கடினம். மேலும், இது மன உறுத்தலாகச் சிலநேரம் மாறிவிடும்.

நாணயத்தின் அடுத்த பக்கத்தில், இந்தவிதமான சமூகத்தொடர்புகளில் ஒரு நபர் தனக்கு உண்மையாக இருந்து, மன்னிப்புக்கோராமல், தன்னை வெளிப்படுத்தி, அவனுடைய நண்பர்கள் ஆதாரபூர்வமாக அவனை அறிந்துகொண்டால் அவன் தனக்கும், நண்பர்களுக்கும் உண்மையான, நம்பத்தகுந்த ஒருவனாகிவிடுவான். அவர்கள் இதற்கு ஈடாக பதில்மொழி தந்து, அவர்களது கருத்துகளைக் கொண்டு, அவன், தன்னை யார் என்று நினைத்துக்கொண்டிருக்கிறான் என்பதை ஊர்ஜிதம் செய்யமுடியும். இந்த மற்றவர்களிடமிருந்து பெற்ற பதில்மொழி, கருத்துக்கள் ஆகியவை அவனுடைய அடையாளத்தையும், சுய உணர்வையும் உறுதிப்படுத்தும். வெளியுலகத்திலிருந்துபெற்ற பதில்மொழி உளவியல் அல்லது மனோதத்துவ நிலைப்புத்தன்மைக்கு (psychological stability) மிகவும் முக்கியம். ஒரு நபர் முகமூடி அணிந்து, வேறு ஒருவனைப்போல் பாவனை செய்தால், மற்றவரிடமிருந்து அவனுக்குக் கிடைத்த பதில்மொழி அவனுடைய சொந்த உள்-அடையாளத்துடன் ஒத்துப்போகாது என்று கருதி தன் நண்பர்கள் தன்னை அறியவில்லை என்று தீர்மானித்துவிடுவான். ஆனால் அவனுடைய நண்பர்கள் அப்படிச் செய்யாமல் இருந்திருப்பர். வெளியுலகத்திலிருந்து கிடைக்கக்கூடிய உறுதியில்லாமல் ஒருவன் தனிப்படுத்தப்பட்டது போல் உணர்வான். நண்பர்கள் சூழ்ந்து இருந்தாலும், அவன் தனிமையாக உணர்வான். அவனுடைய நடத்தை நீடிக்குமானால், அவன் பீதியுடன் கூடிய தாக்குதல்களை அனுபவிப்பான். இந்தக் காரணத்துக்காகத்தான், நான் முன்பு கூறியபடி உன் இருத்தலின் முதல் கொள்கையின் பிரகாரம், நீ மன்னிப்புக்கோராமல் நீ நீயாக இருக்க வேண்டும்.

இது போன்ற சூழ்நிலைகளை எதிர்கொண்டு, இப்பேர்பட்ட எண்ணங்கள் தோன்றினால், அன்பைப் பற்றியும், நீ விரும்பப்படவேண்டும் என்ற ஆசையைப்பற்றியும், மேலும் இப்பொழுது கூறிய இந்த கருத்துக்களையும் மனதில் கொண்டு, மற்றவருடன் உள்ள உறவுகளில் தோன்றும் தேவையற்ற பூசல்களைத் தவிர்க்கலாம்."

பாராட்டப்பட வேண்டும் என்ற ஏக்கம் தான்
மனித இயற்கையின் ஆழ்ந்த கொள்கை

William James

"சரி, நான் அவ்வாறு செய்கிறேன்."

முதிய ஆத்மா தொடர்ந்தது, "நான் முன்பு கூறியது போல், அன்பின் மகிழ்ச்சிகரமான உணர்வினை மட்டும்தான் ஆன்மீகப் பரிமாணத்தில் நீ அனுபவிக்க முடியும். மேற்கண்ட உறவுகளில் தோன்றும் அன்பின் எதிர்மறை பக்கங்களின் வலி, வேதனை தரும் உணர்வுகளை உலகில் மட்டும்தான் அனுபவிக்க முடியும். நீ அறிந்ததைப்போல், உணர்வு என்பது வலி வேதனை மற்றும் பிற எண்ணற்ற உணர்வு நிலைகளுடன் தொடர்பு கொண்டுள்ளன. உதாரணத்திற்கு, பயம், கவலை, கோபம், மன அழுத்தம், குற்ற உணர்வு, வெறுப்பு, ஆதிக்கம் ஆகியவை. இந்த உணர்வுகளை அனுபவிக்கும்பொழுது, நீ அவைகளை எப்படிக் கணிக்கிறாய் என்பதை நன்றாகத் தெரிந்து வைத்துக்கொள்வது, உதவிகரமாக இருக்கும். ஏனெனில், அவற்றின் மூலம் கூட உன் யதார்த்தத்தின் அனுபவமானது உண்டாக்கப்படுகிறது. இவற்றை ஒவ்வொன்றாகப் பார்ப்போம்."

பயமும் கவலையும்

"பயமும் கவலையும் அடிப்படை உணர்வுகள். அவை தனித்தனி மூலங்களிலிருந்து எழும்புகின்றன. ஒருவன் அச்சுறுத்தலை உணரும்போது பயம், உடலில் குடிகொண்டுள்ள அடிப்படை நனவு நிலையிலிருந்து கிளம்புகிறது. இது "உயிர் பிழைப்பதற்கான உள்ளுணர்வு பொறிமுறை" (instinctual survival mechanism) என அழைக்கப்படும் ஒரு இயற்கையின் அமைப்பு. உடல் காயப்படுவதிலிருந்தும் அதனால் உண்டாகும் வலியிலிருந்தும் பாதுகாப்பதற்காக இது செயல்படுகிறது. அதே சமயம், உயிரின் நனவு நிலையிலிருந்து தோன்றி வாழ்க்கையின் இருத்தலிய அம்சத்தோடு ஒன்றியிருப்பது தான் 'கவலை.'"

"நீ என்ன சொல்கிறாய்?"

"நாம் சென்றமுறை சந்திக்கும் போது, நீ இரண்டுவிதமான நனவு நிலைகளின் கூட்டு பற்றிப் பார்த்தோம் அல்லவா - உடலின் அடிப்படை நனவு நிலை மற்றும், உயிரின் மிகவும் நுட்பமான நனவு நிலை, ஆகியவற்றைப் பற்றி பேசியதை நினைத்துப்பார்."

"ஆமாம், ஞாபகம் இருக்கிறது."

"சபாஷ். பயம் அடிப்படை நனவு நிலையிலிருந்து தோன்றுகிறது. இது மூலாதாரமானது. எல்லா மிருகங்களும், மனித மிருகத்தைச்சேர்த்து, அச்சுறுத்தப்படும் பொழுது, பயத்தை அனுபவிக்கின்றன. இந்த அனுபவம் "தப்பி ஓடும்" எதிர் விளைவையாவது, அல்லது அது சுற்றி

வளைக்கப்பட்டால், எதிர்த்துச் சண்டையிடும் எதிர் விளைவையாவது வெளிப்படுத்தும். மறுபுறம், கவலை உயிரின் நனவு நிலையிலிருந்து தோன்றி உலகத்தில் உயிர் வாழும் அச்சத்துடன், தொடர்பு கொண்டது. அடிப்படையாக, இரண்டுவிதமான கவலைகள் உண்டு, பொதுவான தினசரி கவலை, மற்றும் இருத்தலியல் கவலை."

"சரி, நான் புரிந்து கொண்டேன்."

"முதலில் உனக்குப் பொதுவான தினசரி கவலையைப் பற்றிக் கூறுகிறேன். இந்த மாதிரியான கவலை கற்பனையான சூழ்நிலைகள் மற்றும் தற்காலிக எதிர்பார்த்த சூழ்நிலைகளுடன் தொடர்புகொண்டது. இப்படிப்பட்ட கவலை எப்பொழுதும் சக்தியை வீணாக்கும். இதன்மூலம் எதையும் அடையமுடியாது. இதைப்பற்றி நண்பர்களிடம் கூறினால், அவர்களுக்குத் தொந்தரவு அளிப்பதுபோல் இருக்கும். குறிப்பாக அவர்களுடைய அறிவுறைப்படி அந்தக் கவலைகளைத் தீர்க்க நீ முயற்சிக்காத நேரங்களில்."

"அந்த மாதிரி ஒரு பெண்ணை எனக்குத் தெரியும். அவள் தன் சினேகிதனின் மீது ஆதிக்கம் கொண்டு அவனைப் பற்றிப் புகார் கூறுவாள். ஆனால், அந்தச் சூழ்நிலைகளில் அவள் நல்லதை உணர என்ன செய்ய வேண்டும் என நான் கூறும் அறிவுரையை அவள் கேட்பதே இல்லை."

"இப்படிப்பட்ட சூழ்நிலைகளில் என்னுடைய பொது அறிவுரை என்னவென்றால், உன்னால் பிரச்சினையைத் தீர்க்க முடியுமானால் செயல்பட்டு, தேவையான விருப்பங்களைத் தேர்ந்தெடுக்கச்செய். உன்னால் தீர்க்க முடியாவிட்டால், அதை விட்டுவிடு."

"இது ஒரு நல்ல அறிவுரையாக இருக்கலாம். ஆனால், செய்வதை விடச் சொல்வது சுலபம். கவலைப்படுவதை நிறுத்துவது அவ்வளவு சுலபமில்லை. எடுத்துக்காட்டாக காதல் உறவில் ஏற்படும் விரிசலைப் பற்றிச், சொல்லலாம்."

"ஆமாம், எனக்குத் தெரியும். இந்தச் சூழ்நிலைகளில் கவலைப்படுபவன் கட்டுப்பாட்டைப் பெறச் சிகிச்சை நுட்பங்கள் இருக்கின்றன."

"எனக்கு அதனைப் பரிந்துரைப்பாயா?"

"உனக்கு நான் விளக்கப்போகும் 'சிந்தனையை நிறுத்தும்' நுட்பத்தைப்பற்றி நீ படித்திருக்கிறாய். ஆனால் உனக்காக நான் இங்கே இதனை மீண்டும் எடுத்துரைக்கிறேன். இது முறையாகக் கடைபிடிக்கப்பட்டால் பயனுள்ளதாய் இருக்கும். இது ஒரு நபருக்கு உதவி செய்வதில் கவனம் செலுத்திக் கவலை சிந்தனையை மறக்கச் செய்வதன் மூலம், கவலை உணர்வைப் போக்குகிறது. கவலை சிந்தனையைத் தொடர்ந்து கவலை

பயமும் கவலையும்

உணர்வும் சென்றுவிடும். மக்கள் தாம் எதை நினைக்கவேண்டும் என்பதை அனுமதிக்கும் விஷயங்கள் மட்டுமே அவர்களது கட்டுப்பாட்டிற்குள் இருக்கிறது என்பதை முதலில் அவர்கள் அறிந்து கொள்ள வேண்டும். நீ மட்டுமே -- வேறு யாரும் கிடையாது -- என்ன சிந்தனைகள் உன் மனதில் குடியேற அனுமதிக்கிறாய் என்று முடிவு செய்யவேண்டும். இந்தச் சிந்தனையை நிறுத்தும் நுட்பம் ஒரு வேண்டாத சிந்தனையை மனதிலிருந்து வெளியேறக் கட்டாயப்படுத்தி, அதை நிரந்தரமாக நீக்கிவிடும்.

சிந்தனையை நிறுத்தும் நுட்பம் ஆட்டிப்படைக்கும் கவலை சிந்தனையைப் போக்கிவிடும்

முதலில் நீ விடுபடப்போகும் ஆட்டிப்படைக்கும் சிந்தனையை அடையாளம் காண வேண்டும். அதை விளக்கமாக ஒரு தாளில் எழுதிக்கொள். அவை சரியாகக் குறிப்பிடப்பட்டிருக்க வேண்டும். உதாரணத்திற்கு ஒரு குறிப்பிட்ட முன்னாள் காதலன் அல்லது காதலியிடமிருந்து நீ விடுபட முடியாமல் இருக்கலாம். ஒரு குறிப்பிட்ட நிகழ்ச்சி அல்லது அதனைப் பற்றி நினைப்பதை நிறுத்த முடியாத, நிலை குலையச் செய்த சம்பவம் ஏதாவது இருக்கலாம்.

அடுத்து இந்தத் தேவையற்ற சிந்தனையை மனதில் இருந்து அகற்ற நிர்வாக ரீதியிலான முடிவு (executive decision) ஒன்றை எடு. முன்னால் காதலன் அல்லது காதலியை நமது உதாரணமாக எடுத்துக்கொள்வோம். இந்த நிகழ்வில் அவரைப்பற்றிக் கவலை கொள்வதை நிறுத்தும் முடிவு முற்றிலும் நிச்சயமாக இருக்கவேண்டும். இந்த முடிவை தீர்மானமாக எடுத்துவிட்டாய் என்றால், மூன்றாவது படிக்குச் செல்.

இப்பொழுது, தேவையற்ற சிந்தனை உன் மனதில் தோன்றும்பொழுது உன்னை நீயே "நிறுத்து" எனச் சொல்லித், தேவையற்ற அந்தச் சிந்தனையை வெளியேற்று. இவ்வேலையில், உனக்கு உதவும் பொருட்டு நீ வேறு ஏதாவது செய்வதற்காக உன் கவனத்தை மாற்று. ஒரே நேரத்தில் தேவையற்ற சிந்தனைக்கும் இடம் கொடுக்காமல் அதை வெளியேற்றப் பழகுவதால், "நிறுத்து" எனச் சொல்லி, மனக்கவனத்தை மாற்றும் இந்தப் பணிகளில் ஈடுபட்டுப் பார். நூறிலிருந்து மூன்று மூன்றாக குறைத்துக் கொண்டே எண்களை எண்ணு, கூடுமானவரை துரிதமாக இதனைச் செய் அல்லது எழுத்துக்களைப் பின்புறத்தில் இருந்து ஒன்று விட்டு ஒன்று வாசித்துப்பார். எண்களின் வர்க்கமூலம் (square root) கணக்கிடு. மனதால் செய்யக்கூடிய அந்த ஒரு செயல் செய்தாலும் இது நடக்கும். ஏனெனில், நீ

செய்யும் செயல் உன் மனதில் குடிகொண்டு, அதேநேரத்தில் வேண்டாத சிந்தனை உன் உள்ளே புகுவதற்கு அனுமதிக்காது.

இதைத் தொடர்ந்து, தேவையற்ற சிந்தனை முற்றிலும் அகற்றப்படும் வரை செய்துப்பார்.

ஆரம்பத்தில் இதற்குச் சில நிமிடங்கள் பிடிக்கலாம். ஆனால் காலப்போக்கில் இது நன்கு வேலை செய்து உன்னுடைய தேவையற்ற சிந்தனைகளை முற்றிலும் அகற்றிவிடும் என்பது நிச்சயம், என்னை நம்பு.

தேவையற்ற சிந்தனை வெளியேறிவிட்டதை அறிந்தவுடன் உனக்கு அவசியமான காரியத்தின் மீது இப்பொழுது கவனம் செலுத்தி, உன் மனதை ஆக்கப் பொருத்தமான, உதாரணமாக உனக்குத்தேவையான பள்ளிக்கூட வேலையில் ஈடுப்பட்டுவிடு."

"இது நன்றாக வேலை செய்யும் போல் தோன்றுகிறது."

"ஆமாம், இது நன்கு வேலை செய்யும். நான் முடிக்கும்முன், எச்சரிக்கையாகச் சில வார்த்தைகள் சொல்கிறேன். சிந்தனையை நிறுத்தும் நுட்பம் ஆரம்பித்த சிலநாட்களில், நீ விழிப்புடன் இருக்கவேண்டும். ஏனெனில் தேவையற்ற சிந்தனைகள் உன்னை அறியாமலேயே தோன்றும். இது நடந்த உடனே, நீ அதைக் கவனித்த மறுகணம் தன்னைத்தானே "நிறுத்து" எனக் கூறி, தேவையற்ற சிந்தனைகள் மறையும் வரை கவனத்தை திசைமாற்றும் பணியை, மேற்கொள். இந்த நுட்பம் ஆரம்பித்த அன்றிலிருந்தே தேவையற்ற சிந்தனைகள் வெளியேறப் பல நிமிடங்கள் ஆகலாம். அதனால், ஏமாற்றத்திற்கு ஆளாகாமல், பலமுறை முயற்சித்த பின், சரியான கட்டுப்பாட்டைக் கடைபிடித்தால், தேவையற்ற சிந்தனைகளை அகற்றுவதில் வெற்றிகண்டு, அவை உனக்கு மீண்டும் ஏற்படாமல் இருக்கச் செய்யலாம்.

ஒரு கடைசி பரிந்துரை: ஒருசில நிகழ்வுகளில் தேவையற்ற சிந்தனைகளைக் களையெடுக்கும் முன், நீ முழுமையாகத் தன்னைத்தானே தயார்செய்யாமல் இருக்கலாம். அப்படியானால், நீ ஒரு குறிப்பு ஏட்டில், வாரத்திற்கு ஒருநாள், 10 நிமிடங்களுக்கு மேற்படாமல் தேவையற்ற சிந்தனைகளை வெளியேற்றுவதற்கு வழிசெய்ய வேண்டும். உதாரணத்திற்கு, உன்னுடைய முன்னாள் காதலர். கடிகார மணியை 10 நிமிடம் என்று அமைத்துகொண்டு, தனியே அமர்ந்து அவனைப்பற்றிய சிந்தைகளையும் கவலைகளையும் எழுது. 10 நிமிடங்கள் கழிந்தபின் கடிகார மணி ஓசை கேட்டதும், உன் கவனத்தை திசைமாற்றும் பணியில் இறங்கு. தேவையற்ற சிந்தனைகள் அனைத்தையும் நீ எண்ணவில்லை என்றால், மீண்டும் அடுத்தவாரத்திற்கு இந்தப் பயிற்சியை ஒத்திவை. நீ நினைப்பவற்றின்

மேல் கட்டுப்பாட்டைப் பெற நீ செய்யவேண்டிய பயிற்சி இது என்பதை அறிந்து கொள். இந்தக் கடைசி பரிந்துரை உன் முன்னாள் காதலில் ஏதாவது விட்டுப் போயிருந்தால் அதைப் பூர்த்தி செய்கிறது. உன் சொந்த நிபந்தனையின் பேரில் உன் சொந்தக்கட்டுப்பாட்டில், நீ அதனைக் கையாள அனுமதிக்கிறது."

"இது ரொம்ப நன்றாக இருக்கிறது. என் சினேகிதி தன் சினேகிதனைப் பற்றிப் பேசும் பொழுது நான் இதனைப் பரிந்துரைக்கிறேன். இது தான் விரும்பினாலும் தன் மீது ஆர்வம்காட்டாத ஒரு நபரின் மீதும், மோகத்தால் ஆட்டிப்படைக்கப்படும் பொழுதும், எதன்மேலாவது அளவுக்குமீறிய மோகம் கொள்ளும்போதும் இதனைப் பின்பற்றுவது சரியாக இருக்கும்."

"ஆமாம், இது நல்ல பொதுவான ஒரு நுட்பம்."

முதிய ஆத்மா தொடர்ந்தது, "நாம் பொதுவான தினசரி கவலைகளைப்பற்றி ஆராய்ந்து விட்டதால், இருத்தலின் கவலையைப் பற்றிச் சிறிது நான் கூறுகிறேன். பொதுவான தினசரி கவலைகளைப் போலவே அவதாரத்தின் போது உயிரானது, பயம், நடுக்கம் ஆகியவைகளை அனுபவிக்கும். ஆனால், இது வாழ்க்கையின் நோக்கத்துடனும் அர்த்தத்துடனும் நெருக்கமான தொடர்புகொண்டது. இருத்தலின் கவலைகள் பல சூழ்நிலைகளில் உண்டாகலாம். உதாரணத்திற்குத் தன் வாழ்க்கைப்பணியில் சந்தோஷம் இல்லாதது ஒரு அசாதாரணமான அனுபவம் இல்லை. அவர்கள் வாழ்க்கையின் நோக்கத்தில் நிறைவு பெறுதல் அல்லது திருப்தியடைதல் ஆகியவற்றில் ஏதேனும் பற்றாக்குறையும் கவலையும் இருந்தால், துக்கத்தை உணர்ந்து அச்சத்தின் தாக்குதலுக்கு ஆளாகி ஒருவிதப் பதற்றத்தையும் மனஅழுத்தத்தையும், குறிப்பாக ஞாயிற்றுக்கிழமைகளில் அடைவர். அப்போது அவர்கள் திங்கள் கிழமை வேலைக்குப் போக வேண்டுமே என்ற அச்சத்தில் இருப்பர். இன்னொரு உதாரணம், உன்னைப் போன்ற மாணவன் பள்ளியில் பின்தங்கி இருப்பது. திடீரென அவனுக்கு அவனுடைய வருங்காலம் ஒரு நிலையில்லாமல் தோன்றி, இருத்தல் பற்றிய கவலையை குடிகொள்ளச்செய்யும்."

"நான் என் பள்ளிக்கூடத்தின் மதிப்பெண் அறிக்கை அட்டையைப் பெற்ற பொழுது, பள்ளிப் பாடங்களில் பின்தங்கி விட்டதால், மீண்டும் ஓராண்டு படிக்க வேண்டியதைக் கண்டு, இதே போன்ற அனுபவத்தை உணர்ந்தேன். அப்போது எனக்குப் பீதியின் தாக்குதல் ஏற்பட்டுப், பதற்றத்தையும், வெட்கத்தையும் அந்நேரம் அடக்கமுடியாமல் போய்விட்டது. மேலும், பல்கலைக்கழகத்தில் முதல் அரையாண்டு முடித்து மனோதத்துவத்தைத் தவிர மற்ற அத்தனை பாடங்களிலும் நான் தேறவில்லை என்று அறிந்து, இதே போன்ற அனுபவங்கள் ஏற்பட்டன."

“ஆமாம், நீ இருத்தலைப் பற்றிய கவலையின் குறுகிய அத்தியாயங்களை நீ அந்த நேரங்களில் கண்டாய். இது மிகவும் சங்கடமான உணர்வு. இது பெரும்பாலும், ஒரு நபரை தனது விருப்பங்களைத் தேர்ந்தெடுக்கச்செய்து, அதனால் வாழ்க்கையின் திசையே மாறச்செய்யும். எடுத்துக்காட்டாக, உன்னுடைய நிலையில், நீ உன் கல்வியைப் பொறுத்தவரை உடனேயே வேறு பாதையை அமைக்க ஆரம்பித்து விட்டாய். அதுதான் நீ இப்பொழுது இருக்கும் வாழ்க்கைப்பணியில் உன்னைக் கொண்டுவந்து விட்டது. ஒரு நல்ல செய்தி என்னவென்றால், இப்படிப்பட்ட சூழ்நிலைகளில், தெளிவான நடவடிக்கைஎடுக்கப்பட்டால், இருத்தலைப்பற்றியகவலையின்அறிகுறிகள் தணிய ஆரம்பிக்கும். உனக்கு இருமுறை இப்படி ஏற்படும் பொழுது, நீ உடனே நீண்டகாலக் குறிக்கோள்களைக் தீர்மானித்துக்கொண்டு, புதிய பயண இலக்குகளை அமைத்து, அதன் மீது நடவடிக்கைகளையும் மேற்கொண்டாய். இந்தக் குறிக்கோள்கள், நீ பாய்மரத்தை நிமிர்த்திக், கப்பலைச் சரியான திசையில் செலுத்தி, உன் பார்வையில் தீர்மானித்திருந்த குறிக்கோள்கள் பூர்த்தியடைய அனுமதித்தது. இந்த வழியில் இருத்தலைப் பற்றிய பயத்தை உண்டாக்கிய சூழ்நிலையிலிருந்து உன்னை நீயே முன்னுக்கு இழுத்து, நல்ல விளைவினை ஏற்படுத்திக்கொண்டாய்.

இருப்பினும், நீ அனுபவித்ததை விட, அதிதீவிரமான இருத்தல் பற்றிய கவலையின் வடிவம் ஒன்று உள்ளது. உன்னுடைய அவதாரத்தின்போது, உன் உயர்-ஆத்மா, ஆன்மீகப் பரிமாணத்தில் தொடர்ந்து இருந்துகொண்டிருக்கும் அதேசமயம், உன் உயிரானது உனது உள்-அடையாளம், உன் வெளி-ஆணவம் மற்றும் உன் உடலைச் சுற்றியும், உள்ளேயும் குடிகொண்டுள்ளது என்பது உனக்குத் தெரியும். ஒருவன் எப்பொழுதாவது, ஆழ்ந்த கவலை அல்லது மிகவும் அதிர்ச்சியை அனுபவிக்கும்போது, அவன் உள்-அடையாளமும், வெளி-ஆணவமும் சரியாகச் செயல்படுவதை நிறுத்திவிடுகின்றன. அவை துண்டிக்கப்பட்டு, உயிருடன் உள்ள தொடர்பில் இடையூறு ஏற்படுகிறது. சில சமயம், இந்த இடையூறு வெகுகாலத்திற்கு நீடிக்கப்படுகிறது. இந்தச் சூழ்நிலைகளில் ஒருவன் அதிர்ச்சிக்குப் பிந்தைய அழுத்தச் சீர்குலைவு நோய்க்கு (post-traumatic stress disorder) ஆளாகிவிடுகிறான். இது இருத்தலைப் பற்றிய கவலையின் கடுமையான வலியைத் தரும் உணர்வுகளுடன் தொடர்புகொண்டது. இந்த நிலைக்கு வழக்கமாக உளவியல் சிகிச்சையின் தலையீடு தேவைப்படும்.”

நீண்ட கால இலக்கு அமைத்துக்கொள் இருத்தலைப் பற்றிய கவலையைப் போக்க

“நான் அந்த மாதிரியான இருத்தலைப் பற்றிய கவலையை அனுபவித்ததாக நினைக்கவில்லை.”

“இல்லை, அதிர்ஷ்டவசமாக, இந்த ஆயுள்காலத்தில் இல்லை.

இப்பொழுது, மற்ற விதமான உணர்வுகளை ஆய்வோம். நான் முன்பு கூறியது போல், உயிரின் இயற்கையான அடிப்படை வெளிப்பாடு அன்புதான். இதுதான் மற்ற அத்தனை உணர்வுகளுக்கும் அடிப்படையான ஒரு தனிமம். பயமும், கவலையும், முதன்மையான உணர்வுகள். ஆனால் அவை இரண்டாம் நிலை உணர்வுகளை உண்டாக்கும். கோபம், மனஅழுத்தம், குற்ற உணர்வு, ஆகியவை இரண்டாம் நிலை உணர்வுகளுக்கு உதாரணமாகும். நாம் கோபத்தை நோக்கி ஆரம்பிப்போம்.”

கோபம்

“பயம், கவலை; ஆகியவைகளிலிருந்து உண்டாகும் கோபம் இரண்டாம் நிலை உணர்வுகளைச் சார்ந்தது. ஒருவன் அச்சுறுத்தப்பட்டு எதைப்பற்றியாவது பயந்தால், கோபம் உண்டாகும். இடம் / நேரப் பரிமாணத்துடன் உள்ள ஒருவனுடைய உறவுமுறை, கோபத்தை உண்டாக்கும் பொதுவான தடங்கலுடன் தொடர்பு கொண்டுள்ளது. சென்ற சந்திப்பின்போது, இதைப்பற்றிச் சிறிது பேசியது உனக்கு ஞாபகம் இருக்கிறதா?”

“ஆமாம், உயிர்கள் உடலைப் பயன்படுத்தி ஒரு இடம்விட்டு மற்றொரு இடம் நகரும்போது, இடம் / நேரப் பரிமாணத்தை அனுசரித்துப் போக எவ்வளவு எரிச்சல்படுகின்றன என்பதைப் பற்றிப் பேசியிருந்தாய்.”

“ஆமாம், அவை சிலசமயம் கோபத்திற்கு ஆளாகும். கோபத்தை உண்டாக்கும் பொதுவான நிகழ்ச்சிகள், உதாரணத்திற்கு, போக்குவரத்தில் மாட்டிக்கொள்வது, பணிநியமனத்திற்கு தாமதமாக வருபவனை எதிர்நோக்குவது அல்லது, முக்கியமான ஒன்றை முடிக்க நேரம் இல்லாமை. இந்த மாதிரி உதாரணங்களில் ஒரு குறிக்கோளை அடையும் திறனில் இடம் / நேரமானது முக்கியப் பங்காற்றுகிறது. மேலும் இவைதான் அநேக நேரங்களில் எரிச்சலுக்கும், கோபத்திற்கும் காரணமாக அமைகின்றன.”

“ஆமாம், நான் புரிந்துகொண்டேன். சில வருடங்கள் முன் நீ கூறியது போல் நான் பயிலமுயன்றேன். ஆனால், நீ கூறுவதற்கு முன் இருந்ததை விட இப்போது ஒப்பிட்டுப் பார்த்தால் இது குறைந்தது போன்று தெரிந்தாலும், இந்த மாதிரிச் சூழ்நிலைகளில் இன்றும் பொறுமையில்லாமல் போய்விடுகிறேன்.”

“அது நல்லது, நான் உன் நண்பன் ஆல்ஃப்ரெட் (Alfred) உடன் நீ இதைப் பயில்வதைப் பார்த்தேன். இந்தக் கலையைக் கற்றவர்களில் புத்தமதத்

துறவிகள் ஒரு நல்ல உதாரணம். ஆனால், இதில் சிறந்து விளங்க நீ ஒன்றும் துறவியாகி, தியானத்தைப் பயில வேண்டும் என்ற அவசியமில்லை. இதற்கு, நிறைய பயிற்சியும், உயிருக்கு அது இடம் / நேரப் பரிமாணத்தில் ஊடுருவும் போது, எரிச்சல் உண்டாகிக் கோபப்படாமல் இருப்பதற்கான நெறிகளும் தேவை என்பதை நீ கண்டுபிடிப்பதில் சரியாக இருந்தாய். "பொறுமை ஒரு புண்ணியம்" என்ற முதுமொழியில் உண்மையுண்டு. ஏனெனில், இது இந்த மாதிரியான கோபத்தைத் தணிக்கிறது.

நீ முயற்சிக்கக்கூடிய ஒரு நுட்பமான உத்தி என்னவென்றால், உன் மனக்கண் முன் அதிகத் திடமும், குறைந்த சுருக்கமுமான ஒரு உருவகமாக நேரப்பரிமாணத்தை கொண்டு வா."

"அதை நான் எப்படிச் செய்வது?"

"ஆக்கப்பூர்வமாகச் சிந்தித்துப்பார். இது நீயே கண்டுபிடிக்கக்கூடிய ஒன்று. ஒரு யோசனை உனக்கு என்னவென்றால், நீ நேரப்பரிமாணத்திற்கு உன்னைக் கொண்டுசெல்லும் ஓர் கன்வேயர் பெல்ட்டில் (conveyer belt) மாட்டிக்கொண்டாய் எனக் கற்பனை செய்துக்கொள். அந்த பெல்ட்டை (belt) நிறுத்தவோ, பின்னால் நகர்த்தவோ, அல்லது துரிதப்படுத்தவோ செய்யும் வாய்ப்பு உனக்கில்லை. அதாவது, நீ நடந்த நிகழ்ச்சிகளை நடவாமல் ஆக்கவோ, நேரம் கடந்தபின் நீ செய்த செயல்களை இல்லாமல் செய்யவோ முடியாது. முடிவு எடுக்கும் ஒரே ஒரு வாய்ப்பு மட்டும்தான் உனக்கு உள்ளது. இந்த வழியில் நேரமானது தன்னாட்சி பெற்றுள்ளதையும், அதை மாற்ற முடியாததையும் நீ அறிந்து, வருத்தப்படுவது எவ்வளவு பகுத்தறிவு இல்லாத ஒருவாதம் என்பதை ஏற்றுக்கொள்வாய். உன்னை நீ காணும் சூழ்நிலைகளில், ஒரு மனிதனிடமிருந்து எதிர்பார்க்கப்படும், அந்தக் கணத்தில் உன்னால் முடியக்கூடியதைச் சிறந்த முறையில் செய்வதுதான் உன் வசம் உள்ளது. ஆகவே, மிக முக்கியமானது என அறிந்து, நீ தினந்தோறும் முயற்சித்து, நேரப் பரிமாணத்தை விழிப்புணர்வில் கொண்டுவர வேண்டும். நீ இதைச் செய்து பயின்றால், நேரப் பரிமாணத்தின் உறுதியையும், மாற்றமுடியாத அதன் விளைவையும், நீ கண்டுகொள்ளலாம். மேலும் மக்கள் இதன் விளைவைப் புறக்கணித்துத் தினந்தோறும் எரிச்சலுக்கும் கோபத்திற்கும் ஆளாகின்றனர் என்பதை நீ அறியலாம்."

"நீ சொன்னதைப் புரிந்துகொண்டேன். நான் அதைச் செய்ய முயற்சிக்கிறேன்."

"நேரத்தின் கலவையுடன் விதியும் பின்னப்பட்டுள்ளது. மேற்கொண்டு, பிறக்கும் பொழுது, உன்னால் வீசப்பட்ட கட்டவிழ்க்கும் நல்லிணக்கத்தின் நிகழ்ச்சிகளும் உண்டு. ஒவ்வொரு திருப்பங்களிலும் எதிர்பாராத நிகழ்ச்சிகள் இருக்கின்றன என்பதை விதி கட்டளையிடுகிறது. இதில் சில குறிப்பாக,

உன் சொந்த விதியுடன் தொடர்புள்ளவை. ஆனால், மற்றவை, கட்டவிழ்கும் நல்லிணக்கத்தால், வாழ்க்கையில் கொண்டுவரப்பட்ட பொதுவான தடங்கல் நிகழ்ச்சிகளே. ஒரு படகில் ஆற்றைக் கடக்கும்பொழுது, ஆற்றின் அடிமட்டத்தில் எங்கே பாறைகள் இருக்கின்றன எனத் தெரியாததால், அவை திடீரெனப், படகைத் தடுமாறச்செய்து, உன் பயணத்தைச் சீர்குலைக்கும் என்ற ஒரு உவமையை நீ பயன்படுத்திக்கொள்வது உனக்கு உதவியாக இருக்கும். அல்லது, நீ நேராக நின்று கொண்டிருப்பதாகக் கற்பனை செய்து கொள். அதே சமயம், உன் பக்கம் வீசும் சூறாவளிக்காற்று அத்துடன் எதிர்பாராத நிகழ்ச்சிகளைக் கொண்டுவருகிறது. இந்த நிகழ்ச்சிகள் உனக்காக விதியாக்கப்பட்டவை அல்லது வாழ்க்கையில் பொதுத் தடங்கல் கொண்டவையா என்பதைப் பேச்சு வார்த்தைக்கு உட்படுத்த வேண்டும். இந்தத் தடங்கல்களை நோக்கும் மனோபாவம்தான் கோபத்தை உண்டாக்கக்கூடியது. ஆற்று நீர் பாயும் வேகத்தை விட இடம் / நேரத்தோடு துரிதமாக இயங்கும் உன் முயற்சியும் அமைதியாக இருக்கும்பொழுது, காற்றுக்காக ஏங்கும் உன் பொறுமையற்ற குணமும், உன்னை எரிச்சலுக்கு ஆளாக்கிக், கோபத்தை உண்டுபண்ணும். நீ இடம் / நேரத்திற்கு வெளியே செல்லவோ, தப்பிக்கவோ முடியாது. இதை ஏற்றுக்கொண்டு, இதன் எல்லைகளுக்குள் செயல்படுவதை விட வேறுவழி உனக்கில்லை."

ரிக்கி தலை அசைத்தான், "ஆமாம், சாந்தம் அடைய எனக்கு இன்னும் அதிகப் பயிற்சி தேவை."

இடம் / நேரப் பரிமாணத்தில் ஊடுருவிச்செல்ல தொடர்ந்து விழிப்பு தேவை

"கோபத்திற்கான மூலங்கள் இன்னும் பல உண்டு. உதாரணத்திற்கு யாராவது தன் வாக்குறுதியை மீறினால் அல்லது பொய் சொல்லி அதை நீ கண்டுபிடிக்கும் பொழுது உனக்குக் ஏமாற்றம் ஏற்பட்டால் உனக்கு கோபம் வரும். இந்நிலைகளில் கோபம் ஏமாற்றத்தால் வருகிறது. ஆழ்ந்த நிலையில் ஏற்படும் இந்தக் கோபமானது, தான் விரும்பப்படவில்லை, நேசிக்கப்படவில்லை என்ற உணர்வுடன் தொடர்பு கொண்டுள்ளது. உறவு முறியும்பொழுதும்கோபம்ஏற்படுவதுசகஜம்,தன்காதலைதொலைத்துவிடும் வலியுணர்வு, விரும்பப்படாதவன் அல்லது நேசிக்கப்படக்கூடியவனாக இல்லை என்ற பயத்திற்கும் கொண்டுசெல்லும் கோபத்தின் இன்னொரு மூலகாரணம் திரிக்கப்பட்ட எதிர்பார்ப்புகள். வேண்டப்பட்ட அல்லது வேண்டப்படாத சாதகமான உதவிகள் அளித்தபின்னர், மக்கள் தவறாக அதை அன்பான, இரக்கமுள்ள செயல்களாகக் கருதுவது. நான் ஏற்கனவே நிபந்தனையற்ற அன்பு அல்லது நிபந்தனையற்ற இரக்கத்தைப் பற்றிச்

சொல்லும் போது இதைக் குறிப்பிட்டுள்ளேன். ஆனால் இதுவும் கோபத்துடன் தொடர்பு கொண்டதால் இதைப் பற்றிச் சிறிது விரிவாகச் சொல்கிறேன். சில வேளைகளில் கொடுப்பவன் சாதகமாகமான உதவிகளைத் தொடர்ந்து பரிமாறிக்கொண்டே போவான், ஆனால் எதுவும் அவனுக்குத் திருப்பிக் கிடைக்காது. அப்பொழுது அவன் சாதகமாகப் பயன் படுத்திக் கொள்ளப்படுகிறான் என்பதை மெதுவாக உணர ஆரம்பித்து, வெறுமனே தன்னைத் தியாகம் செய்வதை அறிவான். அவன் புண்பட ஆரம்பித்து, அதன் பின்னர் கோபம் கொள்வான். அவன் கோபம் கூடிக்கொண்டே போய் மற்றவர்களை வெறுத்து எரிச்சல்படுவான். முடிவாக வெடித்து எழுவான். சிலநேரம், அவனிடமிருந்து சாதக உதவி பெறும் சந்தேகிக்கப்படாத நபரின் மீதோ, அதிகபட்சம் அவன் நெருக்கமாக இருக்கும் நபருடனோ, அல்லது சந்தேகிக்காத ஒருவன் தற்செயலாகத் தவறான இடத்தில், தவறான நேரத்தில் அவனிடம் மட்டிக்கொண்டவனிடமோ கோபத்தை வெளிப்படுத்துவான், அல்லது கோபத்தைத் தன் பக்கமே திருப்பி, உள்ளுக்குள் வேதனைகொண்டு, இதனால் மனத் தளர்ச்சிக்கு ஆளாகி, மன அழுத்தத்தை உணர்வான்.”

“நான் இதைப் போன்ற ஒரு பெண்ணை அறிவேன் என நினைக்கிறேன். - என் சினேகிதி ‘சின்டி’ (Cyndy) . முதலில் சுட்டிக்காட்டக் கடினமாகத்தான் இருந்தது. ஆனால் நீ விளக்கிய பின் இது அவளுக்குச் சரியாகப் பொருந்துகிறது. என் பள்ளியாண்டில், காப்பி கடையில் பகுதி நேர வேலையாக என்னுடன் அவள் வேலை செய்கிறாள். அவள் சந்தோஷமாக இருப்பது போல் பாவனை செய்வாள், ஆனால் அவள் கோபமாக இருப்பதை என்னால் சொல்ல முடியும். அவள் எப்பொழுதும் மற்றவர்களுடன் எவ்வளவு நல்ல முறையில் இருக்கிறாள், எவ்வளவு உதவி புரிகிறாள், ஆனால் எந்தவித அங்கீகாரமும் அவள் செய்யும் உதவிக்குப் பதிலாகப் பெறுவதில்லை எனப் புலம்புவாள். நான் நினைக்கிறேன், இனி நான் ஜாக்கிரதையாக இருந்து கொள்ளவேண்டும். ஒருவேளை திடீர் என வெந்நீர் ஆவியை என் மீது ஊதி விட்டு விடுவாளோ?”

“ஆமாம், அவள் செய்யலாம். அவள் கோபத்தை அடைகாக்கிறாள் போல் தோன்றுகிறது, அது கூடிக்கொண்டே போகிறது.

கோபம் சிலநேரம் பழி வாங்கும் உணர்வு போல் அதிதீவிர உணர்வுகளுக்குக் கொண்டுசெல்லும். சென்றமுறை நாம் சந்தித்த போது பழி வாங்குவதைப்பற்றி, பழி வாங்குபவனாக மாறாமல், விதியைத் தழுவிக்கொள்வது எவ்வளவு முக்கியம் என்று சொன்னேன். ஒருவன் பழிவாங்கும் சிந்தனையிலேயே மூழ்கியிருந்தால், அவன் உயிருக்கும் மற்ற உயிர்களுடன் உள்ள அன்புத்தொடர்பு முறிந்துபோய் விடுகிறது. அவன் பழி வாங்கிய பின் அமைதியடைவதைத் தவறுதலாக எதிர்பார்க்கின்றான். பேச்சு வழக்கில் இருக்கும் “இரண்டு தவறுகள்

ஒரு சரி ஆகாது", மற்றும் "ஒரு வன்முறை, மற்றொரு வன்முறையைத் தோற்றி வைக்கும்" என்பவை, மனிதத் துன்பத்தைப் பழி வாங்கித் தீர்க்கமுடியாது என்ற கண்டு பிடிப்பிலிருந்து தோன்றியது. இதன் காரணம் என்னவென்றால் எல்லா உயிர்களும் பொதுவாக அன்பைதான் அடிப்படை உணர்வாகக் கொண்டுள்ளன. மேலும் உயர் ஆன்மீக நிலையில் அனைத்தும் ஒன்றுபட்டுள்ளன, ஒரே கையின் விரல்களைப்போல். ஒரு விரலின் மீது வலி திணிக்கப்பட்டால் முழுகையும் அதை உணரும். இந்தக் காரணத்தினால்தான், பழிவாங்குவது வலி உணர்வைப் போக்குவதே இல்லை. ஆன்மீக நிலையில், உன்னை நீயே மீண்டும் புண்படுத்திக்கொள்கிறாய்.

பழி வாங்குதல் வலி உணர்வைப் போக்குவதேயில்லை

"அப்படியா?" உதாரணங்கள் கூடிக்கொண்டே போவதால், நான் விதியைத் தழுவிக்கொள்ள வேண்டும் என்று நீ ஏன் கூறினாய் என்பதை நான் இப்பொழுது நன்கு புரிந்துகொண்டேன். அந்தக் கருத்து பல்வேறு சூழல்களில் மீண்டும் மீண்டும் வந்து கொண்டேயிருப்பது போல் தோன்றுகிறது."

"நன்று, நீ தொடர்புபடுத்தி சிந்திக்கிறாய்."

"ஆனால், ஒரு பயங்கரத் தீங்கு யாருக்காவது இழைக்கப்பட்டு, அதை தீர்த்து வைப்பதாகக் கூறிப் பழியை நீதியின் மூலம் தீர்த்துக்கொள்ள விரும்புவரைப் பற்றி என்ன கூறுகிறாய்?"

"ஒரு விவகாரத்தைத் தீர்த்து முடித்து வைக்க நீதியை நாடுவதில் தப்பே இல்லை. இருப்பினும், நீதி கிடைக்கவேண்டும் என்பதற்காக அடுத்த மனிதனின் மரணத்தை நாடினால், விவகாரத்தை முடித்து வைப்பதே ஒரு மழுப்பாகிவிடும். ஏனெனில், ஒருவனுடைய மரணம் இன்னொருவனுடைய மரணத்தை நியாயப்படுத்தாது. தீர்த்து வைப்பது என்பது துன்பத்திலிருந்து நிவாரணம் பெறுவதுதானே தவிரக், கண்ணுக்குக் கண் என்ற அடிப்படையில் அல்ல. அன்பாக உன் விதியைத் தழுவிக்கொள். துன்பத்தில் உருவான உணர்வை அனுபவித்து, அதிலிருந்தும் மற்றும் நேரப்போக்கில் அந்த அனுபவத்தையும் தாண்டிக் கற்பது தான் உன்னுடைய சவால்."

"ஆமாம்,நான்ஒப்புக்கொள்கிறேன். ஆனால்,ஒருகுடும்பத்தில், உதாரணத்திற்கு யாராவது கொலை செய்யப்பட்டால், விதியைத் தழுவிக்கொள்வது என்பதை பிரதானமாக அநேகமானோர் நினைப்பதில்லையே."

“எனக்குத் தெரியும், இது மிகவும் கடினமான ஆன்மீகப் பாடம். ஆனால், எல்லா விதியைப்போல் இதுவும் உன்னாலேயே, உன் உள்-இயற்கையைப்பற்றிக் கற்றுக்கொள்ளும் வாய்ப்பினைப் பெறுவதற்காகத் திட்டமிடப்பட்டது.

இப்பொழுது நான் மனஅழுத்தத்தைப் பற்றிச் சிறிது கூறுகிறேன். மனஅழுத்தம் ஒரு இரண்டாம் நிலை உணர்வு ஆகும். ஆனால், இது கோபத்தைப்போல், பயம், கவலைகளின் விளைவை ஒருவனுக்கு வெளியே வெளிப்படுத்துவது போல் அல்லாமல், மனஅழுத்தம் என்பது ஒருவனின் உள்ளுக்குள்ளேயே தனது தாக்கத்தைவெளிப்படுத்தும்.”

மன அழுத்தம்

“உனக்கு தெரிந்தது போல், நம்பிக்கை இழப்பு, அவநம்பிக்கை, உவரவிருக்கும் தவிர்க்க முடியாத அழிவு, விரக்தி ஆகியவைகளுடனும், மிகத் தீவிரமான சூழ்நிலைகளில் தற்கொலை உணர்வுகளுடனும், மனஅழுத்தம் ஏற்படுகிறது. மனஅழுத்தத்தால் கடுமையாகப் பாதிக்கப்பட்ட ஒருவருடைய வெளி-ஆணவம் வேலை செய்வதை நிறுத்திவிடுகிறது. உள்-அடையாளம் அலங்கோலமான நிலையில் இருக்கும். உலகத்துடன் தொடர்பு துண்டிக்கப்பட்டு விடுகிறது. இதை உணரும் ஒருவன், தன் வாழ்க்கையிலிருந்து தொடர்பற்றவனாகி விடுகிறான். உயிர் வாழும் ஏக்கத்துடன் அவனுடைய சார்ந்த உணர்வு துண்டிக்கப்பட்டு, அவனைச் சுற்றியுள்ள வாழ்க்கையுடன் உணர்வின் தொடர்பு தொலைந்து அவனுடைய உணர்வுகள் உறைந்து போகின்றன. மகிழ்ச்சியை உணரவோ, மற்றவர் மகிழ்ச்சியாக இருப்பதை அறியவோ அவனால் முடியாது. அவனால் இரக்கத்தையும் உணர முடியாது. அவன் உண்மையில் வாழ்க்கையிலிருந்து வெட்டப்படுகிறான். உணர்வுகளை அறியும் இடைநிலையிலிருந்து அடி வானத்திற்குக் கீழ் வீழ்ந்து, அது தூரத்திலிருப்பதை அறிந்தும், அங்கு அவன் செல்ல முடியாத நிலையில் இருப்பான்.

இருப்பினும், மன அழுத்தம் குறைய ஆரம்பிக்கும்பொழுது, அடிவானத்தின் காட்சிகள் தெரிய ஆரம்பிக்கும். முதலில் ஆங்காங்கே தெரிந்து, படிப்படியாக அதிகரித்த நிலையில் தெரியும்.”

ரிக்கி கவனமாகக் கேட்டுக்கொண்டிருந்தான்.

“உனக்குத் தெரிந்ததுபோல், ஒருவனுக்கு மனஅழுத்தம் ஏற்படச்செய்யும் நிகழ்வுகள் மனதைத்தொடும்படியாக வாழ்க்கையில் நிறைய இருக்கின்றன. தன் உள்ளார்ந்த இயற்கையைக் கற்றுக்கொள்ள உயிர்

தேர்ந்தெடுத்துக்கொண்ட அனுபவம் இது. ஏன் எனக் கேட்கிறாயா? சென்றமுறை நாம் சந்தித்த போது விவாதித்த முரண்பாடுகளின் கருத்தில் இதன் பதில் இருக்கிறது. மனஅழுத்தம் போன்ற முரண்பாட்டை அனுபவிக்காமல், மகிழ்ச்சியின் உயரத்தையும், பேரின்பத்தையும், அவைகளின் உச்ச நிலையையும், ரசித்துப், பாராட்ட முடியாது. ஓர் உருவகமாக, ஒரு பள்ளத்தாக்கில் நீ கடினமாக உழைக்காமல், மலைஉச்சியில் நின்று களிப்பூட்டக்கூடிய அதன் அழகை ரசிக்க முடியாது. மேக மூட்டமுள்ள ஒருநாளில், இருட்டை அனுபவிக்காமல் இருந்தால், சூரியஒளி பிரகாசமான ஒரு நாள் எவ்வளவு நன்றாக இருக்கும் என்பதை உன்னால் சொல்லமுடியாது. பட்டியல் இன்னும் நீண்டுகொண்டே போகும். ஒரு அனுபவத்தினை மதிப்பீடு செய்யும் முன், அதன் முரண்பாட்டை நீ அனுபவித்திருக்கவேண்டும். வெளிப்படையாக மனஅழுத்தம் ஒரு இனிமையான உணர்வு அல்ல. ஆனால், இதன் முரண்பாட்டை அறிந்துகொள்ள வேண்டுமானால், இந்த உணர்வை நீ அனுபவித்தாக வேண்டும்."

"மனஅழுத்தம் தவிர்க்க முடியாது எனச் சொல்கிறாயா? மேலும் என் வாழ்வில் எப்பொழுதாவது மன அழுத்தத்தின் அனுபவத்திற்கு ஆளாவேனா?"

"விதியாக்கப்பட்ட நிகழ்ச்சிகள் நம் வாழ்க்கையின் வழியில் வரும்பொழுது அவற்றை அனுசரித்து, உயர்வுதாழ்வுகளை அனுபவிப்பது, வாழ்க்கையின் ஒரு சாதாரணப் பகுதிதான். உன்னுடைய ஒவ்வொரு வாழ்க்கையிலும் மருத்துவ ரீதியான மனஅழுத்தத்தை அனுபவிக்கத்தேவையில்லை. ஏனெனில், உன் முந்தைய வாழ்க்கைகளில், போதுமான அளவு மனஅழுத்தத்தை நீ அனுபவித்திருக்கிறாய். ஆகவே, இந்த வாழ்வில் மீண்டும் மனஅழுத்தத்தை அனுபவிக்கத் தேவையில்லை. உன்னுடைய வருங்கால வாழ்க்கையில் மனஅழுத்தத்தை அனுபவிக்கும் திட்டம் உனக்கு இருக்கலாம் என்பது சாத்தியமே."

"சரி, அது ஓர் நிவாரணம் என நான் நினைக்கிறேன்."

"ஒரு நாணயத்தின் இரு பக்கங்களையும் அனுபவிக்கும் பொருட்டு, சென்றமுறை நாம் சந்திக்கும்பொழுது, தெய்வீக சவால்களை எதிர்கொள்ளும் கருத்தைப்போல் ஒன்றை நான் குறிப்பிட்டிருந்ததை நினைவுபடுத்திக்கொள். அந்த நிகழ்ச்சியில் ஒருவன் வற்புறத்தப்பட்டு, அல்லது அவனே தேர்ந்தெடுத்து அவன் யாராக இல்லையோ, அதைப்போல் இருந்து, அதை அனுபவித்து, அவன் யார் என்று நன்கு தெரிந்து கொள்கிறான். இந்த இக்கட்டான நிலை, நிச்சயமாக மனஅழுத்தத்திற்குக் கொண்டுசெல்லும். ஏனெனில், ஒருவன் அவனாக இல்லாமல் ஆக்கப்பட்ட உணர்வுகளால், வீழ்த்தப்படுகிறான். அவன் தன்னை யாராக இருக்கப் புரிந்துகொண்டானோ, அதற்கு முரணிசைவான வேலைகளைச் செய்வதை

அவன் காணும்பட்சத்தில், அவன் அவனாக இல்லாமல் ஆக்கப்பட்ட உணர்வுகளால் வீழ்த்தப்படுகிறான்."

"ஆமாம், அது எப்படி நடக்கிறது என்பதை நான் பார்க்கின்றேன்."

"உணர்ச்சிகளுக்கு வழிவகுக்கும் அனைத்து எதிர்கொள்ளல்களும், உனக்குள் ஒரு உணர்வு நிலையைக் கொண்டுவரும் ஒரு சூழ்நிலையில் நீ செலுத்தப்படுகிறாய். உணர்வு போதுமான அளவு உணரப்பட்ட பின் அந்த எதிர்கொள்ளலால் உண்டான கற்றலைக் கிரகித்துக்கொண்டு நீ மெதுவாக முன்னோக்கி நகர ஆரம்பிக்கிறாய். சில நேரங்களில், எப்படியும், மனஅழுத்தம் மிக ஆழமாக இருந்தல், உன் வெளி-ஆணவம் செயலின்மையைக் கடந்து செயல்பட, அது சிறிது தள்ளப்பட, அல்லது, சிறிது இழுக்கப்பட வேண்டியதிருக்கிறது. மனஅழுத்தத்திலேயே நீண்ட நாட்களுக்குத் தொடர்ந்து நீடித்திருந்தால், அதுவே ஒரு வாழ்க்கையின் விதமாகவோ அல்லது துன்பகரமான பழக்கமாகவோ ஆகிவிடக்கூடிய அபாயம் உள்ளது."

ரிக்கி வியப்புடன், "மனஅழுத்தத்திற்கான சூழ்நிலைகள் முடிந்த பின்பும் ஒருவன் தொடர்ந்து மன அழுத்தத்திலேயே இருப்பான் என்கிறாயா?"

"ஆமாம், மக்கள் சிலநேரம் சிக்கிக்கொள்கின்றனர். சிலர் அவர்களுக்கு மன அழுத்தம் ஏற்பட்டவுடன் இரண்டாம் நிலை அனுகூலங்கள் அந்த நிலையில் கிடைப்பதை அவன் கண்டுபிடிக்கிறான். உணர்வுகள் பிறகு நீண்ட காலத்திற்குக் குடிகொள்கின்றன. மனஅழுத்தமுள்ள நிலையே அவர்களுடைய சுபாவத்தின் அம்சமாகிவிடுகிறது. இது நடப்பதை நீ எப்பொழுதாவது கவனித்தால், உன்னை ஒரு மலையின் உச்சிக்கு செல்வதாகக்கற்பனைக்காட்சிப்படுத்திக் கொண்டு, கீழிருந்து மேல்நோக்கிச் செல்ல ஒரு சரிவின் மீது நீ போராடுவதைப் போன்று நினைத்துக்கொள். பிறகு உன்னையே கேள், "நான் இருக்கும் இந்தக் குழப்பத்திலிருந்து மீண்டும் மேலே செல்ல எனக்கு நானே கொடுத்துக்கொள்ளும் சிறந்த அறிவுரை என்ன?" நீயே ஏற்படுத்திக்கொண்ட இந்த நிகழ்ச்சிகளால்தான் நீ மனஅழுத்தத்திற்கு ஆளானாய் என்பதை ஞாபகத்தில் வைத்துக்கொள். ஆகவே, அங்கேயே தங்குவதற்கு நீ விரும்பியிருந்தால் ஒழிய நீதான் இதிலிருந்து வெளியே வரவேண்டும். உனக்கென்று ஒரு சுயவிருப்பம் உண்டு, விருப்ப தேர்வும் உன்னுடையதுதான். அநேகமானோர் உளப்பிணி சிகிச்சையால் (psychotherapy) பயன்பெறுகின்றனர். மேலும் இந்த சூழலில் இருக்கும்போது சிலநேரம், உளமருந்தியல் சிகிச்சையின் உதவியால் (psychopharmacological assistance) சிகிச்சையளித்து அவர்களுடைய வெளி-ஆணவத்தை மீண்டும் இயக்கி மனஅழுத்தத்தால் ஏற்பட்ட செயலின்மையிலிருந்து மீளமுடியும்."

“நீ சற்றுமுன் கூறினாய், “நீ மனஅழுத்தத்தை உண்டாக்கினாய், இப்பொழுது, நீயே வெளியே வா.” என்று. இது ஏற்கனவே மனஅழுத்தம் கொண்டவனுக்குச் சற்றுக் கடுப்பானதாக இருக்காதா?”

“ஆமாம் இருக்கும். ஆனால், சில சமயம் மனஅழுத்தத்தைப் பழக்கமாகக் கொண்டவனுக்குக் கடுமையான வார்த்தைகள் உதவும். அவன் தன் செயலின்மையைக் கடந்து வேறு விருப்பங்களைப் பரிசீலிக்க ஆரம்பித்துவிடுவான். நான் சென்றமுறை சந்தித்தபொழுது சொன்னதாவது, “உணர்வுகள் ஒன்றுக்கொன்று பின்னப்பட்டு, நினைவிழந்த நிலையிலிருக்கும்.” மனஅழுத்தம் கொண்டவனும் நினைவிழந்த நிலையில் இருப்பான். நினைவிழந்த நிலை மனஅழுத்தம் நீடிப்பதற்கான ஒரு கருவியாக இருக்கிறது. அவன் காற்சட்டையில் ஒரு உதை கொடுத்தால், அது அவனை அதிர வைத்து நினைவிழந்த நிலையிலிருந்து மீள உதவும்.”

ரிக்கி, தயக்கத்துடன் கூறினான், “அப்படியா, நீ விளக்கியது போல் நான் ஒருநாளும் மன அழுத்தத்திற்கு ஆளாகவில்லை.”

“இல்லை, ஆனால், நீ மனஅழுத்தத்தின் அறிகுறிகளை அவ்வப்பொழுது அனுபவித்துள்ளாய்.”

ரிக்கி, கடந்த காலத்தைப் பிரதிபலித்து, நினைத்தான், “என் மோகத்திலிருந்து விடுபட எனக்கு எப்பொழுதும் சிறிதுநேரம் பிடித்தது.”

“ஆமாம், மோகங்கள் ஒரு நல்ல எடுத்துக்காட்டு. நினைவிழந்த நிலை, மோகம் கொண்ட சமயங்களில் அதிகமாகக் காணப்படும்.”

மனஅழுத்தம் கொண்ட ஒருவன்
நினைவிழந்த நிலையில் இருப்பான்

“ஆமாம், நான் நினைவிழந்த நிலையில் இருப்பதாக உணர்ந்தேன்.”

“அந்த நேரங்களில், பல இளைஞர்கள் தங்களின் முதல் சில முறைகளில், ஈடு கொடுக்கப்படாத காதலை அனுபவிக்கையில், கொந்தளிக்கும் உணர்வுகளுடன் போராடும் பொழுது உண்டாகும் மன அழுத்தம் போல், நீ சற்று மன அழுத்தத்திற்கு ஆளானாய்.”

மனஅழுத்தத்துடன் உள்ள பிரச்சினைகளில் ஒன்று என்னவென்றால், வெளி-ஆணவம் செயலிழந்துவிட்டதன் காரணமாக, அது தகவலைக் கிரகிப்பதில்லை. ஆகவே, மனஅழுத்தம் ஏற்பட்டவனுடைய உயிர் தன்னை வெளியுலகில் வெளிப்படுத்த வரையறுக்கப்பட்ட திறன்

மட்டும் கொண்டிருக்கும். ஆகவே, உயிரின் வெளியுலகத் தொடர்பு தடுக்கப்பட்டிருக்கும். இந்தச் சூழ்நிலை நீடிக்குமேயானால், உயிரும், அதன் விளைவாக உயர்-ஆத்மாவும், அவதாரத்தின் அனுபவத்திலிருந்து ஒன்றும் கற்றுக்கொள்ள இயலாது. ஆயுள் காலத்தின் நோக்கம் எதிர்மறையாகிவிடுகிறது. இந்த நிலைக்கு முடிவான பதில், வெளி-ஆணவம், அது பிரயோஜனமில்லாததை உணர்ந்து, தற்கொலை மூலம், சுய அழிவை விரும்பும். மனஅழுத்தத்தினால் உள்-அடையாளத்திற்கும் உயிருக்கும் உண்டான தொடர்பு பழுதடைந்து வெளி-ஆணவமும், உள்-அடையாளமும் தப்பான காரணத்தினால், அவைகள் பயனற்று, உபயோகப்படாதவைகளாக இருப்பதாக உணரும்.”

உலகம் துன்பம் நிறைந்ததாக இருந்தாலும்
அதிலிருந்து மீளக்கூடியதாகவும் உள்ளது

ஹெலன் கெல்லர்

“அது சரியில்லை.”

“வெளி-ஆணவம் பழுதடைந்ததுதான் பிரச்சினை. ஆனால் சரிசெய்வதற்கு அப்பாற்பட்டும் இல்லை. தற்கொலை விரும்பியின் வெளி-ஆணவம் அதற்கு ஒப்புக்கொள்ளாமல் இருக்கலாம். ஆனால், வாழ்க்கை அல்லது மரணத்தைத் தேர்ந்தெடுக்கும்பொழுது, அதற்கு எண்ணற்ற விருப்பங்கள் உண்டு. தற்கொலையால் உணர்வின் அனுவபத்திலிருந்தும், மனஅழுத்தத்திலிருந்தும், அதிலிருந்து மீண்டபின் உண்டான அனுபவத்தையும் கற்றுக்கொள்ளும் வாய்ப்பை இழந்துவிடுகிறாய். நீ வாழ்க்கையை அற்பமாக்கித் தோல்வியுறச்செய்கிறாய். உடல் ஆரோக்கியமாக இருக்கும் நிகழ்வுகளில் இது தேவையற்றது. இது உணர்வற்றதாகவும் தோன்றலாம். ஏனெனில் சில நேரங்களில் எனக்குத் தெரிந்து, அதன் வலி தாங்கமுடியாததாக இருக்கும். மேலும் மனஅழுத்தமுள்ள அவனோ அல்லது அவளோ தான் இதைத் தேர்ந்தெடுத்துள்ளனர் என்பதை ஒரு போதும் ஏற்றுக்கொள்ளமாட்டார். ஆனால், உன் மனதில் வைத்துக்கொள், உன்னால் கையாளப்படாத ஒரு சூழ்நிலையை உன் உயிர் உண்டாக்காது. எப்பொழுதும் ஒரு வழி இருக்கும். இருள் படர்ந்த இரவினை, பகலின் வெளிச்சம் தொடராமல் இருந்ததில்லை.

தற்கொலையால் வாழ்க்கையை
அற்பமாக்குகிறாய்

சில நேரம் நீடித்த மனஅழுத்தத்தில் மற்ற ஊக்குவிப்புகளும் நாடகத்தில் இருக்கும். நினைவில் வைத்துக்கொள், உயிரானது சூழ்நிலைகளை வரவேற்றியதால்தான் மனஅழுத்தம் ஏற்பட்டது. இது அதை நீடிக்கவும் விரும்பலாம். உதாரணத்திற்கு மனஅழுத்தம் கொண்டவன் குடும்பத்திற்கும் அவனைக் கவனிப்பவர்களுக்கும், அவனை கவனிக்கும் அனுபவத்தை அளிப்பதற்காக கூட இது நீடிக்கலாம். இருப்பினும், முடிவான அர்த்தம், ஒரு மன அழுத்தம் கொண்டவனின் மனநிலை அடங்க மறுப்பதின் காரணம் அவனுக்கோ, அவனைக் கவனிப்போருக்கோ அவன் அந்த நிலையைக் கடக்கும்வரை அறியப்படாமலே இருக்கலாம்."

முதிய ஆத்மா மனஅழுத்தத்தைப் பற்றிக் கூறியதை நினைத்து ரிக்கி விமர்சித்தான், "எனது நண்பன் பிஜோர்ன் (Bjorn) உடைய தாய் இரண்டு வருடங்களுக்கு முன் தற்கொலை செய்து கொள்ளமுயன்றாள். அளவுக்கு அதிகமான மாத்திரைகளை முழுங்கிவிட்டாள். ஆனால், அவன் பள்ளிக்கூடத்திற்கு அன்று செல்லவில்லை. எதிர்பாராத விதமாக வீட்டிற்கு திரும்பி வந்த அவன், கூடத்தின் சோஃபாவில் மயங்கிய நிலையில் தனது தாய் படுத்திருப்பதைக் கண்டு மருத்துவ ஊர்தியை அழைத்து மருத்துவமனைக்கு கொண்டு சென்று சிகிச்சையளித்தான். அவள் மரணத்தின் நேரம் நெருங்காததைக் கண்டு ஆச்சரியப்பட்டிருப்பாள் என நினைக்கிறேன்."

"நீ சொன்னது சரிதான், மரணம் என்பது விபத்து அல்ல. அநேகருக்கு அவர் எப்பொழுது இறப்பார் என்பதைப்பற்றிய தகவல் முன்கூட்டியே தெரியாது. உன் நண்பனின் தாயுடைய சூழ்நிலைகளில் பல குழப்பமான காரணிகள் உண்டு. அவளிடம் ஒரு வரலாறு இருக்கிறது. அவள் எதிர்த்துப் போராட விரும்பவில்லை. மரணத்தின் நெருங்கிய அனுபவம் அவள் தவிர்த்துவந்த பயங்கள் ஒன்றுடன் மோதுவதற்கான வாய்ப்பைக் கொடுத்து, அவள் வாழ்க்கையின் மீதான ஒரு புதிய கண்ணோட்டத்தை அளித்தது. அவன் தாய் அவன் வளர்ச்சியைக் காணாமல், தற்கொலைக்கு முயன்றாள் என அறிந்து, பிஜோர்னின் வாழ்க்கையும் எதிர்காலத்தில் மாறிவிட்டது. மரணத்தின் விளிம்பிலிருந்து காப்பாற்றியதால், தாயுடனான அவனது உறவை மறுமதிப்பீடு செய்ய வேண்டியதாயிற்று. அதை அவன் செய்ய வேண்டியதுதான். வாழ்க்கை ஒரு சிக்கலான விவகாரம் என்பதை நீ காணலாம். இதற்குச் சாதாரண, அற்பமான பதில்கள் கிடையாது."

"ஆமாம், நான் அறிந்துகொண்டேன்."

முதிய ஆத்மா இப்பொழுது கூறியது, "நாம் நிறைய தகவல்களை இன்று பெற்றுக்கொண்டோம். முடிப்பதற்கு முன் விவரிக்க இன்னும் நிறைய இருக்கிறது. இருப்பினும், ஓரிரு விஷயங்களை நான் கவனித்தாக வேண்டும். நான் சிறிதுநேரத்தில் திரும்பி வருகிறேன். இதற்கிடையில், இந்த ஆன்மீகப்

பரிமாணத்தின் அழகான காட்சியை என் ஜன்னல் வழியாகப் பார்த்து ரசித்துக்கொண்டிரு."

முதிய ஆத்மா மறைந்துவிட்டது. அதே சமயம், ரிக்கி எழுந்து நின்று, ஜன்னல் பக்கம் சென்று வெளியே பார்க்கலானான். குறிப்பாக இந்நேரம் கவனிக்கப்பட வேண்டிய ஒன்று என்னவென்றால், சுற்றுப்புறத்திலுள்ள அன்பும், அமைதியும் பிரபஞ்சத்தைக் குளிப்பாட்டுவதாகத் தோன்றியது. அவனுக்கு முன்பு, ஆயிரக்கணக்கான உயிர்கள், துடிக்கும் கோளங்களாக இருந்ததைக் கண்டான். சில நெருங்கியும், மற்றவை வெகு தூரத்திலும் தோன்றின.

அத்தியாயம்
8

முதிய ஆத்மா சிறிது நேரத்தில் திரும்பி வந்து, அது விட்ட இடத்திலிருந்து மீண்டும் தொடங்கியது. "கூடுதலாக மூன்று உணர்வு நிலைகள் உள்ளதை நான் உனக்கு சொல்ல விரும்புகிறேன். அவை சிலவிதங்களில் நான் விளக்கிய அன்பு, பயம், கவலை, கோபம் மற்றும் மன அழுத்தம் ஆகியவற்றின் அம்சங்களையும் கொண்டுள்ளன. இந்த மனநிலைகள், ஒருவன் குற்ற உணர்வு, ஆதிக்கவெறி, வெறுப்பு ஆகியவைகளை உணரும்போது இருக்கும்.

குற்ற உணர்வைப் பற்றி சில வார்த்தைகளுடன் ஆரம்பிப்போம்."

குற்ற உணர்வு

முதிய ஆத்மா தொடர்ந்தது, "ஒருவன் செய்யக்கூடாததை செய்துவிட்டு (அல்லது மறுதலையாக, செய்யக்கூடியதை செய்யாமல் இருந்து) அதனால் தன் மனதில் ஏற்படும் உணர்வு மோதல்களை அனுபவிக்கும் மனநிலைதான் குற்ற உணர்வு. குற்ற உணர்வு வழக்கமாக சுலபமாக ஆறாமல், நீண்டகாலம் இருக்கும். அடிப்படையாக இரண்டு விதமான குற்ற உணர்வுகள் இருப்பதை நீ அறிந்துகொள்ள வேண்டும். அவை உண்மையான குற்ற உணர்வு, பொய்யான குற்ற உணர்வு என்று சொல்லலாம். உண்மையான குற்ற உணர்வின் நிகழ்வு, உதாரணத்திற்கு, முன்கூட்டியே, திட்டமிட்டு புரியும் குற்றம். இதனை செய்தவனுக்கு இது தவறான செயல் என்று தெரிந்தும், அதை செய்துமுடிக்கிறான். அதன் பிறகு அவன் உண்மையான குற்ற உணர்வால் பாதிக்கப்பட்டு, அதேசமயம் அவன் செயலுக்கு மன்னிப்பு

கிடைக்கும் என்ற நம்பிக்கையில் பிராயசித்தம் தேடலாம். மறுபுறம், பொய்யான அடிப்படை நம்பிக்கையின் விளைவாக உண்டாகும் உணர்வு வழக்கமாக இடம் / நேரப் பரிமாணத்தை சார்ந்திருக்கும்."

ரிக்கி நுழைந்தான், "மீண்டும், இடம் / நேரத்தின் இக்கட்டான நிலை விஷயங்களை சிக்கலாக்குகிறது."

"இது உயிர்கள் போராட வேண்டிய மிகப்பொதுவான முட்டுக்கட்டை.

இதற்கு உதாரணமாக ஒரு பொதுவான குற்றச்சாட்டைக் கூறலாம்: "நீ நன்கு அறியப்பட்டவனாக இருந்திருக்க வேண்டும்." -- அப்போது உண்மையில், நீ முன்னதாகவே அறியப்பட முடிந்திருக்காது. அல்லது, உனக்கு முன்கூட்டியே தெரிந்திருக்கும் சாத்தியமே இல்லாமல் இருந்த போதிலும் அதைப்பற்றி கண்டனம் தெரிவிப்பது. நாம் முன்பு விவாதித்த கோபத்தின் நிகழ்வு போல் ஒருவன் இடம் / நேரப் பரிமாணத்தில் சிக்கி, அடுத்து என்ன நடக்கும் என்று தெரிந்து கொள்ளமுடியாமல் போதுமான அளவு எச்சரிக்கையுடன் இல்லாத உண்மையுடன் பொய் குற்ற உணர்வு நேராக சார்ந்துள்ளது. உதாரணத்திற்கு, உன்னை நீயே குற்றம் சாட்டிக்கொண்டு, "அவ்வாறு நடக்கும் என்று எனக்குத் தெரிந்திருந்தால், நான் இதை செய்திருக்கமாட்டேன்." அல்லது, "நான் நேரத்தோடு அங்கே போய் இருந்தால் இது நடந்திருக்காது," என்று சொல்லிக்கொள்வது. இதற்கான பட்டியலுக்கு முடிவே இல்லை.

"இது நிச்சயமாக பொருத்தமற்ற வாதமும், அபத்தமான ஒன்றும் ஆகும். இதுபோன்ற நிகழ்வுகளில், ஒருவன் மீது குற்றம் சாட்டுவது, இருப்பினும், உன் சமுதாயம் உன்னை அவ்வாறு செய்யும் நிலைக்கு ஆளாக்கி, 'என்ன நடக்கும் என்பதை நீ அறிந்திருக்க வேண்டும்,' என பரிந்துரைக்கிறது. உனக்கு தெரிந்திருந்தால், நிச்சயமாக நீ வேறு விதமாக செயல்பட்டிருப்பாய்.

அடுத்து என்ன நடக்கும் என்று அறிந்துகொள்வது முடியாத காரியம் என அறிந்தும், நடைமுறையில் மக்கள் இது போன்ற குற்றச்சாட்டுகளை சுமத்துகின்றனர். இந்த சூழ்நிலைகளில் நான் உன்னை செய்யச்சொல்வது: பூமியின் மீது யாரும் அடுத்து என்ன நடக்கும் என்று அறிந்திருக்கவில்லை என்ற உண்மையை ஞாபகப்படுத்திக்கொண்டு, ஒவ்வொரு சூழ்நிலையிலும் கூடுமானவரைசிறந்ததைசெய்வதுஉன்பொறுப்புஎன்பதைஏற்றுக்கொள்ள அங்கீகரிக்க வேண்டும். உன்னுடைய 'சிறந்த' செயல், சூழ்நிலைக்கு தக்க மாறும் என்பதையும் நினைவில் வைத்துக்கொள். உதாரணத்திற்கு, நீ சோர்வாக, களைத்துப்போய், கவனம் சிதறி, ஆழ்ந்த சிந்தனையில் அல்லது பிற நேரங்களில் பிரமை பிடித்து நினைவிழந்த நிலையில் இருந்தால், அவை உன் செயல்திறன் நிலையை பாதிக்கும். கூடுமானவரை சிறந்ததை செய்வதற்கு உன்னையோ, நிஜமாக மற்றவரையோ கேட்க

முடியும். ஒருவன் செய்யக்கூடியது இவ்வளவுதான். நாளின் முடிவில் தூங்கச்செல்லும் பொழுது, வெறுமனே, கொடுக்கப்பட்ட சூழ்நிலைகளில் நீ கூடுமானவரை சிறந்ததை செய்தாய் என நினைவூட்டிக்கொள். அதை அப்படியே விட்டுவிடு. (நிச்சயமாக, அதைத் தொடர நீ உத்தேசித்திருந்து, வெற்றியும் கண்டிருந்தால், உனக்கு குற்ற உணர்வும் ஏற்படாது, அல்லது, உண்மையான குற்ற உணர்வும் பாதிக்காது. ஆனால், நீ நிச்சயமாக, பொய் குற்ற உணர்வால் துன்புறமாட்டாய்). இடம் / நேரப் பரிமாணத்தைப்பற்றிய பொய்யான அடிப்படை நம்பிக்கையின் பேரில் புரிந்துகொள்வதின் பிழைதான் பொய்யான குற்ற உணர்வால் பாதிக்கப்படுவது என்பதை ஞாபகத்தில் வைத்துக்கொள்."

குற்ற உணர்வின் வலியை நீ உணர்ந்தால்
அதனைத் தீர்மானிக்க நினைவுகொள்
நீ துன்புறுவது உண்மையான குற்ற உணர்விலா
அல்லது பொய்யான குற்ற உணர்விலா என்று

"இது நிச்சயமாகத் தெரிந்தது போல் தோன்றுகிறது. பல வருடங்களுக்கு முன் பள்ளிக்கூடத்தில் என்னுடன் நடந்த நிகழ்ச்சியை இது நினைவூட்டுகிறது. பயிற்சியாளர் நழுவுச்சட்டத்தில் (slide rule) கணக்கிடுவதைச் சொல்லிக் கொடுத்துக்கொண்டிருந்தார். அதில் நான் சிறந்து விளங்கினேன். அவர் என்னை அழைத்து வகுப்பில் என் திறமையை விளக்கச்சொன்னார். நான் என் சக நண்பர்களுக்கு முன் நிற்பதில் பதற்றம் ஏற்பட்டது. நான் குழம்பிய நிலையில் ஒரு கணத்தில் செய்வதை மறந்துவிட்டேன். ஆசிரியர் சீற்றத்துடன் உரக்கக் கத்தினார், "நீ ஏன் இவ்வளவு முட்டாளாக இருக்கிறாய்? இது எப்படிச் செய்வது என்று உனக்குத் தெரியும்." நான் பயத்தால் கேவலப்பட்டு, குற்ற உணர்வுடன், திகைத்துக்கொண்டு என் இருக்கைக்கே வந்து விட்டேன். நான் கூடுமான வரை சிறந்ததைச் செய்தேன். ஆனால் எனக்குள் சிறந்திருந்தவற்றை என் நரம்புகள் எடுத்துக்கொண்டன. அதன் பிறகு நான் குற்ற உணர்வை உணர்ந்தேன். இதுதான் பொய்யான குற்ற உணர்வாக இருந்திருக்குமோ?"

"ஆமாம், இது ஒரு நல்ல உதாரணம். நீ இதைப்போல் அதன் பிறகு நடந்த மேலும் பல உதாரணங்களை நினைவுபடுத்திக்கொள்வாய் என நான் நிச்சயமாகச் சொல்வேன்.

பொய்யான குற்ற உணர்விற்குக் கொண்டுசெல்லும் இன்னொரு பொதுவான பின்தொடரும் நாட்டம் என்னவென்றால் "நேர்த்தியாக" அல்லது "முழு நிறைவுள்ளதாக, பூரணத்துவத்துடன் இருக்கப் பாடுபடுவது. மீண்டும் இது இடம் / நேரப் பரிமாணத்தைப் பற்றிப் பொய்யான

அடிப்படை நம்பிக்கையின் அடிப்படையில் செயல்படுவதாகும். உன்னுடைய கலாச்சாரத்தில் முழுநிறைவுடன் நேர்த்தியாக இருக்க, நன்கறிந்த பெற்றோர்களாலும், ஆசிரியர்களாலும், ஊக்குவிக்கப்பட்டு, ஆர்வமூட்டும் நோக்கத்துடன், குழந்தைகளுக்குள் ஊட்டப்படுகிறது. ஆகவே, இயல்பாகவே நேர்த்தி அல்லது முழு நிறைவு என்பது ஏதோ அடையக்கூடிய ஒன்று என அனுமானித்துக்கொள்கிறாய். இருப்பினும் நீ நேர்த்தியடைய முடியாது என்பதைக் கண்டுகொள்கிறாய். உன் சொந்த எதிர்பார்ப்புக்குத் தக்க நீ செயல்படாததை அறிந்து அது ஒரு கேடாக உணர்கிறாய். மேலும் உன் பெரியவர்களால் நியமிக்கப்பட்ட படிநிலைக்கு சமமான அளவில் நீ செயல்படத் தவறியதற்காக குற்ற உணர்வுகளுக்கு ஆளாகிறாய். காலப்போக்கில், தொடர்ந்து தோல்விகள் உன்னுடைய தன்னம்பிக்கையைக் குறைத்து, உண்மையான நேர்த்தி என்பது வெறும் மழுப்புதான் என்பதைக் கண்ட பின் உன் முயற்சிகளில் தயக்கம் கொண்டவனாக மாறிவிடுகிறாய்.

நேர்த்தி, முழு நிறைவு, பூரணத்துவம் என்று ஒன்றும் கிடையாது என்பதை நீ அறிந்து கொள்வது முக்கியம். இந்தக் கருத்து பொய்யான அடிப்படை நம்பிக்கையைக் கொண்டது. நீ நேர்த்தியாக இருக்க எதிர்பார்க்கவே கூடாது. ஏனெனில் பூரணத்துவம் என்றால் முழுநிறைவு பெற்ற நிலை. அதைக் கடந்து வளர்ச்சி என்பதே கிடையாது. ஆனால் அந்த மாதிரி, ஒரு நிலை இல்லவே இல்லை. ஒரு நேரத்தில் நேர்த்தியாகக் கருதும் ஒன்று அடுத்த கணம் நேர்த்தியாக இருக்காது. உன் சொந்தத் தீர்ப்பு, மற்றவர் தீர்ப்பு, அத்துடன் உலகில் உள்ள அனைத்துமே நேரத்திற்கு நேரம் எல்லா நிலைகளிலும் மாறிக்கொண்டேயிருக்கும். முழு பிரபஞ்சம் உள்ளுக்கும் வெளியிலும் சுவாசிக்கிறது. கட்டவிழ்கும் நல்லிணக்கத்தில் நிகழ்ச்சிகள் தோன்றி மறைந்து கொண்டே இருக்கின்றன. பூரணத்துவத்தைப் பற்றிக் கவலைப்படாதே. அது அடைய முடியாதது. நீ பூரணத்துவத்தை அடைய முடியும் அல்லது பரிபூரணமாக இருக்க முடியும் என்பது பொய்யான அடிப்படை நம்பிக்கையாகும். இது ஒரு காலும் அடைய முடியாது. இதைப் போக விடு."

சூழ்நிலைகளின் தொகுப்பில் ஒருவன்
சந்தோஷமானவன் அல்ல
ஆனால் குறிப்பிட்ட மனப்பான்மையின்
தொகுப்பைக்கொண்டவன்.

Hugh Downs

"நான் முழு நிறைவு கொண்டவனாக இருக்க முடியாது என எனக்குத் தெரியும். ஆனால் நான் நிறைவற்றவனாக அபூரணமாக, இருக்கலாமா?'

"நீ தன்னைத்தானே எந்த அளவு ஆராய்வாயோ -- அந்த அளவு உன் உடல், உன் செயல் திறன், உன் நினைவு சக்தி ஆகியவை-- உன்னை மதிப்பிட விரும்பும். இது உலகளாவிய உண்மை. உனக்கு ஞாபகம் இருக்கலாம், நாம் சென்றமுறை சந்தித்தபொழுது உன்னை நீயே மதிப்பிட வேண்டாம் என்று நான் சொல்லியிருந்தேன்."

"ஆமாம், நீ என்னை இருத்தலுக்கு மன்னிப்பு கோராமல் இருக்கவேண்டும் என்று சொல்லிக்கொண்டிருந்தாய்."

எப்பொழுதும் கூடுமான வரை நன்றாகச் செய்து
பூரணத்துவம் இல்லை என்பதை அறிந்து கொள்

"ஆமாம், உன் கவனத்தை உன் மீதே ஒருமுகப்படுத்தக்கூடாது. உன்னிடத்திலிருந்து கவனத்தைத் திருப்பி, உன்னைச் சுற்றியுள்ள உலகத்தின் பக்கம் திருப்பி, நீ என்ன செய்கிறாயோ அதை உன் கண்களால் உன்னிப்பாகக் கவனி, உன் தொப்புளை அல்ல. உன் உடலும், மனமும், உன் நினைவு நிலையின் கவனம் ஒருமுகப்படுத்தப்படாமலேயே செயல்படக்கூடியவை. பள்ளிக்கூடத்தில் உடலின் தன்னாட்சி நரம்பு மண்டலத்தைப் படித்திருப்பாய். உதாரணத்திற்கு, நீ நினைக்காமலேயே உன் இதயத்துடிப்பு செயல்பட்டுக் கொண்டிருக்கும் என்பது உனக்குத் தெரிந்திருக்கும். நனவு நிலையின் கவனமின்றியே உனது ஜீரண செயல்பாடும் நடக்கிறது. இருப்பினும், நீ உன் கவனத்தை இவற்றின் தன்னாட்சி செயல்பாட்டின் மீது ஒருமுகப்படுத்தினால், அவற்றை நனவு விழிப்புணர்வுக்குக் கொண்டு செல்லமுடியும். ஆகையால், அவை திறமையுடன் செயல்படுவதை நிறுத்திவிடும்.

சுய மதிப்பீட்டிற்கும் இது அடங்கும். ஏதாவது ஒருவழியில் விரும்பப்பட வேண்டும் என உன் சமுதாயத்தின் இளைஞர்களும் தன்னைத்தானே மதிப்பிட்டுக்கொள்கின்றனர். உன்னை நீயே மதிப்பிட்டுக்கொள்ளாதே. மற்றவர் உன்னைப்பற்றிய கருத்தை இயற்றிக்கொள்ள விட்டுவிடு. நீ செய்யக்கூடியது எல்லாம், உன் உடலில் இருந்து தூரத்தில், உன் கண்களால் உலகை நோக்கி, நீ, நீயாக இரு, மன்னிப்பு கோராமல். உன் கவனத்தை உன் மீது ஒரு முகப்படுத்தி, உன் மனம் வேலை செய்யும் விதத்தை அல்லது உன் உடல் வேலை செய்யும் விதத்தை நினைத்து உன் மனதைப் பீடித்துக் கொண்டிருப்பாயானால், அவைகளின் சுயச்செயலில் குறுக்கீடு செய்து, தன்னிச்சையாக நடக்கும் செயல்பாட்டைக் கெடுப்பது போன்று ஆகிவிடும். இதற்கு ஒரு நல்ல உதாரணம், பாலியல் செயல்திறனின் ஒரு செய்கையை எடுத்துக்கொள்ளலாம். ஆண்குறி வேலை செய்யும் விதத்தை நீ எந்த அளவுக்குக் கவனிப்பாயோ, அது அந்த அளவுக்கு பலவீனமாகச் செயல்படும். அது தளர்ந்துவிடும் அல்லது, நீ உச்சகட்டத்தை (பாலின்ப

பரவச நிலையை) எட்ட முடியாமல் போய்விடும். உன் கவனத்தை உன் உடலில் இருந்து அகற்றி, நீ விரும்பும் பொருளின் மீது செலுத்து. உன் உடல் தன்னைத்தானே கவனித்துக்கொண்டு அற்புதமாகச் செயல்படும்."[54]

"அது எனக்குப் பிடித்திருக்கிறது. தொப்புள் கவனிப்பை நிறுத்திவிடுகிறேன்."

"முதிய ஆத்மா தொடர்ந்தது, "இப்பொழுது ஆதிக்கம் மூலமாக அதிகாரத்தைப்பற்றிச் சில வார்த்தைகள்."

அதிகாரம்

"ஆதிக்கத்தால் அதிகாரத்தின் தேவை, ஒப்புயர்வற்ற ஓர் உணர்வு இல்லை எனினும், மற்றவர் நேசத்தையும் பாசத்தையும் தொலைத்துவிடும் பயத்துடன் தொடர்புள்ள ஒரு மன நிலையானதால், அதை நான் இங்கே குறிப்பிடுகிறேன். குறிப்பாகக் காதல் உறவுகளிலும், ஒருவனுடைய பணி இடத்திலும் ஆதிக்கம் மூலமான அதிகாரம் பொதுவாகக் காணப்படுகிறது. அனைத்து எடுத்துக்காட்டுகளிலும் இது, நேசிக்கப்படாத, விரும்பப்படாத, அல்லது தேவையில்லாத அல்லது கைவிடப்பட இருக்கும் பயத்தால் ஊக்குவிக்கப்பட்ட ஒரு செயல் ஆகும். ஆனால், ஆதிக்கம் மூலமான அதிகாரத்தை தவிர்க்க முடியாமல், உத்தேசிக்கப்பட்டதற்கு மாறாக எதிர்மறை விளைவும் உண்டாகும். இருவருக்குள் அன்பு, இரக்கம் ஆகியவையின் உணர்வுகள் தடுக்கப்பட்டு வெளிப்பாட்டைப் பெறாத பட்சத்தில், இது ஆதிக்கம் செலுத்துபவனையும், ஆதிக்கத்திற்கு உட்பட்டவனையும் அன்னியர்களாக்கி விடுகிறது. அப்படி நடக்கும் பொழுது, ஆதிக்கம் செலுத்துபவன் படிப்படியாக இருத்தலின் கவலைக்கு ஆளாகி பதற்றத்துடன், பதிலுக்கு, உறவு முறையில் அவன் அல்லது அவள் மீண்டும் நேசிக்கப்படுவார் என்ற நம்பிக்கையில், இன்னும் அதிக அதிகாரத்தைப் பயன்படுத்துவான். ஆனால், அப்படி நடக்காது."

"என் நண்பன் பிஜோர்னின் தந்தை, அவன் தாயைத் துஷ்பிரயோகம் செய்து வருகிறான் என்று அவன் என்னிடம் ஒருநாள் கூறினான். மிரட்டல்கள் மூலம் இரண்டு வருடங்கள் ஆதிக்கமும் அச்சுறுத்தலும் செய்து வந்தான். ஒரு நாள் அவள் தைரியத்துடன் அவனை விட்டு வெளியேறினாள் என்று கூறினான். இந்தச் சூழ்நிலை, நீ விளக்கியதற்குத் தகுந்தாற்போல் இருக்கிறது என நினைக்கிறேன்."

---

54 பிரதிபலிப்பை நீக்கும் சிகிச்சைக் கருத்தின் மீது மேற்கொண்டு தகவல்கள் பெற: Victor E. Frankl. *The Will to Meaning: Foundations and Applications of Logotherapy*. New York: Penguin Books, 1969 என்ற புத்தகத்தை பார்க்கவும்

"ஆமாம், இது ஒரு நல்ல உதாரணம்: "மனைவியை அடிக்கும் நோய்குறி" (battered wife syndrome) என்று குறிப்பிடப்படும் திருமண துஷ்பிரயோகம் தாக்கப்பட்ட மனைவியின் நம்பிக்கையும், சுய மதிப்பும் சிதைக்கப்பட்டு, கறைந்து, கதவுகள் திறக்கப்பட்டிருந்தும் அவர்கள் விட்டு வெளியேறுவதற்கான போதுமான தைரியம் இருக்காது.

ஆதிக்கம் மூலமான அதிகாரம் ஒரு நயவஞ்சகமான செயல்பாடு. இது சமுதாயத்தின் எல்லா நிலைகளிலும் ஏற்படுகிறது. நாட்டை ஆளும் சர்வாதிகாரியிலிருந்து பாமர மக்களின் படுக்கையறை வரை."

"அதிகாரத்தின் துஷ்பிரயோகம், உலகம் முழுக்கப் பல நாடுகளில் நடப்பதை நான் படித்திருக்கிறேன்."

"ஆமாம், ஆனால், ஆதிக்கம் மூலமான அதிகாரத்தை, தன் சகாக்களால் கௌரவிக்கப்படும் தலைமை, அந்தஸ்து, மரியாதைகளுடன் குழப்பிக்கொள்ளாமல், கவனமாக இரு. தலைமையைப் பொறுத்தவரை என்ன நடக்கிறதென்றால், அதிகாரத்தைப் பின்தொடர்ந்து செல்வதால் தலைமை திரிக்கப்படுகிறது. இது வழக்கமாக அரசியல் களத்தில் நடக்கிறது. அந்தத் தலைவன், தன் பதவி பறிக்கப்படுமோ என்று பயப்படுவதால், அவன் பயம் அதிகரிக்கையில், மக்கள் மீது இன்னும் அதிக ஆதிக்கத்தைச் செலுத்தி அதிகாரத்தைத் தக்க வைத்துக்கொள்கிறான். சில குறிப்பிட்ட பிரச்சினைகளைப் பற்றித் தார்மீக உயர் அறநெறிக்காக தன் எதிரிகளுடன் போட்டியிடுவதாக அவனுடைய நம்பிக்கையில் தெரிகிறது. ஆனால், சொந்த உறவு முறையில் இது உண்மையானாலும், சமுதாயத்தின் நிலையில் ஆதிக்கத்தின் மூலமான அதிகாரம், தவிர்க்க முடியாமல், எதற்காக அது ஏவப்பட்டதோ, அதற்கு மாற்றான விளைவைக் கொடுக்கும். மக்கள் தம் தலைவன் மீது கொண்டிருந்த அன்பு, இரக்கம் தடுக்கப்பட்டு, அதை வெளிப்படுத்த முடியாமல் தலைவன் அன்னியப்படுத்தப்பட்டவனாகவும், நேசிக்கப்படாதவனாகவும் உணர்கிறான். அவன் தொலைத்த அன்பை மீண்டும் அனுபவிக்கும் நம்பிக்கையில், பதிலுக்குக் கூடுதலான ஆதிக்கம் செலுத்தித் தன் அதிகாரத்தைத் தக்கவைத்துக்கொள்ள முனைவதால், இருத்தலின் கவலை, பதற்றம் குடிகொள்ள ஆரம்பமாகி விடுகிறது. படிப்படியாக அந்தத் தலைவன் ஒரு சர்வாதிகாரியாக மாறிவிடுகிறான். அதன் பின்னர் மீண்டும் அதே அன்பு தனக்கு கிடைக்கும் என்று நம்பும்போது அது நடப்பதில்லை. ஆதிக்கத்தால் அதிகாரத்தை அடையும் நாட்டம் இருத்தலின் கவலை, பதற்றம் ஆகியவைகளின் வெளிப்பாடுதான் மேலும், அன்பு கேட்டுப் பெறக்கூடியதாகக் கொள்ளும் தவறான அனுமானமும் ஆகும்."

"இது அர்த்தமுள்ளதாக எனக்குப் படுகிறது. தலைவர்கள் சர்வாதிகளாக மாறும் பொழுது, மக்களின் வெறுப்பு அவர்கள் மீது கூடுகிறது. "

"ஆமாம், அது வழக்கமாக நடக்கும். வெறுப்பு, இருப்பினும், சிறிது, அதிகச் சிக்கலான உணர்வு."

வெறுப்பு

"இது வரை நாம் பேசிய உணர்வுகளை விட வெறுப்பின் மூல உணர்வு சற்று அதிகமாக முறுக்கப்பட்டு இருக்கிறது. அத்தனை எதிர்மறை உணர்வுகளின் மூலத்தைப்போல் வெறுப்பின் மூல உணர்வும் அடிமட்டத்தில் அமுங்கியிருக்கும் பயத்தைச் சார்ந்தது. சில நேரங்களில், இது வெறும் ஆழ்ந்த பயத்தின் அல்லது விரும்பாத தன்மையின் தோற்றமாகும். மற்ற நேரங்களில் அது ஏற்கனவே தோன்றிய மற்ற எதிர்மறை உணர்வுகளான பொறாமை, கோபம் ஆகியவைகளின் மேல் படிந்து காணப்படும். வெறுப்பு என்பது, பொறாமை, கோபம் போன்ற இந்த உணர்வுகளை அதிகப்படுத்தும் குணம் கொண்டதாகும்.

நீ இந்த இயக்கவியலை நன்கு புரிந்துகொள்ளும் முன் வெறுப்புடன் சம்பந்தப்பட்டிருக்கும் ஒரு சிக்கலான உள்ளார்ந்த உளவியல் மோதலைப்பற்றி (inner psychological conflict) கூறுகிறேன்."

"எந்தவிதமான உள்ளார்ந்த உளவியல் மோதலைப்பற்றிக் குறிப்பிடுகிறாய்?"

"சில உதாரணங்களால் விளக்குகிறேன். ஒரு நிகழ்வில் உடன்படாத உன்னுடைய ஓர் அம்சத்தை நீ வெறுக்கலாம். அந்தக் குணத்தை மற்றவனிடம் நீ கண்டால் அதை வெறுக்கிறாய். அவர்களைத் துன்புறுத்தவேண்டும் என்று நீ கட்டாயப்படுத்தப்பட்டது போல் உணர்கிறாய். உனக்குள் வெறுக்கின்ற உன் உணர்வுகளில் தலையிடுவோரை நீ வெறுக்கிறாய். கொடுமைப்படுத்துதல், ஓரினச்சேர்க்கையின் மீது வெறுப்பு, பம்பரத்தான் (Gay) நிராகரிப்பு ஆகியவை உள் ஆக்கப்பட்ட வெறுப்புகளுக்கான நல்ல உதாரணங்களாகும். வேறு ஒரு சூழ்நிலையில் அல்லது மாற்றமடைந்த ஒரு சூழ்நிலையில் உன் சகாக்களின் மீது காட்டப்படும் உன் வெறுப்பின் மூலஆதாரம், நீ உட்கிரகித்துக்கொண்ட இலட்சியங்களான நன்மை அல்லது நேர்மை, ஆகியவையின் வெளிப்பாடாக இருக்கலாம். நீ கொண்டுள்ள இந்த இலட்சியம் துஷ்பிரயோகப்படுவதை நீ கண்டால், அப்படிச் செய்பவன் மீது உனக்கு வெறுப்பு உண்டாகும். மற்ற சூழ்நிலைகளில் உன் காதலுக்கு பதிலாக திருப்பிக் கொடுக்கப்படாத காதலில், உனக்கும் உன் காதலருக்கும் இடையில் இன்னொருவன் வந்து அவரை உன்னிடத்திலிருந்து பிரித்துக் கொண்டுசெல்ல அச்சுறுத்தும் பொழுது ஏற்படும் வெறுப்பு, இது அந்த சமயத்தின்போது ஏற்பட்ட பொறாமையின் காரணமாக ஏற்படும்."

"அப்படியா, இங்கு ஒரு உள்ளார்ந்த மோதலும் இருக்கிறது."

“வெறுப்பின் மற்றொறு சுவாரஸ்யமான அம்சம், அது அன்பிலிருந்தோ அல்லது நீ அன்பாக அடையாளம் கொண்டு உட்கிரகித்துக்கொண்ட ஒரு இலட்சியதிளிருந்தோ பிரிந்துவிடும் என்ற வேதனை உணர்வைக் கொண்டிருக்கும். அன்புடன் ஒரு வேதனையான பிரிவினையைச் சாட்சியமாக்கப்பட்டதற்கான ஒரு உதாரணம், ஒரு குழந்தை அதன் பெற்றோரைப் பார்த்து அலறிக்கொண்டு, “நான் உங்களை வெறுக்கிறேன்!” என்பது. இங்கே என்ன நடக்கிறதென்றால், (a) குழந்தை அதன் பெற்றோரை மிக உயர்வாக மதித்து, இலட்சியமாகக் கருதும், (b) அவன் பெற்றோரும் அவனை அதே போல் மதித்துத், தன் இலட்சியமாக்கிக்கொள்ள வேண்டும் என எதிர்பார்க்கிறது. தான் பெற்றோரின் பால் கொண்டுள்ள இலட்சியமாக்கப்பட்ட அன்பைத், திரும்பி தனது பெற்றோரும் அவனுக்குச் செலுத்தவேண்டும் என எதிர்பார்க்கின்றது.

இந்தப் பிரதிபலிப்பு ஏற்படாதபொழுது (ஏனெனில், நான் முன்பு விளக்கியதைப்போல், அன்பு ஒற்றைத்திசையை சார்ந்தது) ஆழ்ந்த கோபம் அல்லது பயம் குடிகொள்கிறது. குழந்தை உண்மையில் பெற்றோருக்கு இந்த வாக்கியத்தின் மூலம் என்ன சொல்கிறது என்றால், “நான் உங்களை நேசிக்கிறேன், நீங்கள் ஏன் என்னிடம் இவ்வளவு இழிவாக இருக்கிறீர்கள்.” அல்லது, “நான் உங்களிடம் கொண்டுள்ள அன்பிற்கும் நமக்கும் இடையில் என்ன குறுக்கிடுகிறது?” ஒரு விசித்திரமான முறையில், வெறுப்பின் உணர்வு அன்பின் தேடுதலாக இருக்கிறது. அது எதிர்பார்ப்புடன் தொடர்பு கொண்ட பிரிவினையைத் தெரிவிக்கிறது. மேலும் உரையாடலுக்கான விருப்பத்தின் வெளிப்பாடாகவும் உள்ளது. இந்த உதாரணத்தில், ஒரு குழந்தை தனது பெற்றோர் மீது கொண்ட இலட்சிய அன்பின் பிரதிபலிப்பை அவன் காணாத காரணத்தால் குழப்பமடைந்து கூறிய வாக்கியங்கள்தான் அவை.”

வெறுப்பு உணர்வுகள் எப்பொழுதும்
அன்புடனான பிரிவினையால்
ஏற்படும் வேதனையின் உணர்வுகளைக்
கொண்டிருக்கும்

“அப்படியா?’ நான் இந்தக் குழந்தை கொண்டுள்ள வெறுப்புணர்வின் உதாரணத்தைப் புரிந்துகொண்டேன். நான் உட்கிரகித்துக் கொண்டுள்ள ஒரு இலட்சியத்தை மற்றவர் துஷ்பிரயோகம் செய்வதைக் காணும் சூழ்நிலை ஏற்பட்டு, ஒருவன் மீது வெறுப்பு ஏற்படும் உதாரணத்தையும் புரிந்து கொண்டேன். ஆனால், கொடுமைப்படுத்துதல், ஓரினச்சேர்க்கையின் மீது வெறுப்பு ஆகியவைகளின் உதாரணத்தைப்பற்றி என்ன கூறுகிறாய்? அது எந்த வழியில் அன்புடன் வேதனை தரும் பிரிவினையாகும்?”

"அந்த நிகழ்ச்சியில், உள்ளார்ந்த மோதல் வேதனையை ஏற்படுத்தும். இப்பொழுது நீ அறிந்தது போல் அன்புதான் உயிரின் சாரம். மனிதனின் வெளி-ஆணவம், வெளியுலகத்தின் அனுபவத்தால் உள்-அடையாளத்தின் ஏதாவது ஒரு அம்சத்தை வெறுக்க வேண்டும் என்ற முடிவுக்கு வரும் பொழுது உள்ளுக்குள் வேதனைப் போராட்டம் ஏற்பட்டு உயிரின் சாரமான அன்புடன் பிரிவினை மேற்கொள்ளும் விருப்பம் எழுகிறது. (இத்துடன் தொடர்புள்ள, ஒரு கோபத்தின் அனுபவமும் உள் செலுத்தப்படுகிறது) இந்த வருத்தமும், கோபமும், தனது உள் போராட்டத்தை நினைவூட்டிய நபரின் மீது வெளிப்படுகின்றன."

"அப்படியா?"

"வெறுப்பு தானாக வன்முறையைத் தூண்டாது. மாறாகப் புரிந்துகொள்வதற்காக மேற்கொள்ளப்படும் தேடுதல் ஆகும்."

"நான் என் சில நண்பர்கள் காதலிப்பதைப் பார்த்திருக்கிறேன். ஆனால் சிறிதுநேரம் கழித்து ஒருவன் மற்றவன் மீது பைத்தியமாகப் பொறாமை கொண்டு அவர்களை வெறுப்பதாகப் பேசுகிறான். வெறுப்பு அவர்களைத் துன்புறுத்துகிறது."

மற்றவனுள் உன் பிரதிபலிப்பை நீ காணலாம் --
அன்பின்
விஷயத்தில் உன் அன்பின் பிரதிபலிப்பையும்,
வெறுப்பின்
விஷயத்தில், உன் வெறுப்பின் பிரதிபலிப்பையும்

"மனோதத்துவப் பிணைப்பின் ரீதியாக, வெறுப்பவன் எப்பொழுதும் அவன் வெறுக்கும் பொருளினால் கவரப்படுகிறான். இதே வழியில், காதலிப்பவன் அவன் காதலிக்கும் நபரால் கவரப்படுகிறான்."

"நீ என்ன சொல்கிறாய்?"

"ஒரு நபரின் அம்சத்திலிருந்து உண்டாகி மற்றவன் மீது தோற்றுவிக்கப்படும் விவகாரங்கள்தான், அன்பும் வெறுப்பும். மற்றவனுள் உன் பிரதிபலிப்பைப் பார்க்கிறாய். அன்பின் விஷயத்தில் உன் அன்பின் பிரதிபலிப்பையும், வெறுப்பின் விஷயத்தில், உன் வெறுப்பின் பிரதிபலிப்பையும் பார்க்கிறாய்.

நீ தொலைத்து விட்டதாக நினைப்பதைத் திரும்பிப் பெறும் பொருட்டு வெறுப்பு உன்னை ஊக்குவிக்கும், அல்லது ஒரு தீர்ப்பு வரை உன்னைக்

கொண்டுசெல்லும். வெறுப்பு அன்பின் மறுப்பு அல்ல. மாறாக அதைத் திரும்பப் பெறும் முயற்சி, மற்றும் உன்னை அன்புடன் பிரிவினை ஏற்படுத்திய சூழ்நிலைகளின் வேதனையான அங்கீகாரம்."

"அப்படி என்றால், அது நீ சொந்தமாக உட்படுத்திக்கொண்ட வெறுப்பானாலும் சரி, மற்றவன் மீது காட்டப்படும் உன்னுடைய வெறுப்புணர்வானாலும் சரி, உன் இலட்சியம் துஷ்பிரயோகிக்கப்பட்ட சூழ்நிலையாலும் சரி, அல்லது, பொறாமையின் விஷயத்தைப்போல், உன்னை உன் காதலருடன் பிரிக்க அச்சுறுத்தும் ஒருவரின் மீது நீ கொண்ட வெறுப்பானாலும் சரி, நீ வெறுப்பவர்களுடன் உனக்கு இருக்கும் பிரச்சினைகளைத் தீர்த்துக்கொள்ளவேண்டியதுதான் வெறுப்பின் பின்னால் உள்ள நோக்கம், என்கிறாயா?"

"ஆமாம், அது தான் முடிவான நோக்கம். மேலும், ஆன்மீக நோக்கமும் அது தான். ஆனால், உனக்கு நன்றாகத் தெரியும், அந்தச் செயல்முறை நடப்பதில்லை, மாறாக வெறுப்பு சில சமயங்களில் மற்றவரைக் கொல்லும் அளவிற்குச் சென்றுவிடுகிறது."

"முதலில், ஒருவன் அவனே அனுபவிக்கக் கருதிய எதிர்மறை உணர்வுகளை அனுபவித்த பின் தெய்வீக அறைகூவலில் தோற்றுப்போனதற்கு ஓர் உதாரணம் இல்லையா?"

"ஆமாம். இது அதற்கு ஒரு உதாரணம்தான்."

முதிய ஆத்மா வெறுப்பைப்பற்றிக் கற்றுத்தந்தவைகளைக் கிரகித்துக்கொள்ள ரிக்கி சிறிதுநேரம் எடுத்துக்கொண்டு, பிறகு வேறு விதமான ஒரு கேள்வியைக்கேட்டான், "ஒரு ஆளின் வயதிற்கும் மற்றவர் மீது அவர் கொள்ளும் வெறுப்பின் விதத்திற்கும் ஏதாவது உறவு உண்டா?"

"பரிபூரணமான விதிமுறைகள் ஒன்றும் கிடையாது, ஆனால், இளம் குழந்தைகளின் வெறுப்பின் அனுபவம், அன்பிற்குச் சாதகமாக விரைவில் குணமாகக்கூடியது. குழந்தை பெற்றோரிடம் கொண்டுள்ள அன்பு பிரதிபலிக்கப்படாது, மேலும் அவர்கள் குழந்தை மீது கொண்டுள்ள அன்பு, குழந்தை அவர்களின் பால் கொண்ட அன்புடன் தொடர்பு கொண்டதல்ல என்பதை குழந்தை உணர்கிறது. இந்த உணர்வு குழந்தையிடம் ஏற்படும்போது, அவனுக்குள் உணர்வுகளின் தன்னாட்சி உருவாகிறது.

இளமைப்பருவத்திலும், வாலிப வயதிலும், வாழ்க்கையின் நோக்கத்தைப் பற்றிய பிரச்சினைகளுடனான போராட்டத்தின் நடுவில் இருக்கும் நபர்களுக்கு வெறுப்பானது நீடித்த குணம் கொண்டதாக இருக்கும். இது உதாரணத்திற்கு இது பள்ளிக்கூடத்திலோ அல்லது பணி புரியும் இடத்திலோ தன் முன்னேற்றத்திற்கு எதிராக உணரப்பட்ட

அச்சுறுத்தலுக்கும், அல்லது ஒருவனைக் கொடுமைப்படுத்தும் குழுவில் சகஜமான இயல்பு வாழ்க்கையிலான அச்சுறுத்தலுக்குப் பதிலடியாக உண்டாகலாம். இருப்பினும் வெறுப்பு வாழ்க்கையின் பிற்காலத்தில் அரிதாக ஏற்படும். ஆனால், அப்படி ஏற்படும் பொழுது, வழக்கமாக மனித இனத்துடன் தொடர்பு கொண்ட பரந்த பிரச்சினைகளின் மேல் கவனம் செலுத்தக்கூடியதாக இருக்கும்."

அனைத்து மனித சச்சரவுகளான பழி,
ஆக்கிரமிப்பு, பதிலடி
ஆகியவைகளை நிராகரிக்கும்
ஒரு முறையை மனிதன்
இயக்க வேண்டும். அந்த முறையின்
அஸ்திவாரம்தான் அன்பு.

Martin Luther King Jr.

"ஆக, வெறுப்புச்சுமையை கொண்டவர்களுக்கு உன்னுடைய அறிவுரை என்ன?"

"அனைத்து எதிர்மறை உணர்வுகளுடன், அவற்றின் அனுபவத்தை அடைவதுதான் உன்னுடைய குறிக்கோள். இருப்பினும், அந்த உணர்வை அடைந்து, அதன் நிலைகுலைவுகளை அனுபவித்த பின் நீ வெற்றிகண்டதும், உனக்கோ, மற்றவருக்கோ, காயம் ஏற்படுத்தாமல் அதைப் போக விடுவதுதான் உன் சவால், உன் அறைகூவல்.

வெறுப்பைப் புதைத்து இல்லாததாகப் பாவனை செய்வதை விட அதைச் சொந்தமாக்கி, ஒப்புக்கொள்வதுதான் அதைக் கடக்கும் பாதையாகும். அது இல்லாதது போல் நீ பாவனை செய்தால், நீ எதிர்பார்க்காத நேரத்தில் வெளிப்படும் மோசமான குணம் கொண்டதுதான் வெறுப்பு. உதாரணத்திற்கு, நீ குணவியல்பு இல்லாமல் இழிவாக மற்றவர்களுக்குத் தோன்றுவாய், அல்லது வெறுப்பை உனக்குள் செலுத்திச் சுயஅழிவை நாடுபவனாகி விடுவாய். எப்படியும், வெறுப்பு ஒரு தேங்கி நிற்கும் உணர்வு அல்ல என்பதைப் புரிந்து கொண்டு, இதை உண்டாக்கும் நம்பிக்கைகளை நீ தோண்டி எடுத்தவுடன், உன் தேடல் தானாகவே எப்பொழுதும் வெறுப்புக்குப் பின்னால் புதையுண்டு இருக்கும் பயத்தின் பக்கம் விரைவில் கொண்டுசெல்லும். மேலும், மற்ற எதிர்மறை உணர்வுகளுடன் இருப்பதைப்போல், நேசிக்கப்படாத பயமும், நேசிக்கப்படக்கூடியதாக இல்லாத பயமும், முடிவில் உன் சொந்த அன்பின் சாரத்துடன் தொடர்பைத் தொலைத்துவிடும் பயம்தான் திகிலூட்டக்கூடியது."

"ஒருசமயம், யாரோ அன்புக்கும் வெறுப்புக்கும் இடையில் மெல்லிய கோடு இருப்பதாகச் சொன்னதைக் கேட்டேனே."

"அன்பு இரண்டு நபர்களுக்கு இடையில் ஒருமுறை நிறுவப்பட்டால், அது அணைவதில்லை. ஆனால், சூழ்நிலைகள் வாழ்க்கையில் சில நேரம் இதன் வெளிப்பாட்டைத் தடுத்துவிடுவதால், அன்பு விரைவிலேயே வெறுப்பாக மாறக்கூடும். வெறுப்பின் உணர்வு, மோதல்களின் மீது படிந்துள்ளது. நான் முன்பு கூறியது போல் வெறுப்பு நீ இழந்து விட்டதாக நினைப்பதை திரும்பவும் பெற உன்னை ஊக்குவிப்பதற்காக உள்ளது, அல்லது, ஒரு தீர்மானத்தின் நெருங்கிய தொடர்புக்குக் கொண்டுசெல்ல, வெறுப்பு பயன்படும்."

ரிக்கி இப்பொழுது ஆழ்ந்த சிந்தனையில் இருந்தான். ஏனெனில், வெறுப்பின் தோற்றப்பாட்டை (phenomenon) அறிந்து கொள்வது சிக்கலாக இருந்தது. முதிய ஆத்மா கூறியதை நினைத்துக்கொண்டிருக்கும் பொழுது திடீரென முதிய ஆத்மா சற்றுமுன் கூறியது ஒத்துப்போவதாக இல்லை என்று கருதினான். அவன், அன்பு பிரதிபலிப்பதில்லை என விமர்சித்தான். ரிக்கி, தெளிவாக, அன்பு ஒற்றைத்திசை கொண்டது, மற்ற நபரிடம் அன்பை உணர்வது உன் அன்பின் பிரதிபலிப்பில்லை எனச் சொன்னது நினைவில் கொண்டிருந்தான். இருப்பினும், வெறுப்பைப்பற்றிப் பேசும் பொழுது, நீ வெறுக்கும் நபரில் உன் பிரதிபலிப்பையும், அன்பில் நீ உன் பிரதிபலிப்பை நீ விரும்பும் நபரிலும் காண்பாய் என முதிய ஆத்மா கூறியதை ரிக்கி தனக்குள் நினைத்துக்கொண்டான், "அன்பு பிரதிபலிக்கவில்லை என்றால், இது எப்படிச் சாத்தியமாகும்?" நான் இங்கே ஏதோ தவற விட்டிருக்கிறேன்."

வழக்கம் போல், முதிய ஆத்மா ரிக்கியின் சிந்தனைகளை அறிந்து கொண்டு சொன்னது, "நீ இப்பொழுது எதனுடன் போராடுகிறாய் என்பதை நான் காண்கிறேன். அன்பு உண்மையாக ஒரு சிக்கலான செயல்பாடு. நாகரீகத்தின் ஆரம்பத்திலிருந்து மனிதன் அதைப் புரிந்துகொள்ளப் போராடி வருகிறான். நான் ஆரம்பத்தில் விளக்கியதை விட அதிகமாகச் சிக்கலான செயல்பாடு கொண்டது. மேலும் இதை, முழுமையாக ஒருபோதும் நீ புரிந்துகொள்ள மாட்டாய்."

"அது ஏன்?"

"அன்பு உன் உயிரின் சாரமாக இருப்பது தான் இதன் காரணம். உன்னை அறிந்து ஆராய, உன்னை விட்டு நீ வெளியே வர இயலாது. "யானையின் முன்னங்காலை மட்டுமே பார்த்துவிட்டு முழு யானையையும் புரிந்துகொள்ள இயலாது" என்ற உருவகத்துடன் நீ பரிச்சயமாகி இருப்பாய். நீ அன்பை அறிந்து கொள்வது அதே போன்ற ஒரு சூழ்நிலை இங்கே

உண்டாகியுள்ளது. ஆனால், நான் உனக்கு அன்பினை உண்டாக்குவதில் ஏற்படும் பொதுவான இரண்டு செயல்பாடுகளை விளக்குகிறேன். இவை உன் குழப்பத்தைக் குறைத்து, அன்பு பிரதிபலிக்காது என நான் சொல்லும் பொழுது அதற்கு என்ன அர்த்தம் என்பதை விளக்க உதவும்."

அன்பு தோன்றுதல்

முதிய ஆத்மா சிறிது நிறுத்திக் கூறியது, "நான் ஒரு படி பின்னே சென்று இது எப்படி உணடாகிறது என்பதைச் சில வார்த்தைகளில் விளக்க முயற்சி செய்கிறேன்.

அன்பு ஒற்றைத்திசையை சார்ந்தது என்றும், அது பிரதிபலிக்காது என்றும் நான் கூறியதை நீ நினைவு கூர்ந்தது சரிதான். ஆனால் நான் "அனைத்துத் தீவிர நோக்கங்களுக்கும்" என்ற வார்த்தைகளுடன் என் விளக்கத்தின் முன்னுரையை ஆரம்பித்ததை நினைவுபடுத்திக்கொள். அந்த ஒரு வரியில் விளக்கப்பட்ட அன்பின் வெளிப்பாடு, நீ மேற்பரப்பின் அடியில் ஆழமாகப் பார்த்தாயானால், உண்மையில் இன்னும் சிக்கலாக இருக்கும். ஏனெனில் அன்பு, பகுதியாக, அதன் மேற்பரப்பில் பிரதிபலிக்கிறது, என்பதே உண்மை."

"அப்படிச் சொல்வதால் என்ன அர்த்தம், அது எப்படி நடக்கிறது?"

"அன்புதான் உயிர்களின் சாரம் என்பதை நினைவுகூர்ந்துக்கொள். மேலும் அன்பில் உயிர்கள் எல்லாம் ஆன்மீக நிலையில் ஒன்றுபட்டுள்ளன. உன் வெளி-ஆணவம் நனவு நிலையாக இதை அறியாது. ஆனால் உன்னுடைய உயிர் எப்பொழுதும் மிகத்தெளிவாக இந்தத் தொடர்பை உணரும். நீ அன்பாக மற்றவனால் கவரப்பட்டால், நீ உணரும் தொடர்பு அந்த நபருடன் இரு உயிர்களுக்கு இடையில் கிளப்பப்படும் அன்பாகும்.

இந்தச் செயல்முறையில், முதல் படியாக உனக்குள் நீ இலட்சியமாகக் கொண்டு அன்பு செலுத்தும் ஒரு அம்சத்தை அடையாளம் கொள்வதாகும். அடையாளம் கண்டவுடன் அதன் பண்பை மற்றவன் மீது தோற்றுவிக்கிறாய். அதனைப் பெறுபவன் உன் தோற்றுவிப்பை ஈர்தெடுத்துக்கொள்கிறான். அதை அவன் சுவையாக, ருசியாக மதிப்பிட்டால், இதே போன்ற இலட்சியத்தின் கிளறலும், உருவாக்கமும் அவனுக்குள் ஏற்பட்டு அது உன்னை நோக்கித் தோற்றுவிக்கப்படுகிறது. பரஸ்பரத்தில், பிரத்தியேகமான இந்தத் தோற்றுவிப்புகள் ஒரு கண்ணாடி போல் அவற்றின் மூலத்தின் மீதே பிரதிபலிக்கும். இந்தத் தோற்றுவிப்புகள் துடிதுடிப்புடன் பெரிதாக வளரும் பொழுது இரண்டு உயிர்களும் அவை அன்புசெலுத்தும்

தம் இலட்சியத்தின் சொந்தப் பிரதிபலிப்பின் ரசத்தில் ஸ்நானம் செய்யும். இந்த வேளையில் மேற் கொண்டு இரண்டாவது வளர்ச்சியும் உண்டாகிறது. அது அன்பின் சுய ஆட்சி கொண்ட ஒரு தோற்றப்பாடு (phenomenon), ஆனால், இருப்பினும் இரண்டு தனிப்பட்டவர்களில் தோற்றுவிப்புகளின் ஒருங்கிணைந்த அம்சம். ஒரு நல்ல ஒப்புமைக்கு, ஒரு காதல்-குமிழியை (love-bubble) கற்பனை செய்து கொண்டால், உதவியாக இருக்கும். இந்தக் காதல்-குமிழி இருவர் மீதும் மிதக்க, இருவரும் பரிமாறிக்கொள்ளும் அன்பின் நோக்கம் உறிஞ்சப்பட்டு இருவரும் இந்தக் காதல்-குமிழியால் காதலால் இணைக்கப்பட்டவர் போல் உணர்வர். அதனால்தான் நீ காதலில் இருக்கும் பொழுதெல்லாம் பெரிதாக உணர்ந்து, பரவசமடைந்து, வலுவானதாகவும், கம்பீரமாகவும் உணர்வாய். உன் உயிரின் சக்தி இரட்டிப்பாகி விட்டதாக உணர்வாய். ஏனெனில், உன் அன்பு, உயிர்களைப் புதிய பிறப்பு கொண்ட காதலின் காதல்-குமிழியில் இணைத்து விடுகிறது.

அப்பொழுது நீ உணரும் அன்பின் மூலாதாரம் இரட்டிப்பாகிறது. ஒரு புறம் தோற்றப்பாடுடன் அல்லது காதலின் பிறப்பான உன்னை இணைக்கும் காதல்-குமிழி, இந்தக் நிகழ்வில் உன் அன்பு இந்த காதல்-குமிழியில் பாய்ந்து, ஒற்றைத்திசையானதால் பிரதிபலிப்பதில்லை. எப்படியும், மறுபுறம், அன்பின் மூலாதாரத்தை இலட்சியப் பண்பின் அடையாளத்தில், உனக்குள் நீ அடையாளம் கண்டு அதை மற்றவன் மீது செலுத்திக் காதலில் இருக்கின்றாயே, அந்த இலட்சியப் பண்பு இரண்டாவது மூலாதாரமாக இருக்கிறது. மனோதத்துவ வல்லுனர்கள் இந்த இரண்டாவது அம்சத்தைத் தோற்றுவிப்பு அடையாளம் (Projective identification) என அழைக்கின்றனர்."

"தோற்றுவிப்பு அடையாளம் (Projective identification), அப்படி என்றால் என்ன?"

"உண்மையில் உனக்குப் பழக்கப்பட்ட ஒரு செயல்பாடுதான். ஆனால், எதிர்மறை உணர்வின் கோணத்திலிருந்து, உதாரணத்திற்கு ஒருவன் இணைந்து செயல்பட்ட பின்பு அவனிடம் அடிக்கடி அவன் நோக்கத்தை நீ கேள்வி மயமாக்கியுள்ளதை காண்பாய், "அவன் அதைச் சொல்லும்போது என் மீது நிலைகுலைந்தவன் போல் ஒலித்தானே", அல்லது, "அதை அவன் சொல்லும்பொழுது என்ன அர்த்தத்தில் சொன்னான் என வியப்பாக உள்ளதே?" என்றெல்லாம் யோசிப்பாய். பிறகு உனக்கு இதன் மீது சூடேற ஆரம்பித்து, நீ சங்கடப்பட்டு, உனக்கு எரிச்சல் உண்டாகி, அந்த ஏழையின் மீது கோபம் கொள்வாய். இவை எல்லாவற்றையும் உன் மனதில் நீயே புனைந்து கொண்டு அதை மற்றவன் மீது தோற்றுவித்து, அவனிடமிருந்து எந்த உள்ளீடும் இல்லாமல், அவன் உன் மேல் நிலை குலைந்திருக்கிறான் என நீயே அனுமானித்துக்கொள்கிறாய். நிச்சயமாக 99 சதவீதம்

நிகழ்ச்சிகளில் சிறிது நேரம் சென்றபின்னர் நீ தவறாக எண்ணியதை உணர்வாய். இது உன் கற்பனை, உன் நல்லதைப் பிடுங்கிக்கொண்டது. இது தான் தோற்றுவிப்பு அடையாளத்தின் உதாரணம். இதில் உன் சொந்த நினைவுகளை மற்றவன் மீது தோற்றுவித்து, அவன் மீது பழி சுமத்தி, உன் கவலை அல்லது கோபத்தின் மூலாதாரத்தைத் தவறாகச் சாற்றி, உனக்குள்ளிருந்து கிளம்புவதைத் தவறாகச் சாற்றுகிறாய். உண்மையில், சொல்லப்போனால், உன் சொந்த நினைப்புகளால் நீயே நிலைகுலைந்து போய் விடுகிறாய்.

நான் சொல்வதைக் கேட்டுக்கொண்டிருக்கிறாயா?"

"ஆமாம், இந்த மாதிரியான தோற்றுவிப்பு எனக்குப் பழக்கப்பட்டதுதான். நானே இதை அடிக்கடி செய்வதைக் கண்டு இருக்கிறேன்."

முதிய ஆத்மா புன்முறுவலுடன் பதில் அளித்தது, "எனக்குத் தெரியும்.

சரியாக இதேமாதிரி, மற்றவனுக்கு அன்பு செலுத்தும்போது நடக்கும். ஆனால், உணர்வு நேர்மறையானதாகவும், கொள்வதற்கு அருமையானதாகவும் இருக்கும். நீ உன் சொந்த உணர்வுகளைத் தோற்றுவித்து, அவன் மீது காதல் கொண்டால், இதே நினைவுகள் ஒரு கண்ணாடி போல் உன் மீது பிரதிபலிக்கும். இந்த நினைவுகள் நிச்சயமாக உன்னுடையவை ஆனதால், உனக்குப் பழக்கப்பட்டவையே. நீ காதலின் இலட்சியத்துடன் அடையாளம் கண்டு, அவை உன் பிரதிநிதியாக இருக்கும். நீ காதலில் விழும் போது உண்டாகும் தோற்றுவிப்பு அடையாளத்தின் உதாரணம்தான், இது."

"நான் ஒருவனைக் காதலிக்கும் பொழுது, வெறும் என் தோற்றுவிப்பை காதலிக்கிறேன் என்கிறாயா?"

"ஆமாம், பகுதியாகத்தான். உன் காதலின் உணர்வு, முதலில் நான் விளக்கிய 'தோற்றுவிப்பு அடையாளமும்' காதல்-குமிழியும் சேர்ந்த இணைப்பு. இது உன் உயிரின் நனவு நிலையின் பகுதியாகி விடுகிறது.

இந்தச் செயல் பாட்டின் ஒரு அம்சம் ஏற்கனவே உனக்குப் பழக்கப்பட்டது தான் - இந்தத் தோற்றுவிப்பு அடையாளத்தின் மூலம் நீ அனுபவிக்கும் அன்பு, நீ அறியும் மோகத்தின் அதே பொருளையே கொண்டது. மோகம் உன்னைப் பின்னறிவில் முட்டாளாக்கிவிடும் ஒரு தற்காலிகக் களியாட்ட உணர்வு. சிலநேரங்களில் உன்னால் ஏவப்பட்ட தோற்றுவிப்பு அடையாளம், நீ யாருக்காகத் தோற்றுவித்தாயோ அவன் தன்மையால் ஆதரிக்கப்படவில்லையெனில், இந்தத் தோற்றுவிப்பு, மோகத்துடன் மெதுவாக மறைய ஆரம்பிக்கும். அந்நேரத்தில், அன்பின் சாரம், வளர்ந்து வரும் காதல்-குமிழியால் உறிஞ்சப்படுவதில்லை. எப்படியும், ஒருவேளை

உன் தோற்றுவிப்பு அடையாளம் ஏவப்பட்ட நபரின் தன்மையால் உறுதிபடுத்தப்பட்டால், உன் மோகம் தொடர்ந்து இருக்கும், மற்றும், அன்பின் சாரம் காதல்-குமிழியில் தொடர்ந்து பாயும். காதலில் உயிர்கள் கூடுவது நிறுவப்படும்."

"இது நான் கொண்ட பல மோகங்களை விளக்குகிறது. ஆரம்பத்தில், நான் அவனுக்காக உற்சாகமாக இருந்தேன். ஆனால், அவனைப் பற்றித் தெரிந்த பின் நான் நினைத்தது போல் அவன் இல்லை எனக் கண்டு கொண்டேன்."

"ஆமாம், அதேதான்.

ஆகவே, சுருக்கமாக, உன் காதல் தொடர்பு, தோற்றுவிப்பு அடையாளத்தில் வேரூன்றிப் பரஸ்பரத்தாலும் தோற்றுவிப்புகளாலும் வளர்ந்த சுயாட்சி கொண்ட அன்பில் , அதாவது காதல்-குமிழியில் வேரூன்றியது. ஆகவே தான் மக்கள் "நம் இருவருக்கும் இடையில் காதல்" அல்லது "நாம் ஒருமுறை காதல் கொண்டிருந்தோம்" என விமர்சிக்கின்றனர்.

அவர்களின் இடையில் வளர்ந்த காதல்-குமிழி தான் அவர்கள் குறிக்கும் காதலின் மூலாதாரம். அதற்குத் தனி இருப்பு உண்டு. இருப்பினும், அது இரண்டு தனிப்பட்டவர்களுடன் ஒருங்கிணைந்து, அந்த இருவரும், தம்முடைய உறவின் நேரத்தில் அன்பின் தோற்றுவிப்புகளை காதல்-குமிழியில் செலுத்துகின்றனர். ஒருதடவை நிறுவப்பட்ட இந்தக் காதல்-குமிழி, அழிக்கப்படாது. இருப்பினும், எதிர்மறை உறவில் சூழ்நிலைகள் இதன் வெளிப்பாட்டைப் பின்பு தடுத்துவிடும்."

ரிக்கி இதை யோசித்துக் கூறினான், "இதனால் நான் நல்லதை உணர்கிறேன். என் காதலனுக்கு நான் உணரும் காதலின் ஒரு பெரிய அங்கம், வெறும் தோற்றுவிப்பு அடையாளம் என்று அறிவது எனக்குப் பணிவாக இருக்கிறது. "

"அப்படியென்றால் என் தனித்தன்மை வாய்ந்த குணங்களுக்காக என்னை யாரும் உண்மையில் காதலிப்பதில்லையா?"

"ஆமாம், அவர்கள் காதலிக்கிறார்கள், ஆனால், அதே குறிப்பிட்ட தரங்களை அவை இலட்சியமாக்கிக்கொள்ளும்பொழுது. அவர்களிடம் அந்தக்குணங்கள் இருக்க வேண்டிய அவசியமில்லை. ஆனால், அதை இலட்சியப்படுத்தி அவர்களுடன் அதை அடையாளம் கண்டு கொள்கின்றனர்.

இருப்பினும், உனக்குள் எந்தக் குணத்தை அவர் காண்கிறார் என உனக்குத் தெரிய வராது. உனக்கு தெரிந்ததெல்லாம், காதல் குமிழியிலிருந்து நீ பெறும் உணர்வான நீ காதலிக்கப்படுவதை உணர்த்துவதுதான். ஆனால் நீ ஏன் காதலிக்கப்பட்டாய் என்ற சரியான காரணத்தை அறிந்து கிரகித்துக்கொள்ள முடியாது."

அன்பு தோன்றுதல்

“எனவே, “நீ உன்னைக் காதலிக்கவில்லை என்றால், மற்றவரையும் நீ காதலிக்க முடியாது என்ற புகழ் பெற்ற கூற்று உண்மைதானா?”

“ஆமாம், உண்மைதான். தனக்குள் ஒரு இலட்சியத்தைக் கொண்டு, அன்பு செலுத்தும் அம்சம் இல்லையெனில் தோற்றுவிக்கும் குணமும் உன்னிடம் இல்லாமல்போய், இதன் விளைவாகத் காதலிப்பதற்கான தோற்றுவிப்பு அடையாளம் உண்டாவதில்லை. மேலும், உனக்குள் நீ ஒரு இலட்சியம் கொண்டு அன்பு செலுத்தும் அம்சம் காணவில்லை எனில், மற்றவர் உன்னை விரும்பும்பொழுது அதை அடையாளம் காணும் நங்கூரமும் உன்னிடம் இல்லாமல் போகிறது. அந்த இலட்சியம் உனக்குள் காணவில்லை எனில், மற்றவன் உன்னை விரும்புவதாகச் சொல்லும்பொழுது, அவனுடைய மதிப்பீட்டை நீ நம்பமுடியாது. அவன் சொல்வது அவனுக்கே தெரியவில்லை என்று நீ தானாகவே அனுமானித்து அவனுடைய சமிக்ஞைகள் உன்னால் தவறாகப் புரிந்துகொள்ளப்பட்டு, அவனுடைய மதிப்பீடு போலியான மூலக்கூற்றின் அடிப்படையில் தவறாக இருப்பதாக அனுமனித்து அதை நீ நிரகரித்து விடுவாய்.

இருப்பினும், உனக்குள் ஒரு இலட்சியத்தை உண்டாக்கி அடையாளம் காணும்பொழுது, மற்றவனின் காதல் தோற்றுவிப்பை உணர்ந்து, உடனே அதேபோன்ற உணர்வை உனக்குள் அடையாளங்காண்பாய். இந்தக் கிளறல் ஏற்படும்பொழுது உனக்குள்ளேயான அன்பை நீ உணர்ந்து, நீ ஆன்மீக நிலையில் காதலிப்பது நினைவுபடுத்தப்படும். அந்த நேரத்தில், இந்த உணர்வின் மூலாதாரத்தை நீ காணும் பொருளின் மீது தோற்றுவிப்பாய்.”

“ஆஹா, இது சுவாரஸ்யமாக உள்ளது. காதலிக்கும்பொழுது பின் திரையில் என்ன நடக்கிறது என்ற விவரங்களை நான் நினைத்ததே இல்லை.”

“அநேகமானோர் இதைப்பற்றி நினைப்பதில்லை, இது உள்ளார்ந்த இயற்கையின் ஒரு அம்சம், விழிப்புணர்ச்சிக்குக் கீழ் இருந்துகொண்டு, நீ அதை அறியாமலேயே அதனை மலரச்செய்யும். இருப்பினும், வெளி-ஆணவத்திற்கும், உள்-அடையாளத்திற்கும் இடையிலான தொடர்பு பழுதடையும்போது, அதன் விளைவாக உள்ளார்ந்த உணர்வுடன் தொடர்பு துண்டிக்கப்பட்டும் மோசமடைந்தும், பிரச்சினைகள் உண்டாகின்றன.

இந்தப் பிரச்சினைகளை விரிவாகப் பின்னர் விவாதிப்போம். ஆனால் இன்று அன்பின் மேல் நம்முடைய விவாதத்தைச் சுருக்கமான விமர்சனங்களுடன் ஒரு வரம்பிற்குள் உட்படுத்த வேண்டும்.”

முதிய ஆத்மா சிறிது நிறுத்திக் கூறியது, “நாம் பல உணர்வுகளும், அவை உன் யதார்த்தத்தை உரு கொடுக்கும் விளைவுகளையும் விவாதித்தோம்.

ஆனால், நாம் முடிப்பதற்கு முன், நான் முன்பு சொன்ன உயிர் எவ்வாறு தன் உள்ளார்ந்த இயற்கையைக் கற்றுக்கொள்கிறது, இந்த உள்ளார்ந்த கற்றல் செயல்முறை எப்படி நடக்கிறது என்பதைப் பற்றிய ஓரிரு கருத்துக்களையும் சேர்த்து, நான் சொல்ல விரும்புகிறேன்."

உன் உள்ளார்ந்த இயற்கையைப் பற்றி கற்றல்

முதிய ஆத்மா தொடர்ந்தது, "உணர்வுகளை உண்டாக்கும் வாய்ப்பினை அளிக்கும் சூழ்நிலைகளை உயிர்கள் உண்டாக்குகின்றன என்று பலமுறை நான் கூறியுள்ளேன். இது அடுத்ததாக அவற்றிற்கு தனது உள்ளார்ந்த இயற்கையை கண்டுபிடித்து ஆன்மீக அளவில் வளர்ந்து இயங்கும் வாய்ப்பினை அளிக்கிறது. அதைப்பற்றி நான் பல தலைப்புகளில் பேசியிருக்கிறேன். உயிர்கள் எப்படி வருங்கால அவதாரத்திற்கு ஏற்பாடு செய்து ஒரு மேடையை அமைக்கின்றன, உயிர்கள் தங்களது சொந்த விதியை பிறக்கும் முன்பும் அவதாரத்திலும் எப்படி தீர்மனிக்கின்றன, எப்படி பல சூழ்நிலைகளில், சுயவிருப்பமானது (தன்னிச்சை) ஒரு இரு முனை வாளாக இருந்து, நீ யாராக இல்லை, யாராக இருக்கக்கூடாது என்று கட்டாயப்படுத்தவோ, அல்லது, நீ யார் என்று அறிந்து கொள்வதற்காக உன்னையோ உன்னை நெருங்கியவர் யாரையும் நோக வைக்காமல் விருப்பப்படி இருக்கச்செய்யலாம் என்பதைப்பற்றியும், அன்பு, பயம், கவலை, கோபம், மன அழுத்தம், குற்ற உணர்வு, அதிகாரம், மற்றும் வெறுப்பு ஆகியவைகளின் அனுபவத்தால் உள்ளார்ந்த இயற்கை கற்றல் எப்படி ஏற்படுகிறது என்பதையும் கூறியிருந்தேன்.

ஆனால், கூடுதலாக, உள்ளார்ந்த கற்றல் ஏற்படும் ஒரு செயல்முறையை நான் இதுவரை விளக்கவில்லை."

"அது என்ன?"

"உணர்வுபூர்வமான நினைவுகள் எப்படித் திரட்டிச் சேமிக்கப்படுகின்றன என்பதைப் பற்றிய பின்னணியை உனக்குத் தருகிறேன். நான் கூறியதுபோல் நீ சந்தர்ப்பங்களை உண்டாக்கும் சூழ்நிலைகளைக் கொண்டு வந்து, அவைகளினால் நீ உணர்வுகளை உண்டாக்குகிறாய். உணர்வுகள் உண்டாக்கப்பட்டவுடன் அவைகளை நீ மனதில் உணர்வுபூர்வமான நினைவுகளாகச் சேமித்து வைக்கிறாய். அத்துடன், தொடர்பு கொண்ட நினைவுகளை ஏற்படுத்திய எண்ணங்களையும், அவை எப்பொழுது ஏற்பட்டன என்ற நேர சட்டமைப்பையும் சேர்த்துச் சேமித்து வைக்கிறாய். ஆனால், பலதரப்பட்ட உணர்வுபூர்வமான நினைவுகள், முதலில் அவற்றின் ஒன்றுக்கொன்றுடன் உள்ள தொடர்பைப் பொறுத்து, அவை அட்டவணைப்படுத்தப்பட்டு, அல்லது தொகுத்து வைக்கப்படும்.

குறிப்பிட்ட நினைவுகளை உண்டாக்கிய குறிப்பிட்ட உணர்வுகளின்படி மற்றொரு துணை அட்டவணை ஏற்படும். மேலும், உணர்வுப்பூர்வ நிகழ்ச்சி ஏற்பட்ட நேரத்தைப் பொறுத்து மூன்றாம் நிலை அட்டவணை ஏற்படுகிறது. ஆக, உனக்குக் கிடைக்கப்போவது என்னவென்றால், ஒரே மாதிரியான உணர்வுகளின் தொகுப்புகள், உணர்வுபூர்வ தொடர்புகளால், சேமிக்கப்பட்டவை, அல்லது ஒப்புமையாகச் சொன்னால், உன்னுடைய அலமாரியில் இழுப்பறைகள் இருப்பது போன்ற ஒரு அமைப்பு. உதாரணத்திற்குத், துரோகத்துடன் தொடர்பு கொண்ட உணர்வுபூர்வ அனுபவங்கள் ஒரு இழுப்பறையில் சேமிக்கப்பட்டிருக்கும். அடுத்த இழுப்பறையில், கைவிடப்பட்டதால் ஏற்பட்ட உணர்வுபூர்வ அனுபவங்கள் இருக்கும். மூன்றாவது இழுப்பறையில் துஷ்பிரயோகம், நான்காவதில் இருளின் பயம், மேற்கொண்டு அப்படியே ..."

"சரி, நான் புரிந்துகொண்டேன்."

"கசியும் இழுப்பறைகளும் இருக்கும். உதாரணத்திற்குத் துரோகம் சம்பந்தப்பட்டநினைவுகள்ஒருஇழுப்பறையிலிருந்துவரவழைக்கப்பட்டால், அது மற்ற இழுப்பறையிலுள்ள கைவிடப்பட்ட நினைவுகளைத் தூண்டும். இதுபோன்று தொடர்ந்து மேற்கொண்டு தூண்டும்.

இந்த உணர்வுகள், அட்டவணைப்படுத்தப்பட்ட விதத்தால் ஒரு குறிப்பிட்ட எண்ணத்தையும், அதைத் தோற்றுவித்த ஒரு குறிப்பிட்ட உணர்வையும் தேடுவது மிகவும் கடினமாகிவிடுகிறது. மேலும் அவைகளின் நேரச் சட்டமைப்பு, ஒரு குறிப்பிட்ட உணர்வுகள் தொடர்பு கொண்ட முதலில் ஏற்பட்ட நிகழ்ச்சியைச் சரித்திர நேரப்படி அறிந்து கொள்வது முடியாத காரியமாக இருக்கிறது."

"சரி, நான் புரிந்துகொண்டேன்."

"இப்பொழுது விளக்கத்தின் முக்கியமான பகுதிக்கு நான் செல்கிறேன்.

சில சமயங்களில் என்ன நடக்கிறது என்றால், எண்ணங்களும், அத்துடன் தொடர்புள்ள உன் மனதில் நீ உண்டாக்கிய உணர்வுகளும் உன்னை அதிர்ச்சி அடையச் செய்யும். மேலும், அவை மிகவும் அருவருப்பாகத் தோன்றும். உன்னைப்போல் ஒரு நல்ல நபர் இந்த மாதிரியான வெறுக்கத்தக்க எண்ணங்களைக் கொண்டுள்ளதை நீ புரிந்துகொள்ள முடியாது. அவைகளைக் கொண்டிருப்பதால், உன்னையே நீ வெறுப்பாய்.

இது ஏற்படும்பொழுது, அவற்றை நிறுத்திவிட்டு, எந்த விவகாரத்தையும் அவற்றுடன் கையாளாமல் இருப்பதுதான் உன் உத்வேகம். நீ தெரிந்துகொள்ள வேண்டியது என்னவென்றால், எப்படியும் இந்த அனுபவங்கள் சாதாரணமானவையே. ஒவ்வொருவரும் எப்பொழுதாவது

இதைக் கொண்டுள்ளனர். உன் வெளி-ஆணவமும், உள்-அடையாளமும் பெருமளவில் தோற்றுவிக்கும் ஆற்றல் கொண்டவை. ஆகவே, சொல்ல முடியாதவையும் சேர்த்து உன்னை அனைத்து விதமாகவும் யோசிக்க வைக்கின்றன. உன் உள்ளார்ந்த அனுபவம் மற்றும் உள்ளார்ந்த கற்றலின் நீ செய்தி அனுப்புவது, கலந்தாலோசனை செய்வது, நீ எதிர்கொள்ளும் ஒவ்வொரு சூழ்நிலையையும் கூடுமான வரை எல்லாக் கோணங்களிலிருந்து ஆராய்வது ஆகியவை இயல்பான ஒன்றுதான். ஆகவே, உதாரணமாக நீ செய்தித்தாளில் ஒரு பாலியல் தாக்குதலைப்பற்றி நீ படிக்கும்பொழுது, நீ காயம் அடைந்த பாதிக்கப்பட்டவனாக இருந்திருந்தால் எப்படி உணர்வாய், குற்றம் புரிந்தவனாக இருந்திருந்தால் எப்படி உணர்வாய், நெருங்கிய குடும்ப உறுப்பினராக இருந்திருந்தால் எப்படி உணர்வாய் ஆகிய சிந்தனைகளுக்கு உன்னைக் கொண்டு சென்று சிந்திக்கச்செய்யும். நீ விழிப்பாக இருக்கும் நேரங்களில் உன் உணர்வுகளைத் தீர்க்க முடியாமல் போனால், ஒரு அமைதியான புரிதலை அடையும் வரை நீ அதனைக் கனவின் மூலம் அறிய முற்படுவாய்.

ஆனால், சில நேரங்களில் இந்த எண்ணங்களும், உணர்வுகளும் பெருகி, நீ கையாளமுடியாமல் போகும்போது, அவற்றை நினைப்பதையே முற்றிலும் தவிர்ப்பாய். அவற்றை இழுப்பறையின் பின்பகுதியில் பத்திரமாகப் பூட்டி, நாளின் வெளிச்சத்தைக் காணாதவண்ணம் வைத்துவிடுவாய். பிரச்சினை என்னவென்றால், காலப்போக்கில் நினைவுகளின் இழுப்பறைகள் முழுதும் நிறைந்து விடுகின்றன. அவ்வாறு நிறையும்போது, நீ கவனிக்க மறுத்து வந்த விஷயங்கள் உனக்குக் கனமாகத் தோன்ற ஆரம்பித்து, அந்த எண்ணங்களும் நினைவுகளும், கேட்கப்பட வேண்டிக் கூக்குரலிடும். சில தீவிரமான நிகழ்ச்சிகளில் "மிகவும் கூறுகெட்ட நடத்தையின் அத்தியாயங்களாக" மேல்மட்டத்தில் தோன்றும். இவற்றைப் பின்னர் நினைவில் வைப்பாய். மேலும், சில மிகவும் அரிதான நேரங்களில் நிராகரிக்கப்பட்ட எண்ணங்களும் உணர்வுகளும் பன்மடங்கு மனோபாவத்தின் வாயிலாக தன்னை உதிக்கச்செய்யும். இந்தத் தீர்க்கப்படாத உணர்வுபூர்வ பிரச்சினைகளிலிருந்து இன்னொரு நளினமான மனோபாவம் உண்டாகிறது."[55]

"அது தொல்லை கொடுக்கும் போல் தெரிகிறதே?"

"ஆமாம், தொல்லை கொடுக்கும். ஆனால் அதிர்ஷ்டவசமாக, அது மிகவும் அரிதாகவே நடக்கும். நீ அறிந்துகொள்ள வேண்டியது என்னவென்றால். இந்தத் தேவையற்ற எண்ணங்களையும்,

55 இத்தலைப்பில் மேற்கொண்டு வாசிக்க Adam Crabtree. Multiple Man: Explortions in Possession and Multiple Personality. Toronto: Somerville House, 1997 என்ற புத்தகத்தை பார்க்கவும்.

உணர்வுகளையும் தரம் பிரித்து வகைப்படுத்தும் செயல்தான் உன் உள்ளார்ந்த இயற்கையைக் கற்றுக்கொள்ள செல்லும் முக்கிய சாலைகளில் ஒன்று. அவை நீ ஏற்றுக்கொள்ளும், சமூகரீதியாக ஏற்றுக்கொள்ளக்கூடிய எண்ணங்களுடனும், உணர்வுகளுடன், நீ அவற்றை விரும்பினாலும், விரும்பாவிட்டாலும், நீ யார் என்பதை வரையறுக்கும். அவை உன்னுடைய முக்கிய அங்கமாக இருப்பதால்,வாழ்நாளில் புறக்கணிக்கமுடியாதவைகளாக இருக்கின்றன. அவை கேட்கப்பட்டு, புரிந்து கொள்ளப்படுவதற்காகக் குரல் கொடுத்து, பார்ப்பதற்குத் தீங்கற்றதாய்த் தோற்றமளிக்கும். அன்றாட வாழ்க்கையின் நிகழ்ச்சிகளால் தூண்டப்படச்செய்யும். அது நடக்கும்பொழுது, இழுப்பறை ஒன்றில் இருக்கும் அத்தனை உணர்வுகளும், மேற் பரப்பிற்கு வந்து, ஒரு சூழ்நிலையில் நீ தேவைக்கு மேல் நடவடிக்கை எடுப்பதாக உன்னைக் காண்பாய். ஆகவே, நீ நேரம் எடுத்து, நினைவு இழுப்பறைகளைப் பிரித்து, ஒழுங்குபடுத்தி, உன்னைத் தொந்தரவு கொடுக்கும் உணர்வுகளுடன், நேரத்துக்கு நேரம் தக்கமுறையில் விவகாரத்தை நடத்துவது மிக முக்கியம் ஆகும். எவ்வளவு அதிகமாக நீ உன் வாழ்வில் அதைச் செய்வாயோ, அவ்வளவு அதிகமாக மனநிறைவு பெறுவாய்."

"ஒவ்வொருவனும் இந்த சிகிச்சையைப் பெறவேண்டும் என்கிறாயா?"

"அநேகம்பேர் அவர் வாழ்வில் சிலசமயம் ஒரு நிபுணனுடன் பேச வாய்ப்பு பெற்றால், அவர்களுக்குப் பயன் உள்ளதாக இருக்கும். ஆனால் அது அவர்களுடைய விதியாக இருக்காது. இந்தத் தேவையற்ற உணர்வுகளுடன் வாழ்நாள் முழுவதும் போராட முடிவு செய்வது அவர்களுக்கு அதிகக் கடினமாக இருக்கும் என்றாலும், சுவாரஸ்யமான கற்கும் அனுபவம் உண்டாகி அவர் படும் துன்பத்தின் விளைவால் இறுதியில், அதன் அர்த்தத்தை அவர் மரணப்படுக்கையிலோ அல்லது மரணித்த பின்போ பெறுவர். அதனால் தான், நீ ஒருவரைச் சிகிச்சைப்பெற கட்டாயப்படுத்தக்கூடாது. அவர்களுக்குத் தேவைபட்டு, அதற்காக அவர்கள் தயாராக இருக்க வேண்டும். இதனையும் அவர்கள் தனக்கு விதியாக்கிக்கொண்டிருக்க வேண்டும்."

"இதிலிருந்து தான் 'நீ குதிரையை ஆற்றின் பக்கம் கொண்டுசெல்லலாம், ஆனால் தண்ணீர் குடிக்கவேண்டும் என்று அதனைக் கட்டாயப்படுத்தமுடியாது' என்ற கூற்று வந்திருக்கும் என நான் நினைக்கிறேன்."

"ஆமாம், மாற்றத்திற்கு முன் உனக்கு மனமாற்றம் ஏற்பட்டிருக்கவேண்டும்."

"எந்த மாதிரித் தீர்க்கப்படாத பிரச்சினைகள் என் அலமாரியின் இழுப்பறைகளில் இருக்குமோ என வியப்படைகிறேன்."

“ஒரு பிரச்சினை இப்பொழுது தீர்க்கப்பட்டுவிட்டது. நீ பம்பரத்தானாக இருக்கிறாய் என்று உன்னை உணர்த்தியது. நிச்சயமாக நான் முன்பு கூறியது போல் ஒரு பம்பரத்தானாக இருப்பது என்பது உன்னுடைய விருப்பம்தான். ஆனால் உள்ளார்ந்த கற்றலின் முக்கிய பகுதி நீ எப்படி இந்த சவாலை எதிர்த்து நிற்கிறாய் என்பதுதான். உன் நாட்டில் நிலவும் தவறான கண்ணோட்டத்துக்கு எதிராக உன் உள்ளார்ந்த இயற்கையுடன் எவ்வாறு ஒத்துப்போவாய்? நீ ஆரம்பத்தில் வேறுபட்டவனாக இருக்க விரும்பவில்லை. இத்துடன் ஒத்துப்போக உனக்குச் சில ஆண்டுகள் பிடித்தன. அதிர்ஷ்டவசமாக நீ சுயவெறுப்பை அனுபவிக்கவில்லை. அல்லது உன் உணர்வுகளின் மீது உனக்கு அருவருப்பும் ஏற்பட்டதில்லை. உனக்கு தன்னிச்சையான சுயவிருப்பம் இருந்தது. மேலும் ஒரே இனக்கவர்ச்சியை உன் இயற்கையின் ஒரு அம்சமாக ஏற்றுக்கொண்டாய். ஆனால் எச்சரிக்கையோடு யாருக்கும் சொல்லாமல், வெளியே வருவதற்குப் பாதுகாப்பாக உணரும்வரை உன் காதல் உணர்வுகளை அடக்கி வைத்திருந்தாய். நான் இங்கே சொல்லப்போகும் நெருக்கடியான ஒரு குறிப்பு என்னவென்றால் எப்பொழுதும் விருப்பம் என்று ஒன்று இருக்கிறது உனக்கு ஒரு சவாலாக நீ இதை ஏற்படுத்தி நீ இப்படித்தான் அதற்குப் பதிலளித்தாய்.”

“ஆமாம் அது சரிதான்.”

“நிச்சயமாக இரு வேறு சூழ்நிலைகள் ஒன்றுபோல இருக்காது. மற்றவர் பல்வேறு காரணங்களின் அடிப்படையில் பலதரப்பட்ட விருப்பங்களை முன்னிட்டுக் கூறுவர். சிலருக்கு தன்பாலினக் கவர்ச்சியுடன் தான் இருப்பது அவருக்கு அருவருப்பான உணர்வுகளைத் சுயகண்டனத்தை உண்டாக்கும். மேலும் சிலநேரம், இது சுயஅழிவின் பக்கம் கொண்டுசெல்லும். இந்த தனிப்பட்டவர்கள் அவர்களுக்கே அமைத்துக்கொண்ட சவால்களை எதிர்கொள்ள இயலாமல் எதிர்மறை உணர்வுகளைத் தன் மீதே செலுத்திக்கொள்கின்றனர். துரதிர்ஷ்டவசமாக பதின்ம வயதில் நடைபெறும் தற்கொலை முயற்சிகள், தற்கொலைகள் இந்தச் சூழ்நிலைகளில் பொதுவாகக் காணப்படுகின்றன.”

“அதிர்ஷ்டவசமாக நான் தற்கொலைக்கு முயலவேண்டும் என்று உணரவில்லை.”

“இல்லை, இந்தப் பிரச்சினையைப் பொறுத்து நீ அமைத்துக்கொண்ட சூழ்நிலைகளைகள், மற்றவர் அமைத்துக்கொண்ட சூழ்நிலைகளை விட சற்று வீரியம் குறைந்ததாகவே இருந்தன. உதாரணத்திற்கு, உனக்கு நெருக்கமான நண்பர்கள் இருந்தனர். உன் திக்குவாய் பழக்கம், மற்றும் எழுத்தறிவுக்குழப்பத்தால் (dyslexia) நீ மாறுபட்டு இருந்தாலும், நீ பெண்குணம் உள்ளவனாகவோ, ஆண்மையற்றவனாகவோ கருதப்படவில்லை. உன் சகாக்களால் தனிப்படுத்தப்பட்டு

நிந்திக்கப்படவில்லை. நீ மதரீதியான அடக்கு முறையைப் பின்பற்றும் வீட்டில், அல்லது அவர்களுக்குத் தெரிய வந்தால் பெற்றோர்கள் உன்னைக் கைவிட்டு விடுவர் என்ற சூழ்நிலையில் நீ வளரவில்லை.

சிலர் தங்கள் வெறுப்பை உள்நோக்கித் திருப்பும் அதேசமயம், ஓரினச்சேர்க்கையாளர்களின் மீதுள்ள வெறுப்பின் காரணமாக, முன்பு நான் கூறியது போல், அந்த வெறுப்பை வெளியே செலுத்துகின்றனர். சிலர், முழுஉணர்வுடன் தன்பாலினக்கவர்ச்சிகளை அறிவர். சிலர் அறிவதில்லை. விரக்தி நிலையில், எதை அவர்கள் ஏற்றுக்கொள்ள இயலாமல், மற்றவர்களை வேதனைக்குள் ஆக்குகின்றனர். தன் சொந்த சவாலையே எதிர்த்து நிற்கமுடியாத ஒரு வருத்தமான விஷயம்தான் இது. இவ்வாறு இருப்பவர்களில் சிலர் ஓரினச்சேர்க்கை மீது வெறுப்பு கொண்டவர்களாக இருக்கின்றனர். அவர்கள் மற்றவர்களிடம் தோற்றுவிக்கப்படும் மற்றும் அடையாளம் காணப்படும் தன் சொந்த இயற்கை அம்சத்தையே வெறுப்பவர்கள். "

"ஆமாம், தான் ஓரினச்சேர்க்கையாளராக ஆவதற்கு முன் அதனை வெறுத்த ஒருவனை எனக்குத் தெரியும். அவன் வெறுப்பு கொண்டதற்கு மிகவும் வருந்தினான்."

"ஆமாம், நான் முன்பு கூறியது போல் உள்ளார்ந்த கற்றல் ஏற்படும் முன், ஒருவன் தனக்கும் மற்றவருக்கும் அதிக வேதனையை ஏற்படுத்துவான்.

அதேபோன்ற சூழ்நிலைகள் மற்ற விதமான கொடுமைப்படுத்தும் செயல்களுடன், உண்டாகின்றன. இந்த வகையான கொடுமைப்படுத்தல்களுக்கு பதின்ம வயதினரே (teenagers) ஆளாகின்றனர். ஏனெனில் அவர்கள் போதுமானஅளவு சுதந்திர உணர்வை வளர்த்துக்கொள்ளாததாலும், தன் நண்பர்களால் ஏற்றுக்கொள்ளப்பட வேண்டிய மிக அவசியமான தேவையில் இருப்பதாலும் இவ்வாறு நேர்கிறது. இந்த நிகழ்வுகளில், கொடுமைக்காரர்கள் அவர்களாலேயே சமாளிக்க முடியாத ஏதுநிலையை (vulnerability) மற்றவனுள் காண்கின்றனர். தங்களின் இயலாமையால் ஏற்பட்ட வெறுப்பு தான் கொடுமைப்படுத்தப்போகும் இலக்குகளின் தன்மையில் காணும் குறைப்பாடுடன் உடன்படாத தன் இயலாமையால் உண்டாகிறது."

"கொடுமைப்படுத்துவதை நான் சிலநேரம் பள்ளிக்கூடத்தில் இளைஞனாக இருக்கும்பொழுது கண்டிருக்கிறேன். இது எனக்கு ஏற்பட்டதில்லை. ஆனால் எனக்கு தெரியாத ஒருத்தனை நான் கொடுமைப்படுத்தி இருக்கிறேன். அந்தச் சிறுவன் என்னை விட ஒரு வயது பெரியவனாக, எங்கள் தெருக்கோடியில் குடியிருந்தான். என் நண்பர்களும் நானும், ஒருசில காரணங்களால், அவன் ஒரு கொடுமைக்காரன் எனத்

தீர்மானித்தோம். அந்த காரணங்கள் தற்போது என் நினைவில் இல்லை. பழிவாங்கும் எண்ணத்தோடு இரண்டு முறை அவன் வீட்டுப்பக்கம் போய் உரக்கக் கூச்சலிட்டுக், "கார்ல் (karl) ஒரு கொடுமைக்காரன், கார்ல் ஒரு கொடுமைக்காரன்" எனக் கத்தினோம். சிலவருடங்கள் கழித்து நான் அவனைக் கண்டேன். அவனது இளமைப்பருவத்தில், அவனை எவ்வளவு துன்பத்தையும், தனியாக்கப்பட்டதையும் உணரச்செய்தோம் என்பதை என்னிடம் கூறினான். நான் இன்றும் இதனை செய்ததற்காக வருந்துகிறேன்."

"நீ வருத்தப்படுவது நல்லதுதான். அந்த சமயத்தில் உன் சொந்த நடத்தையின் அம்சங்களை ஏற்றுக்கொள்வது உனக்குக் கஷ்டமாக இருந்தது. அதை அவன் மீது ஏவிவிட்டாய். நான் சொன்னது போல் நீ யார் என்பதைக் கண்டுகொள்ள, நீ யாராக இல்லையோ அவனாக சிலநேரம் இருக்கவேண்டும். உன் பின்அறிவில் இந்த நிகழ்ச்சியை நீ பரிசீலிக்கும்பொழுது, உள்ளார்ந்த கற்றல் எப்படி ஏற்படுகிறது என்பதைக் கண்டுகொள்ளலாம். ஏனெனில் அதுவே அதன் ரசமான அன்பின் சக்தியில் தன்னை குணப்படுத்திக்கொள்ள, உன் உயிர் கிழிக்கப்படும்போது, நீ எவ்வாறு இந்த உள்ளார்ந்த கற்றல் நடைபெறுகிறது என்று பார்க்கலாம். இது இப்பொழுது நடந்து, அந்த அன்பினால் நீ வருத்தத்தை உணர்கிறாய்.[56]

தீர்க்கப்படாத பிரச்சினைகளினால் உண்டாகும் இது போன்ற இலேசான உணர்வுகள் அன்றாட வாழ்க்கையில் தோன்றும். அவற்றை நீ சுயமாக அடையாளம் காணலாம். அவைகள் தற்சமயம் நடந்த ஒரு நிகழ்ச்சியின் தன்னிச்சையான எதிர்வினையுடன் தொடர்பு கொண்டவைகளாக இருக்கும். ஒரு சிறு தீப்பொறி முதல் எந்த எல்லை வரையிலுமான விஷயங்களிலான உன் சொந்த எதிர்வினைகளினால் உன்னையே நீ ஆச்சரியப்படுத்திக் கொள்வாய். இது எதுவாகவும் இருக்கலாம், மேற்பரப்பில் காணப்படும் தேவையற்ற பொருள், ஒருவனுடைய உடுப்பு, பேசும்விதம் இதுபோன்று ஏதாவது ஒன்றாக இருக்கலாம். ஆனால் இது இழுப்பறையில் அடைக்கப்பட்டுள்ள, தொடர்புள்ள, தீர்க்கப்படாத உணர்வுபூர்வ நிலைகளைத் தூண்டி அனைத்தையும் மேற்பரப்பில் மிதக்க வைத்து, உன் எதிர்வினையைத் உண்டாக்கி விடும்."

"ஆமாம், அந்த மாதிரி எதிர்வினை சில நேரங்களில் எனக்கு இருந்தது. அது சிக்கலானது. அது ஏன் இருக்கிறது என்பதை நான் அறியமுடியவில்லை."

56 இந்தப் பொருளின் மீதான கூடுதல் தகவல்களுக்கு, ஓரியனின் விரிவுரையான "கொடுமைக்காரன், பணிந்தவன் மற்றும் மன்னிப்பு" -ன் பின்இணைப்பு - A வில் பார்க்கவும்

“ஆமாம், எனக்குத் தெரியும், நீ ஒரு உணர்வை அனுபவிக்கிறாய். ஆனால் நீ ஏன் அதை அனுபவிக்கிறாய் என அறிந்துகொள்வதற்கு, அதன் தொடர்பான நினைவுகளும், எண்ணங்களும் உனக்குத் தயாராகக் கிடைப்பதில்லை. மேலும் அவை ஆரம்பிக்கப்பட்ட காலக்கட்டத்தை அறிந்துகொள்வது இன்னும் கடினமானது. நீ ஏதாவது குறிப்பிட்ட உணர்வுபூர்வ எதிர்விளைவுகளால் தொல்லைப்படுத்தப்பட்டிருந்தால், சிகிச்சை வல்லுனரை சிலதடவைகள் போய்ப் பார்த்தால், அப்பொழுது உன் அலமாரியின் இழுப்பறைகளைத் திறந்து தீர்க்கப்படாத உணர்வுபூர்வ நினைவுகளை ஒரு கண்ணோட்டத்தில் காணலாம்.

இருப்பினும் இதுபோன்று அடிமட்டத்தில் இருக்கும் எதிர்மறை உணர்வுகளை, ஒன்றைப்பற்றி வலுவான மற்றும் சரியான கருத்துடன் குழப்பிக்கொள்ளாதே. இது சாதாரணமான ஒன்று. மேலும் அவை நீ யார் என்பதின் ஒரு பகுதி, உன் தனித்தன்மையைப் போல், அதைப்பற்றி நீ மன்னிப்புக்கோராமல் இருக்க வேண்டிய ஒன்று. இருப்பினும், உன் சொந்தக் கருத்துக்களும், நடத்தையும், உன் உயர்ந்த இலட்சியத்தின் பிரகாரம் இல்லையெனில் கேள்விகேட்கப்படுவது என்பது ஆரோக்கியமான ஒன்று. அதே சமயம் அதன் மறுகோடியில், உனது சுயபிரதிபலிப்பும் தொப்புள் கவனிப்பும் ஆரோக்கியமற்றதாகும். நீ உன்னுடைய ஒவ்வொரு அசைவையும் கேள்வியாக்கி, உன் உடலை விட்டு வெளியுலகை உன் இரு கண்களால் காணுவதை நிறுத்திவிட்டால், அது உன்னை நரம்புக்கோளாறு உள்ளவனாக்கி விடும்.”

உன் தொப்புளை விட்டுத் தொலைவில் கவனி
உன்னைச் சுற்றியுள்ள உலகத்தில்

“இரு கண்களால் என்று எந்த அர்த்தத்தில் சொல்கிறாய்?”

“ஒரு கண் உன் எதிர்விளைவுகளை அலசிக்கொண்டு தொப்புளையும், மறு கண் உன்னைச் சுற்றியுள்ள உலகத்தையும் கண்டால், நீ திசை திருப்பப்பட்டு, நீ செய்வதைக் கேள்விகேட்பாய். இது தொடர்ந்தால், இரு கண்களும் தொப்புள் பக்கமே திரும்பி, வெளியுலகத்துடன் உன் உறவு தடுக்கப்படும். அந்த நேரத்தில் உன் இருத்தலின் அடிப்படை முகவுரையை நீ மீறிவிடுகிறாய், அதாவது, மன்னிப்புக்கோராமல் இருப்பதும், உலகில் உன்னைச் வெளிப்படுத்திக்கொள்ளும் விதிமுறையை மீறிவிடுகிறாய்.”

“அப்படியா, இது எல்லாவற்றையும் சேர்த்துக் கட்டுகிறது. பரிபூரணமாக இருப்பதைப்பற்றிப் பேசும்பொழுது, தொப்புள் கவனிப்பின் அபாயங்களைப்பற்றி எச்சரித்துள்ளாய்.”

"ஆமாம், வாழ்க்கையின் நுணுக்கங்களில் சிக்கி, உன்னைச் சுற்றியுள்ள உலகத்தைக் காணும் முக்கியத்துவத்தைத் தொலைத்து விடுவது சுலபம்."

இந்நேரம், ரிக்கி நிறைய தகவல்களைப்பெற்றுக்கொண்டிருந்தான். அதைக் கிரகிக்கவேண்டியிருந்தது. முதிய ஆத்மா இதை அறிந்திருந்து இந்த வருகையை முடித்துக்கொள்ளும் ஏற்பாட்டில், "நல்லது, தற்சமயத்திற்கு நான் கூறவேண்டியதற்கு இவ்வளவுதான் விஷயங்கள் உள்ளன. நாம் நிறைய தகவல்களைப் பெற்றுக்கொண்டோம், நீ ஏதாவது கேள்வி கேட்க விரும்புகிறாயா?" எனக் கேட்டது.

ரிக்கி முதிய ஆத்மா கூறியதைப் பிரதிபலித்து, விமர்சித்தான், "நீ இந்த உலகில் நடக்கும் அனைத்தைப்பற்றியும் பெரிதாகத் தெரிந்துவைத்துள்ளாய். அது எப்படி முடிந்தது?"

அற்புதமான அரங்கம்

முதிய ஆத்மா கூறியது, "இது என் பொழுதுபோக்குகளில் ஒன்று. வாழ்க்கையின் நாடக அரங்கைப் பூமியில் பார்ப்பதற்குக் கண்ணைக்கவருவதாக இருக்கும். தொலைக்காட்சியின் முன் அமர்ந்து ஒரு நாடகத்தொடரைப் பார்ப்பதுபோல் எனக்கு இருக்கும். இங்கே, ஆன்மீகப் பரிமாணத்தில் என் தொலைக்காட்சியை இயக்கி, உன் உலகத்தைக் கவனிப்பேன். நான் அதன் காட்சியை மாற்றியமைத்து, உனது வாழ்க்கையையும், மற்றவனுடைய வாழ்க்கையையும் காணமுடியும். ஒரு அற்புதமான நாடக அரங்கு திறக்கப்பட்டு, உன் கண்களால் தனித்தன்மையுடன் உலகத்தை நோக்குவதுபோல். பின்னர், காட்சியை மாற்றி, உன் நண்பர்களின் கண்ணோட்டத்துடன், அவர்கள் தன் கண்ணால் உலகைக் காணுவது போலும் நான் காண்கிறேன். இதேபோல் ஒவ்வொருவருடைய வாழ்க்கையையும் காண்கிறேன். இதைத்தவிர, நீ ஒரு வானொலியின் முகப்பினை சுழற்றி ஒரே நேரத்தில் ஒலிபரப்பாகும் வெவ்வேறு நிலையங்களுடன் தொடர்பு கொள்வதைப்போல்-கட்டவிழ்கும் நல்லிணக்கத்தின் அம்சங்கள் ஒரு சரமாக வெளிப்படுத்தப்படும்பொழுது, அவற்றை சுழற்றி கண்டுகொள்ள முடியும். இந்த வகையில் ஒரு குறிப்பிட்ட குடும்பத்தின் உறுப்பினர்களின் இடையில், உறவினர், நண்பர்களின் இடையில், பரந்த குடும்பங்களின் மத்தியில் நடைபெறும் தொடர் நாடகங்களையும், இனக்குழுக்களின் மத்தியில், கலாச்சாரம், நாடுகள், முழுஉலகம் ஆகியவற்றில் அரங்கேற்றப்படும் அனைத்து நாடகங்களையும் காணமுடியும். கட்டவிழ்கும் நல்லிணக்கம் எல்லா நிலைகளிலும், எல்லா நிகழ்ச்சிகள் உண்டாகும் நிலைகளிலும் இருக்கிறது, தெரியுமா? அனைத்து நிகழ்ச்சிகளின் அடுக்கு நிலைகள் ஒருங்கிணைந்து

வாழ்க்கையின் ஆறாக உருவெடுத்துப் பூமியில் திறந்து விடப்படுவதை நான் காண முடியும்.

"இடம் / நேரப் பரிமாணத்தின் வெளியே இருப்பதால், நிச்சயமாக நான் நிகழ்ச்சிகளைத் துரிதப்படுத்தி, ஓட்டி, வருங்காலத்தில் என்ன நடக்கப்போகிறது என்பதையும் காணமுடியும். மேலும் பின்னோக்கிச் சென்று, பூமியில் சரித்திரம் ஆரம்பித்ததிலிருந்து, எப்படி நிகழ்ச்சிகள் ஒன்றின் மீது ஒன்றாகப் படிந்து சரித்திரத்தை உண்டாக்கின என்பதைக் காண முடியும். உன் வருங்காலம் துல்லியமாக எனக்குத் தெரியாது. ஆனால் ஒரு பரந்த கண்ணோட்டத்தில், உலகின் கட்டுப்பாடுகளையும், அதில் உன் சுயவிருப்பங்களையும், உன் ஆயுள்காலம் உன் விருப்பத்தேர்வுகளைப் பொறுத்து உன் எதிர்காலம் எப்படித் தோன்றும் என்பதை நான் பார்க்கிறேன். தினந்தோறும் நீ எடுக்கும் சின்னச் சின்ன முடிவுகள் உன் வாழ்க்கையை மாற்றாது. ஆனால் நீ எடுக்கும் முக்கிய முடிவுகளாலும், நீ அமைக்கும் நீண்டகால இலக்குகளாலும் உன் வாழ்க்கை எடுக்கப்போகும் திருப்பங்கள் எனக்கு ஆர்வமுள்ளதாக இருக்கும். நான் அவைகளைக் காண நேரம் எடுத்துக்கொள்கிறேன், குறிப்பாக உன்னைப் பொறுத்த மட்டில். மேலும் உன் ஆயுள்காலம் முடிவில், அரங்கேறிய உன் நாடகம் ஒரு முடிவுக்கு வந்து, நீ ஆன்மீகப் பரிமாணத்திற்குத் திரும்பி வந்து, இங்கு என்னிடத்தில் அமர்ந்து, நான் செய்வதைப்போல், நீயும் வாழ்க்கையின் நாடகங்களை அவை அரங்கேறும்பொழுது கண்டு, உன் உள்ளார்ந்த இயற்கையைப்பற்றி அடுத்த ஆயுள் காலத்தில் ஏதாவது புதிதாக கற்றுக்கொள்ள, ஒரு நாடகத்தில் குதிக்க முடிவுசெய்வாய்."

"அது அற்புதமாக உள்ளது. இந்த வழியில் நீ விளக்கியது தெளிவாகப் புரிகிறது."

முதிய ஆத்மா எழுந்து நின்றது. "உன் வாழ்க்கையில் செழிக்கத் தேவையான அடிப்படை தகவல்கள் உன்னிடம் இப்பொழுது இருக்கின்றன. அடுத்த சில மாதங்களில், உண்மையில், அடுத்த சில வருடங்களில், நாளுக்கு நாள் நீ எதிர்கொள்ளும் சூழ்நிலைகள் ஏன் இந்த அடிப்படை கருத்துக்களை மனதில் கொள்வது உனக்கு முக்கியம் என்பதை விவரித்துப், படிப்படியாக இந்தத் தகவல்களை ஒருங்கிணைத்துக்கொள்ள உதவும்."

―――・♦・―――

ரிக்கி எழுந்து நின்று, முதிய ஆத்மாவுக்கு நன்றி கூறினான். வெளியே வரத் திரும்பினான். முன்பைப்போலவே, ஒரு துவாரத்தின் வழியாக உலகப்பரிமாணத்திற்குள் உறிஞ்சப்பட்டதை உணர்ந்தான். நேரம் நகரவில்லை. முன்பைப்போலவே, அவன் நுழையும்போது இருந்த அதேநேரத்தை அவன் கைக்கடிகாரம் காட்டியது. ரிக்கி அமர்ந்து

பார்க்கலானான். ஷரப் வேலி பள்ளத்தாக்கு ஆற்றையும், வெகுதூரத்திலுள்ள அடிவானத்தில் தோன்றும் மலைகளையும் நோக்கினான். வழக்கத்திற்கு மாறாக காற்று அசைவற்று இருந்தது. பூமி உயிர்ப்பித்து சுறுசுறுப்பாக இருந்தது. ஒரு இதமான தென்றல் அருகில் வீசியது. ஹீதரின், மற்றும் ஆர்க்டிக் மலர்களின் நறுமணத்தைச் சுமந்து, மிதந்து செல்லும் சுத்தமான தென்றலை அனுபவித்தான். சில பறவைகளின் பாட்டின் கிறீச்சொலியும், மற்றவைகளின் படபடப்பும் கேட்கும்படி இருந்தன. மூச்சைத் திணறடிக்கும் இந்த அனுபவத்தால் ரிக்கி தான் உயிருடன் இருப்பதைத் தன்னைச் தான் பெற்ற பெரும்பேறாக எண்ணி, பண்ணையை நோக்கி நடக்கலானான்.

பண்ணைக்குத் திரும்பும் வழியில், ஒரு உயிர் பூமியில் தனது ஆயுள் காலத்தைக் கழிப்பதற்குத் தேவையான செயல்முறைகளின் ஒரு முழுமையான தத்துவார்த்த கட்டமைப்பை, முதிய ஆத்மாவுடனான சந்திப்புகளினால் அவன் பெற்றதை உணர்ந்தான். யோசிப்பதற்கு இன்னும் நிறைய இருந்தது. உணர்வுகளைப் பற்றிய இன்றைய பாடம் அவன் முன்பு கற்றிருந்ததின் மேல் அமைக்கப்பட்டு, அவை உணர்வுகளின் இயல்பின் மீது ஒரு பார்வையையும், அவை உண்டாகும்போது அவற்றை எவ்வாறு சமாளிப்பது என்பதையும் அறியச்செய்தது.

அவன் நினைத்துக்கொண்டான்: பிரபஞ்சத்தின் மீதான முதிய ஆத்மாவின் உயர்ந்த பார்வையும், பூமியில் இங்கே நாம் மனிதர்கள் வாழும் முறையும் வேறு. முதிய ஆத்மாவின் அருகில் நான் ஒருநாள் அமரப்போவதை எதிர்பார்க்கிறேன். பிறகு மீண்டும், ஒருவேளை நான் இன்னொரு ஆயுள்காலத்திற்கு இங்கே வர விரும்பலாம். நான் இங்கே வர விரும்புகிறேன். நான் விரும்பியது போல் அடிக்கடி இங்கே வரமுடியும் என்பதை அறிய நன்றாக இருக்கிறது. எல்லாவற்றையும் இந்த வாழ்க்கையிலேயே சாதிக்க வேண்டிய தேவையில்லை என நினைக்கிறேன்!

ரிக்கி பண்ணையை அடைந்த போது, ஸிக்கியும் கெல்வினும் ஆட்டு வேலிகளைப் பழுது பார்த்துவிட்டு ஏற்கனவே திரும்பிவிட்டிருந்தனர். மதியத்திற்குப்பின் காப்பி சாப்பிட அவர்கள் அமர்ந்தபின், அனைவருடைய காதுகளும் முதிய ஆத்மாவின் செய்திகளைக் கேட்க ரிக்கியின் பக்கம் திரும்பியிருந்தன.

கெல்வின் இரண்டு மணி நேரம் குதிரையின் மேல் பயணம் செய்து, சோர்ந்து போயிருந்தததால், “என் கால்களை இதுபோன்று நீட்டி அமர்வதற்கு பழக்கப்பட்டிருக்கவில்லை. இனி என்னால் நடக்கமுடியாது என நினைக்கிறேன்.” என்று கூறினான்.

ஸிக்கி கேலியாக அவனிடம் கூறினான், “நீ எழும்போது நான் உனக்கு ஒரு ஒற்றைச்சக்கர தள்ளுவண்டியைக் கொடுக்கிறேன்.”

கெல்வின் கேட்டான், "ஹீதர் ஹில்லில் என்ன நடந்தது. முதிய ஆத்மாவைப் பார்த்தாயா?"

ரிக்கி ஒரு கடுமையான நாளின் பிறகு சற்று பிரமித்துப்போய் இருந்ததால், தயக்கத்துடன் புன்னகைத்துச் சொன்னான்: "நாங்கள் நிறைய விஷயங்களைப் பற்றிப் பேசினோம், மேலும் நான் நிறைய கற்றுக்கொண்டேன். ஆனால், நான் இதைப்பற்றிச் சொல்வதற்கு முன் சிறிது தூங்கவேண்டும்."

ரிக்கி மதியத் தேனீருக்குப் பிறகு அமைதியாகவே இருந்தான். சிறிதுநேரம் கழித்து, அதே நாள், ரிக்கியும் கெல்வினும், ரீக்ஜாவிக் (Reykjavik) நகருக்குச் சென்றனர். அங்கே ரிக்கியின் தந்தை விரிந்த கைகளுடன் அவரை வரவேற்றார். ரிக்கி ஒரு ஓரினச்சேர்க்கையாளன் என்பதை அவன் தந்தை சில மாதங்களுக்கு முன் கிசுகிசுப்பு வதந்திகளின் மூலம் கேள்விப்பட்டிருந்தான். ஆரம்பத்தில் அதை ஏற்றுக்கொள்ளக் கடினமாக இருந்தது. ஆனால், ஓரினச்சேர்க்கை வாழ்வுமுறையுடன் பழக்கப்பட்டிருந்த அவனுடைய மனைவியுடன் விஷயத்தை விவாதித்த பின், சூழ்நிலையை ஏற்றுக்கொள்ளமுடிந்தது.

இரு வாரங்கள் கழித்து ரிக்கியும் கெல்வினும் இங்கிலாந்துக்குத் திரும்பி வந்து, அங்கே பல்கலைக்கழகத்தில் தம் படிப்புகளைத் தொடர்ந்தனர்.

ரிக்கி அவனுடைய ஓய்வுநேரத்தில் உள்ளூரிலேயே ஒரு மனநல மருத்துவமனையில் உள்ளகப்பயிற்சியாளர்களுக்கு (interns) குழு உளப்பிணி சிகிச்சையின் தொழில் நுட்பங்களை (techniques of group psychotherapy) கற்றுக்கொடுக்கும் வேலையில் அமர்ந்தான். அந்த காலங்கள் சிறப்பான ஒன்றாக அவனது வாழ்வில் இருந்தது. பெரும்பாலான மாலைநேரங்கள் உள்ளூர் அருந்தகங்களில் பீர் குடித்துக்கொண்டும், மாணவர்களுடன் உரையாடிக்கொண்டும் கழிந்தன. சூடான மீன் வறுவலும் சிப்ஸும் செய்தித்தாளில் மடிக்கப்பட்டு, பிரவுன் வினிகர் தூவப்பட்டு பரிமாறப்படும். அத்துடன், குழைந்த பட்டாணியையும் வாங்கிக்கொண்டு அவற்றை மகிழ்ச்சியாக உண்டபின்னர், அருந்தகத்திலிருந்து வீட்டிற்கு நடையைக்கட்டுவது ரிக்கியின் வழக்கமான நடைமுறையாக இருந்தது. ரிக்கி காதலித்து, ஒரு சினேகிதனுடன் குடியிருப்பது அவன் வாழ்க்கையில் இதுதான் முதல்தடவை.

யார்க் நகரம் கலாச்சாரத்தில் மூழ்கியிருந்த ஒன்று. மேலும் அதன் பழையபகுதி ரோமானிய கல்சுவர்களால் கட்டப்பட்டு கோட்டைப் போல் சூழப்பட்டிருந்தது. பழைய கட்டிடங்களில் பேய்களைக் காண்பது என்பது அங்கு இயல்பான ஒன்றுதான். யார்க் மின்ஸ்டர் (York Minster) சுவற்றின் அடித்தளத்தில் ரோமானிய படையின் முழு அணிவகுப்பும் நடந்து

போவதை பழுது பார்க்கும் ஒரு வேலையாள் ஒருவன் பார்த்திருக்கிறான். உருளைக்கல் சாலைகள் பக்கம் நிறைய நடைபாதைகள் மங்கலான வெளிச்சத்துடன் இருந்தன. அந்த வருடம் ஜான் லேன்னன் (John Lennon) உடைய மரணத்தை தொடர்ந்து இலையுதிர் காலத்தின் முந்தைய மாலை நேரம், மாணவிகள் தனியாக நடைபாதையில் செல்லும்பொழுது, பின்னால் பதுங்கியிருந்தவன் அவர்களின் தலைமேல் ஏதோ தடவி, புதருக்குள் இழுத்து சென்றுவிட்டான். பல்கலைக்கழகத்தின் வளாகத்தில் பயம் குடிகொண்டது. மாணவிகள் சைக்கிள் தலைக்கவசம் அணிந்துகொண்டு வீட்டிற்கு நடந்து சென்றனர். இரண்டு மாதங்கள் கழித்து ஜனவரி மாதம் 1981-ம் ஆண்டு பீட்டர் சட்க்லிஃப் (Peter Sutcliffe) என்றவன்தான் கொலைகாரன் என்றுகண்டறியப்பட்டான். பதிமூன்று பெண்களை கொன்றதாகவும், அதில் ஏழுபேரை அடித்துக் கொன்றதாகவும் கைது செய்யப்பட்டான். மாணவிகளிடம் பயம் தொடர்ந்து இருந்தது. ஏனெனில், யார்க் ஷயர் கொலைகாரனுக்கு உடந்தையாக இன்னொருவன் இருந்தான் என்ற நம்பிக்கை பரவலாக இருந்தது. அவன் பிடிபடவே இல்லை.

தற்செயலான மரணம் இல்லை என்று முதிய ஆத்மா கூறியதை ரிக்கி பலநேரம் சிந்தித்தான்.

ஜான் லேன்னனும் (John Lennon), இந்த பெண்களும் கொலை செய்யப்பட வேண்டிவிரும்பினரா? முதிய ஆத்மாவின் ஆன்மீக வாழ்வியல் வாதத்தின் அம்சத்தை அளப்பது கடினமாக இருந்தது. முதிய ஆத்மா சொன்ன, உயிர்கள் தன் உள்ளார்ந்த இயற்கையை அறிந்துகொள்ள உணர்வுபூர்வ அனுபவங்களை உண்டாக்கும் தேவை அவற்றிற்கு உண்டு என்ற அனுமானம், ஆன்மீக கண்ணோட்டத்துடன் தர்க்க ரீதியாக இருக்கிறது. இங்கிருந்து கீழே உலகத்தில், இருப்பினும், இதைப்போன்ற முடிவை யாராவது ஏற்றுக்கொள்வார்களா என்பதை புரிந்துகொள்ள முடியாததாக உள்ளது. நிச்சயமாக உயிர் வளர்ந்து இயங்குவதற்குத் தேவைப்பட்ட உணர்வு அனுபவங்களை உண்டாக்க வேறு குறைந்த வன்முறை வழிகள் இருக்குமே? பிறகு ஏன், மீண்டும் மீண்டும் காலம் காலமாக கொலைகள் நடந்து கொண்டிருக்கின்றன. போர்களில் பெருமளவு மக்கள் கொடூரமான முறையில் கொல்லப்பட்டுள்ளனர்.

ரிக்கியும் கெல்வினும் ஒருவனுக்கொருவன் மிகவும் பொருத்தமாக இருந்தனர். முதல் சில ஆண்டுகளுக்கு அவர்களின் உறவு நன்றாக இருந்தது. அவர்கள், தம்முடைய பட்டபடிப்பை முழுமையாக்கினர்.

ரிக்கி ஒரு மனோதத்துவ நிபுணனாக சிறைச்சாலையில் பணிபுரிய ஆரம்பித்தான். அதே சமயம் கெல்வின் உணவியலர் (Dietician) முதுநிலை பட்ட படிப்பைத்தொடர்ந்தான். கெல்வின் தனது மாணவர் பணிப்பயிற்சிக்காக இங்கிலாந்தின் பலஇடங்களில் வாரக்கணக்கில் போக

வேண்டியிருந்தது. இந்த பிரிவுகள் மன வேதனையையும், கண்ணீரையும் அளித்து, இரயில் நிலையத்தில் வலியுடன் கூடிய பிரிவினை அவர்களுடைய உறவில் விகாரத்தை ஏற்படுத்தியது. கெல்வின் படிப்பினால் சோர்ந்து போய் பட்டபடிப்பு முடிந்த பின் அந்த தொழிலிலிருந்து ஓய்வுபெறத் தீர்மானித்தான்.

இக்கரைக்கு அக்கரை பச்சையாகத் தெரிந்தது. ரிக்கி இங்கிலாந்துக்கு கிளம்பும்முன் கனடாவின் குடியுரிமை கோரியிருந்ததால், அவன் கனடாவுக்கு திரும்பும் வாய்ப்பு இருந்தது. அவர்கள் கனடாவுக்குச் செல்ல தீர்மானித்தனர். எனினும் கேன்சர் நோயால் செத்துக்கொண்டிருந்த கெல்வினின் தந்தையுடன் கெல்வின் தங்க வேண்டிய நிலை ஏற்பட்டதால், உண்மையில் இன்னொரு மனப்பூர்வமான பிரிவினையை அனுபவிக்க வேண்டியிருந்தது. பிரிவினை முழு ஆண்டும் இருந்தது. தொலைபேசி உரையாடலைத்தவிர, கெல்வினின் சோகமான தருணங்களில் ரிக்கி கெல்வினுடன் சேர்ந்து இருக்க இயலவில்லை. இந்த உறவின் மேல் ஏற்பட்ட மனஅழுத்தம் அவர்களின் நெருக்கத்தில் விரிசலை ஏற்படுத்தியது. அவர்கள் பிரிவினையின் போது திறந்த உறவுமுறை கொள்ள ஒப்புக்கொண்ட போதிலும் அவர்களில் எந்த ஒருவரும் இதை பயன்படுத்திக் கொள்ளவில்லை.

முடிவில், தந்தையின் மரணத்திற்குப்பிறகு, புலம்பெயர் குடியிருப்பு நிலையில் (immigrant status) கெல்வின் கனடாவுக்கு வந்தான். தங்களது வீட்டை அமைப்பதற்கு அக்கறையுடன் பாடுபட்டனர். ஒரு வீடும், அத்துடன் மூன்று நாய்களும் அவர்களுடைய குடும்பம் ஆனது. ஆனால், அந்த உறவு இந்த எழுச்சிகளுக்குத் தாக்கு பிடிக்கவில்லை. இரண்டாண்டுகள் கழித்து திறந்த உறவு முறையை மூட மேற்கொண்ட முயற்சிகள் தோல்வியடைந்ததால், நம்பிக்கை முறிவு, பாலியல் பொறாமை அவர்களை வதைக்க, காதலின் சுடர் படிப்படியாக மங்கலாகிக்கொண்டே போய் முடிவில் அணைந்துவிட்டது. இந்த உறவு எட்டாண்டு நீடித்திருந்தது. இந்த தேவதைக் கதை காதல் பழமொழியான ஏழாண்டு நமைச்சலால் பாதிக்கப்பட்டது. இருப்பினும், சுருக்கமான பிரிவினைக்குப்பின், ரிக்கியும் கெல்வினும், மீண்டும் பரிச்சயமாகி வாழ் நாள் நட்பை ஆரம்பித்தனர்.

ரிக்கி அடிக்கடி முதிய ஆத்மாவையும் அவன் காட்டிய வழிமுறைகளையும் நினைத்துக்கொண்டான். ஆன்மீக தத்துவமான இரட்டை வாழ்க்கை, இரட்டை இருத்தல் - ஒன்று பூமியின் மீதும், மற்றொன்று ஆன்மீகப் பரிமாணத்திலும் - வாழ்க்கையின் சாதனையை நீடிப்பதாக இருந்தது. உன் உள்ளார்ந்த இயற்கையை அறிந்துகொண்டு ஆன்மீக ரீதியாக இயங்கி வளர நீ அமைத்துக்கொண்ட பிரயாணத்தின் முடிவுதான் மரணம்.

உன்னைப்பற்றி ஏதாவது அறிந்து கொள்ள தன்னிச்சையாக வாழ்க்கையில் ஒருவன் நுழைவதை அறிவது, வாழ்க்கைக்கு ஒரு நோக்கத்தை அளிக்கிறது. உன் இருத்தல் ஒரு தற்போக்கான நிகழ்வு அல்ல. உன் விருப்பத்திற்கு எதிராக நீ பூமியில் அமர்த்தப்படவில்லை. நீ உண்மையில் கற்பனை செய்து, படித்தறிந்து, வாய்ப்புக்கு ஏற்பாடு செய்தாய். இந்த பரிமாணத்திற்கு வெளியே சாதகமான நிலையிலிருந்து பூமியில் வாழ்க்கை கழியும் விதத்தை காணும்திறன்தான், நீ பயணம் புறப்படுவதற்கு முன், உன்னுடைய ஆயுள் காலம் எப்படி உன் எதிரில் திறக்கும் என பொதுவாக திட்டமிட அனுமதித்தது. நீ புறப்பட்டபின், நீ அமைத்த கோட்பாடுகளுக்குள் நீ ஆசைப்படுவதை அடையும் சுயவிருப்பம் உனக்கு உண்டு. நீ உன் வழியில் அமைத்துக்கொண்ட விதியாக்கப்பட்ட நிகழ்ச்சிகளை திருத்தி உன் இலக்குகளை அடைய உறுதி செய்யும் திறன் உனக்கு இருந்தது. உன் தனித்தன்மையை உலகில் செலுத்துவது தான் உன்னுடைய பொறுப்பு. மேலும் இருத்தலுக்கு மன்னிப்புக்கோராமல் இருப்பதும் ஆகும். மற்ற அனைத்தும் அங்கிருந்து, தானே பாயும்.

முதிய ஆத்மா, இவை அனைத்தும் எப்படி ஏற்பட்டது என்பதைப் பற்றியும், நம் உடலால் அறிந்து நோக்கி நாம் உலகை எப்படி அனுபவிக்கிறோம் என்பதைப் பற்றியும், உயிர்களின் தனித்தன்மை, மெய்மறதி, உணர்வுகள், குறிக்கோள்கள், சுயவிருப்பம், விதி, மற்றும் அடிப்படை நம்பிக்கைகள் ஆகியவை அனைத்தும் நம் வாழ்நாள் முழுவதும் நம் அனுபவத்தை திரவ செயல்பாட்டினால் நாம் எப்படி உண்டாக்குகிறோம் என்பதைப் பற்றியும் சில கருத்துக்களைக் கொடுத்தது.

பலவருடங்கள் ஆரோக்கியம் சம்பந்தப்பட்ட நிறுவனங்களிலும், முதிய ஆத்மா முன்கூட்டியே கணித்தது போல் பின்னர் AIDS நோயால் பாதிக்கப்பட்டவர்களுடனும் பணிசெய்ததால், இந்த மனித வாழ்க்கைக்கான ஆன்மீக / இருத்தலியல் கட்டமைப்பு, ரிக்கியின் உளவியல் சிகிச்சை அணுகுமுறையின் ஒரு மேடையாக அமைந்தது. ரிக்கி தன் தனிப் பயிற்சியில் சிறந்து விளங்கினான். அவன் கடந்த வாழ்க்கையிலும், வாழ்க்கையின் மத்தியிலான பின்னடைவு நுட்பங்களிலும் முதிய ஆத்மா கணித்தது போல் சிறப்பு பெற்றான்.

பாகம் III

அத்தியாயம்
9

தீவினை வழியில்

முதிய ஆத்மாவுடன் உரையாடி பல வருடங்கள் கழிந்து விட்டன. இருபது ஆண்டு காலம் வெளிநாடுகளில் வாழ்ந்து கழித்துவிட்டு 1993-ம் ஆண்டு வசந்த காலத்தில், ரிக்கி ஐஸ்லாந்திற்கு திரும்பிவந்தான். இது பூர்த்தி செய்யப்பட்ட ஒரு ஏக்கம், வருடங்களாக வளர்ந்த ஒருவித நமைச்சல் - ஆர்க்டிக் மலர்கள், பனிச்சறுக்குகள், நள்ளிரவு சூரியன் கொண்ட அவனுடைய பிறந்த இடத்திற்கு திரும்பச்செய்த வலிந்திழுத்தல். 1972-ல் தனது நாட்டை விட்டு செல்வதற்கு காரணங்கள் இருந்தன. ஆனால், இப்பொழுது தாயகம் திரும்ப வேண்டும் என்ற ஆசை, அவன் உணர்வுகளில் புதிய தென்றலாக பிறந்த இடத்தை நோக்கி சைகை காட்டி, அவனுடைய அபிப்ராயத்தை கேட்டது.

முதிய ஆத்மாவுடன் நடந்த கடைசி சந்திப்பில், அவனுடைய விமர்சனமான மரணம், ஒரு தற்செயல் அல்ல என்பதை புரிந்துகொள்ள மிகவும் கடினமான கருத்தாக இருந்தது. மக்கள் கொடூரமான வன்முறை வழிகளில் கொல்லப்படும்பொழுது, வாழ்க்கையின் இந்த இருண்டபகுதி ரிக்கியை வியப்படையச்செய்தது. முதிய ஆத்மாவுடன் உரையாடலின் போது, ஆன்மீகப் பரிமாணத்தில் உயிரின் சாதகமான நிலையிலிருந்து பார்க்கும்பொழுது, ஒருவனுடைய மரணம் தற்செயலாக ஏற்படுவதில்லை என்பதை புரிந்துகொண்டான். ஆனால், கொடூரமான வன்முறையால் மரணத்தை சந்திப்பது இங்கே பூமியிலிருக்கும் நமது கண்ணோட்டத்தில் மனிதத்தன்மையற்றதாக தெரிந்தது. மனிதன் அதுபோன்ற குற்றச்செயலகளைப் புரிய அவனை தூண்டிய நோக்கம்

மனிதத்தன்மையற்றதாகவும், உயிரின் சாரமே அன்பாக இருக்கும்பொழுது இது முழுமையாக இயற்கைக்கு புறம்பானதாகவும் அவனுக்குத் தோன்றியது. இது எப்படி நடக்கக்கூடும் என்று பல தடவை வியந்து தன்னைத்தானே வினாவிக்கொண்டான். இவை தீவினைகளா?

பல வருடங்களாக தீவினையின் இயற்கையைப் பற்றி ரிக்கி திகைப்படைந்திருந்தான். முதிய ஆத்மா கூறியதுபோல் உலகில் ஆயுள்காலத்தின் முக்கிய காரணமே எதிர்மறை உணர்வுகளை கற்றுக்கொள்ளத்தான் என்றால், இது எந்த நோக்கத்துடன் செயல்படுகிறது.

அது 1993 வது வருடமாக இருந்த போதிலும், பதிமூன்று வருடங்களுக்கு முன் ஒரு காலத்தில் இங்கிலாந்தில் சுறுசுறுப்பான காலை நேரத்தை தெளிவாக நினைக்க முடிந்தது. சரியாகச்சொன்னால், அது 1980-ம் ஆண்டு பனிக்காலத்தின் டிசம்பர் 9-ம் தேதி, யார்க் பல்கலைக்கழகத்தின் காப்பி விடுதியில் சிற்றுண்டிக்காக அமர்ந்திருந்தான் ரிக்கி. செய்தி நிருபர் வானொலியில் ஒரு அறிக்கையை வாசித்தான்., "…. ஜான் லேன்னன் (John Lennon) இறந்து விட்டார். மன்ஹட்டன் (Manhattan) இடத்தில் அவர் கட்டிடத்தின் வாசலில் சுடப்பட்டார். மருத்துவமனைக்கு கொண்டுசெல்லும் வழியில் மருத்துவ ஊர்தியில் வைத்து அவரது உயிர் பிரிந்தது. அந்தநேரத்தில் ரிக்கி நினைத்தான். அட கடவுளே, இது எப்படி நடக்கும்! ஜான் லேன்னன் வேண்டியதெல்லாம் பூமியில் அமைதிதானே. இதற்கு என்ன அர்த்தம்? இது வெறும் ஒரு குழம்பிச் சீரழிந்த மனிதனால் செய்யப்பட்ட தீயசெயல்தானா? அல்லது ஒரு சுயாதீனமான தீய சக்தியா, அல்லது ஒரு தீய நனவுநிலை கொலைகாரனை இந்தக் கொடூரமான செயல் செய்ய வற்புறுத்தியதா? உலகில் தொடர்ந்து தீயசெயல்கள் நடந்து கொண்டிருக்கும் பொழுது, இந்தமாதிரி தீவினையின் இயற்கையைப்பற்றிய கேள்விகள் வருடக்கணக்கில் ரிக்கியின் மனதில் உலாவிக்கொண்டிருந்தன.

நேரம் சென்றுக்கொண்டே இருக்கையில், இப்பிரச்சினையின் மீது கவனிக்கும் தேவை கூடிக்கொண்டே போனதை ரிக்கி உணர்ந்தான். இப்பொழுது அவன் அறிவியல் சார்ந்த மனோதத்துவ நிபுணனாக இருந்ததினால், இந்த பொருளை ஆராய்ச்சி கண்ணோட்டத்தோடு அணுகவேண்டும் எனத் தோன்றியது. இதைப்பற்றி யோசித்துக்கொண்டிருக்கும் பொழுது முதல் இடையூறாக தோன்றியது விளக்க வரையறை அல்லது சொற்பொருள் விளக்கம்தான். தீவினையை எப்படி வரையறுப்பது - அது முடியுமானால். இரண்டாவது இடையூறாக, தீவினையை எது அமைத்தது என்பதை வரையறுப்பது.

அதன் பிறகு, இந்த தீவினைகளை செய்ய மனிதனை தூண்டிய சூழ்நிலைகளை அவன் அறிந்து கொள்ள முயல்வான்.

சொற்பொருள் விளக்கம்

ஆரம்ப நிலை ஆராய்ச்சிகளை நூலகத்தில் மேற்கொண்ட பின் கருத்தொற்றுமை பரிந்துரைப்பதாக தோன்றியது என்னவென்றால், தீவினை "முழுமையான" ஒன்றாக விளக்கப்படுவதுதான் சிறந்ததாகும். ஏனெனில் ஒருவனை சிறிது தீயவன் என்றோ, தீவினையை நெருங்கியவன் என்றோ, அல்லது சில நிகழ்ச்சிகளால் கிட்டத்தட்ட தீயவன் என்றோ சொல்லமுடியாது. இருப்பினும், இதைப்பற்றி இன்னும் நிறைய அவன் யோசிக்கும்போது, ஒரு செயல் தீயதாக இல்லை என்றால் அது 'நல்ல' செயலாக இருக்கவேண்டிய அவசியம் இல்லை, என தோன்றியது. ஆகவே, சரிவு விகிதங்கள் இருப்பது அவசியம். உதாரணத்திற்கு ஒரு செயல் 'நல்லதாகவோ', 'மிகவும் நல்லதாகவோ' அல்லது 'பிரமாதமாகவோ' இருக்கமுடியும். அங்கே, பிராமாதமான செயல் ஒரு புண்ணிய செயலை ஒத்த பொருளைக் கொண்டிருக்கும். மேலும் அதே மாதிரி, ஒரு செயல் 'கெட்டதாகவோ', மிகவும் கெட்டதாகவோ' அல்லது 'தீய செயலாகவோ' இருக்கமுடியும். அங்கே, அதிக கெட்ட செயல் பாவம் அல்லது தீவினையுடன் ஒத்த பொருளைக் கொண்டிருக்கும். இவ்வழியில் காணும் பொழுது ஒரு தொடர்பம் இருப்பதாக, அதில் முழுமையான தீவினையை ஒரு புறமும், முழுமையான புண்ணியத்தை மறுபுறமும் காணலாம். ஒரு செயலை நல்லது என்றோ, கெட்டது என்றோ தீர்மானிக்கும் பொழுது செயலின் நிலையைப் பொறுத்து கருத்தை தொடர்பத்தில் ஏதாவது ஒரு இடத்தில் குறிக்கலாம். அதீத எல்லைகள் (extreme ends) ஒருபுறம் இருக்க, அதீத கெட்டசெயல் ஒரு பாவமாகவும், மிகப் பிரமாதமான நல்லசெயல் ஒரு புண்ணியமாகவும் இருக்கிறது.

இப்பொழுது, ஒரு கோடியில் புண்ணியமும், மறுகோடியில் பாவமும் கொண்டு, ஒரு தொடர்பத்தை கருத்துருவாக்கி இரு கோடிகளும் சுருக்கமாக வரையறுக்கப்படவேண்டியது அவசியம். ரிக்கியின் நூலக ஆராய்வு, புண்ணியம் என்ற கருத்து பிளேட்டோ மற்றும் அரிஸ்டாடில் காலம் வரையில் இருந்த தத்துவ ஞானிகளால் கையாளப்பட்டிருக்கிறது என்பதை வெளிப்படுத்தியது. அதேபோல், பாவத்தின் கருத்தோ, சிறிது குறைந்த நிலையிலேயே கையாளப்பட்டிருக்கிறது. பின்னர், சரித்திரத்தில், குறிப்பாக ஏகத்துவ (ஒரே கடவுள் கொள்கை) மதங்களான ஜுதாயிஸம், கிறிஸ்துவம், மற்றும் இஸ்லாம் மதங்களில் பாவம் மிகவும் வலியுறுத்தப்பட்டு விளங்குகிறது.

எண்ணற்ற இயற்கையின் செயல்களும், குறிப்பாக மனிதனின் கையினால் புரியப்பட்ட செயல்களும் சேர்த்து பாவத்தின் கருத்து பரவலான நிகழ்வுகளுடன் தொடர்புள்ளதாக ஆய்வு வெளிப்படுத்தியது. ஆகவே, ஆய்வின் பரந்த நிலையை குறுகலாக்கி, பாவத்தை மனிதன் வேண்டுமென்றே செய்யும் கெட்ட செயல்களோடும், ஆழ்ந்த ஒழுக்கக்கேடுகளுடன் தொடர்புபடுத்த ரிக்கி தீர்மானித்தான். (அதாவது, புண்ணியத்திற்கு நேர்மாறான காரியங்கள்).

அதன்பின்னர், தீவினையின் இந்த வரையறுப்பில் மக்கள் அழைக்கும் இயற்கையின் கேடுகள், அதாவது (1) கால நிலை பேரழிவுகளான பூகம்பம், வெள்ளம், கடல் கொந்தளிப்பு, சூறாவளிகள், எரி மலை வெடிப்பு, வறட்சி, பனிப்பாறை சரிவுகள், மின்னலின் தாக்குதல், விண் கற்கள் ஆகாயத்திலிருந்து விழுதல், மற்றும் (2) மிருகங்கள் தன் இரைக்காக மற்றவைகளை கொல்லுதல், உயிரிமங்களாலான நுண்ணுயிர் கிருமிகள் தன் விருந்தோம்பிகளை கொல்லுதல் (AIDS நோயில் நடப்பது போல்), மரபணு பிழற்சியால் உடல் செயலிழத்தல் உண்டாகி அதனால் பல மனித நோய் விளைவுகள் (அதாவது சிக்கில் செல் அனீமியா, டவுன் சிண்ட்ரோம், அல்சைமர் நோய் ஆகியவை) தவிர்க்கப்படும்.

ஒரு சுயாதீனமான தீயசக்தியின் இருப்பு அல்லது, மனிதனை தீவினை செய்ய நிர்பந்தித்த அன்னிய நனவுநிலை (foreign conciousness) பற்றிய கேள்விகளை, தற்சமயத்திற்கு தள்ளி வைக்கவும் ரிக்கி தீர்மானித்தான்.

> தீயவழிகளின் பக்கம் கொண்டுசெல்வது
> மனிதனின் மனமே தவிர,
> அவன் எதிரியுமல்ல, பகைவனுமல்ல
>
> புத்தர்

இந்தத் தகுதிகளை மனதில் கொண்டு தீவினைகள் மனிதனால் வேண்டுமென்றே, ஒழுக்கக்கேடாக புரியப்பட்ட தவறுகள் தீய செயல்கள் வகையில் தற்போது வரையறுக்கப்பட்டுள்ளன. தற்காலிகமாக, இவைகள், (1) தனிமனித கொலைகள், அங்கீகரிக்கப்பட்ட கொலைகள் (உதாரணத்திற்கு, அரசாங்க மரண தண்டனைகள், போரில் கொல்வது), (2) மக்களை மனரீதியாக தளரச்செய்வதற்காக வடிவமைக்கப்பட்ட பாரபட்சம் காட்டுதல் மற்றும் அவமானப்படுத்துதல் போன்ற செயல்கள் (அதாவது, துன்புறுத்துதல்), (3) வலியும் துன்பமும் உண்டாக்கும் கெட்ட செயல்கள் (சித்திரவதை, திருமண துஷ்பிரயோகம், பாலியல் துஷ்பிரயோகம் ஆகியவை). இந்தக் குறுகிய வரையறுப்பை அடைந்த பின் ரிக்கி அவனுடைய சிந்தனைகளை மனித செய்கை வரையிலும், நிகழ்ச்சிகள் வரையிலும் எல்லைப்படுத்திக்கொண்டான்.

தீயசெயல்களின் உதாரணங்கள்

உலகில் எவை தீயசெயல்களாக அவனுக்கு விளங்குகின்றன என்று ரிக்கி சுற்றுமுற்றும் பார்க்கும்பொழுது அவனுடைய கவனம் முதலில் அரசியல் களத்தின் பக்கம் சென்றது. குறிப்பாக,

அரசியல்வாதிகள், அல்லது நாடுகளின் தலைவர்கள் அவர்களுக்குள் உண்டான வேறுபாடுகளை தீர்க்கமுடியாமல் போகும் விளைவுகளால் ஏற்படும் கொடூரமான மோதல்களின் பக்கம் சென்றது. இந்த நிகழ்ச்சிகளில் கையாளப்படும் யுக்தியானது, போரைப் பிரகடனப்படுத்தி, இளம் படை வீரர்கள் போரிட்டு, போதுமான எண்ணிக்கையில் கொல்லப்பட்டு, எதிரியை தோற்கடிக்கவோ, ஒரு உடன்படிக்கை முன்மொழியவோ அல்லது போர் களத்திலிருந்து பின் வாங்கவோ செய்வதாகும். ரிக்கி வியந்தான். இந்த செயல்கள் தீவினையா? அப்படியானால், நீ யாரை பழிப்பாய் - அரசியல்வாதிகளையா, போர்வீரர்களையா அல்லது அவர்களை போருக்கு அனுப்ப ஆதரித்த அந்நாட்டு குடிமக்களையா?

மறுபுறம், பொதுநலம் ஓங்கி நிற்பதற்காக அவ்வப்போது கொடூரமான மோதல்களில் ஈடுபட்டு நாடுகள் தீவினைகளை பூமியிலிருந்து களையவேண்டும் என்று விவாதிக்க முடியுமா என ரிக்கி தொடர்ந்து யூகித்தான். அல்லது, வேறு விதமாக கூறவேண்டுமாயின், நல்லது, ஒழுக்கமானது, மற்றும் புண்ணியமானது என்று கருதப்படும் ஒன்றைப் பாதுகாப்பதற்கு, மற்றவர்களை கொல்லும் தீய செயலில் ஈடுபட தன் குடிமக்களுக்கு ஒரு நாடு சிலசமயங்களில் அழைப்புவிடுமா?

இவைதான், அச்சாணியாக இருக்கும் கேள்விகள். இந்த பிரச்சினைகளை ரிக்கி தொடர்ந்து நினைத்துக்கொண்டிருக்கும் பொழுது, அவனே, நன்றி ஆண்டவனே, பனிப்போர் முடிந்து அத்துடன் அணு ஆயுதப்போரின் கவலை முடிந்து, அதனால் ஏற்படவிருந்த அணுசக்தி பேரழிவும் தவிர்க்கப்பட்டது என நினைத்துக்கொண்டான். (மூன்று வருடங்களுக்கு முன் பெர்லின் சுவர் தகர்க்கப்பட்டு, சோவியத் யூனியன் மற்றும் அதன் கூட்டு நாடுகளை தாக்கத் தயாராக வைக்கப்பட்டிருந்த நூற்றுக்கணக்கான அணு ஏவுகணைகள் பிரிக்கப்பட்டு செயலற்றதாக்கப்பட்டன). அணு ஆயுதங்களை உபயோகித்த ஒரே நாடு அமெரிக்காதான் என்ற உண்மையை ரிக்கி அறிந்திருந்தான். அவர்கள் கடந்த இரண்டாம் உலகப்போரில் ஒரு அணுகுண்டு ஹிரோஷிமா (Hiroshima) மீதும், மற்றொன்று நாகாசாகியின் (Nagasaki) மீதும் போரை முடிக்கும் முயற்சியில் வீசினர். ஜப்பானிய போர் வீரர்கள் - தங்களின் தைரியத்தையும், வீரியத்தையும் அதிகரிக்கச்செய்யும் மெதாம்ஃபெடாமைன் (வழக்குச் சொல்: 'கிரிஸ்டல் மெத்') என்ற பெயர் கொண்ட மருந்துப்பொருளை உட் கொண்டு, வான்வழியாக வந்து பேர்ல் ஹார்பாரில் (Pearl Harbour) இருந்த அமெரிக்கப் போர் கப்பல் மீது தற்கொலை தாக்குதலை மேற்கொண்டு, கிட்டதட்ட 2,400 போர் வீரர்கள் கொல்லப்பட்டனர். இதற்கான பழிவாங்கும் நோக்கத்துடன்தான் அந்த அணுகுண்டுகள் வீசப்பட்டன.

அமெரிக்கர்கள் வீசிய குண்டுகளால் ஹிரோஷிமாவிலும், நாகாசாகியிலும் 200,000 ஜப்பானிய பொதுமக்கள் கொல்லப்பட்டனர். இவைதான்

போரின் செயல்பாடுகளோ என ரிக்கி நினைத்தான். கொல்வதுதான் முடிவானது என்று கருதப்பட்ட இந்த இரண்டும் தீய செயல்களே. ஆனால் இரண்டு பெரிய நகரங்களை தரைமட்டமாக்கும் அமெரிக்காவின் பதிலடி பார்ப்பதற்கு வேண்டுமென்றே செய்யப்பட்ட தீய செயலாகவும், ஆழமான ஒழுக்கக்கேடான செயலாகவும் இருக்கிறது. ஆனால் நான் பழி சுமத்துவது சரி தானா?

பிறகு அவன் யோசித்தான், ஒருவேளை அணுகுண்டு தயாரித்த இயற்பியல் வல்லுநர் மீது நான் பழி சுமத்தலாமோ? இது ஆயுதமாக கருதப்படுவதை அவர் அறிந்திருந்தனர். பிறகு மீண்டும், அமெரிக்கர்களுக்கும், ஜெர்மானியர்களுக்கும் இடையில் அணுகுண்டு தயாரிக்கும் ஆயுதப்போட்டி இருந்தது. அமெரிக்கர் போட்டியை வெல்லாமல் இருந்திருந்தால், ஜெர்மானியர் வென்றிருப்பர். மேலும் அதை உபயோகிக்க ஹிட்லர் தயங்கியிருக்கமாட்டான்! ஆனால் அவ்வாறு யோசிக்கும்போது, அமெரிக்கர் கூட தயங்கவில்லைதானே? ரிக்கி ஜீரணிக்க நிறைய இருந்தது. தெளிவாக, யோசிப்பதற்கு நிறைய இருந்ததோடு, இந்த விஷயத்தில், எது தீவினையாக கண்டுகொள்ளும் தகுதிபெற்றது என்பதைத் தீர்மானிக்க, நிறைய பரிசீலிக்கப்படவேண்டியிருந்தது.

எப்படியோ, இது இவ்வளவுதானா என்றால், அதுதான் இல்லை - இன்னும் நிறைய இருந்தது. போர் ஒரு முடிவுக்கு வரும்பொழுது, முழு யூத சமுதாயத்தையும், ஓரினச்சேர்க்கையாளர்களையும், மன வளர்ச்சியடையாதவர்களையும், உடல் ஊனமுற்றோரையும் ஜெர்மானியர்கள் அடியோடு அழிக்கப்போவதாக ஒரு செய்தி ஐரோப்பாவில் கசிந்தது. நாகரீக உலகம் அதை நம்பாமல், பயங்கரத்தின் அதிர்ச்சியில் உறைந்துபோய் இருந்தது. இனப்படுகொலை என்ற ஒன்று, எந்தவித அரசியல் லாபமும் இல்லாமல், மக்கள் இனத்தை அழிக்கப்போகும் ஒரே நோக்கத்துடன், முதல்முறையாக மனித சரித்திரத்தில் ஒரு புதிய தீவினை போல் உருவெடுத்தது.

ரிக்கி அதை பரிசீலிக்கும் சமயம், என் கடந்த வாழ்க்கையில் போலாந்து நாட்டில், ஒரு யூதனாக இருக்கும் பொழுது அந்த இனப்படுக்கொலைக்கு நான் பலியானவன், என் குடும்பமும் பலியானது, பூமியில் நாஜிகள் அந்த தீய காரியம்புரிய அவர்களை என்ன ஊக்குவித்திருக்கும், என யோசித்தான்.

ஹான்னாஹ் ஆரன்ட் (Hannah Arendt) என்பவர் யூத இனப்படுகொலையைப்பற்றித் தனது புத்தகத்தில்[57] எழுதும்பொழுது, நாஜிகள் (Nazis) ஒரு புதுவிதமான தீவிர தீவினையுடன்

57 *The Origins of Totalitarianism*. Cleveland: World Publishing Company, 1951, and *Eichmann in Jerusalem: A Report on the Banality of Evil* New York: Penguin Books 1963.

பொதிக்கப்பட்டிருந்ததாத விவாதித்தார். போருக்குப்பின், அடால்ஃப் ஈச்மன் (Adolf Eichmann) மீது ஜெரூசலம் (Jerusalem) நகரில் நடந்த விசாரணையின் சாட்சியாக இருந்தவர் அவர். உயர்ந்த பதவி வகித்த நாஜி அதிகாரியான அடால்ஃப், போரின் கடைசி சிலநாட்களில், அவனுடைய மேற்பார்வையாளன் ஹெய்ன்ரிச் ஹிம்லெரின் (Heinrich Himmler) கட்டளையை மீறி, யூதர்களை சித்திரவதை முகாமுக்கு அனுப்பிக்கொண்டிருந்தான். விசாரணையின் போது அவன் ஏன் அப்படி செய்தான் என்ற கேள்விக்கு ஈச்மன் தந்த பதில் என்னவென்றால், அது அவனுடைய கடமையாக அதுவும் தார்மீகக் கடமையாக இருந்ததோடு, தான் சரியானதாகவும் புண்ணியமாகவும் எதை நினைத்தானோ, அதைதான் செய்தானாம்.

நாஜிகளின் தார்மீகச் சரிவு மட்டுமல்லாமல், புரட்டப்பட்ட தார்மீக அறநெறிகளுக்கும் ஆளாகி இருந்தனர். அங்கே ஒரு அறநெறிச்செயல்அதாவது ஒரு புண்ணியச்செயல் புரட்டிப் போடப்பட்டிருந்தது. யூதர்களையும் ஓரினச்சேர்க்கையாளர்களையும் கொல்வது புண்ணியமாகவும், 'நல்ல' குடிமகனின் கடமையாகவும் ஆகிவிட்டது, என ஹான்னாஹ் தனது காரணங்களை எடுத்துரைத்தார். நாஜிகள் ஒரு வெறிப்பிடித்த மனநிலை கொண்ட தார்மீக மயக்கத்தில் கிடந்ததாகக் காரணம் கொடுத்த அவர், 20-ம் நூற்றாண்டில் அதுவரை அறியப்படாத ஒரு புதிய தோற்றமுள்ள தீவினை தலைதூக்கியது என்றார்.

(இரண்டாம் உலகப்போருக்கு முன்பும் பின்பும், இனப்படுகொலைகள் நடந்தன என்பதை ரிக்கியின் ஆய்வு தெளிவாக்கியது. ஆனால் அந்த படுகொலைகள் அரசியல் நோக்கத்துடன் இருந்ததாக வெளித்தோற்றம் கொண்டதாக இருப்பினும், தீவினைக்கு சமமாகவே அவை இருந்தன. உதாரணத்திற்கு, துருக்கியில் நடந்த ஆர்மேனிய படுகொலைகள். 1915-க்கும் 1918-க்கும் மத்தியல், துருக்கியின் எல்லைகளை கிழக்கு நோக்கி விரிவுபடுத்தும் போது, பூமியை அபகரிக்கும் நோக்கத்தோடு 1.5 மில்லியன் ஆர்மேனிய மக்கள் படுகொலை செய்யப்பட்டனர். மற்ற படுகொலைகளான சீன கலாச்சாரப் புரட்சி 1950 - களிலும், 1960 - ன் முடிவிலும் 30 மில்லியன் மக்களைப் பலி வாங்கியது. 1970-ன் மத்தியில் கம்போடியாவில் போல்போட் மற்றும், கமர் ரூஜ் (Pol Pot and Khmer Rouge) நகரங்களின் மக்கள் தொகையில் மூன்றில் இரண்டு பங்கு கொண்ட 2 மில்லியன் கம்போடியர்கள் கொல்லப்பட்டனர்!)

மத நம்பிக்கையில் இருந்து செய்வதைப்போல மக்கள்
முழுமையாகவும், மகிழ்ச்சியாகவும்
எந்தவொரு தீவினையையும் செய்ததில்லை

ரிக்கிவியந்தான், இதுஎப்படிமுடிந்திருக்கும். இந்தபுரட்டப்பட்டஅறநெறியை தழுவிக்கொள்ள, பெருமளவில் மக்கள் எப்படி திரட்டப்பட்டனர். யூதர்களிலும் ஜெர்மானியர்களிலும் அநேக ஓரினச்சேர்க்கையாளர், ஊனமுற்றோர், மன நிலை பாதிக்கப்பட்டவர்கள் ஆகியோர் அதுவரை ஒன்றாக இருந்தனர். புரட்டப்பட்ட அறநெறி தொடர்ந்து ஒரு தீவினையாக இருந்ததை அவனால் அறிய முடிந்தது. போரைத் தொடந்து, யூதர்களின் அழிப்பு நின்றுவிட்ட போதிலும், ஓரினச்சேர்க்கையாளர்களின் அழிப்பு உலகில் பலநாடுகளின் கொள்கையாகத் தொடர்ந்து இருந்தது.

மற்றொரு புரட்டப்பட்ட அறநெறியின் உதாரணம், அறிவு வளர்ச்சி குன்றியவர்களுக்கான மடலாக்கப்பணி - இது ஒரு கொள்கையாக 1970 வரை அமெரிக்காவிலும், கனடாவிலும் செயல்படுத்தப்பட்டது. ரிக்கி, துக்கத்துடன், புரட்டப்பட்ட அறநெறி பொதுவான தீவினையாக இன்னும் உயிருடன் இருக்கிறது எனக் கூறி தன் ஆய்வை முடித்தான்.

புரட்டப்பட்ட அறநெறி பொதுவான
தீவினையாக
இன்னும் மிகவும் உயிருடன் இருக்கிறது!

முடிவில் மிகச் சமீபத்தில், AIDS நோயிற்கு பலியானவர்களுடன் செயல்படும்பொழுது, இயற்கைக்குப் புறம்பான செயலில் ஈடுபடும் ஓரினச்சேர்க்கையாளரை தண்டிக்கவே இறைவன் AIDS நோயை உலகிற்குள் கொண்டு வந்தான் என்று கூறும் மதவெறியர்களால், தீவினையின் பிரச்சினை ரிக்கியின் கவனத்திற்கு கொண்டு வரப்பட்டது. இந்த மனப்பான்மை அதிர்ஷ்டவசமாக தேய்ந்துகொண்டே போனாலும், HIV கிருமிகளால் தாக்கப்பட்டவர்களில் அதிகமானோர் மாற்று இனச்சேர்க்கையை சார்ந்தவர்களாக இருந்தபோதிலும், மேலும் AIDS நோயின் கிருமிகளின் மூலாதாரம் மாமிசத்திற்காக வேட்டையாடப்பட்ட ஆப்பிரிக்க காடுகளிலுள்ள குரங்குகள் என்ற உண்மை ஆராய்ச்சிகள் மூலம் தெளிவான போதிலும், 1980-ல் இருந்த சில குழுக்களில் அந்த மனப்பான்மை இருந்து கொண்டேயிருக்கிறது.

தீவினையுடன் என் சொந்த தூரிகை

ரிக்கி இந்த பிரச்சினைகளைப்பற்றி நினைத்துக் கொண்டிருக்கும்பொழுது, ஒருவேளை நான் தீயவனோ? என்று மனதில் தோன்றியது. பானை கெண்டியை கருப்பன் என்கிறதா? நான் பிராணிகளை கொன்றிருக்கிறேன். பதினேழு வயதில் பண்ணையில் இருக்கும் பொழுது, ஒரு கன்று குட்டியை

வெட்டினேன். பண்ணையில் கைவேலைக்காக இருந்த காரணத்தினால், உணவின் பொருட்டு இந்த மாதிரி உதவ வேண்டியிருந்தது. ஆனால் அதை நான் செய்ய வேண்டியதில்லை. இருப்பினும், நானே முன்வந்து செய்தேன். அப்பொழுது நான் தைரியமாகவும், பலம் கொண்டவனாகவும் இருக்க விரும்பினேன். ஆனால் நான் அப்படி ஆகவில்லை. அந்த செயலுக்காக நான் எப்பொழுதும் வருந்திக்கொண்டேயிருப்பேன். அது தீவினையா? ரிக்கி தொடர்ந்து சிந்திக்கலானான். அடுத்த ஒரு நிகழ்ச்சி, அப்பொழுது அவனுக்கு ஒன்பது வயது இருக்கும். அவன் வீட்டிற்கு அடுத்தவீட்டில், நடமாடமில்லாத அடிதளத்தில், காட்டுப்பூனை ஒன்று குட்டிப்போட்டு குப்பையாக்கியிருந்தது. அழுகிய பொருள்களை உண்ட காரணத்தினாலோ என்னவோ, பூனைகள் வயிற்றுப்போக்கினால், நோய்வாய்பட்டு பயங்கர துர்நாற்றத்தை உண்டாக்கியிருந்தன. அப்போதெல்லாம் ஐஸ்லாந்தில் பூனைகளைக் கொல்லவேண்டுமானால், அவற்றை, ஒரு கரடுமுரடான துணிப்பையில் ஒரு பெரிய கல்லோடு சேர்த்துக் கட்டி, அதை ஆற்றில் வீசிவிடுவார்கள். நண்பர்களுடன், பிரச்சினைக்கு தீர்வுகாண கூடிப் பேசி, ரிக்கி தலைமையில், நண்பர்களின் உதவியோடு அந்த வேலை முடிக்கபட்டது. நிச்சயமாக, இது ஒரு தீவினையா? அவன் யோசித்தான்.

ஆனால் அப்பொழுது ஐஸ்லாந்தின் கலாச்சாரத்தை பொறுத்தவரை, பூனைகள் அரிதாகவே வீட்டுக்குள் வளர்க்கப்பட்டன. நகர எல்லைக்குள் ஒரு நாயை வைத்திருப்பது கூட சட்டவிரோதமாக இருந்தது. காவலர்கள் நாயைக் கண்டால் உடனே சுட்டுவிடுவர். அந்தப் பிராணிகளை தொழுவத்தில்தான் வைக்கவேண்டும் என்ற மனப்பான்மை இருந்துவந்தது. பூனைகள் எலிகளைப் பிடிப்பதற்காகவும், நாய்கள் ஆடுகளை மேய்க்கவும் பயன்பட்டுவந்தன. ஆக, அந்த பாவப்பட்ட பிராணிகளை மூழ்கடித்தது என் தீவினையா?

ரிக்கி தொடர்ந்து சிந்தித்தான். நீர் மின்கம்பியில் சிக்கி தன் சிறகுகளை பறிகொடுத்த பறவைகள் பறக்க முடியாமல் சிறகடித்துத் துடிக்கும் பொழுது, அவற்றின் தலைகளை வெட்டுவது கருணையுள்ள செயலாக பண்ணையில் கற்றுக்கொடுக்கப்பட்டது. இதனால் அவற்றின் துன்பத்திற்கு உடனடி நிவாரணம் கிடைக்குமாம். அதையும் நான் சிலமுறை செய்திருக்கிறேன். அது தீவினையா?

குறியிடும் நோக்கத்துடன் ஆட்டுக்குட்டிகளின் காதுகளை இரத்தம் கொட்ட கொட்ட, துளையிட்டு வந்தேன். அது தீவினையா? நான் மீன் பிடித்த பின்னர், அதன் தலையை நசுக்கி, அதன் செதில்களை சீவினேன், அது தீவினையா? பண்ணையில் பணிபுரியும் சமயம் ஆட்டுகுட்டிகள் இறைச்சி கூடத்தில் சுடப்படும்பொழுது அவற்றை இறுக்கமாகப் பிடித்திருந்தேன், அது தீவினையா? பல்கலைக்கழகத்தில், எலிகளின் மீது ஆராய்ச்சி நடத்தும்போது, அவை மரணித்தன, அது தீவினையா ?

இப்பொழுது ஒரு ஈயை கொல்லவும் சங்கடமாக இருக்கிறது. என்ன நடந்தது? அது ஏன்? அந்த நேரத்தில் அச்செயல்களை நான் தீவினையாக நினைத்ததே இல்லை. அதை நான் ரசிக்கவும் இல்லை. ஆனால் அது என் கடமை, என் பாத்திரம். இப்பொழுது, நிச்சயமாக சொல்ல முடியவில்லை, அது புரட்டப்பட்ட அறநெறியா?

அவன் அந்நிகழ்ச்சிகளைப் பற்றி யோசித்துக் கொண்டிருக்கும்பொழுது, அவனுக்கு தோன்றியதாவது, சூழல் பின்னணி மாறிவிட்டது. நான் இப்பொழுது, ஆட்டை வெட்டி விற்கும் கசாப்பு கடையில் எனக்கு தேவையான மாமிசத்தை வாங்குகிறேன். நோய்வாய்ப்பட்ட பிராணிகளை, கால்நடை மருத்துவனிடம் கொண்டு சென்றால், உயிர் காக்க முடியாதவற்றை அவன் வதையா அழிப்பு (euthanize) செய்து விடுவான். இப்பொழுது எல்லா சூழ்நிலைகளையும் நான் தவிர்க்கிறேன். இன்று நான் அவற்றை செய்வதாக இருந்தால், அதை முறைகேடாக கணிக்கின்றேன். பதிலாக, வன்முறை செயல்களை மற்றவர் செய்யவிட்டு விடுகிறேன். இந்த நிகழ்ச்சிகளை ரிக்கி யோசித்து கொண்டிருக்கும்பொழுது தீவினையாக கருதப்பட்ட செயல்கள், நாளடைவில் சூழலின் பின்னணியில் மாறிவிடுகிறது என அறிந்தான்.

ரிக்கி இப்பிரச்சினைகளைத் தொடர்ந்தான். நான் என்னுடைய சுயநேர்மைக்கு, எனக்கு தெரிந்து நான் உண்மையாக செய்த தீவினை என்னவென்றால், எனது எட்டாவது வயதில், என் தாய் ஆசையோடு தைத்து கூடத்தில் தொங்க விட்டிருந்த திரைச்சீலையை கத்திரியால், சிறிது வெட்டிவிட்டதுதான். அந்த திரைச்சீலைகள் அழகாக இருந்தன. நான் அவற்றை சேதப்படுத்தினால் அவள் புண்படுவாள் என்று எனக்கு தெரிந்திருந்தது. நான் செய்ததை கண்டு அம்மா கண்ணீர் வடித்தாள். ஆனால் அவள் என்னைத் திட்டவில்லை. அந்த கணமே எனக்கு மனவுறுத்தல் ஏற்பட்டு, உண்மையாக என் குற்றத்தை உணர்ந்தேன். நான் கெட்டவனாக, ரொம்ப கெட்டவனாக இருந்தேன்.

பல வருடங்கள் கழித்து, அவள் இறக்கும்முன் அவளுக்கு இது நினைவு இருக்கிறதா என ரிக்கி கேட்டான். அவள் நினைவுகொள்ள சிறிது நேரம் பிடித்தது. அவள் சொன்னாள், “இல்லை என் உயிரே, எனக்கு அந்த திரைச்சீலைகள் நினைவு இருக்கிறது. அதில் நீதான் ஓட்டை போட்டாயா?”. அவன் செயலற்று போனான். அவளுக்கு அது நினைவில்லை என நினைத்துக்கொண்டான். என் இளமைவயது தீவினையை என் தாயால் நினைக்க முடியவில்லை, அதற்கு என்ன அர்த்தம்.

மனவுறுத்தலைப்பற்றியும், குற்ற உணர்வைப் பற்றியும் அன்று கற்றுக்கொண்டதை அறிந்து வியந்தான். எதிர்மறை உணர்வான மனவுறுத்தலை அனுபவிக்க, ஒரு கெட்ட செயலை நடை முறையில் செய்யவேண்டியது அவசியம்தானா?

தீவினை அவசியமா?

முதிய ஆத்மா ஒருதடவை, ஒரு அனுபவத்தைக் கொள்வதற்கு 'முரண்பாடுதான்' அடிப்படை என்று சொன்னது. மேலும் இந்தக் கருத்தை பலதடவை விவாதித்தது. தேவைப்பட்டதை கற்றுக்கொள்ள அவசியமான முரண்பாடுகளை அனுபவிக்க ஒரு நபருக்கு என்ன அளவுகோல் என்பதுதான் இப்பொழுது ரிக்கிக்கு வியப்பான கேள்வியாக இருந்தது. அவன் கட்டமைத்த தொடர்பத்தைப்போல், ஒரு கோடியில் பாவமும், மறு கோடியில் புண்ணியமும் கொண்டு, புண்ணியம் நடை முறைக்கு அவசியமான முடிவாகத் தெரிந்தது. ஆனால், அப்படியென்றால், தீயவனாகவும் இருப்பது நடைமுறையில் அவசியமா? என யோசித்தான். தீவினையுடன் முரண்படாமல், புண்ணியத்தை அனுபவிக்கமுடியுமா? அதேபோன்று, வறுமை என்ற ஒன்று இல்லாதபோது, தாராளமானவனாக இருக்கமுடியுமா? ஆபத்து இல்லையெனில், தைரியசாலியாக இருக்கமுடியுமா? கஷ்டங்கள் இல்லையெனில், மனோபாவத்தைக் காட்டமுடியுமா? கெட்டது இல்லையெனில் நல்லவனாக இருக்கமுடியுமா? முரண்பாடு இல்லாமல், அனுபவம் என்பதே இருக்காது. அப்படியென்றால், புண்ணியத்திற்காக நடைமுறையில் தீவினை இருக்கவேண்டுமா? பாவம் இல்லாமல், புண்ணியம் இருக்குமா?

எவ்வளவு அதிகமாக ரிக்கி சிந்தித்தானோ, அவ்வளவு அதிகமாக அவனுக்குத் தெரிந்தது யாதெனில், நடைமுறை கண்ணோட்டத்திலிருந்து பார்க்கும்போது, உலகத்தில் புண்ணிய செயல் என்ற ஒன்று இருக்கவேண்டுமானால் கஷ்டம் என்ற ஒன்றும் இருக்கவேண்டியது அவசியம். மேலும், கஷ்டம் இருப்பதற்கு, புண்ணியம் என்ற ஒன்று இருக்க வேண்டும். ஆனால், இந்தக் கஷ்டங்கள், தீவினையாக மாறவேண்டுமா? அவனே சிந்தித்துக்கொண்டான். மனிதனால், தீவினை எனப் பகுத்து நியமிக்கப்பட்ட முறைகேடான கொலைகள், அங்கீகரிக்கப்பட்ட கொலைகள், மக்களின் மனோபாவத்தைக் குலைத்து அவமானத்தை ஏற்படுத்தும் பாகுபாடு, வலி வேதனை உண்டாக்கும் தீய செயல்கள் ஆகியவை மனிதனால் செய்யப்படுவதற்காக இருக்கவேண்டியது அவசியமா?

நன்மை அதன் தூய்மையை நிரூபிக்க
தீமையின் இருப்பு அவசியம்

Buddha

தெளிவாக, இவை சிந்திக்கப்படவேண்டிய சிக்கலான பிரச்சினைகள்தான். மேலும் முதிய ஆத்மாவின் ஆன்மீக/இருத்தலியல் தத்துவத்தைப் புரிந்துகொள்வது மட்டுமல்லாமல், அதன் தத்துவக் கண்ணோட்டத்துடன் அதை ஏற்றுக்கொள்ளவும், இவை அச்சாணியாக உள்ளன.

அவன் முதிய ஆத்மாவுடன் நடந்த முதல் சந்திப்பை ஞாபகப்படுத்திக்கொண்டான். அப்பொழுது அது கூறப்போகும் ஆன்மீகக் கண்ணோட்டமானது மதங்களின் பின்கதையாக அல்லது எல்லா மதங்களுக்கும் பொதுவான அடிப்படையான ஒரு இழை (நூல்) போன்று இருக்கிறது என்று கூறியிருந்தது. மேலும் அது சொன்னதுபோல், பூமியில் அவதரிப்பது என்பது பிரதானமாக எதிர்மறை உணர்வுகளை அனுபவித்துக் கற்றுக்கொள்ளத்தான் என்றால், நிச்சயமாக அந்த தீயவினைகளின் சார்பாக அவற்றை அனுபவிக்கும் பட்சத்தில் இந்த எதிர்மறை உணர்வுகளின் முதலான வெளிப்பாட்டை அறிந்துகொள்வது மிக முக்கியமாகும்.

ரிக்கி தனக்குப் பழக்கப்பட்ட மத மற்றும் ஆன்மீக தத்துவங்களைப்பற்றி யோசிக்கும்பொழுது, அவை மக்களை வாழ்க்கையின் நன்மையின் மீது கவனம் செலுத்தும்படி ஊக்குவிக்கின்றனவே தவிர, தீவினையின் மீது அல்ல. இறைவன் அனைவரையும் விரும்புகிறான், மற்றும் அனைவருக்கும் சிறப்பான வாழ்க்கை அமைவதற்கு, உலகை செப்பனிட வேண்டும் என யூதமதம் கற்றுக்கொடுக்கிறது. நீ இறைவனை நேசித்தால், நீ பாதுகாக்கப்படுவாய். மேலும் அவன் மகன் இயேசுவையும் (peace be upon him) நேசித்தால், தெய்வீகத்திற்கான வழியில் உதவி கிடைக்கும் என கிறிஸ்துவம் போதிக்கிறது. அல்லாஹ் தான் “எல்லாம் அதுவே”, அவனை அறிந்துகொள்ளும் வழி அவன் தூதர் முஹம்மத் (peace be upon him) அவர்களை அடிபணிந்து நடப்பதில் சுலபமாக்கப்படும் என இஸ்லாம் போதிக்கிறது. அதே போல், புதியயுக ஆன்மீக தத்துவம் தீவினையைப் புறக்கணிப்பதாக இருந்து, ஞானம் பெற உன் கவனத்தை பேரின்பத்தின் மீது அந்த கணத்திலோ அல்லது தற்சமயத்திலோ செலுத்தச்சொல்கிறது.

தீவினை, நன்மைக்கும் தீமைக்கும் மத்தியில் நடக்கும் போராட்டத்தில் ஏற்படுகிறது என்று சொல்வதைத்தவிர, ஏன் உலகில் தீவினை இருக்கிறது என்ற விளக்கத்திற்கு அறைகுறையான கவனத்தை இந்த மதங்கள் செலுத்துவதாக தெரிகிறது. உலகத்தில் நடக்கும் தீவினைகளுக்கு, உறுதியான ஓர் விளக்கமின்றி, ஒற்றை பரிமாணமாக புதிய யுக தத்துவங்கள் இருக்கின்றன. முதிய ஆத்மாவின் ஆன்மீக/இருத்தலியல் கண்ணோட்டம் மறு பக்கம், நுழைந்து பார்த்தால், தீவினைகளை உள் அடக்கி, ஒரு கட்டமைப்பை தருகிறது. உயிர்களின் இயற்கையான இல்லம் ஆன்மீகப் பரிமாணம் என்று முதிய ஆத்மா கற்றுத்தந்தது. அது அன்பினால், ஊக்குவிக்கப்பட்டது. அங்கே ஒரு உயிரின் அவதாரத்தின் முக்கிய நோக்கமே தீவினைகளை சேர்த்து, எதிர்மறை உணர்வுகளை முற்றிலும் அனுபவிப்பதாகும். மேலும் ஒவ்வொரு அவதாரத்தின் முடிவில் உயிர் அது பெற்ற அனுபவங்களோடு ஆன்மீகப் பரிமாணத்திற்கு திரும்புகிறது. இந்த கருத்தில் தீய நிகழ்ச்சிகளும், அதனால் விளையும் வலி மிக்க உணர்வுகளும் வாழ்க்கையின் ஒரு பகுதியாக தெரிகின்றன.

முதிய ஆத்மாவின் தத்துவத்தைப் பற்றி சிந்திக்கும்பொழுது, ரிக்கி தயக்கத்துடன் இருந்த போதிலும், தீவினையும், முழு அளவிலான எதிர்மறை உணர்வுகளையும் அனுபவிப்பது நடைமுறையில் அவசியம்தான் என நான் நினைக்கிறேன் என்று அவனே தீர்மானித்துக்கொள்வதைக் கண்டான். இது தொடர்பத்தின் மீது, முடிவில் நன்மையின் நேர் எதிர் கோடியைச்சேர்ந்ததுதானே. மேலும், புண்ணியம் அற்ற வாழ்க்கை, ஒரு வாழ்க்கையே அல்ல! இதைப்பற்றி முதிய ஆத்மாவிடம் கேட்க வேண்டும் என அவன் நினைத்துக்கொண்டான்.

தீவினை எப்படி புலப்படுகிறது?

தீவினைகள் நடைமுறையில் அவசியம் என பகுத்தறியப்பட்ட பின், ரிக்கி அவனுடைய கடைசி கேள்வியின் மீது கவனம் செலுத்தினான்: மனிதனை தீவினையின் பக்கம் கொண்டுசெல்லும் சூழ்நிலைகள் யாவை? புண்ணியத்தின் செங்குத்தான பாறையிலிருந்து, ஒருவன் எப்படி கீழே வழுக்கி விழுகிறான்? ஒரு மனோதத்துவ நிபுணராக ரிக்கி பயிற்சி பெற்றுக்கொண்டிருந்த சமயம், இதற்கு விளக்கம் அளிக்கும் இரண்டு மனோதத்துவ சோதனைகள் மேற்கொள்ளப்பட்டதைப் பற்றி படித்திருந்தான். இந்த சோதனைகள் குருட்டுத்தனமான கீழ்படிதல் மற்றும் அடுத்தவரை கொடுமைப்படுத்துவதின் மேல் இருந்தன.

> 1961-ல் ஸ்டான்லி மில்கிராம் (Stanley Milgram) என்ற மனோதத்துவ நிபுணர் ஒருவர், யேல் பல்கலைக்கழகத்தில் (Yale University), அதிகாரத்தின்சக்தியை கோடிட்டுக்காட்டுவதற்காக தொடர்ச்சியான சோதனைகளை மேற்கொண்டார். ஆய்வுக்கு உட்படுனராக (subjects) சிலர் நியமிக்கப்பட்டனர். மேலும் அவருக்கு அடுத்த அறையில், மறைவாக குரலை மட்டும் கேட்கும்படி, ஒரு நாற்காலியில் கட்டி வைக்கப்பட்டிருந்த குற்றவாளி போன்ற ஒரு இலக்கானவருக்கு, மின்சார வோல்டேஜை அதிகப்படுத்திக்கொண்டே எலெக்ட்ரிக் ஷாக் கொடுக்கும்படி கட்டளையிடப்பட்டனர். நியமிக்கப்பட்ட உட்படுனர் இலக்கானவர்களுக்கு வோல்டேஜை அதிகப்படுத்திக்கொண்டு ஷாக் கொடுத்து வரும்பொழுது, அடுத்த அறையில் அவநம்பிக்கையால் அலறும் சத்தங்கள் பதிவு செய்யப்பட்டன. அதே சமயம் ஒரு நடிகர், சுவற்றில் பலமாக மோதி, வோல்டேஜ் கூடும் பொழுது அச்சுறுத்தும் வகையில் பேச்சு மூச்சு இல்லாமல் இருந்தார். முடிவில் ஆய்வுக்கு உட்படுனர், பேச்சில்லாமல் கிடக்கும் இலக்கானவரை மூன்று 450 வோல்ட் ஷாக் கொடுக்கும்படி அறிவுறுத்தப்பட்டனர்.

மில்கிராம் உடைய முதல் சுற்று சோதனையில், பலர் அப்படி செய்ய சங்கடப்பட்ட போதிலும் 65 சதவீதம் ஆய்வுக்கு உட்படுனர் கடைசித் தொகுப்பின் வோல்டேஜை தொடர்ச்சியாக கொடுத்தனர். சோதனையின் போது சிலநேரம், பங்கு கொண்ட ஒவ்வொருவரும் சிறிது நிறுத்தி சோதனைப்பற்றி கேள்வி கேட்டனர். பங்கு கொண்டவரில் ஒருவன் மட்டும் வோல்டேஜ் 300-க்கு மேல் ஷாக் கொடுக்க மறுத்துவிட்டான். பின்னர் நடத்தப்பட்ட சோதனைகளில் பங்கு கொண்டவர்களில் தோராயமாக மூன்றில் இரண்டு பங்கு பேர், உயிருக்கு ஆபத்தான வோல்டேஜ் மின்சாரத்தை சோதனையாளரின் கட்டளைக்கு அடிபணிந்து கொடுத்தனர்.

ஸ்டான்ஃபோர்ட் பல்கலைக்கழகத்தின் (Stanford University) மனோதத்துவ பேராசிரியர், ஃபிலிப் ஜிம்பார்டொ (Philip Zimbardo) என்றவர் மிருகத்தனமான கொடுமை மீது மனித மனோபாவத்தை அறியும் ஸ்டான்ஃபோர்ட் சிறைச்சாலை சோதனையை மேற்கொண்டார். இங்கே மனோதத்துவ ரீதியாக சீராக இருந்த 21 பட்டதாரிகளை போலியான சிறைச்சாலையில், கைதிகளாகவும் காவலர்களாகவும் நடிக்கச்செய்தார். காவலர்களுக்கு சீருடை, கருப்பு கண்ணாடிகள், கைத்தடி கொடுத்து காவலர் போல் காட்சியளிக்க செய்தார். கைதிகளுக்கு தவறாக பொருந்தும் மேலங்கிகள், தொப்பிகள் கொடுத்து கணுக்கால்களில் சங்கிலிகள் அணியவைத்து, ஆளுக்கொரு எண் கொடுத்து அழைத்தார். அனைவரும் சோதனையில் பங்கேற்றிருப்பதை அறிந்திருந்தனர். கைதிகள் அவர்களுடைய வீடுகளிலிருந்து கைது செய்யப்பட்டு, போலி சிறைச்சாலைக்கு கொண்டு வரப்பட்டனர். அங்கே, காவலர் எதிர்பார்த்ததை விட அதிகமான அளவில் அவர்கள் பங்காற்றினர். முதல் நாளிலிருந்தே கைதிகளுக்கு அவர்களின் அந்தஸ்தை விவரித்துக்காட்ட ஆரம்பித்தனர். சோதனை முடியும் பொழுது, தோராயமாக மூன்றில் ஒரு பங்கு இன்புறும் மனோ பாவனையை தெளிவாக வெளிப்படுத்தினர். அதாவது, சுமத்தப்பட்ட வலியை ரசித்து அதன் மூலமாக இன்புற்றனர்[58]

---

58 Charles Mathewe. *Why Evil Exists* (course guidebook). Virginia: *The Great Courses*, 2011, page 125. Some of the concepts explored in this chapter are also derived from this interesting publication.

அத்தியாயம் 10

தீவினை வழியில்
(இது எப்படி தோன்றுகிறது)

முதிய ஆத்மா எப்பொழுதும் போல், ரிக்கி தனது வாழ்க்கையில் எதிர்கொள்ளும் சவால்களையும், தீவினையின் மீதான அவனது தற்போதைய சிந்தனைகளையும் அறிந்து, அவனுக்கு அந்தப்பிரச்சினையின் மீது தேவையான நுண்ணறிவை கொடுக்க தீர்மானித்தது. இந்த ஆழ்ந்த உள்ளுணர்வை ரிக்கிக்கு தெரிவிக்கும் ஏற்பாடுகளைச் செய்து கொண்டிருக்கும்பொழுது, அது தன்னுடைய பழைய நண்பன் ஓரியனிடம் சென்று, ரிக்கிக்கு இது கொடுத்துக்கொண்டிருக்கும் ஆன்மீக வழிகாட்டலின் முன்னேற்றத்தைப் பற்றி விவாதிக்க விரும்புகிறாயா என கேட்டது. ஓரியன் உயர்-ஆத்மாக்களின் ஆலோசகராக இருந்ததால், இதற்கு இணங்க மகிழ்ந்து, ரிக்கி தற்சமயம் வாழ்ந்து கொண்டிருக்கும் ரீக்ஜாவிக் (Reykjavik) நகரத்தின் அருகில் அமைதியான ஒரு காப்பி விடுதியில் சந்திப்பதாகப் பரிந்துரைத்தான். அப்பொழுது, துடிக்கும் கோள்களாக தோற்றமளிப்பதை விட, அவர்கள் மனித உருவத்தில் அங்கே தோன்றவேண்டும் எனவும் பரிந்துரைத்தான்.

சிறிது நேரம் கழித்து, இருவரும் வெயிலான மதிய நேரத்தின் பிறகு, ரீக்ஜாவிக் நகரத்தின் கோடியிலிருந்த கஃபே மோக்காவில் (Café Mokka) தோன்றினர். அங்கேவரும் வாடிக்கையாளர் யாரும் அவர்களை பொய்த்தோற்றம் உடையவர் என சொல்லமுடியாத அளவுக்கு, அவர்கள் அந்த விடுதியின் ஒரு தெளிவற்ற, சூரிய ஒளி வீசும் மூலையில்

அமர்ந்திருந்தனர். முதிய ஆத்மா அதற்குத் தெரிந்த தூரத்து அவதாரத்தின் ஆறு அடி உயரமும், நன்கு சதை விட்டு வளர்ந்த ஸ்கான்டினேவியாவின் வைகிங் உருவத்திலும், ஓரியன் மிதமான அளவு உடல் கட்டுடன் கொண்ட தோற்றத்தில் அடக்கமாகவும், தோன்றினர். மற்ற வாடிக்கையாளர்களுக்கு சாதாரணமாக தோற்றமளிக்கும் பொருட்டு, அவர்களின் தொலையுணர்வு உரையாடல் அம்சத்தையும் மறைத்து, மனித மொழியிலேயே பேசினர்.

ஓரியன் விமர்சித்தான், "நல்லது, என் நண்பனே, ரிக்கி பழங்காலத்திய தீவினை படிப்பில் தன்னை மூழ்கடித்துக்கொண்டுள்ளான் என தோன்றுகிறதே."

முதிய ஆத்மா காப்பியை சத்தத்துடன் உறிஞ்சிக் குடித்தபடி பதிலளித்தது, "ஆமாம், அந்த தலைப்பினைப் படித்து நேரத்தைக் கழித்துக்கொண்டிருக்கிறான்."

நயமற்ற முறையில் முதிய ஆத்மா காப்பியை உறிஞ்சுவதைக் கண்ட ஓரியன், தன் காப்பியை நயமாக அருந்திக்கொண்டு, சிரிப்புடன், "நீ இந்த மாதிரி சிறிய கோப்பையில் காப்பி குடிப்பதை நான் கண்டதேயில்லை. பிராணியின் கொம்பிலிருந்து ஒரு காட்டுமிராண்டி தேன் கலவையை முழுங்குவதைப்போல் செய்கிறாயே."

முதிய ஆத்மா சிரித்து சொன்னது, "ஆமாம், இந்த வைகிங் தனது உடலைப் பல நூற்றாண்டுகளுக்கு முன் அவதரித்தது, மேலும் சிறிய கோப்பையில் காப்பி குடிக்கும் பழக்கம் எனக்கு இருந்ததில்லை. உண்மையில், நான் இன்றுவரை காப்பி குடித்ததேயில்லை. பெரிய கைகள் இந்த உடலில் சிறிய கோப்பையை பிடிக்க பொருத்தமற்றவை என நான் நினைக்கவில்லை."

ஓரியன் புன்னகைத்து கூறினான், "நான் பல நூற்றாண்டுகளில் இதை பழகிக்கொண்டேன். உயர் ஆத்மாக்களுடன் நடக்கும் கூட்டங்களை பூமியில் அவரவர் ஸ்தலத்தில் நான் ஏற்பாடு செய்வேன். இதனால், யுகம்யுகமாக எனக்கு சமகால கலாச்சாரத்தை அனுபவிக்கும் வாய்ப்பு கிடைக்கிறது. மேலும், இந்த மாதிரி சிறிய கோப்பைகளிலிருந்து காப்பி குடிக்கும் வாய்ப்பும் கிடைக்கிறது."

முதிய ஆத்மாவும் ஓரியனும் கூட்டத்தில் அமர்ந்தபோது, ஓரியன் கூறினான், "ரிக்கிக்கு ஆலோசனை வழங்குவதில் சிறிது அறிவுரை கேட்டாய். உனக்கு தெரியாததை ஒன்றும் நான் சொல்லப்போவதில்லை. ஏனெனில் மனிதனை தீவினைக்கு அழைத்துச்செல்லும் சூழ்நிலைகளை நீ நன்கு அறிவாய். இருப்பினும், நீ முதலில் ரிக்கியிடம், தீய சக்தியாக மனிதர்களை இரையாக்கும் எந்தவிதமான சுயாதீனமான தீயசக்தியோ, அல்லது ஒரு அமைப்போ அல்லது ஒரு அந்நிய சக்தியோ கிடையாது, என்று சொல்லி ஆரம்பிக்கும்படி நான் பரிந்துரைக்கிறேன்."

ஓரியன் தொடர்ந்தான், " இருப்பினும் மனித செயல்கள் தீவினையாக பார்க்கப்படும், அந்த செயல்களை செய்பவனும், தீயவனாக பார்க்கப்படுவான். இது ஒரு மிகப்பெரிய தலைப்பானதால், ரிக்கிக்கு சில பின்னணி செய்திகள் கொடுத்து தீவினைக்கு முன்னோடியாக இருப்பவைகளை அறிந்துகொள்ளச் செய்யலாம். அவன் இதைப்பற்றி முழுவதும் அறிந்துகொள்ளும் முன், தீவினை ஏற்படும் பரந்த சூழ்நிலையை அவன் ஏற்றுக்கொள்ள வேண்டியது மிக முக்கியம்."

"உதாரணத்திற்கு, நீ அவனிடம் சொல்ல ஆரம்பிக்க வேண்டியதாவது, (1) நனவு நிலையின் இயற்கை குணம், கட்டவிழ்கும் நல்லிணக்கத்தால், ஒரு சரமாக நேரத்திற்குள் வெளியிடப்படும் பொழுது அது எப்படி உருவெடுக்கிறது, பிறகு தொடர்ந்து (2) வசியப்படுத்தும் புராணங்களின் அம்சங்கள், மேலும் அவை குடிமக்களுக்கு மரபுகள் மூலமாக எவ்வாறு ஒவ்வொரு கலாச்சாரத்தினாலும், பழக்க வழக்கங்களாலும், நம்பிக்கைகளாலும் பயில்விக்கப்படுகின்றன என்பதை விளக்கு. இந்த நேரத்தில், தற்சமயம், பழக்க வழக்கத்தில் இருக்கும் புராணங்கள் எப்படி மனித இனத்தின் முன்னேற்றத்திற்கு தடையாக உள்ளன என்பதைப்பற்றி சொல்லி, பின் அவனிடம் கூறவேண்டியதாவது (3) உத்வேகமும், உள்ளுணர்வும், அவன் உள்ளார்ந்த இயற்கை குணத்திலிருந்து வடிவெடுக்கும். இந்த உணர்வுகள் நம்பப்படாமல் தடுக்கப்பட்டால் என்னவாகும் என்பதையும், இதைத்தொடர்ந்து, சில வார்த்தைகளாக (4) உயர் சிந்தனைகளும் (இலட்சியங்கள்), வெறித்தனமான நடத்தையைப்பற்றியும் கூறு. மேலும் முடிவாக, அவன் இத்தகைய பின்னணிகளுடன், கையில் எடுக்கப்பட்ட உண்மையான தலைப்பான தீவினையின் இயற்கை குணத்தைப்பற்றி நன்கு அறிந்துகொள்ள இயலும்."

முதிய ஆத்மா விமர்சித்தது, "என் வேலை வடிவமைக்கப்பட்டதாக நான் நினைக்கிறேன். என் சீடனுடன் ஆரம்பிக்க, இது எனக்கு சிறந்த எல்லைக்குறிக்கோடு. "

முதிய ஆத்மாவும் ஓரியனும், சூரிய ஒளி வீசும் கஃபே மோக்காவின் ஒதுக்குபுற மூலையில், மதியம் முழுக்க பேசிக்கொண்டு, அங்குள்ள அனைவரும் கலைந்து சென்று அவர்கள் தனியாகும் வரை அங்கு இருந்தனர். பின்னர், அவர்களுடைய பொய்த்தோற்றம் திடீர் என காற்றில் மறைய ஆரம்பித்தது.

ஐஸ்லாந்திற்கு திரும்பிச்செல்ல இதுதான் நேரம் என தீர்மானிக்கும் பொழுது, ரிக்கி கனடாவில் இரண்டு வருடங்களாக ஒரு HIV மருத்துவமனையில் வேலை பார்த்து வந்தான். அங்கு சென்றடைந்த பின், உள்ளூர் AIDS

நிறுவனம் ஒன்றில் தலைமை பதவி வகித்தான். தன் சொந்த உளப்பிணி சிகிச்சை மையத்தையும் நிர்வாகித்தான்.

வாரக்கடைசி நாட்களில் ஊருக்கு வெளியே இயற்கை எழில் மிக்க காட்சிகளுக்கு மலையின் உச்சிக்கு அடிக்கடி செல்வான். அவ்வாறு செல்லும் போது ஒருசமயம், நெடிய முயற்சிக்குப்பின் மலையின் சரிவில் ஏறி, ஓய்வெடுப்பதற்காக சிறிது படுத்தான். ஆர்க்டிக் மலர்களுடன், மென்மையான பாசியில் அவன் மூழ்கும்போது, தூரத்தில், பறவைகள் பாடும் இனிய ஒலியும், அருகிலுள்ள அருவியின் நீர் கொட்டிய ஓசையும் அவனைத் துயில் கொள்ளச்செய்தது. அவனுக்கு உடனே ஒரு தெளிவான கனவு தோன்றியது. முதிய ஆத்மா கனவில் தோன்றி சில எண்ணக்கற்றைகள் (thought bundles) கொண்ட ஒரு குளிகையைக் கொடுத்து சொன்னது, "இது தீவினையைப் பற்றி கற்றுத்தரக்கூடிய ஊடாடும் விரிவுரை. நீ இந்த பொருளின் மீது சமீபகாலமாகப் போராடிக் கொண்டிருப்பதைக் காண்கிறேன்."

பல வருடங்கள் கழித்து முதிய ஆத்மாவை கண்ட ரிக்கி, ஆச்சரியப்பட்டான். பதிலுக்கு, "நான் ஹீதர் ஹில்லுக்கு வந்து சிலமணி நேரம் உன்னைக் காண்பதற்குத் திட்டமிட்டிருந்தேன். நீ என் மனதை படித்து நான் பேச விரும்புவதை அறிந்து கொண்டாய் என உத்தேசிக்கிறேன்."

முதிய ஆத்மா பதிலளித்தது, "ஆமாம், உண்மைதான். நான் எப்பொழுதும் உன்னை சுற்றியிருக்கிறேன், உன் பைல்ஜாவாக (fylgja), தெரியுமா உனக்கு?

இன்றிரவு, நீ தூங்கப்போகும் முன்னர் இதன் பொருளடக்கத்தைப் படிப்பதற்கு சிறிது நேரம் எடுத்துக்கொள். இது உனக்கு உதவிகரமாக இருக்கும். நீ அதை கண்டபின், யோசித்துக்கொண்டிருக்கும் தீவினையின் சில அம்சங்களைப்பற்றி நம் சொற்ப உரையாடலுக்கு வாய்ப்பு கிடைக்கும்."

ரிக்கி கேட்டான், "நான் உன்னோடு நேராக உரையாட ஹீதர் ஹில்லுக்கு வருகை தர வேண்டியதிருக்கும் என நினைத்தேன்."

முதிய ஆத்மா புன்னகைத்தது, "இப்பொழுது அதன் அவசியம் இருக்காது. தீவினையின் தலைப்பின் உன் எந்த கேள்விக்கும், அனைத்து கூடுமான பதில்கள் இந்த குளிகையில் அடங்கியுள்ளன."

முதிய ஆத்மா மறைந்துவிட்டது. சிறிது நேரம் கழித்து ரிக்கி முழித்துக்கொண்டு, திரும்பி நகரத்திற்கு சென்றான்.

நனவு நிலையின் இயற்கை குணம்

அன்று மாலை நேரங்கழித்து, தூக்கத்தில் மூழ்கும் முன் முதிய ஆத்மா கொடுத்த குளிகையை ரிக்கி திறந்தான். ஒரு கணத்தில் தன்னை ஒரு முப்பரிமாண அரங்கில் (holographic theatre) அமர்ந்திருப்பதை உணர்ந்தான். அங்கு நனவு நிலையின் சக்தி-வெளிப்பாடுகள் (energy-manifestations) கொண்ட சுழல்கள் நனவு நிலைக்கு சமாந்தரமான (இணையான) பரிசுத்த பரிமாணத்தில் நிகழ்ச்சிகளை திட்டமிட்டபடி சுழன்று கொண்டும், கட்டவிழ்கும் நல்லிணக்கத்தின் சிறகுகள் மீதிருந்து உலக பிரபஞ்சத்தில் உறிஞ்சப்பட்டுக் கொண்டும் இருந்தன. ஒரு துல்லிய துணை அணுவின் (subatomic) படிவத்திலிருந்து மிக சிக்கலான உயிரியலின் உயிரினப்படிவம் (biological organism) வரை எப்படித் தோன்றி உலகில் உண்டாகிறது என்பதை அவன் கண்டான்.

விவரங்கள் மனதைக் கொள்ளை கொள்வதாக இருந்தன. ஆயுள் காலங்கள் பிறப்பிற்கு முன் எப்படி அவசியமாக ஏற்படுத்தப்படுகின்றன என்பதை ரிக்கி இப்பொழுது கண்டான். அத்துடன் அவதாரத்தின் சமயம் சுயவிருப்பத்தின் அடிப்படையில் உயிர் எடுக்கும் முடிவுகளுக்கு ஏற்ப சமாந்தரமான பரிமாணத்தில் உடனடியாக திருத்தங்கள் ஏற்படுவதையும் கண்டான். தனிப்பட்டவர் எவ்வாறு தன் அனுபவங்களை தேர்ந்தெடுத்து எப்படி தன் வாழ்க்கை நாடகத்தில் ஒரு முக்கியமான பாத்திரத்தில் பங்காற்றி ஒரு கதாநாயகனாகவோ, வில்லனாகவோ, அல்லது பாதிக்கப்பட்ட பலியானவனாகவோ இருக்கின்றான் என்பதையும் அவனால் காணமுடிந்தது. நனவு நிலையின் சக்தி-வெளிப்பாடு உலகத்தில் தொடர்ந்து பாய்ந்து, கிரகத்தையும் அதில் அடங்கிய அனைத்தின் இணக்கத்தன்மையையும் தக்க வைத்துக்கொள்கிறது என்பதையும் ரிக்கி கண்டான்.

ரிக்கி இந்த செயல்பாட்டை கவனிக்கும் பொழுது ஒவ்வொரு உயிரினமும் நனவு நிலையின் தொடர்ச்சியான பாய்ச்சல் அல்லது ஊட்டத்தை நம்பியிருப்பதையும், அது சக்தியின் வெளிப்பாட்டைப்போல் தோன்றி, அது இல்லாது சில நிமிடங்களுக்கு மேல் அந்த உயிரினம் பிழைக்காது என்பதையும் அவனால் தெளிவாக அறியமுடிந்தது. இந்த தொடர்ச்சியான செயல்பாட்டினால் பூமியிலுள்ள அத்தனை பொருள்களும் தானாக பராமரிக்கப்படுகின்றன. அவன் இதையெல்லாம் எப்படி அறியாமல் இருந்தான் என்பதையும், சக்தி நனவு நிலை மொத்த உடலையும் அதன் சுவாசிப்பு, உள்ளார்ந்த பொறி முறையான ஊட்டமளித்தல் (inner mechanism of nourishment), நீக்குதல் (elimination), திரவங்களின் சுழற்ச்சி (circulation of fluids), அடுத்த நிலையில் முழு உடலும் சரியாக செயல்பட அதன் அங்கங்களுக்குள் செயல் ஒற்றுமை, ஆகியவைகளைப்

பராமரிக்கும் விதத்தை ஒவ்வொருவரும் தன் இஷ்டத்திற்கு எப்படி எடுத்துக்கொள்கின்றனர் என்பதையும் யோசித்தான்.

உலகில் உயிர் வாழும் ஏற்பாடுகள் எல்லா நினைவுகளிலும் பிரமாண்டமாக திட்டமிடப்படுவதை அறிந்தான். துணைஅணு, உயிரணு மட்டத்தின் தனிப்பட்ட நிலையில் மட்டுமல்லாமல் சமூக, சமுதாய நிலையிலும் கூட அங்கே பேரழிவுகளின் தயாரிப்பில் இருந்ததோடு, கல்வி திட்டங்கள், மத நாடகங்கள், எல்லாவித திருவிழாக்கள் ஆகியவற்றிலும் திட்டமிடப்படுகின்றன. இவை அனைத்தும் சமாந்தரமான பரிமாணத்திலும் உண்டாக்கப்பட்டு, கட்டவிழ்கும் நல்லிணக்கத்தின் சிறகுகளால், திட்டமிடப்பட்ட நேரத்தில், முழு அளவில் உலகில் நிர்மூலம் ஆக்கப்படுகின்றன.

அதேநேரத்தில், இந்த நிகழ்ச்சிகள், எண்ணம், நம்பிக்கை, ஆசை ஆகியவையின் விருப்பப்படி மட்டும் நிகழ்வதை ரிக்கி தெளிவாக அறியமுடிந்தது. அத்தனை நிகழ்ச்சிகளின் இடையே எல்லா நிலைகளிலும் ஒற்றுமையும், தொடர்பும் இருந்தது. ஒரு மரத்தின் இலை விழுவதிலிருந்து, மிகவும் சிக்கலான சமுதாய நிகழ்ச்சி வரை, நனவு நிலை விழிப்புணர்வு இருந்தது. இந்தக் காரணத்தினால், அங்கே இரகசியங்களும், தற்செயலாக ஏற்படும் மோதல்களும் இருந்ததில்லை. ஒருவனுக்குத் தீங்கு விளைவித்து மற்றவன் அனுகூலம் பெற இயலாது. எல்லா நிகழ்ச்சிகளும் விரும்பப்பட்டவை. பிறப்போ, விபத்தோ, இறப்போ தற்செயலாக நடப்பதில்லை, உண்மையில் சொல்லப்போனால், இந்த சமாந்தரமான பரிமாணத்திலிருக்கும் பங்கேற்பாளர்கள் அனைவருக்கும், எல்லா விஷயங்களும் தெரியும். ஒவ்வொரு நிலையிலும் உயிர் வாழ்வதற்கான முடிவுகள், ஒற்றுமையுடன் அனைவரும் ஒன்றுசேர்ந்து, நனவு நிலையின் அனைத்து நிலைகளையும் பரிசீலித்து, எடுக்கப்படுகின்றன.

இந்த சமாந்தரமான பரிமாணம் முடிவில்லா தகவல் சேவையாக செயல்பட்டு, நீ மனதில் கொண்ட சிறந்த நோக்கத்துடன் உனக்கும் மற்றவர்களுக்கும் இடையிலும், மேலும் மற்ற ஒவ்வொரு தனிப்பட்ட இனம் மற்றும் ஒவ்வொரு உயிரினத்தின் உறுப்பினர்களையும் சேர்த்து அன்பின் எண்ணத்துடன், உனக்குத் தேவையான ஞானத்துடன் உடனடியாகத் தொடர்பினை அமைக்கும். ஒப்புக்கொள்ளப்படாத ஒரு நிகழ்ச்சையை நீ மற்றவர் மீது திணிக்க முடியாது.

முதிய ஆத்மா பணிச்சட்டம்-2 (Framework-2) எனக் குறிப்பிட்ட இந்த சமாந்தரமான பரிமாணம், அவனால் பணிச்சட்டம் 1 என்று அழைக்கப்பட்டு, கண்ணுக்கு புலப்படாத இயற்பியல் உலகத்தின் ஒரு பதிப்பாக தோன்றியது. அண்ட அளவிலிருந்து (cosmic scale) கீழே ஒரு கொடுக்கப்பட்ட நாளின் மிகச்சிறிய நிகழ்ச்சி வரை உண்டாகும் எங்கள் உலகத்தின் கூடுமான மாற்றங்களை உள்ளடக்கியிருந்ததினால், அதைவிடப் பெரிதாக இருந்தது இந்த பணிச்சட்டம்-2.

ரிக்கி சாய்ந்து அமர்ந்து இந்த அனுபவத்தைப் புரிந்துகொள்ள முயற்சித்த சமயம், முதிய ஆத்மா தோன்றி பரிந்துரைத்தது, "நாளை மாலை நீ உன் தொலைக்காட்சிப்பெட்டிக்கு எதிரில் அமர்ந்து, அதில் நடப்பதை நீ பணிச்சட்டம்-2-ல் இருந்து கொண்டு திட்டமிடுவதைப்போல் கற்பனை செய்துக்கொள். தொலைக்காட்சியில் நடக்கும் நாடகத்தின் கட்டமைப்புடன் சேர்த்து, ஒவ்வொரு ஜட, மன, மனோதத்துவ விவரங்களை நீயே திட்டமிட்டதாக நினைத்துக்கொள். நாளின் நேரம், பருவ காலம், இசை, ஒளியமைப்பு, நாடகத்தின் விளக்கம், தோன்றும் உணர்வுகள், நாடகத்தின் ஒவ்வொரு காட்சியிலும், நீ பார்த்துக்கொண்டிருக்கும் நாடகத்தின் முக்கிய, மைய பாத்திரமாக உன்னை கற்பனை செய்து கொண்டால், அனைத்து பொருள்களுடைய உணர்வின் சக்தி உனக்குள் புகுந்துவிட்டது போல் தோன்றும். சுருக்கமாக சொன்னால் உன் உலகம், பணிச்சட்டம்-1 உண்டாகும் முன், இந்த மாதிரி அமைக்கப்படுவது தான் பணிச்சட்டம்-2.[59]

பணிச்சட்டம்-2-ல் இருந்து நனவு நிலையின் சக்தி ஆற்றலின் வெளிப்பாடு தொடர்ந்து உட் செலுத்தப்பட்டு, உலகம் எப்படி பராமரிக்கப்படுகிறது என்பதை காணலாம். இந்த உட்படுத்தப்படும் சக்தி ஆற்றலின் வெளிப்பாடு, உயிரி புவி ரசாயனத்துக்குரிய கலவைகளான (biogeochemical compounds) கார்பன், நைட்ரஜன், ஆக்ஸிஜன் ஆகியவைகளை உண்டாக்கி, மற்ற குறைந்த அளவில் காணப்படும் கலவைகளையும், மீள் சுழற்சி செய்து (recycle) புத்துயிரிட்டு உலகில் அத்தனை வெளிப்பாடுகளையும் பராமரிக்கிறது. இந்த உயிரி புவி ரசாயனத்துக்குரிய மீள் சுழற்சி செயல்பாடு பணிச்சட்டம்-2-ல் இருந்து தொடர்ந்து பாயும் நனவு நிலையின் சக்தி திறனின் வெளிப்பாடுடன் இணைந்து, பூமி கிரகத்தில் அத்தனை உயிர்களையும், மிகச்சிறிய உண்ணுயிர் வரை தக்கவைக்கிறது. அதுதான் பணிச்சட்டம்-2-ல் நடக்கும் மிகப்பிரமாண்டமான நடவடிக்கைகளாகும்."

ரிக்கி, அவன் அடைந்த அனுபவத்தால் தள்ளாடி கூறினான், "நீ சொன்னதை நான் பார்க்க ஆரம்பித்திருக்கிறேன். இது அற்புதமாக இருக்கிறது."

---

59 இருபதாம் நூற்றாண்டின் புகழ் பெற்ற இயற்பியல் தத்துவ அறிஞர்களில் ஒருவரான 'டேவிட் போஹம்' (David Bohm) (1917-1992), இதே போன்ற ஒரு கருத்தை முன்மொழிந்தார். அவர் சேத் ஃபிரேம் ஒர்க் 1 என்னும் பணிச்சட்டம் 1 (Seth's Framework 1) என்பதை வெளிப்படையான பொருட்டாகவும், சேத் ஃபிரேம் ஒர்க் 2 (Seth's Framework 2) என்னும் பணிச்சட்டம் 2 என்பதை உள்ளார்ந்த அல்லது மறைமுகமான பொருட்டு என்ற கருத்தைப்போன்றவும் குறிப்பிட்டார். மேலும், அவர் 'ஹாலோ மூவ்மென்ட்' என்ற மறைமுகமான பொருட்டை வெளிப்படையான பொருட்டுக்கும் திரும்ப மறுதிசைக்கு தகவலை விவரிக்கும் ஒரு செயலான கவனத்தை ஈர்க்க இயங்கும் சொல் இயக்கம் (holomovement) இருப்பதாக பரிந்துரைக்கின்றார்.

"ஆமாம், நீ நாடகத்தின் மத்தியில் இருக்கிறாய். உன்னுடைய விருப்பப்படியும், நம்பிக்கைப்படியும் உன் வாழ்நாளில் நடக்கும் அனைத்தையும் நீயே தீர்மானிக்கிறாய்."

ரிக்கி தன்னை சமாளிக்க சிறிதுநேரம் எடுத்து, பிறகு கேட்டான், "ஆனால், தீவினைப்பற்றி என்ன ஆனது? தீவினை தலைப்புடன் இதற்கு என்ன வேண்டியிருக்கு?"

"தீவினை நிகழ்ச்சி சிக்கலானது. இதை நீ அறிந்துகொள்ளும் முன், ஒருவன் தீவினை செய்யும் அளவிற்கு கொண்டு சென்ற அத்தனை பங்களிப்பவர்களையும் நீ அறிந்து கொள்வது அவசியம். மேலும், இந்நிகழ்ச்சியும் பங்களிப்பவர்களில் ஒன்று."

வசியப்படுத்தும் புராணங்களின் வசீகரம்

முதிய ஆத்மா தொடர்ந்தது, " கலாச்சாரப் புராணங்களால் உண்டாக்கப்பட்ட வசியப்படுத்தும் விளைவு இன்னொரு பங்களிப்பாகும். இதுவும் சமமாக நீ புரிந்துகொள்ள வேண்டிய ஒன்று."

" ஓஹ், நீ என்ன சொல்கிறாய்?"

"ஆதாரமில்லாமல் ஏற்றுக்கொள்ளப்பட்டு, சரித்திர ரீதியாக உலகத்தார் கருத்தை விளக்க மரபு வழியாக வந்த ஒரு கதைதான் புராணம்". மரபுவழிகள், பழக்கவழக்கங்கள், கலாச்சார சரித்திரத்தை பிரதிபலிக்கும் நம்பிக்கைகள் ஆகியவற்றின் திரளப்பட்ட கதம்பம்தான் புராணம். இது, கலாச்சாரத்திற்குள் வளர்ந்து முதிர்ந்த ஒவ்வொருவனுக்குள்ளும் புதைந்திருக்கக்கூடியது. இதன் விளைவாக, ஒரு குறிப்பிட்ட கலாச்சாரத்தின் ஒவ்வொருவனும் ஒரு குறிப்பிட்ட கலாச்சாரக் கண்ணோட்டம் பெற்று, அதை அவன் வாழ்நாள் முழுவதும் உறுதியாக பேணிப் பாதுகாத்து வருகிறான். அவன் அந்த மரபுவழிகள், பழக்கவழக்கங்கள் மற்றும் நம்பிக்கைகளைப் பற்றிக் கேள்வி எழுப்புவதில்லை. மேலும் அவற்றை எதிர்த்து சொல்லப்படும் மற்ற கருத்துக்களின் சவாலுக்கு அவன் குருடனாகி விடுகிறான். இந்த மனப்போக்கைக் கொண்டிருப்பதுதான் கலாச்சார புராணம். தனிப்பட்ட ஒவ்வொருவனுக்கும் உலகத்தின் பார்வையானது கற்றுக்கொடுக்கப்பட்டு, அதை அவனால் ஆதாரமின்றி ஏற்றுக்கொள்ளப்படுகிறது. அதைப்பற்றி அவன் கேள்வி கேட்பதில்லை. விளைவாக, அவன் வசியப்படுத்தப்படுகிறான். ஒவ்வொருவனும் கலாச்சாரத்தின் அதே கட்டுப்பாட்டில், மந்திர மயக்கத்தில்தான் இருக்கின்றான்."

"ஓஹோ, அப்படியா?"

“நான் இரு உதாரணங்கள் தருகிறேன். இவை பாலினம் கொண்டவை. உன்னுடைய மேற்கத்திய கலாச்சாரத்தில், எதிர் பாலினம் மீது பாலியல் நாட்டம் கொள்வது என்பது இயல்பான ஒன்றாகக் கருதப்படுகிறது. அதே சமயம் ஒரே பாலினத்தை கவருவது வழி தவறிய செயலாக கருதப்படுகிறது. மணம் புரிந்த இளைய தம்பதிகள் குழந்தை பெற்றுக்கொள்வது சாதாரணமாக கருதப்படுகிறது. மறுதலையாக அவர்கள் தங்களுக்கு குழந்தை வேண்டாம் என்று தீர்மானித்தால், வழி தவறியதாக கருதப்படுகின்றனர். ஒரு இளஞ்சிவப்பு நிற காரைக்கண்டால், அதன் உரிமையாளர் ஒரு பெண்ணாக இருப்பாள் என நினைத்துக்கொள்கிறாய். இளஞ்சிவப்பு வர்ணம் பெண்ணைக் குறிப்பதாக நீ கற்பிக்கப்பட்டாய். பெண்கள் பொம்மைகளுடன் விளையாட விரும்புவதாக கற்பிக்கப்பட்டாய், அதே சமயம் ஆண் பிள்ளைகள் கார் பொம்மைகளுடனும் விளையாட விரும்புவதாக கற்பிக்கப்பட்டாய். இதுபோன்ற பட்டியல் இன்னும் நீண்டிக்கொண்டே போகும். நீ இளைஞனாக இருக்கும்பொழுது பரவலாக இருந்த இன்னொரு புராணம் என்னவென்றால், இடக்கை பழக்கமுள்ள சிறுவர், வலக்கையால் எழுத வேண்டும். ஏனெனில், இடக்கைப் பழக்கம் இயல்பானது அல்ல என்றும், அது சொல்லமுடியாத பிரச்சினைகளுக்கு கொண்டுசெல்லும் என்றும் கருதப்பட்டது. சில மதசம்பந்தப்பட்ட மக்களுக்கு, இடது கையால் எழுதுவது சாத்தானின் கையால் எழுதுவது போல் இருக்கிறது. எனவே, உன் சமகாலத்தவர்களில் அநேகமானோர், வலது கையால் எழுதுவதற்கு கட்டாயப்படுத்தப்பட்டனர். ஆனால் நீ இல்லை. அதன் பகுதியான காரணம், உன் தாய் ஒரு அமெரிக்கராக இருந்தாள். அவள் இந்த புராணத்தின் செல்வாக்கில் வளர்க்கப்படவில்லை. நீ வளர்ந்த காலங்களில் உன்னால் கிரகிக்கப்பட்ட கலாச்சார புராணங்களின் உதாரணங்கள்தான் இவை. மேலும் வழக்கமாக நீ இவற்றைப் பற்றிக் கேள்வி எழுப்புவதில்லை.

இந்த வகையான புராணங்கள் யதார்த்தத்தைக் கவர்ந்து உருகொடுக்கும் அளவை அநேகமானோர் அறிந்திருக்கவில்லை, மேலும் ஒரு மெய்மறதியில் இருப்பதைப்போல், இந்த புராணங்கள் தன் கலாச்சாரத்தின் கண்ணோட்டத்தை தவிர மற்ற யதார்த்தத்தை காணவும் (மற்றும் தன் யதார்த்தத்தை உண்டாக்குவதற்கும்) தடையாக உள்ளன.

இந்தவிதமான போதனைகளால் நயவஞ்சகமான விளைவுகள் உண்டாகலாம். உதாரணத்திற்கு மதத்தை எடுத்துக்கொள். ஒரு மதம் மற்ற மதங்களால் பகிர்ந்து கொள்ளப்படாத குறிப்பிட்ட தார்மீக பழக்கவழக்கங்களைக் கடைபிடிக்கும்படி கட்டளையிடுகிறது. இதன் விளைவாக, மற்ற மதத்தினர் அதனை சந்தேகத்துடனும், இழிவாகவும் பார்க்கின்றனர். எதிர்மதத்திற்குள் தீவிரமாக இருக்கும் ஒருவர் மற்றவர் மீது குறிப்பாக இருண்ட, அச்சப்படும் கருத்துக்களை கொள்கின்றனர்.”

> உனக்கு கற்றுத்தரப்பட்ட உலக
> கண்ணோட்டத்தை ஆதாரமின்றி
> நீ ஏற்றுக்கொள்கிறாய். நீ
> வசியப்படுத்தப்பட்டாய். அதேபோல்தான் மற்ற
> ஒவ்வொரு
> தனிப்பட்டவரும் உன் கலாச்சாரத்தில் அதே மதி
> மயக்கத்தில் உள்ளனர்.

"நான் புரிந்துகொண்டேன். அது நடப்பதை நான் பார்க்கிறேன்."

"அதே மக்கள், கலாச்சார புராணங்கள் ஏற்படுத்திய ஆழ்ந்த வசீகரத்தை அறியமாட்டார்.

"மனித முன்னேற்றத்தடைக்கு முக்கிய காரணமான மற்றும் மிகவும் நடைமுறையில் நிலவும் புராணம் எது என்றால், அனைத்து உணரும் எண்ணங்களும் அறிவும் உன் உடலின் புலன்களின் மூலம்தான் வரவேண்டும் என அறிவுறுத்துவதுதான். இந்த புராணம், நீ உன் புலன்களால் வந்தது என நிரூபிக்க முடியாத செய்திகளை விலக்கி, உதறித் தள்ளிவிடுகிறது. உதாரணத்திற்கு, நீ பிறக்கும்முன் இருந்தாய், இறந்த பின்பும் தொடர்ந்து இருப்பாய் என்று பரிந்துரைக்கும் உன் உள்ளுணர்வு என சொல்லலாம். இந்த மாதிரி கிடையாது என நீ கற்பிக்கப்பட்டாய், ஏனெனில், இதற்கு உண்டான ஆதாரம் உன் உடலின் புலன்களின் மூலம் வரவில்லை.

இந்த புராணம் உன் அறிவுத்திறனுக்கு இடையூறாக இருந்து, நீ மிகவும் நெருக்கமாகச் சார்ந்திருக்கும் நிகழ்ச்சிகளின் பெரிய இயற்கை குணாதிசயங்களான வெற்றிதோல்விகள், உன் ஆரோக்கியம் மற்றும் வியாதிகள், உன் அதிர்ஷ்டம் மற்றும் துரதிர்ஷ்டம் முதலியவற்றிலிருந்து உன்னைப் பிரித்து அடைத்துவிடுகின்றது. இந்த நிகழ்ச்சிகள் அனைத்தும் பணிச்சட்டம்-2-ல் உன் விருப்பப்படி உனக்கு அவை புலப்படுத்தப்படுவதற்கு முன்பிருந்தே இருக்கின்றன. மேலும், அவற்றைக் கண்கூடாக பார்த்து, உன் உடலால் உணராதவரை, உன் புலன்களால் அறியமுடியாது.

எல்லா அறிவும் உடலின் புலன்களாலும் புறநிலை யதார்த்தத்தின் மூலம்தான் வர வேண்டும் என வற்புறுத்திக் கூறும் புராணம்தான் விஞ்ஞானத்தின் முதுகெலும்பு. விஞ்ஞான முறைகளின் மூலம் பெரிய முன்னேற்றங்களைக் கண்ட போதிலும், மற்ற புலன்களின் சோதனைமுறைக்கு இந்த விஞ்ஞானமுறையால் உட்படுத்தவில்லை என்று சொல்வது சரியில்லை.

விஞ்ஞானம் அனைத்தைப் பற்றியும் கணக்கிடும் தன் உற்சாக ஆர்வத்தில், பிரபஞ்சமானது விஞ்ஞான ரீதியான ஆதாரமின்றி தற்செயலாக உண்டானது என துரதிர்ஷடவசமாக ஏற்றுக்கொள்கிறது. ஒரு தற்செயலான சந்தர்ப்பத்தில் திரளப்பட்டு அங்கே ஆதியிலிருந்து இருக்கும் இரசாயன குமிழ்கள் ஒரு குழம்பாக உருவெடுத்து இறுதியில் நனவு நிலை உண்டாக்கப்பட்டது என்றும், இந்த குழம்பிலிருந்து பல்லாயிரம் நூற்றாண்டுகளாக இயற்கைத் தேர்வு செயல்முறையால், நவீன மனிதன் படிப்படியாக தோன்றினான் என்றும் விஞ்ஞானம் கூறுகிறது.

இந்த கருத்தில், மனிதன் ஒரு தற்செயலான வகையில் எதிர்பட்டவன் என்றும், தொடர்ந்து இனப்பெருக்கம் செய்து வருவதாகவும் விஞ்ஞானத்தால் ஏற்றுக்கொள்ளப்படுகிறது. மனிதன் பிறவியிலிருந்தே ஆக்கிரமிப்பு குணமுடையவன் எனவும், இயற்கைத் தேர்வின் சட்டதிட்டங்களுக்கு இணங்க அவன் பிழைப்பிற்கு போராடக்கூடியவன் என்றும் இயற்கைத்தேர்வு கருதிக்கொள்கிறது. விஞ்ஞானம் இந்த வழியில் இயல்பாக முன்மொழிவது மனித வாழ்க்கையின் அர்த்தத்தையோ, உயர்ந்த நோக்கத்தையோ அல்ல, அது உலகத்திற்கு வெளியே வாழ்க்கை கிடையாது என்பதேயாகும். அதன் பின்னர் மனிதனின் வசம் இருப்பதெல்லாம், கூடுமானவரை அவன் வாழ்நாளில் இன்பத்தை அடைய அல்லது சாதனைகளை படைக்க முயற்சிக்க வேண்டிய தேவை ஒன்றுதான்"

ரிக்கி சிறிது திடுக்கிட்டவன் போல், "நான் விஞ்ஞானத்தை அந்த வழியில் நினைக்கவே இல்லை."

"நீ சந்தேகமின்றி அனுபவித்ததைப்போல், விஞ்ஞான நோக்கத்தில் முன் மொழியப்பட்ட மிகப்பொலிவான கருத்தியல் இலட்சியம் ஒன்று இருக்கிறது. அது ஏற்கனவே உணரப்பட்ட உலகத்தைப் பற்றிய 'காரணம்' மற்றும் கழிவுகளின் அடிப்படையில் அமைந்துள்ளது- இது ஏற்கனவே முன்மொழியப்பட்டு இருந்தாலும் கூட - மேலும் அதனால் ஒன்றும் பிரச்சினை இல்லை. இருப்பினும், அறிவு "வேறு எங்கிருந்தோ" வருவதை விஞ்ஞானம் ஏற்றுக்கொள்வதில்லை, ஏனெனில் அது விஞ்ஞானத்திற்கு தேவைப்படும் காரணம் மற்றும் விளைவு அமைப்புடன் பொருந்துவதில்லை. இந்த காரணத்தினால், "உண்மைக்கு" இது மட்டும் ஒரு வழியல்ல.

பிரச்சினை என்னவென்றால், நீ இப்பொழுது ஊகிப்பதைப்போல் விஞ்ஞான கருத்தானது மனிதனை தன் உள்ளார்ந்த இயற்கை குணத்திலிருந்தும், உடலைச்சார்ந்த புறநிலை இருத்தலுக்கு அப்பால் உள்ள அர்த்தமுள்ள வாழ்க்கையின் தொலை அறிவாற்றல் ஞானத்திலிருந்தும் பிரித்துவிடுகிறது.

உதவாத பிற புராணங்களும் உண்டு, அவற்றில் சில மதங்களினால் அடிக்கோளாக எடுத்துக்கொள்ளப்பட்டுள்ளன. அவற்றில் ஒரு புராணம்,

கத்தோலிக்க சர்ச்சின் அடிக்கோளாகிய, ஒவ்வொரு மனிதனும் தன் தோள்களில் பாவத்தை சுமந்து கொண்டு பிறக்கின்றான் என்ற " மூலப்பாவம் " (original sin) ஆகும். ஆதாமும் ஏவாளும், ஏதென் தோட்டத்தில் இருக்கும் தடைசெய்யப்பட்ட ஞானமரத்தின் ஒரு பழத்தை உண்டதனால் ஏற்பட்ட வருந்தத்தக்க பாவத்தை சுமந்துகொண்டு பிறக்கின்றான் எனக் கற்றுக்கொடுக்கப்பட்டிருக்கிறது. ஒரு தண்டனையாக இறைவன் அவர்களை தோட்டத்திலிருந்து துரத்திவிட்டு அத்தனை மனிதர்களையும் கண்டனம் செய்து அவனுக்கு எதிராக செய்யப்பட்ட குற்றத்தை நிரந்தரமாக பங்கிட்டுக்கொள்ளச்செய்தான். இந்த கதையை நம்பியவர், தம் வாழ்க்கை முழுவதும் இந்த செய்கைக்கு பிராயசித்தம் செய்து கழிக்கின்றனர். "

"இந்த கதையை யாராவது அப்படியே எடுத்துக்கொள்வார்களா என சந்தேகிக்கிறேன். நன்மையும் புண்ணியத்தின் பக்கம் சாயாமல், தம்மை தீவினையின் பக்கம் செல்ல அனுமதிப்போருக்கு நேர் சொற்பொருளாகாத ஒரு உருவகம் இது, இல்லையா?"

"ஆமாம், அதுதான். இது உன்னை நல்லவனாக இருக்க அறிவுறுத்துகிறது. நீ உனக்கு தெரியாமலேயே இருக்கும் உன் இயற்கையின் கெட்ட குணத்தை கேள்வி கேட்கச்சொல்கிறது. இது மரத்திலிருந்து தடுக்கப்பட்ட பழத்தை பறித்த ஏவாளின் சூதற்ற, வெகுளித்தனம். அவளுக்கு நன்கு தெரிந்திருக்கவேண்டும்! ஆகவே, ஞாபகார்த்தமாக, கெட்ட செயல்களின் உத்வேகத்தை உஷார்படுத்தி, பிறப்பிலிருந்து நீ ஓர் பாவி என்பதை மதம் கற்பிக்கிறது.

இந்தக் கதை, நிச்சயமாக உன் உள்ளார்ந்த இயற்கை குணத்தின் அடிப்படையை தகர்த்திவிடுகிறது. ஏனெனில், உன் உள்ளுணர்வின் மீது அவநம்பிக்கை கொள்ளப் பரிந்துரைக்கிறது. உள்ளுணர்வானது சாதாரணமாக உன் இயற்கை கெட்ட பாவமுள்ளதாக இல்லாமல், அன்பானதாகவும், இரக்கமுள்ளதாகதாகவும் இருப்பதாகக் கூறும். இவ்வாறு நீ உன் சிறிய வயது முதலே, உன் உள்ளார்ந்த உணர்வை சந்தேகித்து, அவநம்பிக்கையுடன் இருக்க கற்றுக்கொடுக்கப்பட்டாய். நீ இந்தக் கலாச்சாரத்தின் புராணத்தின் மெய்மறதியில் வசியப்படுத்தப்பட்டு இருக்கிறாய்."

"ஹூம், நீ என்ன சொல்கிறாய் எனப் பார்க்கிறேன்"

"நாம் விவாதித்த விஞ்ஞானத்துடன் தொடர்புடைய மற்ற புராணங்களுடன் நீ இந்த புராணத்தையும் சேர்த்துப் பார்த்தால், மனிதன் எப்படி தன் உயர்-ஆத்மாவிடமிருந்து, அவன் உள்ளுணர்வுகள் மூலம் கொள்ளவேண்டிய தொடர்பு இல்லாமல் போய்விடுகிறான் என்பதை அறிந்துகொள்ள ஆரம்பிப்பாய்.

ஒவ்வொரு தனிப்பட்ட நபரின் வாழ்விலும் ஒரு நோக்கம் மற்றும் முழுமையாக பூர்த்தியடைவதற்கான ஒரு ஆசை இயற்கையாகவே இருக்கும். இதைப்போன்ற கலாச்சார புராணங்களால் வியாபித்துக்கொண்டு அறிவுக்கு செல்லும் பாதை நம்பிக்கையின்றி தடைசெய்யப்பட்டால், அந்த நபர் வாழ்க்கையின் திசையை தொலைத்து அவனுக்குள் உயிர்வாழும் பயம் குடிகொள்ள ஆரம்பிக்கும்."

ரிக்கி இதை சிந்தித்து, கேட்டான், "உத்வேகத்தைப்பற்றியும், உள்ளுணர்வைப்பற்றியும் (impulses and intuitions) சற்று அதிகமாக விளக்குவாயா? இந்த அபிப்ராயங்கள் மீதுள்ள அவநம்பிக்கை, நீ இப்பொழுது சொன்னதின் முக்கியத்துவத்தில் இருப்பதாக நான் உத்தேசிக்கிறேன்."

"ஆமாம், நிச்சயமாக, அதுதான் என்னுடைய அடுத்த தலைப்பாக இருக்கப்போகிறது. நீ என் மனதைப் படித்திருப்பாய்!"

ரிக்கி பதிலளித்தான், "அதை நான் நினைக்க ஆரம்பித்திருக்கிறேன். இருக்கலாம், உண்மையாகத்தான் இல்லையா?"

உத்வேகமும் உள்ளுணர்வும்

முதிய ஆத்மா தொடர்ந்தது. "பணிச்சட்டம்-2-ல் தீவிரமாக செயலில் இருக்கும் அம்சங்களுடன் சேர்த்து, உன் வெளி-ஆணவத்துக்கும் உனக்குள் செயல்படும் புலன்களுக்கும் மற்றும் உன் உயர்-ஆத்மாவுக்கும் இடையில் தொடர்ச்சியான தொடர்புப் பாய்ச்சல் இருந்து கொண்டேயிருக்கும். நனவு நிலையின் நுட்பங்களும் இதில் அடங்கியுள்ளன. நீ முன்பு பார்த்ததைப் போல் உன் உடலை பராமரித்து தக்கவைக்கும் பணிச்சட்டம்-2-ல் இருந்து, உலகிற்குள் தொடர்ந்து பாயும் சக்தி-வெளிப்பாடுகளின் உத்வேகம் தொடர்ந்து இருக்கும். அடிப்படை நிலைகளில் இந்த உத்வேகம், உன் உடலின் உயிர்மங்கள் நிலையிலும், அனைத்து நிலைகளிலும் ஆர்வத்தை அளிக்கும். இவை உன் நனவின் விழிப்புணர்வின் தேவையின்றி, உடலின் ஒருமித்த செயல்பாட்டைப் பராமரிக்கும்.

அனைத்து உத்வேகமும் உன் நனவு விழிப்புணர்வுக்கு கீழே இல்லை. அவற்றில் சிலவற்றை நீ உள்ளுணர்வாக அறிவாய். உன் உயர்-ஆத்மா உன்னை உன் உள்ளுணர்வால் வழிகாட்ட முயலும் என நான் முன்பு கூறியதை ஞாபகப்படுத்திக்கொள். இந்த உள்ளுணர்வுகளை உண்டாக்க உயர்-ஆத்மா இவற்றை முதலில் பணிச்சட்டம்-2-ல் உண்டாக்கும். பிறகு அவை கட்டவிழ்க்கும் நல்லிணக்கத்தின் சிறகுகளின் மீது உலகிற்குள்

கொண்டு வரப்படும். இந்த உள்ளுணர்வுகள் (உன் நனவு நிலை விழிப்புணர்வுக்கு கீழ் உள்ள உத்வேகத்துடன்) உனக்கு உலகத்தை கவரும் திறனை அளித்து - இதன் மீதும் இதற்குள்ளேயும் செயல்பட உதவும். உன் உள்ளுணர்வுகளின் உருவாக்கம் பெரும்பாலும், பணிச்சட்டம்-2-ல் இருக்கும் பல்வேறு கருத்துக்களை ஒருங்கிணைத்து, உனக்கு நுண்ணறிவை உண்டாக்கும். இது இல்லாமல், காரணம் மற்றும் விளைவுகளைப் பகுத்தறிதல் மட்டும் உன் மனதிற்கு போதாமல் இருந்திருக்கும். சுருக்கமாக, உன் உத்வேகம் நனவு நிலையை உன் வாழ்க்கைக்குள் புகுத்தி, அது உன் உடலுக்கு வாழ்வளித்து, உன் உள்ளுணர்வு நீ உலகத்தில் செயல்படும் விருப்பத்தைக் கொடுக்கும்.

நீ இப்பொழுது உன் உத்வேகங்களை கேள்வி கேட்கமாட்டாய், ஏனெனில், அவை உன் நனவு விழிப்புணர்ச்சிக்கு கீழே சுதந்திரமாக செயல்படுகின்றன. இருப்பினும் நீ உள்ளுணர்வைப் பற்றி கேள்வி கேட்கலாம். மேலும் இதை நீ செய்யவேண்டும். எனினும், நீ அவ்வாறு செய்யும்பொழுது, இந்த உள்ளுணர்வுகள் தவிர்க்க முடியாமல் பிறர் நலம் நாடும் இயற்கைகுணம் உடையவையானதால், அவற்றை நீ நம்பவேண்டியதிருக்கும். ஏனெனில், இவை உன் உயர்-ஆத்மாவினால், உனக்கு பணியாற்ற வடிவமைக்கப்பட்டவை. உன்வசமுள்ள உபயோகிக்க சாத்தியமான எண்ணற்ற எதிர்காலங்களை உன் உயர்-ஆத்மா உனக்கு வெவ்வேறு உள்ளுணர்வுகளால் அளிக்கும் என்பதையும் நீ புரிந்துகொள்ள வேண்டும். இந்த உள்ளுணர்வுகள் உன் சொந்த இயற்கை குணத்திற்கு கொண்டுசெல்ல வடிவமைக்கப்பட்டவை, அவற்றில் நம்பிக்கக்குரியவை என நீ கருதும் உள்ளுணர்வுகளை தேர்ந்தெடுத்துக்கொள்ள வேண்டும். இதற்காக உனக்கு சுயவிருப்பம் வழங்கப்பட்டிருக்கிறது. உயர்-ஆத்மா உனக்காகத் தயாரித்த உள்ளுணர்வுகள் சிலநேரம் உனக்கு முரண்பாடாகத் தெரியும். ஆனால், அவை உன் உள்ளார்ந்த அம்சங்களின் பிரதிநிதித்துவங்களை அளித்து, உனக்கு தெரியாமலேயே மொத்தத்தில் செயல்பட ஒரு ஆக்கப்பூர்வமான வடிவமைப்பை உருவாக்கி முன்னேற்றத்திற்கும், முழுமைக்கும் உண்டான நம்பிக்கையான வழியை நோக்கிச் சுட்டிகாட்டும்."

"அப்படியா? எப்பொழுது இந்த உள்ளுணர்வுகள் மீது அவநம்பிக்கை ஏற்படுகிறது?"

"பிறகு மனிதன் அவனுடைய உள்ளார்ந்த இயற்கை குணத்தைக் கேள்வி கேட்கிறான். அவன் உள்ளுணர்வுகளின் செல்லத்தக்க தன்மையை நம்புவதை நிறுத்தி அவற்றைப் புறக்கணிக்க ஆரம்பித்து விடுகிறான். அவன் மெதுவாக தன் உள் மனதிலிருந்து தொடர்பற்று போய், படிப்படியாக வாழ்க்கையின் இருத்தலியலில் விரக்தியை அனுபவிக்க ஆரம்பித்து விடுகிறான்."

"இருத்தலியல் விரக்தி ஏன்?"

'இதற்குக்காரணம் என்னவென்றால், உள்ளுணர்வுகளுடன் கூடுதலாக, ஒருவனுடைய வாழ்க்கைக்கு ஒரு நோக்கமும், அர்த்தமும் உள்ளதாக உணரும் உள்ளார்ந்த பிறவி ஆசை ஒவ்வொருவனுக்கும் இருக்கிறது. இந்த உள்ளார்ந்த பிறவி ஆசை உள்ளுணர்வால் உணரப்பட்டு ஒரு தனிப்பட்டவருடைய வாழ்க்கை தரத்தையும், மற்றவருடைய வாழ்க்கை தரத்தையும் சிறந்ததாக்க உந்தப்பட்டது போல் உணரவைக்கும்."

"அப்படியா, அது சுவாரஸ்யமாக இருக்கிறது."

"நீ உன் உள்ளுணர்வுகளின் மீது அவநம்பிக்கை கொண்டு உன் உள்ளார்ந்த இயற்கையிலிருந்து தொடர்பற்றுபோய் இருந்தபோதிலும் கூட வாழ்க்கையின் ஒரு நோக்கத்திற்காகவும் அர்த்தத்திற்காகவும் இதன் தேவையை தொடர்ந்து உணர்வாய். ஆக, அதன் பின் என்ன நடக்கிறதென்றால், அதை நீ மற்ற ஏதாவது ஒன்றின் மீதோ அல்லது மற்றவரிடமோ தேட ஆரம்பிக்கிறாய். நீ இதை ஏதோ ஒரு காரணத்தில் இருப்பதாக தேடி, உன் தேவைக்கு பதில் கொடுக்கும் அமைப்புகளின் பக்கம் ஈர்க்கப்படுவதால், அவற்றை நீ எவ்வாறு நினைக்க வேண்டும், எப்படி உன் வாழ்வை வாழ வேண்டும் என அறிவுறுத்தும். இவை, வழக்கமாக அரசியல், மத சார்பான, அல்லது விஞ்ஞான ரீதியான அமைப்புகளாக இருக்கும். நீ வாழ்க்கையை எப்படி காணவேண்டும் என்றும், அர்த்தத்தையும், நோக்கத்தையும் பெற எப்படி போராடவேண்டும் என்றும், அனைத்துக்கும் தத்தம் நிறுவப்பட்ட கருத்துக்கள் இருக்கும்."

"நீ என்ன சொல்கிறாய் என்பதைக் காண ஆரம்பித்துவிட்டேன். மக்கள் இப்பேற்பட்ட அமைப்புகளிலிருந்து தொலைவில் இருக்க வற்புறுத்தப்பட வேண்டும் என பரிந்துரைக்கிறாயா?"

"மனிதன் விஞ்ஞானத்தை விட்டுத் தள்ளி இருக்கவேண்டும் என்றோ அல்லது மத, மற்றும் அரசியல் அமைப்புளுக்கு புறம்காட்டவேண்டும் என்றோ நான் பரிந்துரைக்கவில்லை. இந்த அமைப்புகள் கலாச்சாரத்தின் முன்னேற்றத்திற்கு மையமாக உள்ளன. மேலும் இந்த அமைப்புகளின் மூலம் மகத்தான ஆக்கப்பூர்வ தொழில்களும், கண்டுபிடிப்புகளும் சாத்தியமாக்கப்பட்டுள்ளன. நான் பரிந்துரைப்பதும், தேவையாக இருப்பதும் என்னவென்றால் இந்த அமைப்புகளால் தழுவிக்கொள்ளப்பட்டிருக்கும் உறுதியான கொள்கை கோட்பாடுகளை இருக்கிற கொள்கை கோட்பாட்டை விட ஒரு மணிநேரம் தாண்டி முகப்பில் சுழற்றவேண்டும். இருக்கிற கொள்கை கோட்பாட்டை விட வெறும் ஒரு மணி நேரம் கடந்து. அது பந்தை உருளச்செய்து, முடிவில் விஞ்ஞான கோட்பாடுகள், மதங்கள் மற்றும் அரசியல் ஆகியவற்றிற்கும் அறிவுக்கும் மத்தியில் சமநிலையான நம்பிக்கையை ஏற்படுத்தும்."

தீவினை வழியில்(இது எப்படி தோன்றுகிறது)

“வெறும் ஒரு மணிநேரம், இருக்கிற கொள்கை கோட்பாட்டை தாண்டி” நான் அதை விரும்புகிறேன். அது முடியக்கூடியதாக இருக்கும். ஆனால் அது என் வாழ்நாளில் நடக்கும் என்ற நம்பிக்கை எனக்கில்லை.”

தேவைப்படுவது எல்லாம் இருக்கிற
கொள்கை கோட்பாடுகளை வெறும் ஒரு
மணிநேரம் தாண்டி சுழற்ற வேண்டியதுதான்

“சில நேர்த்தியான ஒரு இலட்சியத்தை அடையும் நோக்கத்துடன் விடாமுயற்சியாக பின் தொடரும் கவர்ந்திழுக்கும் அம்சம் கொண்ட தலைவர்கள் இந்த அமைப்புகளின் தலைமை பொறுப்பில் இருப்பர். இந்த தலைவர்கள்தன்சொந்தஉள்ளுணர்வுடன்இருந்ததொடர்பைத்தொலைத்து அவநம்பிக்கையுடன் இருப்பர். இவர்கள் இருத்தலின் பயத்தினால் உந்தப்பட்டு, தன் வாழ்வில் ஒழுக்கமும் அர்த்தமும் தேடிக்கொண்டிருப்பர். இத்தலைவர்கள், அவர்களின் அதே நோக்கத்தால் கவரப்பட்டு பயந்து தொலைந்து போய் இருப்பவரின் ஆதரவைத் திரட்டுவர். மேலும் திரளான இந்ததனிப்பட்டவர்கள்பகிர்ந்துகொண்டஇலட்சியத்தால்,அமைப்புகளின் தலைவர்களுடன், தன் இலக்கை அடையத் தேவைப்பட்ட அனைத்தையும் செய்து முடிக்க ஆரம்பித்துவிடுவர். அப்படி செய்யும்பொழுதுதான், தீவினை செயல்கள் ஏற்படக் கதவுகள் திறந்திருக்கும்.”

“சரி, நீ எங்கே போகிறாய் என்று நன்றாக இப்பொழுது பார்க்கிறேன்.”

இலட்சியமான, வெறித்தனமான நடத்தை மற்றும் தீவினை

முதிய ஆத்மா தொடர்ந்தது, “ நீ இதை முழுவதும் புரிந்துகொள்ள சற்று அதிகமாக விளக்குகிறேன்.

நீ உன் உள்ளுணர்வுடன் இருந்த தொடர்பை தொலைத்து விட்டதால், உலகை பாதுகாப்பற்றதாக அனுபவிக்க ஆரம்பிப்பாய். உன் சொந்த திறன்களை ஆராய்வதற்கு பதில், நீ விலகிப்போய், அதனால் பயம் கூடிக்கொண்டே போனதால், அளவுக்கு மேல் உன் சுற்றுப்புறத்தில் ஆதிக்கம் செலுத்துவாய். அதே நேரத்தில், உன் வாழ்வின் நோக்கத்தையும் அர்த்தத்தையும் கண்டுபிடித்து அதனால் இந்த பயத்தை குறைக்கும் கட்டாயத்தை நீ அனுபவிப்பாய். ஏனெனில், நீ பயப்படுகிறாய். நீ உன் சிந்தனைச் சுதந்திரத்தை அனுபவிப்பதில்லை. ஒரு வரையறுக்கப்பட்ட சட்ட திட்டங்களால் அதிகபட்சமாக உனக்கு ஆறுதல் அளிக்கப்படுவதாக

நீ உன்னையே காண்பாய். நீ, நீயாக அனுபவிக்கவும், உன் விருப்பப்படி செயல்படவும் பயப்படுவாய். நீ சொந்தமாக யோசிக்கவும், முடிவெடுக்கவும் விரும்பமாட்டாய். நீ அதற்கு பதிலாக, நினைப்பதைக் கூறுகின்ற நபர்களுடனும் - எது நல்லது எது கெட்டது என உரைக்கும் நபர்களுடனும், உன்னை நீ அடையாளம் கொண்டுள்ளதை காண்பாய்.

நீ உன்னையே, அரசியல், விஞ்ஞானம் அல்லது மதத்தின் தலைவர்கள் பக்கம் கவரப்பட்டதை அறிவாய் - அவர் உன் வாழ்க்கையில் கட்டளையிடுவர். இலட்சிய தத்துவங்கள் கொண்ட அமைப்புகளில் உன் ஆசைகளை பூர்த்தி செய்துகொள்ள நீ தேடுவதைக் காண்பாய். உன் சார்பாக அந்த அமைப்புகளின் தலைவர் செயல்படுவதை நீ எதிர்பார்ப்பாய். பதிலாக அவன் உன் புகழாரத்தில் குளிர்காய்ந்து, உனக்குள் அவன் இருப்பதாக உணரும் சித்த பிரமையை ஊறச்செய்வான். ஒருவருக்கொருவர் வலுப்படுத்திக்கொண்டு, பகிர்ந்து கொள்ளப்பட்ட இலட்சியத்தின் பக்கம் அணிவகுப்பு செய்யும் பொழுது, அந்த இலட்சியம் உங்களுக்கு ஒரு தணிக்க முடியாத தாகமாக இருக்கும். அப்படி செய்யும்பொழுது, உன்னுடைய பங்களிப்பு, கவனக்குறைவாக நீ இரையாக வீழ்ந்த அமைப்பின் கொள்கை, கட்டுப்பாடு, செயல்முறை அல்லது பண்பாக்கப்பட்ட சமய மரபு, ஆகியவைகளில் அவர்களுக்கு நீ உதவுவதாக இருக்கும்.

நன்மையிலும் தீமையிலும் நம்பிக்கை
கொண்டவன் மற்றும்
நன்மையே வெல்ல வேண்டும் என நம்புபவன்
இறைவனாக
நடிக்கக் கிடைக்கும் வாய்ப்பை எதிர்நோக்க
வேண்டும்

John Irving

பயந்துவிட்ட மக்கள், தன் இலட்சியத்திற்காக அர்ப்பணித்துக்கொண்ட அமைப்புகளுடன் தன்னை அடையாளங்கொள்ள சேர்ந்து விடுகின்றனர். அவர்களின் பாதுகாப்பு போர்வையில், அது ஒரு அரசியல் குழுவாகவோ, ஒரு கும்பலாகவோ, ஒரு சமய மரபு முறையாகவோ இருக்கட்டும், அவர் எடுத்த செயல்பட்டின் பொறுப்பு மற்ற உறுப்பினரின் ஆறுதலில் பகிரப்படுகிறது. அனைவரும் சுதந்திரமாக செயல்பட தன் உள்ளுணர்வு மீது போதுமான நம்பிக்கையின்றி இருக்கின்றனர். இந்த நிலையிலும், ஒரு இலட்சியத்தை பூர்த்தி செய்யும் விரக்தியிலும், வெகுஜன ஆன்மா தன் சொந்த உத்வேகத்தால் உந்தப்பட்டு, கூட்டு இலட்சியத்தின் நாட்டத்தில் மூலைகள் வெட்டப்படுகின்றன. எக்கேடு கெட்டாவது - மற்றவர்களைக்

கொடுமைபடுத்துவதோ அல்லது பரவலாக கொலைகளைச் செய்தாலும் சரி, அதன் முடிவை அடைய செயல்படுகின்றனர்.

இந்த நிகழ்ச்சியில், ஒரு பயந்த இலட்சியவாதி, நோக்கத்தையும் அர்த்தத்தையும் காணும் விரக்தியான முயற்சியில் ஒரு வெறிப்பிடித்தவனாக இயங்குகிறான். வன்முறை செயல்கள் இழைக்கப்படுகின்றன. தீவினை செயல்கள் பகிர்ந்து கொள்ளப்பட்ட பொறுப்பால், ஒப்புதல் கொடுக்கப்படுகின்றன. மற்றவரை கொல்வது உட்பட எந்த முறையிலாவது இலட்சியத்தை அடையும் நாட்டத்தில், தீவினைச் செயலானது அவசியம் என காணப்படுகிறது. இந்த நிகழ்ச்சியில் ஒருவனுடைய இலட்சியம் மற்றவனுடைய கெட்ட கனவாக மாறி விடுகிறது. இது புரட்டப்பட்ட அறநெறியாகிவிடுகிறது.

உண்மையில், ஒவ்வொரு வெறிப்பிடித்த இலட்சியவாதியும், மனதார நம்புவது என்னவெனில் அவன் ஏதோ நல்ல காரியம் செய்கிறான், அவன் எண்ணம் புண்ணியமானது என்பது தான்."

"இதன் விளைவுக்கு வர ஏன் இவ்வளவு நேரம் பிடிக்கிறது என்பதைக் காண்கிறேன். தீவினைக்கு போகும் படிக்கட்டுகள் சாதாரணமானவை, இல்லையா?"

"தீவினையின் கருத்தை முழுகையாகப் புரிந்துகொள்ள பல காரணிகளை நீ பரிசீலிக்க வேண்டியதிருக்கிறது என்பதை இப்பொழுது நீ ஏற்றுக்கொள்வாய். தீவினை முழுமையானது என்ற உன் முன்மொழிதல் சரியானது தான். தொடர்பத்தின் (continuum) நன்மைக்கு எதிர்மாறான கோடியில் - ஆனால் உண்மையில் தீவினையை விளக்க சுலபமான சாதாரணமான வழி இல்லை. இதை ஒரே ஒரு வாக்கியத்தில் குறைக்கும் முயற்சியானது, "எந்த காரணத்திற்காவது, எந்த முடிவிற்காவது, வேண்டுமென்றே மற்ற மனிதனை கொல்வது, ஒரு தீவினை." ஆனால், இந்த விளக்கம் போதுமானதல்ல, ஏனெனில், தீவினை எப்பொழுதும் கொலையை மட்டுமே உள்ளடக்குவதில்லை."

ரிக்கி தீவினையின் இயற்கைக் குணத்தைப்பற்றி விரிவாக தெரிந்துகொள்ள முயற்சித்ததால், ஒரு பொது விவாதம் இப்பொழுது தொடர்ந்தது.

ரிக்கி கேட்டான், "இலட்சியங்களைப் பற்றியும், வெறித்தனமான நடத்தையைப்பற்றியும் எனக்கு இன்னும் அதிகமாக சொல். ஹிட்லருடைய சித்திரவதை முகாம்கள் தீவினைக்கு ஓர் உதாரணம் என நான் எடுத்துக்கொண்டது சரியா?"

“ஆமாம், மிக நிச்சயமாக. ஆனால், அந்த சூழ்நிலைகளில் கண்ணால் கண்டதை விட அதிகமாக விஷயங்கள் நடந்து கொண்டிருந்தன. ஹிட்லர், பயந்து, வெறிபிடித்தவராக மாறிவிட்ட அவனுடைய இலட்சியவாதிகளுடன், உலகம் நாளுக்கு நாள் மோசமாகிக்கொண்டே போகிறது என்ற நம்பிக்கையில் பீடித்துக்கொண்டிருந்தான். ஹிட்லருடைய இந்த பீடிப்பு படிப்படியாக அவன் உள்ளறிவை நெருக்கி, அதன் விளைவாக அவனைச் சுற்றி அவனுடைய நம்பிக்கைக்கு ஒத்துப்போன நிகழ்ச்சிகளை மட்டும் காண ஆரம்பித்தான். மனித குலத்தின் சேவையிலும், அவனுடைய மற்றும் அவனை பின் பற்றுபவருடைய வாழ்க்கைகளின் நோக்கங்களையும், அர்த்தங்களையும் அவன் பூர்த்தி செய்யாவிடில், பேரழிவுகளும், பரந்த நிலையில் சோக சம்பவங்களும் ஏற்படுவதைப்போல் மனக்காட்சி காண ஆரம்பித்தான். அவனுக்கு அவனுடைய இலட்சியம் நாகரீக முறைப்படி பேச்சுவார்த்தையால் அடையமுடியாத தூரத்தில் இருப்பதாகத் தோன்றியதால், தேவைப்படும் எந்தமுறையிலும் எவ்வளவு கண்டிக்கத்தக்கதாக இருப்பினும், இறுதியில் நியாயமாகவே அவனுக்கு தோன்றியது.”

“இந்த மாதிரியும் ஒரு மனப்போக்கு எப்படி வளரும் என்பதே அச்சுறுத்துவதாக உள்ளது.”

“இந்த வெறிப்பிடித்த மனப்போக்கு சிலசமயம் நவீனகால அரசியல் தலைவர் மற்றும் மதத்தலைவர்களுக்குள்ளும் தோன்றுகிறது. இது வழக்கமாக மரபுவழியாக ஏற்றுக்கொள்ளும் கண்ணியமான ஆடையின் அடியில் முகமூடி அணிந்துகொண்டோ அல்லது தேசியவாத பதாகையின் (nationalistic banner) அடியில் மறைக்கப்பட்டோ இருக்கும். பிறகு மோதல்கள் வெடிக்கும்பொழுது இந்த தலைவர்கள் உலகின் தவறைத் திருத்த, தன் படையை போருக்கோ அல்லது புனிதப்போருக்கோ அனுப்புவர். அவர் ஆதரவாளரும் இது சாதாரணமாக நடக்கக்கூடிய விஷயம் தான் என போராளிகளின் மரணத்தை ஏற்றுக்கொள்வர். சிலர் மரணித்த பின், அவருடைய வீரம் பாராட்டப்பட்டு, அதற்கு பதக்கமும் அளிக்கப்படும். ஆனால் இந்தத் தலைவர்களும், அவர்களுடைய படை வீரர்களும், ஆரம்பத்திலேயே கருத்துவாதம் மற்றும் குறுகிய நோக்குடைய நம்பிக்கைகளுக்கும் பலியானவர்கள் என யாருக்கும் தோன்றுவதில்லை.”

“இராணுவ அமைப்புகளும், தீவிர மதஅமைப்புகளும், இந்த விமர்சனத்தை ஏற்றுக்கொள்வர் என நான் நினைக்கவில்லை.”

முதிய ஆத்மா சிறிது நிறுத்தி, பின்பு தொடர்ந்தது, “போர்கள், அடிப்படையிலேயே ஒரு திரளான தற்கொலைக்கான உதாரணங்கள் ஆகும். தன் உள்ளுணர்வை நம்பாதவர்கள் மற்றும் உலகம் பாதுகாப்பற்றதாகிவிட்டது என நம்பிவிட்டவர்கள் ஆகியோரின், திரளான

பரிந்துரைப்புகளால் செயல்படுத்தப்பட்டவை. மாறுபட்ட புராணங்களின் தொகுப்பில் வளர்ந்த அனைவரும் அவர்களுக்கு விரோதிகளாக தோற்றமளிப்பர் ஏனெனில் அவர்களுடைய எதிர்க் கருத்துக்கள் அவர்களுடைய சிந்தனைகளையும் இலட்சியத்தையும் கேள்வி கேட்கும். அதே நேரத்தில், வெறிப்பிடித்து இயங்கும் இலட்சியவாதியும், மனித இனம் ஆக்கிரமிப்புடன் போர்க்கோலம் பூண்டவனும், தகுதியுள்ளவன் மட்டும் பிழைப்பான் என்ற புராணத்தை உள்ளதைப்போல் ஏற்றுக்கொண்டவனும் தன் குறிக்கோளை அடைவதற்குத் தேவையான எந்த முறையைக் கையாளுவதும் நியாயமாகத் தெரியும். ஒரு இலட்சியவாதிக்கு ஒரு முடிவு, அது அடையக்கூடிய முறையை நியாயப்படுத்தும். அவன் தன் இலட்சியத்தை அடைய அவனிடம் இருக்கும் ஒரே ஒரு விருப்ப வழியின் காரணம் என்னவென்றால், எதிரி அவனை அழிக்கும் முன் தன் விரோதியை திணற வைத்து, தோற்கடிப்பதும், அவனை அழிப்பதும்தான்.

இருப்பினும், உண்மை என்னவென்றால் அமைதிக்காக கொல்வது நியாயம் என நம்புகிறவன் அமைதி என்றால் என்ன என்று அறியாதவன். அமைதியின் பெயரில் கொல்பவர்கள், சிறந்த கொலைகாரர்களாகிவிடுவர்."

"நல்லது, நட்பு நாடுகள் நிமிர்ந்து நின்று, நாஜிகளுடன் போரிடாமல் இருந்திருந்தால், ஹிட்லர் மேற்கொண்டு பல மில்லியன் மக்களை கொன்றிருப்பானே."

"உலகம் முழுக்க இருக்கும் நம்பிக்கைகளின் தொகுப்பினை ஒப்பீட்டளவில் பேசும் பொழுது, போர் ஒன்றுதான் நடைமுறையில் சிலநேரங்களில் எடுக்கவேண்டிய நடவடிக்கை என்பதை நான் நன்கு அறிவேன். அந்த நம்பிக்கைகள் மாறாதவரை, நடைமுறையில் போருக்கு சிறிது மதிப்பீடு இருக்கத்தான் செய்யும். - இருப்பினும், இந்த மதிப்பீடு, மிகவும் ஏமாற்றக்கூடியதும், பொய்யானதும் கூட.

நான் முன்பு கூறியதுபோல், நீ உன் உள்ளுணர்வின் மீதுள்ள நம்பிக்கையை இழந்து விட்டதால், உன் இயல்பான நிலையின் மீதுள்ள நம்பிக்கையும் அழிந்துவிடுகிறது. மேலும், உள்ளுணர்வுகளின் பெரும்சக்திகள் அணைக்கட்டப்படுவதால், சாத்தியக்கூறுகள் சிறிது சிறிதாக மூடப்பட்டு குறுகிய மனப்பான்மையில் நீ சிக்கியிருப்பதைக் காண்பாய். அதில் நீ அதிகாரமற்றவனாக இருப்பாய். அப்பொழுது, உன் செயல்பாடுகள் எந்த விளைவையும் உலகில் உண்டாக்க முடியாததை நீ காண்பாய். உன் இலட்சியங்கள் ஒரு குறைப்பிரசவத்தைப்போல் காட்சியளிக்கும். இந்த மாதிரி சூழ்நிலைகளில் தற்கொலை ஆசைதான் கடைசி பரிகாரமாக இருக்கும்.

உலகத்தை மாற்ற உபயோகப்படுத்தக்கூடிய அத்தனை வெளிப்பாடு வழிவகைகளும் அடைக்கப்பட்டதைப் போல் தோன்றும்பொழுது உன்

உள்ளுணர்வுடன் மட்டும்தான் நீ எதையும் உரைக்க இயலும் என்பதை உணர்வாய். ஒரு போர் மட்டுமே அந்த உரையின் இறுதி வெளிப்பாட்டிற்கு கரை சேர்ப்பது போல் இருந்து சமூக ரீதியாக ஏற்றுக்கொள்ளப்படும் மரணத்திற்கு ஒரு சாக்காக இருக்கும். போரில் ஒரு வீரனாக மரணிப்பது, மரியாதையுடன் மரணிக்கும் ஒரு வாய்ப்பினை அளிக்கிறது."

"அப்படியா? அதை நான் அந்த வழியில் நினைக்கவே இல்லை."

"மக்கள், உயிர் வாழ்வதற்கான காரணம் ஏதும் கிட்டாதபோது, ஏதாவது ஒரு காரணத்திற்காக உயிர்துறக்கத் தயாராகிவிடுவர். தன் உலகம் அர்த்தமற்றதாக தோன்றும்பொழுது, அவனுடைய சொந்த மரணத்துடன் தொடர்பு கொண்ட சூழ்நிலைகளின் மூலம் சிலபேர் ஒரு விதமான வாக்கியங்களை கூற விரும்புகின்றனர். மரணம் என்பது, இருக்கும் வாழ்நாளிலிருந்து வெளியேறி, ஆன்மீகப் பரிமாணத்திற்கு திரும்ப செல்வதுதான் என்பதை ஞாபகத்தில் வைத்துக்கொள்.

நீ எப்படி சாக விரும்புகிறாய் என்ற முக்கியத்துவம் ஒரு தனிப்பட்டவனை பொறுத்து, ஒரு விதத்தைப் பொறுத்து இருக்கிறது. கொடுக்கப்பட்ட வாழ் நாளில், முக்கியமான கூற்றுக்கு, கடைசி வாய்ப்பு தான் மரணம். அப்படி ஏதாவது கூற வேண்டிய தேவையை நீ உணர்ந்தால்."

சிறிது நிறுத்தி, முதிய ஆத்மா தொடர்ந்தது, "சிலருடைய மரணம் ஒரு முற்றுப்புள்ளியளவில் தான் இருக்கும். சிலருடைய மரணம் ஆச்சரியக்குறியாக இருக்கும். ஏனெனில், பிற்காலத்தில் உயிருடன் இருந்ததை விட அவருடைய மரணம் அதிக முக்கியத்துவம் வாய்ந்ததாக சொல்லமுடியும். ஜான் லேன்னன் (John Lennon) இதற்கு ஒரு உதாரணம். அவன் வாழ்க்கையில் அமைதிக்காக குறிப்பிடத்தக்க பங்களிப்பு செய்திருந்தாலும், அன்புக்கும் அமைதிக்கும் அவன் கொடுத்த அறிவுரைக்கு அவனுடைய மரணம் ஒரு ஆச்சரியக்குறி ஏற்படுத்தியது.சமுதாய அளவில் கூட இதற்கு பெரிய அர்த்தமுள்ளது. உதாரணமாக, இரண்டாம் உலகப்போர். பங்கு கொண்ட அனைவருடைய மரணம் - யூதர்கள், ஓரினச்சேர்க்கையாளர், ஊனமுற்றோர், குழந்தைகள் ஆகிய அனைவரும் உட்பட, யாரெல்லாம் விஞ்ஞானத்தின் பேரில் சோதனைக்கு உட்படுத்தப்பட்டார்களோ, அவர்களின் மரணமும், நட்பு நாடுகளின் மரணமும் - இத்தனை மரணங்களும், மனிதனுக்கு இழைக்கப்பட்ட மனிதாபிமானமற்ற செயலின் கூற்றை வலியுறுத்துகின்றன.

இந்த மோதல்களின் பின்விளைவு இன்றைக்கும் உணரப்பட்டு, அனுசரிக்கப்பட்டு, சம்பந்தப்பட்ட சமுதாயத்தில் பெரும் அளவில் ஒருங்கிணைக்கப்படுகின்றது."

"இன்று நிறைய தகவல்கள் கிரகித்துக்கொள்ள வேண்டியதாகிவிட்டதோடு, சில ஏற்றுக்கொள்ள கடினமாகவும் உள்ளன."

"நிறைய மக்கள் தன் உள்ளுணர்வுடன் அவனம்பிக்கை கொண்டு தன் உள்ளுக்குள் இருந்த தொடர்பை தொலைத்துவிட்டது எனக்குக் கவலையாக இருக்கிறது.

அநேகமானோர் இந்த தொடர்பைத் தொலைத்துவிட்டனர். அதிர்ஷ்டவசமாக, சொல்லி கொடுக்கப்பட்ட போதிலும், அநேகம்பேர் தன் உள்ளுணர்வை நம்பாமல் ஒரு வலுவான அவநம்பிக்கையை கொண்டுள்ளனர். முழுமையான அவனம்பிக்கையை காண்பது அரிது. நாம் இங்கே, அநேக கலாச்சாரங்களின் சிறிய ஆனால், போதுமான அளவு பெரிய மக்கள் பிரிவைப் பற்றிப் பேசியிருக்கிறோம். வாய்ப்பு கிடைத்தால், அவர்கள் தன் இலட்சியத்தை பறைசாற்றுகின்ற விரக்தியில் தனியாகவோ, அல்லது ஒரு அமைப்பின் நிழலிலோ தீவினை செயல்களில் ஈடுபடுவர்.

மறுபுறம் தன்னை அடையாளங்கண்டு தன் முக்கியத்துவத்தை அங்கீகரித்து, நம்பும் நோக்கத்திற்கு உற்சாகமூட்டி, ஒரு நோக்கத்தில் ஈடுபடும் சிறந்த ஆண்களும், பெண்களும், இருக்கத்தான் செய்கிறார்கள். அப்படிப்பட்டவர்கள் அரசியலிலோ, மதங்களிலோ, அல்லது விஞ்ஞான ஸ்தாபனங்களிலோ சேரும்பொழுது, தன் தனித்தன்மையை அந்த ஸ்தாபனங்களோடு கலந்துவிடுவதில்லை. பதிலாக, தன் தனித்தன்மையை வலியுறுத்தி தன்னை அதிகமாக நிலைநிறுத்திக்கொள்வர். சமூக, கலாச்சார அமைப்புகளோடு இணைந்து சிறபான சேவை புரிந்து தன் சொந்த தகுதி, திறமைகளால் தன் எல்லைகளை விரிவுப்படுத்துவர். அவர்கள் தம்மை இயற்கை எழில் மிக்க பாரம்பரியமான நிலைக்கு அப்பால் நீட்டி, அனுபவம், உற்சாகம், ஆர்வம், அன்பு ஆகியவற்றால் உந்தப்படுகின்றனர், பயத்தால் அல்ல."

"இது கேட்பதற்கு நன்றாக இருக்கிறது. நான் கவலைப்பட ஆரம்பித்திருந்தேன். ஆக, பலியானவன் தீவினையை மட்டும் அனுபவிக்கின்றானா? ஏனெனில், இறுதி ஆய்வில், நீ எதை தீவினையாக வரையறுக்கின்றாயோ, அது உன் கண்ணோட்டத்தைப் பொறுத்து இருக்கிறது."

இறுதி ஆய்வில், எதை நீ தீவினையாக
வரையறுக்கின்றாயோ,
அது உன் கண்ணோட்டத்தைப் பொறுத்தது

“ஆமாம், வழக்கமாக தீவினை செயலானது, அதை இழைப்பவரால், புண்ணிய காரியமாக பார்க்கப்படும். எது தீவினையாக பார்க்கப்பட்டதோ, அது காலப்போக்கிலும், கலாச்சாரத்தை பொறுத்தும், மனப்பான்மை மாற்றம் அடையும்பொழுது, விரைந்தோடிவிடும். ஆகவே, அங்கே ஐயத்திற்கு இடமின்றி, தீவினைக்கு உலகளாவிய வரையறை கிடையாது.”

“சமுதாயத்தில் பொதுவானதாக காணப்படும் தனிப்பட்ட செயல்களான, கொடுமைப்படுத்துதல், திருமண துஷ்பிரயோகம் பாலியல் துஷ்பிரயோகம், சித்திரவதை, ஆகியவைகளைப்பற்றி என்ன சொல்கிறாய்? இவை அனைத்து சூழ்நிலைகளிலும் தீவினை இல்லையா?”

“மேற்கத்திய சமுதாயத்தில், இன்றைய தினம், இவை தீவினையாகவும் அல்லது கெட்டவையாகவும் கருதப்படுகின்றன. ஆனால், இது ஒரு உலகளாவிய மனப்பான்மை அல்ல இருப்பினும், சரித்திரம் முழுவதும் மற்றும் உன் மேற்கத்திய கலாச்சாரத்திலும், இவை தீவினையாக கருதப்படவில்லை.”

“ஸ்டான்லி மில்கிராம் (Stanley Milgram’s) உடைய பரிசோதனைகளில் ஆய்வுக்கு உட்படுனர், உயிருக்கு ஆபத்து தரக்கூடிய அளவுக்கு தன்னார்வலருக்கு (volunteers) மின்சாரம் பாய்ச்சினரே, அதுவும், பிலிப் ஜிம்பர்டோவின் (Philip Zimbardo) பரிசோதனையில், சிறைச்சாலை காவலர்களாக நடித்த மாணவர்கள் போலி சிறைச்சாலையின் கைதிகளைக் கொடுமைப்படுத்தி அனுபவித்தனரே, அதைப்பற்றி எல்லாம் என்ன சொல்கிறாய்? இந்த பரிசோதனைகள் கொடுக்கப்பட்ட ஒரு சூழ்நிலையில் யாரை வேண்டுமானாலும் தீவினை செய்ய தூண்டிவிடலாம், என்பதை பரிந்துரைக்கின்றன.”

“இந்த பரிசோதனைகள் விஞ்ஞான புராணத்தின் சக்தி வாய்ந்த விளைவுகளை விளக்கத்தான் இருந்தன. அந்த மாணவர்கள் தாம் ஒரு விஞ்ஞான பரிசோதனையில் பங்குகொள்கிறோம் என அறிந்திருந்ததால், பரிசோதனையைப் பற்றி எந்தவொரு கேள்வியும் கேட்கவில்லை. பாதுகாப்பு புலனாய்வு, தர்க்க சிந்தனை மற்றும் தவறற்ற விஞ்ஞான காரணத்தின் அடியில் சில நடத்தைகள் அனுமதிக்கப்பட்டுள்ளதாக சிறிதும் விமர்சன சிந்தனை இல்லாமல் அவர்கள் அனுமானித்துக்கொண்டனர். விஞ்ஞானிகள் உணர்ச்சிவசப்படாமல் இருக்கவும், அவர்களின் பரிசோதனையிலிருந்து தள்ளி நின்று புறநிலையைச் சார்ந்து இயற்கையிலிருந்து அவர்களை தனிமைப்படுத்தி தன் சொந்த உணர்வுபூர்வ குணாதிசயத்தை எதிர்மறைக் கண்களால் காண பயிற்சியளிக்கப்பட்டவர்கள். இந்த புராணத்தின் சக்தி பாதிப்புகளை திறமையுடன் தனித்தனியே அமைப்பதற்கு அனுமதிக்கிறது. உதாரணத்திற்கு, ஒரு விஞ்ஞானி,

உணர்வுகளின் அறிகுறி சிறிதும் இல்லாமல் விஞ்ஞானத்தின் பேரில் பரிசோதனை கூடத்தில் நாய்களை பலியிடுகிறான். அதேசமயம், தன் குடும்ப நாய் இறந்ததற்கு கண்ணீர் வடிக்கின்றான். இதே மாதிரி இரண்டாம் உலகப்போரில் 'ஜோசஃப் மேங்கலா' (Josef Mengele) தன் விஞ்ஞானிகளின் குழுவுடன், சிறை பிடிக்கப்பட்ட குழந்தைகளின் மேல் கொடூரமான பரிசோதனைகளை மேற்கொள்ளும் பொழுது, தன் உணர்வுகளை சுலபமாக இல்லாமல் செய்யமுடிந்தது. அதே நேரத்தில், அவர்களால், அன்றைய பரிசோதனைகளை முடித்து வீடு திரும்பியதும் தன் சொந்த குழந்தைகளுடன் ஓர் இயல்பான பெற்றோரின் பாசத்தை தொடர்ந்து உணரமுடிந்தது.

மக்கள் சாதாரணமாக புராணங்களின் சக்தி வாய்ந்த விளைவுகளைப்பற்றி அறிவதில்லை. இந்த விளக்கத்தில் பாதிக்கும் அனுபவத்தை குறைக்கும் அடிப்படையில், விஞ்ஞானப் புராணம் கொண்டுள்ள சக்திவாய்ந்த விளைவு, பிராணிகளுடனும், மனிதர்களுடனும் பரிசோதனை மேற்கொள்ளும்பொழுது உண்டாகும் கொடூரத்திற்கு கொண்டு செல்லும்."

ரிக்கி யோசித்துக்கொண்டே பதிலளித்தான், "இது எப்படி நடக்கிறது என்பதை நான் அறிந்துகொண்டேன் என நினைக்கிறேன். பல்கலைக்கழகத்தில் பட்டப்படிப்பின் பொழுது எலிகளின் மீது பரிசோதனை மேற்கொள்ளும்பொழுது நான் செய்தவைகளை நினைக்கிறேன். அவை தீவினை செயல்களா?"

"இல்லை, அவை தீவினை செயல்கள் இல்லை. உன் பரிசோதனைகள் வேண்டுமென்றே தீங்கிழைப்பவை அல்ல. பல்கலைக்கழகத்திலும் அவை அறநெறியற்றதாக கருதப்படவில்லை. இருப்பினும், நீ செய்த பரிசோதனைகள் தேவையற்றவையாகவும் கொடூரமானவையாகவும் நினைப்பவரும் உண்டு - மற்றவர் அப்படியில்லை.

உன் சிந்தனைப்படி உன் சிறு வயதில் நீ செய்த சில தீய செயல்களை, அநேகமாக இப்பொழுது அவற்றை உன் நேரத்தின் கண்ணோட்டத்துடனும், பரவலாக இருந்த கலாச்சாரத்தின் கண்ணோட்டத்துடனும் பார்க்கும்போது அவை தீவினைகளல்ல என்று உணர்ந்திருப்பாய்"

ஆமாம், நான் உணர்கிறேன். ஆனால், நான் அப்படி செய்திருக்கக்கூடாது என இப்பொழுது விரும்புகிறேன்."

"நான் ஒரு தடவை என்ன சொன்னேன் என்பதை நினைவுபடுத்திக்கொள். சில நேரத்தில் நீ யார் என அறிந்து கொள்ள, நீ யாராக இல்லையோ, அவனாக

இருக்க வேண்டும்.[60] அந்த சமயம் இவற்றை நீ கெட்டதாகக் கருதவில்லை. இப்பொழுது, முரண்பாட்டின் வழியாக பலவருடங்கள் கழித்து, அதனுடன் தொடர்புள்ள எதிர்மறை உணர்வுகளை நீ அனுபவித்து, இனி எந்த பிராணிக்கும் தீங்கிழைக்கவோ, அவைகளை கொல்லவோமாட்டாய். அது விஞ்ஞானத்தின் ஆதரவில் இருந்தாலும் சரியே, என தீர்மானித்தாய். உன்னுடைய பின் அறிவில் இப்பொழுது உன் உயிர் கிழிக்கப்பட்டு அது தன் சொந்தசக்தியால், அன்பின் சக்தியால், தானாகவே குணம் அடையவேண்டியிருந்ததை நீ காணலாம். நீ எப்படி உன் உள்ளார்ந்த இயற்கை குணத்தை கண்டுபிடித்து இந்த அனுபவங்களின் விளைவால் நீ எப்படி வளர்கிறாய் என்பதற்கு இது ஒரு உதாரணம்.

சமுதாய அளவில், கடந்த காலத்தில் நீ செய்த காரியங்களை பிரதிபலிக்கும் பொழுது, குறைந்த காலகட்டத்தில், ஒழுக்க அறநெறிகள் எவ்வாறு வேகமாக மாறுகின்றன என்பதை நீ அறிவாய். பெரும்பாலும், ஒரு தசாப்தத்திற்கு முன், முறைகேடாக கருதப்படாத செயல்கள் இன்று தீவினையாக காணப்படுகின்றன. இதற்கு ஓர் உதாரணம் இனமேம்பாட்டியலில் (eugenics) சுலபமாக கிடைக்கப்பெறுகிறது. (அதாவது, இனப்பெருக்கத்தின் மூலம், மனித இனத்தின் தரத்தை மேம்படுத்தக்கூடிய சாத்தியக்கூற்றின் மீதான ஆய்வும் நம்பிக்கையும்). இது பெரும்பாலும் திசைமாறிச் சென்ற ஆய்வாகும். வட அமெரிக்காவில் 1970 வரை தொடர்ந்து இருந்த மனநிலை பாதிக்கப்பட்டவரை மலடாக்கும் சமீபகாலக் கொள்கையைப் பற்றி உனக்கு தெரிந்திருக்கும். இன்னும் பல உதாரணங்கள் உள்ளன, மூன்றாம் ரைக் (Third Reich) கொள்கைப்படி, விரும்பத்தகாத மரபணு சார்புடைமைகளில் இருந்து (undesirable genetic predispositions) ஜெர்மானியர்களை சுத்தமாக்கும் முயற்சியும் சேர்த்து.

ஓரினச்சேர்க்கையையும், அதை இயற்கைக்கு புறம்பாகக் கருதிய தனிப்பட்டவர்களையும், அரசியல் மற்றும் மத அமைப்புகளையும் நீ சந்தேகமின்றி அறிவாய். அவர்கள் அதை ஒரு தீவினையாகவும், அவர்களுக்கு வாய்ப்பு கிடைத்தால், அனைத்து ஓரினச்சேர்க்கையாளர்களை அழிக்க அல்லது கைது செய்யவும் விரும்புகின்றனர்."

"எனக்கு தெரியும், இது எனக்கு வருத்தத்தைக் கொடுக்கிறது."

---

60 பார்ப்பதற்கு முரண்பாடான இரு உண்மைகள் ஒரே நேரத்தில் இருப்பதாக உரை முழுக்க சில நேரங்களில் நான் உபயோகித்துள்ள தெய்வீக இருகூறுத்தன்மை என குறிக்கப்படும் இந்த கருத்துப்படிவம், கான்வர்சேஷன் வித் காட் (Conversation with God) என்ற புத்தகத்திலிருந்து தழுவப்பட்டது. நீல் டொனால்ட் வால்ஷ் (கான்வர்சேஷன் வித் காட்): அன் அன்காமன் டையலாக். புக் 1, 2 & 3 நியூ யார்க் பெங்குயின் பட்னம், 1966, 1977, 1988 Neale Donald Walsch. *Conversation with God: An Uncommon dialogue. Book 1, 2 & 3*. New York. Penguine Putnam, 1996, 1997, 1998.

சற்று அமைதிக்குப்பின், ரிக்கி கூறினான், "பரவலாக இருக்கும் மதக்கோட்பாடு அல்லது விஞ்ஞான கோட்பாடுகளின் காரணமாக, அவர்களுடைய உள்ளுணர்வின் மீது அவநம்பிக்கையை கற்றுக்கொடுக்க உத்திரவாதம் அளிக்கும் சூழ்நிலைகளில், அநேகமானோர் பிறந்திருப்பதாக நீ சொல்வதிலிருந்து தெரிகிறது. மேலும், அங்கிருந்து தீவினை செயல்களின் பக்கம் செல்வது என்பது ஒரு வழுக்கி விழும் சரிவாக இருக்கிறது."

"ஆமாம், இது உண்மைதான். ஆனால், பெரும்பாலானோர், தீய செயல்களை செய்வதில்லை. சமுதாய மதிப்புகள், அறநெறி ஆகியவை இந்தப் பேராவல்களை சமாதானப்படுத்திவிடும். மேலும், சட்ட பூர்வமான மற்றும் மத ரீதியான கோட்பாடுகள், தனிப்பட்டவரையும், கும்பல்களையும், ஒழுங்கமைக்கப்பட்ட நிறுவனங்களையும் தீவினையிலிருந்து, பொதுவாக சொல்லப்போனால் திசைமாற்றி விட உதவியாக இருக்கின்றன."

ரிக்கி, சிந்தித்துக்கொண்டே, சற்று புரியாதபடி, கூறினான், "வாழ்க்கையின் மேல்பரப்பின் கீழ் பார்க்கும்போது, சூழ்ச்சியும், சிக்கலும் கொண்ட விவரங்களால் பின்னப்பட்டு, ஏறக்குறைய புரிந்துகொள்ள முடியாத ஒன்றாக இருக்கிறது."

"பெரும்பாலான மக்கள் ஆன்மீகம், வாழ்க்கை, மரணம் பற்றிய விஷயங்களில், தன்னுடைய அக்கறையும், கவலையுமின்றி இருக்கின்றனர். இருப்பினும், இவ்வாறு இருப்பவர்களுக்கு தேடுதலே ஒரு இயங்கி வளரும் ஆன்மீக செயல்பாடாக இருக்கிறது. சிலரை இது வாழ்க்கையின் இறுதி புனிதத்தன்மையை அடையாளம் காணக்கூடிய ஆன்மீகப் புரிதலுக்கு வழிவகுக்கும். அதாவது, அனைத்து மனித இனத்துக்குமான அன்பு மற்றும் அமைதி என்ற இறுதியான புனிதத் தன்மை. வெறி பிடித்தவருக்கு, தன் விருப்பத்தை மற்றவர் மீது சுமத்தி, அவசியப்பட்ட எந்த முறையினாலும் ஆதிக்கம் செலுத்தும் பக்கம் கொண்டுசெல்லும். ஆனால், மிக பெரும்பான்மையினர் இந்த கேள்விகளுடன், தம்மை அக்கறை அல்லது கவலைக்குள் உட்படுத்தாமல், மகிழ்ச்சியாகவும், கண்மூடித்தனமாகவும், மத, அரசியல், விஞ்ஞான மற்றும் சமூக நிறுவனங்களின் புராணங்களில் பங்குகொள்கின்றனர்.

இயல்பாகவே நீ ஒரு ஒத்துழைக்கும், அன்பு கொண்ட இனத்தவன் ஆவாய். உன் கருத்து வேறுபாடு, உன் குற்றங்கள் மற்றும் உன் கொடுமைகள், உண்மையானவையாக இருந்தாலும், இச்செயல்கள் தீவினையாக இருக்கும் எண்ணத்தோடு புரியப்பட்டவை அல்ல. நன்மையின் இயற்கை குணமும், அது உண்டாக நீ கடைபிடித்த முறைகளும், தவறாக விளக்கப்பட்டதால் இவை செயல்படுத்தப்பட்டன. மக்கள் சில நேரங்களில் மிகவும் ஒரு பெரிய நலனுக்காக கண்டிக்கத்தக்க செயல்கள் செய்யப்பட்டதாக அறிந்தால், குற்றத்தைப் பாராட்டாமல் பொறுத்துக்கொண்டு மன்னித்துவிடுகின்றனர்.

அதனால்தான், கொள்கை பற்றுள்ள இலட்சியவாதியாகத் தோன்றும் பல பேர் மிகவும் கண்டிக்கத்தக்க செயல்களில் அவை நியாயமானவையே என கூறிக்கொண்டு, அவற்றிற்கு கூட்டாளியாக இருக்கின்றனர். இருப்பினும், அநேகமான தனிப்பட்டவர்கள் இது தவறு என்பதை உள்ளுக்குள் அறிவர்."

மேலும், இது தடுக்கப்பட்ட உண்மை,
பேசக்கூடாத சமூக
விலக்கு--அதாவது, தீவினை தடுத்துநிறுத்தும்
ஆற்றல்
கொண்டதல்ல. ஆனால், சில நேரம்
கவர்ச்சியானது.
அது இயற்கையும், விபத்தும் செய்வது
போல் எங்களை வெறுமனே பலியாக்காது,
ஆனால், தீவிரமான
கூட்டாளியாக இருக்கும்.

John Carol Oates

உண்மை என்னவென்றால், சில பேர், உண்மையில் தீவினை நோக்கத்தோடு செயல்படுவர். அரசியல், விஞ்ஞானம் மற்றும் மதங்கள் ஆகியவற்றில் தீவினை விளைவிக்கப்படும் சூழ்நிலைகள் தீர்மானிக்கப்பட்ட தீவினை செயல் புரியும் முயற்சியில் உண்டானவை அல்ல. ஆனால், அதற்குப் பதிலாக தன் சொந்த புராணங்களால் மக்கள் குருடாகி தங்கள் குறிக்கோளை அடையத் தேவையான அனைத்து செயல்களும் நியாயமானவை என நினைப்பதால், இவை உண்டாகும்."

"ஆமாம், அதை இப்பொழுது நான் பார்க்கிறேன்."

"தீய சக்தி - தீமைக்கு எதிராக நன்மையின் சக்தியை நினைக்கும் அடிப்படையில், சமுதாயத்தில் சாத்தானை எதிர்பார்க்கும் போக்கு உள்ளது. ஆனால், அந்த முறையில் சாத்தான் என்ற ஒன்று கிடையாது என்பதை நீ தெளிவாக ஏற்றுக்கொள்வாய்.

பூமியில் உன் வாழ்க்கை ஏற்றத்தாழ்வுகளைக் கொண்டு உள்ளது. நீ உன் வாழ்க்கையைத் தேர்ந்தெடுத்த முக்கிய நோக்கமே எதிர்மறை உணர்வுகளை அனுபவிக்கத்தான் என்பதை நினைவில் வைத்துக்கொள்.

மேலும் இந்த எதிர்மறை உணர்வுகளில் மூழ்கும் பொழுது, அது உனக்கோ மற்றவருக்கோ தீங்கிழைக்காத ஒரு தெய்வீக சவால் என்று நான் உன்னிடம் இருக்கும் சவாலைகூறுவேன்."

"முதிய ஆத்மாவுடன் உரையாடல் முடியப்போகிறது என ரிக்கி அறிந்து, இந்தப்பொருளின் மீது அவன் செய்த ஆய்வைப்பற்றி நினைத்து அவன் கேட்க வேண்டும் போல் தோன்றியதாவது, "நாம் சந்திக்கும் முன், நான் போராடிக்கொண்டிருந்த கேள்விக்கு உறுதியான பதில் இருக்கிறதா? புண்ணியத்தை அனுபவிக்கும் பொருட்டு, தீவினை செயல்முறையாக இருக்க வேண்டியது அவசியமா?"

"நீ இந்த கேள்வியின் மீது சிந்தித்துக்கொண்டிருப்பதை நான் கவனித்தேன். உன்னுடன் இந்த உரையாடலை மேற்கொண்டதற்கு அதுவும் ஒரு காரணம்.

"நான் சொல்வதற்கு வருத்தப்படுகிறேன், ஆனால் புண்ணியவாதியாக இருக்க, தீவினையும் உலகில் இருக்கவேண்டும் என்ற உன் முடிவு பிழையானது. புண்ணியத்தை முரண்பாடாக அனுபவிக்க ஒரு மனிதன் தீவினையில் செயல்படத் தேவையில்லை. தன்னையோ மற்றவரையோ கொல்லும் அளவிற்கு போகாமல், உயிர்கள் உலகில் எதிர்மறை உணர்வுகளைஅனுபவிப்பதற்குப் போதிய வாய்ப்புகள் உண்டு. அந்த காரணத்திற்காகத்தான் தெய்வீக அறைகூவல் இருக்கிறது. அவதரிக்கும் முன்பே, அனைத்து உயிர்களுக்குமான ஒரு மனசாட்சியின் சோதனை இது. அவதாரத்தின் போது இந்த தெய்வீக சவாலை உன் வெளி-ஆணவம் அறியும். இது நீ உன் உள்ளுணர்வை கவனத்தில் கொள்ளும் பட்சத்தில் - உன் உயர் ஆத்மாவின் பண்பான அறிவுரை. இருப்பினும், நீ உன் உள்ளுணர்வை மூடி மறைத்து புறக்கணித்தால், பிறகு நான் சொன்னது போல், தீவினைகளுக்கான ஜன்னல் திறந்துவிடப்படும்."

உடனே, அந்த கணத்தில், முதிய ஆத்மா மறைந்துவிட்டது.

தீவினை வழியில் என்ற பாடம் ஒரு முடிவுக்கு வந்தது.

அத்தியாயம்
11

மரணத்தை நெருங்கி

பல வருடங்கள் கழிந்தன. கனடாவில், வெயிலான பிற்பகலில் தன் நாயை நடத்தி செல்லும்பொழுது, ரிக்கி மீது ஒரு கார் மோதியது. மோதலின் வேகத்தில் அவன் உடல் வாகனத்தின் கூரை மீது தூக்கி வீசப்பட்டு, அங்கிருந்து தடுமாறி பின்புறத்தில் நடைபாதையில் தலை முதலில் பாய்ந்தபடி விழுந்தது. மோதலின் அந்தக் கணத்தில், அவன் நனவுநிலை அவன் உடலை விட்டு அகன்றது. திடீர் என முதிய ஆத்மா அங்கே தோன்றியது. ரிக்கி அவன் உடலுக்கு மேல் காற்றில் அந்தரமாக மிதக்கலானான் மிகவும் விழிப்புடன், அவனே நினைத்துக்கொண்டான்,[61] "ஓ, சரியாக என்ன நடந்தது?"

அருகில் நின்று கொண்டிருந்த முதிய ஆத்மா அவன் எண்ணங்களைப் படித்து, சொன்னது, "நீ உன் உடலிலிருந்து வெளியே வீசப்பட்டாய்."

"என் நாய் எங்கே"

"அது நன்றாக இருக்கிறது. கார் உன்மீது மோதுவதற்கு சற்றுமுன்னர் அது பக்கத்தில் ஓடிவிட்டது."

---

61 இந்த ஆராய்ச்சியின் தீவிர ஆய்வுக்கு தயவுசெய்து Pim Van Lommel. Consciousness Beyond Life. New York: Harper Collins, 2010. மேலும் Michael Newton. Destiny Of Souls. St. Paul: Llewellyn Publications, 2000, -ஐப் பார்க்கவும்

ரிக்கி, மோதலின் பின் ஏற்படும் இந்த விசித்திரமான அனுபவத்தில் தள்ளாடிக் கூறினான், "அது நல்லது."

"இது விசித்திரமாக உள்ளது. நான் உடலில் இருந்ததைவிட அதிக உயிர்ப்புடனும், அதிக விழிப்புடனும் இருப்பதாக உணர்கிறேன்."

உலகில் குறைந்த அதிர்வுநிலையின் காரணத்தினால், "உடல்கள் எப்பொழுதும் உயிரின் மேல் ஒரு இழுவைபோல் அனுபவிக்கும். கருவுறும் பொழுது சிசுக்குள் நுழைவதைவிட மரணத்தின்போது உன் உடலைவிட்டு வெளியேறுவது குறைந்த அதிர்ச்சிகரமானதாக இருக்கும் என்பதை அறிய உனக்கு ஆச்சரியமாக இருக்கும்."

"நான் இறந்துவிட்டேனா?, அதாவது, என் உடல் இறந்துவிட்டதா?"

"இல்லை, உன் உடல் ஆழ்மயக்கத்தில் (Coma) இருக்கிறது. நீ இன்னும் இறக்க வில்லை."

சில நிமிடங்கள் கழித்து, ஒரு மருத்துவ வாகனம் (ambulance) வந்தடைந்தது. மூளை அதிர்ச்சி ஏற்பட்டு மயங்கிய நிலையில் ரிக்கியின் உடல் ஆஸ்பத்திரிக்கு எடுத்துச்செல்லப்பட்டது. முதிய ஆத்மா வாகனத்தில் உடன் சென்றது. அவன் அங்கு படுத்திருக்கும்பொழுது ரிக்கி தன் உடலுக்கு சில அங்குலம் உயரத்தில் அந்தரத்தில் மிதந்து கொண்டிருந்தான்.

"நான் வலி ஒன்றுமே உணரவில்லை, இந்த உணர்வை நான் விரும்புகிறேன். நான் காற்றில் மிதக்கிறேன்."

"ஆமாம், நீ மிதக்கிறாய்."

மருத்துவ வாகனம் ஆஸ்பத்திரியை அடைந்ததும், ரிக்கியின் உடல் ஒரு சக்கர படுக்கையில் கட்டி வைக்கப்பட்டு, இரண்டாவது மாடியில் அவசர சிகிச்சை அறைக்குள் கொண்டு செல்லப்பட்டது. எல்லா விதமான கண்காணிக்கும் கருவிகளும் சேகரிக்கப்பட்டு, ரிக்கியின் உடலுடன் நரம்பு விழியாக செலுத்தப்படும் சொட்டு நீர் ஆகியவை பொருத்தப்பட்டன. செவிலிப்பெண் அவனுடைய பணப்பையை தேடி, அவன் அடையாள அட்டையை எடுத்து ஜான் (John) என்ற அவன் கணவனை அழைத்தாள். அவர்கள் மணமுடித்து பல வருடங்களாகி இருந்தன.

'உன் உடல் எந்த அளவுக்கு காயப்பட்டிருக்கும் என பார்ப்போம்."

ரிக்கி கீழே அவன் உடலை நோக்கி, அவதானித்தான், "ஓஹ், இது நன்றாக இல்லை, இதைப்பார், இது குழம்பி போய் இருக்கிறது. என் முகத்தில் வீக்கம் எல்லாம், நான் பரிதாபமாக தெரிகிறேன்."

முதிய ஆத்மா அடுத்த சிலநிமிடங்களை எதிர்நோக்கி, சொன்னது, “நாம் சிறிது நடந்து செல்வோம், ஜான் இங்கே வரும்பொழுது இது கவனத்தைச் சிதறச்செய்யும்.”

“சரி, நல்ல யோசனை, என் உடல் மிகவும், மோசமாக இருப்பது எனக்கு தெரியும், ஆனால், நான் நன்கு உணர்கிறேன். நான் எங்கே இருக்கிறேன். ஆன்மிகப் பரிமாணமா இது ?”

“இல்லை, நீ பேய்களும் மற்ற உடல் சார்பற்ற ஆவிகள் இருக்கும் இடத்தில் இருக்கிறாய். நீ இன்னும் பூமியின் மிதப்பிலேயே இருக்கிறாய், ஆனால் அந்த பரிமாணத்திலிருந்து சற்று ஒதுங்கி.”

“ஓஹோ, பல வருடங்களுக்கு முன் நீ ஆவிகளைப்பற்றி கூறியது எனக்கு ஞாபகத்திற்கு வருகிறது. நான் என்ன பேயா?”

“ஆமாம், ஒரு பேச்சுக்கு, ஆனால், உன் உடல் உயிருடன் தான் இருக்கிறது. இப்பொழுது நீ அனுபவிக்கும் நனவு விழிப்புணர்வு தற்காலிகமானது.”

‘நான் என்ன செய்யவேண்டும்?”

“இப்பொழுது செய்வதற்கு ஒன்றும் இல்லை. ஆஸ்பத்திரியின் வெளிப்புறத்தில் நடந்து நாம் பார்ப்பதைக் கவனிப்போம்.”

ரிக்கியும் முதிய ஆத்மாவும், ஆஸ்பத்திரியின் நடைபாதையிலிருந்து மிதந்து கீழே முக்கிய முகப்பு அறைக்கு வந்தனர். அங்கே ஜான் அவன் நண்பன் ‘மாரி’ (Marie) யுடன் அப்பொழுது வந்திருந்தான்.

ரிக்கி ஜானை கண்டவுடன் கூறினான், “ஹய், ஜானி, விபத்துக்கு வருந்துகிறேன். கவலைப்படாதே, நான் நன்றாக இருக்கிறேன்.”

ஜான் முன்னால் இருந்த மேஜையின் பேரேட்டில் கையெழுத்திட்டு, அவனுக்குள்ளிருந்து ஊடுருவி அவசரசிகிச்சை அறைக்குச் சென்றுவிட்டான்.

ரிக்கி அதிசயத்து, “அவன் என்னை ஊடுருவி சென்றானே?”

‘நீ எதை எதிர்பார்க்கிறாய்? உனக்கு நிழலற்ற ஆன்மீக உடல்தான் உண்டு. மனித கண்ணுக்கு நீ புலப்படுவதில்லை.

“ஆமாம், வருந்துகிறேன், நான் மறந்துவிட்டேன்.”

“நாம் வெளியே போகலாம், வா”

அவர்கள் மிதந்து ஆஸ்பத்திரிக்குப் பின்புறம் சென்றனர். பேய் போன்ற இரண்டு உருவங்கள் நீள் இருக்கையில் (bench) அமர்ந்திருந்ததை ரிக்கி கண்டு விமர்சித்தான், "நீள்இருக்கையில் அமர்ந்திருக்கும் பேய்களைப் பார்."

"இவைகளும், உன்னைப்போல் கண்ணுக்கு புலப்படாத, தனிப்பட்டவர்களின் ஆவியான உடல்கள். அவர்களும் ஆழ்மயக்கத்தில் இருக்கின்றனர். அடுத்து என்ன நடக்கும் என்பதைக் காண்பதற்காக பொறுத்திருக்கிறார்கள்."

ரிக்கி தூரத்தில் நோக்கி கூறினான், "என் கடவுளே, நான் என் தாயைப் பார்க்கிறேன்."

ரிக்கியின் தாய் மார்பக புற்று நோயால் சில தசாப்தங்கள் முன்பு இறந்து விட்டவள். அறுபத்திமூன்று வயதில் அவள் இறக்கும்பொழுது இருந்ததை விடத் தற்போது இளமையுடனும், பிரகாசமாகவும் காணப்பட்டாள். இருவரும் உளம் கனிந்து உவகையுடன் தழுவிக்கொண்டனர்.

"நீ எப்படி இருக்கிறாய். நான் உன்னை தவறிவிட்டேன்."

தாய் கூறினாள், "என் மறுமை அபூர்வமாக இருக்கிறது. சூரியன் எப்பொழுதும் ஆன்மீகப் பரிமாணத்தில் பிரகாசித்துக்கொண்டே இருக்கிறது, தெரியுமா உனக்கு?"

"என்னை வழிகாட்ட வந்திருக்கிறாய், இல்லையா?"

தாய் பதிலளித்தாள், "நீ தயாராகாதவரை இல்லை."

"முதிய ஆத்மாவுக்கு உன்னை அறிமுகம் செய்து வைக்கிறேன் வா."

தாய், தெரிந்தது போல் முதிய ஆத்மாவை நோக்கி, கண் சிமிட்டியபடி கூறினாள், "விபத்து நேரத்தில் நீ ரிக்கியுடன் இருந்தது அதிர்ஷ்டவசமானது."

முதிய ஆத்மா புன்னகைத்து, "நல்லது, நான் தூரத்தில் இருந்ததே இல்லை, தெரியுமா உனக்கு."

ரிக்கி பரிந்துரைத்தான், "என் உடல் எப்படியிருக்கிறது என போய் பார்ப்போம்."

அங்கிருந்து அவர்கள் மிதந்து அவசர சிகிச்சை அறைக்குச்சென்றனர். ஜான் படுக்கைக்கு பக்கத்தில் அவன் கையை பிடித்து அமர்ந்திருந்தான். அவன் அழுது சோர்வடைந்திருந்தான்.

முதிய ஆத்மா கூறியது, "நாம் ஏன் பூமியில் அவதரிக்கிறோம் என்பதை இப்பொழுது சற்று நன்றாக புரிந்துகொள்வாய். இவ்விதமான உணர்வுகளை

நாம் ஆன்மீகப் பரிமாணத்தில் அனுபவிக்க இயலாது. அவைகளைப்பற்றி கற்றுக்கொள்ளும் ஒரேவழி, உடலைக்கொண்டு, அனுபவங்களால் அதை பூமியில் உண்டாக்குவதுதான். ஒரு தடவை இதை செய்துவிட்டால், நீ எப்பொழுதும் உன் கடந்த வாழ்விற்கு சென்று முழு தாக்கத்துடன் அந்த உணர்வில் வாழலாம். மேலும் வாழ்நாளில் நீ அடைந்த ஒவ்வொரு அனுபவத்தின் விவரங்களையும் ஆராயலாம். இது விண் வழியில் வெற்றுத் தளம் போன்றது. ஒரு குறிப்பிட்ட வாழ்நாளின் செயல்திட்டம் இயக்கப்பட்டதும், நீ அதற்குள் அந்த வாழ்நாளில் எந்த நேரத்திலாவது அடிவைத்து, உள் சென்று, அந்த அனுபவத்தை நீ அங்கே மீண்டும் இருப்பதுபோல் அனுபவிக்கலாம். அதே சமயம், நீ அதை உண்டாக்கும் பொழுது, உன்னைப்பற்றி எதை கற்றுக்கொள்ள முயற்சித்தாய் என்பதை முழுவதுமாக அறிந்து கொள்ளலாம்."

"ஆமாம், அதை நான் மிக தெளிவாக இப்பொழுது பார்க்கிறேன்."

"நீ ஏன் பல அவதாரங்களை பூமியில் தரிக்க வேண்டியிருந்தது என்பதை பார்க்கலாம். ஒவ்வொரு அவதாரத்திலும் வெவ்வேறு அம்சங்களின் மேல் கவனம் செலுத்துகிறாய். இது DVD தட்டுகளின் சேகரிப்பைப்போல் வைத்துக்கொண்டு, பின்பு வேண்டும் பொழுது நீ கண்டு கொள்ளலாம். சாத்தியமான ஒவ்வொரு அனுபவத்தையும் பெரும் அளவிற்கு உன் வாழ்க்கையை நீ அமைத்துக்கொள்கிறாய். சாத்தியமான உணர்வுபூர்வ அனுபவங்கள் நடைமுறையில் எல்லையற்றவை. அவை நீ அவதரிக்கும் கலாச்சாரம், உன் பாலினம், கல்வி, வருமானம், மேலும் எந்தவிதமான பாத்திரங்களில் நீயும் உன் நண்பர்களும் எந்த அவதாரத்தில் நடிக்க ஒப்புக்கொண்டீர்களோ, அவை அனைத்தையும் பொருத்திருக்கின்றன."

"நான் எப்பொழுதும் என் நண்பர்களுடன்தான் அவதரிக்கின்றேனா?"

"ஆமாம், பெரும்பாலும். உன் நண்பர்களின் ஒரு பெரிய குழு ஆன்மீகப் பரிமாணத்தில் உன்னிடம் உள்ளது. அவதரிக்கும் முன், நீங்கள், அனைவரும் உங்கள் அவதாரங்களின் நோக்கம் என்ன, யார் மற்றவருடைய வாழ்வில் எந்த பாத்திரம் மேற்கொள்வார் என்ற விவரங்களை விவாதிக்கின்றனர். உதாரணத்திற்கு உன் நண்பர்களில் ஒருவனுக்கு ஒரு வாழ்நாளில் நீ பெற்றோராக இருப்பாய். மறுஆயுள் காலத்தில் பாத்திரத்தை மாற்றியமைத்து, நீ அவர்களுக்கு பிள்ளையாய் இருப்பாய். அல்லது நீங்கள் முறைப்படி அடுத்தடுத்த ஆயுள் காலங்களில் உணர்பூர்வ விளைவுகளின் அனுபவத்தை கண்டுபிடிக்க, ஒருவருக்கொருவர் நிலைகுலைத்து, தீங்கிழைத்துக்கொள்வீர்."

"நான் அதை விரும்புகிறேன். மன அழுத்தத்தைப்பற்றிக் கூறும்பொழுது, இதைப்பற்றியும் சிறிது ஆன்மீக அளவில் இயங்கி வளர ஒவ்வொருவரும்

வேறுபட்ட உணர்வுபூர்வ அனுபவங்களை கொள்வது அவசியம், எனக் கூறியது ஞாபகம் இருக்கிறது. "

"ஆமாம், நீ விரும்பும் அத்தனை அனுபவங்களையும் அடைந்து முடிக்கும் வரை, இனி இதேமாதிரி தொடர்ந்து வெவ்வேறு அவதாரங்களை மேற்கொள்."

"ஒரு தடவை ஐஸ்லாந்தில் விவசாயியாக 1100 AD யிலும், 1800-ல் வட அமெரிக்க இந்தியனாகவும், மனவளர்ச்சியற்ற சிறுவனாக 1700-லும், மற்றும் போலாந்து யூதனாக 1930-லும் எனக்கு ஆயுள் காலங்கள் இருந்ததாக நீ கூறியிருந்தது எனக்கு ஞாபகம் இருக்கிறது."

"ஆமாம், இன்னும் நிறைய இருக்கின்றன. நீ விரும்பும் அத்தனை அனுபவங்களையும் அடைந்தபின், போதுமான அளவு இயங்கி வளர்ந்துவிட்டு ஆன்மீகப் பரிமாணத்தில் மேல்நிலையை அடைவாய். அங்கே உனக்கு வேறுபட்ட அனுபவங்கள் கிடைக்கும்."

"எந்த மாதிரி வேறுபட்ட அனுபவங்கள்?"

"இவை எல்லையற்றவை. உதாரணத்திற்கு, நீ முன்னோர் (மூத்தவர்) சபையில் அமர்ந்து உயிர்கள் தன் அவதாரத்தை முடித்து திரும்பியவுடன், அவர் அடைந்த அனுபவங்களை மதிப்பீடு செய்யலாம். நீ, அவதரிக்கப் போகும் உயிர்களுக்கு வழிகாட்டியாகவும், நான் உன்னுடன் இருப்பது போல், ஒரு பைல்ஜாவாகவும் (Fylgja) இருக்கலாம். தொலைந்து போய், அவதாரம் முடித்து திரும்பி வராத உயிர்களை அல்லது உயிர் துணுக்குகளை, மீட்கும் பணி செய்யலாம். உயிர்களின் அடுத்த அவதாரத்திற்கு முன், அவர்களைத் தயார் செய்ய உதவி செய்யலாம். பூமியின் மீது அவதரிக்கும் முன் உலகம் சாராப் பரிமாணத்தில் புதியதாகப் பிறந்த உயர்-ஆத்மாக்களைப் பேணி வளர்ப்பதில் ஆரம்பத்தில் வழி காட்டியாக இருக்கலாம். நீ புதிய உலகங்களை வடிவமைக்கவும், வேறு பரிமாணங்களில் புதிய வாழ்க்கை உருவங்களை உண்டாக்கவும், வேலை செய்யலாம். பட்டியல் முடிவற்றது."

ரிக்கி அதிசயத்தில், "நான் ஒரு போதும் கற்பனை செய்து கூடப் பார்க்கவில்லை."

தாய் ரிக்கியின் உடலைக் கண்டு சொன்னாள், "ரிக்கி உன்னுடைய உடல் சிறிது நேரம் ஆழ் மயக்கத்தில் இருக்கும் போல் தெரிகிறது. மிகவும் பழுதடைந்து விட்டதாகத் தோன்றுகிறது. நீ தலையை மோதியதால், உன் மூளை பழுதடைந்து இருக்கிறது."

"அது நல்ல செய்தியாக தெரியவில்லையே, இந்த விபத்திலிருந்து நான் மீண்டாலும், மன வளர்ச்சியடையாதவன் போல் ஆகிவிடுவேனோ என வியப்படைகிறேன்."

அவனுடைய வார்த்தைகளை கவனித்துக்கொண்டிருந்த முதிய ஆத்மா, அவன் முடிவுகளைக் கவராமல் கூறியது, "உனக்கு சிறிது மன ரீதியான கஷ்டங்கள் இருக்கிற மாதிரி தோன்றலாம்."

"என் கடந்த வாழ்க்கையில் ஏற்கனவே குறைந்த வாழ்நாளைக் கொண்டு மன வளர்ச்சியற்று இருந்தேன். குறிப்பாக நீ ஒரு தடவை, நான் அந்த வாழ்நாளின் எல்லா பிரச்சினைகளையும் பரிசீலிக்கவில்லை எனக் கூறியதிலிருந்து. அந்த மாதிரி இன்னொரு வாழ்க்கைக்கு நான் தயார் என நினைக்கவில்லை."

"இது வேறு விதமாக இருக்கும். உனக்கு அறிவுத்திறன் இருக்கும். ஆனால், மூளை சரியாக வேலை செய்யாது. பேசக் கடினமாக இருக்கும், வலது பக்கம் உன் உடல் முடங்கிவிடும். சில வருடங்களுக்கு நீ அதை அனுபவிக்க நினைத்தால், இது கற்றுக்கொள்வதற்கான ஒரு சிறந்த வாய்ப்பு."

"நான் என்ன செய்வது என்று எனக்குத் தெரியவில்லை. ஜானி என்னை கவனிப்பதைவிட அவனது மீதமுள்ள வாழ்வில் செய்வதற்கு மற்ற நல்ல காரியங்கள் உள்ளன."

முதிய ஆத்மா தாயிடம் கூறியது, "நீ ஏன் இல்லத்திற்கு அழைத்துப்போய், முன்னோர்கள் (மூத்தவர்) சபை கூடி இருக்கிறதா எனப் பார்க்கக்கூடாது? இந்த நிலையில் அவர்கள் எங்களுக்கு உதவக்கூடும்."

தாய், ரிக்கியிடக் கூறினாள், "சரி, என் கையை பிடித்துக்கொள். நான் உன்னை ஒளியைத் தாண்டி கொண்டுசெல்கிறேன்."

அந்த நேரம், ரிக்கியும் அவன் தாயும் உயரே, ஆகாயத்தில் கண்ணுக்கு புலப்படாத ஒரு சக்தி அவர்களை இழுக்க, இருவரும் மேலே எழும்ப ஆரம்பித்தனர்.

ரிக்கி சுற்றும் முற்றும் பார்த்துக் கூறினான், "என்னால் முழு நகரமும், அதன் சுற்றுப்புறமும் இங்கிருந்து காண முடிகிறதே."

தாய் கூறினாள், "மேலே பார்."

"பிரகாசமான ஒளி தெரிகிறதே."

அந்த நேரம், ஒரு அழகான, அமைதியான ஒளி அவர்களை போர்த்திக்கொண்டது. ரிக்கி மெய்மறந்த பரவசத்தில் எதிர்ப்பார்ப்புடன் களிப்படைந்தான். மேலே தூரத்தில் ஏதோ தெரிந்தது, ஆனால் அதை அவனால் விளங்கிக்கொள்ள இயலவில்லை. மின்னல் வேகத்தில் சக்தி அவர்களை உந்தி தள்ளிக்கொண்டிருந்தது. திடீர் என வேகம் குறைந்து, மெதுவாக இருண்ட அண்டத்தில் அலைகழிக்கப்பட்டு சென்றனர். அங்கே சிறியதும் பெரியதுமாக, பிரகாசமான கோளங்கள் கொத்து கொத்தாக கண்ணுக்கு எட்டிய தூரம் வரை தெரிந்து கொண்டிருந்தன.

தாய் கூறினாள், "இதோ, நாம் வந்து விட்டோம், இல்லத்திற்கு, நல்வரவு."

"நான் முதிய ஆத்மாவை சந்திக்க ஹீதர் ஹில்லுக்குள் சென்றதை இது ஞாபகப்படுத்துகிறது."

தாய் கூறினாள், "ஆமாம், இது ஆன்மீகப் பிரபஞ்சம். இதுவரை உனக்கு பழக்கப்பட்டதாகத் தெரிகிறதா?"

'நான் இங்கே முன்பு வந்த மாதிரி உணர்கிறேன்."

"நினைவுகள் சீக்கிரமே மீட்டெடுக்கப்படும். கோளங்களின் கொத்துகளை தூரத்தில் பார்த்தாயா. அந்தப்பக்கம் உன் நண்பர்கள் உன் வருகைக்காக காத்திருக்கின்றனர். நான் சில விஷயங்களை கவனித்தாக வேண்டும். சிறிது நேரம் கழித்து உன்னை சந்திக்கிறேன்."

ரிக்கி இந்த இடத்தை ஹீதர் ஹில்லுக்குள் முதிய ஆத்மாவின் ஆய்வுக்குள் அமர்ந்திருக்கும் பொழுது கண்டிருக்கிறான். ஆனால், இப்பொழுது அவன் தானே உந்தி முன்னுக்குச்சென்று சிறு கோளங்களின் கிராமங்களாக தோன்றியவைகளை அணுகி, ஒளிரும் கொத்துக்களுக்கு அருகாமையில் சென்றதும், திடீர் எனத் தன்னை ஒரு பெரிய கூடத்தில் ஒரு நீண்ட மேஜையின் பின்னால் ஐந்து தனிப்பட்டோர் அமர்ந்தபடி இருந்த இடத்தில் கண்டான். முதிய ஆத்மா கூடத்திற்கு ஏற்கனவே வந்து அவனுக்குப்பின்னால் சிறிது இடப்பக்கம் நகர்ந்து நின்று கொண்டிருந்தது. ரிக்கி இதுதான் மூத்தவர்களின் சபை என்பதை அறிந்து கொண்டான். மேலும், அவர்கள் அவனை எதிர்பார்த்துக்கொண்டிருந்தது அவனுக்குத் தெரியவந்தது. அவர்கள் அங்கி அணிந்திருந்தனர். அனைவரும் கழுத்தில் வித்தியாசமான பதக்கங்களை அணிந்திருந்தனர். அவர்கள் அனைவரும் பலதரப்பட்ட வண்ண சக்தி-வெளிகளால் ஒளிர்ந்து கொண்டிருந்தனர். மத்தியில் அமர்ந்திருந்தவன், ரிக்கியிடம் முதலில் பேசினான். வார்த்தைகள் பேசப்படவில்லை. உரையாடல் தொடர்பு தொலையுணர்வாக இருந்தது. மூத்தவர் கூறினார், "இல்லத்திற்கு நல்வரவு ரிக்கி, உன்னுடைய இந்த சமீப ஆயுள்காலத்தில் நீ நன்றாக செய்திருக்கிறாய்."

ரிக்கி கூறினான், "சரி, என் உடல் விபத்தில் மோசமாக காயப்பட்டுள்ளது. இது இப்பொழுது ஆழ் மயக்கத்தில் இருக்கிறது. அது சிதைந்து போன மாதிரி தோன்றுவதால், அதில் நான் குடிகொள்வேனா என்பது நிச்சயமற்றதாக உள்ளது."

மூத்தவர் அவர்களுக்குள் ஏதோ பேசிக்கொண்ட மாதிரி இருந்தது. பிறகு, மத்தியில் அமர்ந்திருந்தவன் மீண்டும் ரிக்கியிடம் கூறினான், "இது உன் வாழ்க்கையின் ஆய்வுக்காக கூட்டிய கூட்டம் இல்லை. இந்த சூழ்நிலைகளில் சாதாரணமாக, அது நடக்கக்கூடியதுதான். நாம் பொறுத்திருந்து அதை வேறு நேரத்தில் செய்வோம். அதற்குப் பதிலாக இந்தக் கூட்டம், ஒரு கொண்டாட்டம் ஆகும். உன் உயர்-ஆத்மாவை சந்திக்கும் ஒரு வாய்ப்பு. இப்பொழுது நடக்கட்டும்." சபையின் மூத்தவர் கையை விரித்து சைகை செய்ய, முதிய ஆத்மா அடி எடுத்து வைத்து முன்னே வந்தது. உடனே ரிக்கி அவனே முதிய ஆத்மாவாக இருந்தான் என்று அடையாளம் கண்டு கொண்டான். அவனுடைய உயர்-ஆத்மா தான் முதிய ஆத்மா. அவனே அவனுடைய வழிகாட்டியாக வாழ்நாள் முழுவதும் இருந்திருக்கிறான்.

ரிக்கி பேச்சு மூச்சு இல்லாமல், வாயடைத்துப்போனான். ஆனந்தக்கண்ணீரோடு முதிய ஆத்மாவின் பக்கம் திரும்பி தழுவிக்கொண்டான். சிறிது தழுவலுக்குப்பின் முதிய ஆத்மா மகிழ்சியில் கைதட்டிக் கூறியது, "இப்பொழுது பார், நாம் ஒன்றுதான், இருப்பினும், ஒன்றாக இல்லை!"

அவதாரத்திற்கு முன் அவன் முதிய ஆத்மாவுடன் விவாதித்த சில நினைவுகள் ரிக்கியின் நினைவு நிலையில் செலுத்தப்பட்ட பின், முதிய ஆத்மா சொல்லிக்கொண்டிருந்ததை சரியாகப் புரிந்து கொண்டான். முதிய ஆத்மா எப்படி டஜன் கணக்கான உயிர்களை பல நூற்றாண்டுகளாக உண்டாக்கிக்கொண்டிருந்தது என்பதை இப்பொழுது புரிந்து கொண்டான். மேலும் அவன் ஒவ்வொன்றின் ஒரு பகுதியாக இருந்தும் - இல்லாமலும் இருந்தான்.

மூத்தவர் தொடர்ந்து கூறினர், "பொதுவாக இந்நேரம் நீ உன் உயர்-ஆத்மாவுடன் இணைந்து ஒன்றுபடுவாய். இருப்பினும், உன் தனித்தன்மையை தக்கவைத்துக்கொள்வாய். அவன் அனுப்பி வைத்த அத்தனை உயிர்களிலும், நீ சிலவற்றை உன் சொந்த கடந்த ஆயுள் காலங்களாக அறிந்து கொண்டாய். ஆனால், நீ நேரத்தோடு இங்கே வந்திருப்பதால், நாம் உனக்கு ஒரு வாய்ப்பை நீடித்து, உன்னை உன் உடலுக்குள் திரும்பிச்செல்ல வேண்டும் என விரும்புகிறோம். காயப்பட்ட உன் உடலை நாம் பழுது பார்த்து, செப்பனிட உதவி செய்வோம். மேலும், இன்று வரை முதிய ஆத்மாவாக நீ அறிந்திருந்தது தான் உன் உயர்-ஆத்மா என அறிந்து, இன்று முதல் ஹீதர் ஹில்லுக்கு போகாமல், தேவைப்படும் பொழுது அவனிடம் கனவில் நீ தாராளமாக உரையாட முடியும்."

ரிக்கி பதிலளித்தான், "நன்றி உனக்கு, அது மிகவும் அற்புதமாக இருக்கும். என் உடல் நல்லமுறையில் செயல்படுமானால், நான் சிலஆண்டுகள் கூடுதலாக என் வாழ்க்கையில் கொள்ள நன்றியுள்ளவனாக இருப்பேன்."

அந்த நேரத்தில் ஒரு துவாரம் சபை கூடத்தில் தோன்றி, அதன் வழியாக ஆஸ்பத்திரி படுக்கையில் ரிக்கியின் உடல் கிடப்பதைக் கண்டான். சபை மூத்தவர்கள் பிரார்த்தனையில் ஒன்றுசேர்ந்து குணமாக்கும் சக்தியை உடலை நோக்கி செலுத்தினர். ரிக்கி, அவனுடைய முக்கிய உறுப்புகள் சாதாரண நிலைக்கு திரும்புவதைக் கண்டான்.

மூத்தவர் கூறினார், "நேரம் வந்துவிட்டது, ரிக்கி, துவாரத்தில் காலடி எடுத்து வைத்து உன் உடலுடன் சேர்ந்துவிடு. உன் உயிர் அதன் வரம்புக்குள் பாதுகாக்கப்பட்டதும், நாங்கள் வேலையை முடித்து விடுகிறோம்."

ரிக்கி சூழலுக்குள் காலடி வைத்தவுடன், ஒரு கணத்தில் தனக்குப் பழக்கப்பட்ட உடலுக்குள் அடைக்கலம் கொண்டதை அறிந்து, உடனே மயக்கம் தெளிந்து வலியுடன், ஆனால், முழு விழிப்புடன் கண் முழித்தான். இது மரணத்தின் நெருங்கிய அனுபவம். அதனால், இருத்தலின் அனைத்து நடுக்கங்களும் ஒரு கணத்தில் மறைந்துவிட்டன.

பிரார்த்தனையும் பொறுப்பும்

காயங்களிலிருந்து குணமடைய ரிக்கிக்கு நீண்ட நாட்கள் பிடிக்கவில்லை. ஹீதர் ஹில்லில் முதல் முறையாக முதிய ஆத்மாவை சந்தித்த நேரம், உண்மையில் அது அவனுடைய உயர்-ஆத்மாவாக அத்தனை நேரமும் இருந்த போதிலும், ஏன் அவனுடைய பைல்ஜாவாக (fylgja) இருக்கும் என கூறியது என்று நினைத்து ரிக்கி வியந்து கொண்டிருந்தான். மரணத்தை நெருங்கிய அனுபவத்தின் பொழுது ஏற்பட்ட பல நிகழ்ச்சிகளின் நினைவை, முதிய ஆத்மா தான் அவனுடைய உயர்-ஆத்மா என மூத்தவர் சபையில் அறிவித்ததை சேர்த்து அவன் நினைவில் கொண்டிருந்தாலும், ஏன் முதிய ஆத்மாவுடன் அவனுடைய உறவு ஒரு இரகசியமாக வைக்கப்பட்டிருந்தது என்பதற்கு விளக்கம் பெற்றதாக அவனுக்கு நினைவில்லை. இது ரிக்கிக்கு கவலை ஏற்படுத்தியது. "முதிய ஆத்மா உண்மையில் என்னிடம் பொய் கூறியதா? அப்படியானால், அது ஏன் அப்படி செய்தது?"

மரணத்திற்கு நெருங்கிய அனுபவத்தைத் தொடர்ந்து, தெளிவான கனவுகளை ரிக்கி அனுபவித்தான். அதில் முதிய ஆத்மா தோன்றி அவனுக்கு சில நுண்ணறிவு விஷயங்களை அறிவித்தது. இந்தக் கனவுகளில் ஒன்றில் முதிய ஆத்மா தோன்றி, பொறுப்பு மற்றும், பெரும் சுமையான பொறுப்பு,

சில நேரம் ஒரு நபர் மீது வாழ் நாளில் சுமத்தப்படுவதைப் பற்றி விவாதம் ஏற்பட்டது. அந்த நேரத்தில் ரிக்கிவுக்கு தினசரி பிரச்சினைகளான, குவிக்கப்பட்ட கடன்கள், தாமதிக்கப்பட்ட வரி, நண்பர்களுக்கு கொடுத்த நிறைவேறாத வாக்குறுதிகள் மற்றும் குடும்பத்திற்கு செய்ய வேண்டிய கடமைகள் ஆகியவை பெரும் சுமையாகிவிட்டன.

உரையாடலின் பொழுது ரிக்கி ஒரு நேரம் முதிய ஆத்மாவிடம் கேட்டான், "இந்த இறுக்கமான நேரத்தில் உதவிக்கு நான் பிரார்த்திக்க வேண்டுமானால், யார் என்னுடைய பிரார்த்தனையை கேட்பார்?"

முதிய ஆத்மா சிறிது யோசித்து பதிலளித்தது, "ஒரு பிரார்த்தனை யாருக்காக செய்யப்பட்டதோ, அது அவரால் தழுவப்பட்டு, பாராட்டப்படுகிறது என்ற முன்னுரையுடன் என் பதிலை ஆரம்பிக்கிறேன். நீ ஒருவருக்காக பிரார்த்திக்கும் பொழுது அவர் மீது ஒரு குறிப்பிட்ட விளைவு உண்டாகிறது என்பதை அறிந்து கொள்ள வேண்டும்.

உனக்கே உதவி கேட்டு செய்யப்படும் ஒரு பிரார்த்தனை, எப்படியும் ஒரு சிக்கலான விவகாரம். ஏனெனில் நான் முன்பு விளக்கியது போல், உன் வாழ்க்கைக்கும், நீ இருக்கும் சூழ்நிலைகளுக்கும் நீயே முழு பொறுப்பாளியாவாய். நீ உன்னைக்காணும் இக்கட்டான நிலைகளின் காரணத்தை நீ கண்டுகொள்ள இயலாது என எனக்குத்தெரியும், ஆனால், நீ அவற்றை என் சாதகமான நிலையிலிருந்து இங்கே, ஆன்மீகப் பரிமாணத்திலிருந்து நோக்கினால், நீ ஏன் இந்த அனுபவங்களை அடைய தேர்ந்தெடுத்தாய் என்பதை சரியாகப் புரிந்து கொள்வாய்.

தம்மையே உதவிக்கொள்வோரைதான் இறைவன் உதவுவான்' என்ற கூற்றுக்கு சந்தேகமின்றி நீ பழக்கப்பட்டவன்தானே?"

"ரிக்கி தயக்கத்துடன் பதிலளித்தான், "ஆமாம்."

"இதற்கு காரணம் என்னவென்றால், உன் இக்கட்டான நிலைக்கு நீயே பொறுப்பானதால், அதை தீர்க்க நீயே வழியைக் கண்டு, அந்த அனுபவத்திலிருந்து கற்றுக்கொண்டு, முன்னேற வேன்டியது உன்னுடைய வேலை.

ஆனால், நீ பிரார்த்திக்கும் பொழுது அதை நான் கேட்கிறேன்."

"ஆனால் நீ என் உயர்-ஆத்மாதான், கடவுள் இல்லையே!"

இப்பொழுது ரிக்கிக்கு முதிய ஆத்மா தன் உயர்-ஆத்மாவாக இருக்கும் பொழுது, அது ஏன் அவனுடைய பைல்ஜாவாக (fylgja) இருக்க ஒப்புக்கொண்டது என கேட்கும் சரியான தருணமாக தோன்றியது.

முதிய ஆத்மா உடனே ரிக்கியின் நினைவுகளை அறிந்து கொண்டது. புன்னகைத்து, அது பதிலளித்தது, "ஒருநாள் நீ இந்த கேள்வியை என்னிடம் கேட்பாய் என விதியாக்கப்பட்டிருக்கிறது. நீ ஆன்மீகப் பரிமாணத்தை விட்டு வரும் முன் நமக்குள் ஒரு ஏற்பாடு இருந்தது. அதில், நீ என்னுடன் தொடர்பு கொள்ளும் வாய்ப்பு பெறுவாய், நீ பன்னிரண்டு வயது முதல் கொண்டு என்னுடன் உரையாடியது போல், ஆனால், எங்களுக்குள் உள்ள உறவை உன் பிந்திய வாழ்நாள் வரை உனக்குத் தெரியவராது."

"ஏற்பாடு இருந்ததா, அது எனக்கு ஞாபகம் இல்லை."

"நாம் முன்கூட்டியே, நேரம் வரும் பொழுது உன்னுடைய பைல்ஜாவாக (fylgja) இருக்க நீ என்னை கேட்பாய், அந்த நேரம் உன் வாழ்க்கையில், ஆன்மீகப் பரிமாணத்தில் உன் இருத்தலைப் பற்றி அறியும் வாய்ப்பு உனக்கு இருக்காது என்றும் நாம் அறிவோம். இருப்பினும், நீ பைல்கர்களின் (fylgur) இருப்பு உண்டு என்பதை, ஐஸ்லாந்தின் கிராமப்புற வில்லு பாட்டுகளிலும், அவை இளைஞர்களிலும் பொதுவாக காணப்பட்டு, அத்துடன், நீ பழக்கப்பட்டிருப்பாய் என்றும் நாம் அறிவோம். ஆகவே, நாம் நம் உறவை அந்த பணிச்சட்டத்தில் பொருத்திக்கொண்டோம்."

பலவருடங்களுக்கு முன் நடந்த ஆரம்ப நிலை சந்திப்பை ரிக்கி நினைத்து பார்க்கும் பொழுது, முதிய ஆத்மா கூறியது சரியாக இருந்ததை அறிந்து கொண்டான்.

"அந்த நேரத்தில், அதை நீ புரிந்துகொள்ள முடிந்திருக்காது. நீ உன்னுடனேயே பேசிக்கொண்டிருப்பதாக -- என்னுடன், அதாவது உன் உயர்-ஆத்மாவுடன் -- இதை உன்னால் அறிந்து கொள்ள சங்கடமாக இருந்திருக்கும்.

இப்பொழுது நாம் இருவரும் ஒரே மூலத்தை சேர்ந்தவர் என உனக்குதெரியும், நீயும் நானும் ஒன்று, இருப்பினும், நாம் அப்படியில்லை. உன்னுடனான என் உறவு, நான் என் உயர்-ஆத்மாவுடன் கொண்ட உறவுக்கு ஒப்பானதாகும். இந்த உறவுமுறை அவனுடைய உயர்-ஆத்மாவுடன் கொண்ட உறவு முறைக்கு ஒப்பானதாக, அப்படியே ஒரு கூம்பக கோபுர வடிவத்தில் (pyramid) ஆன்மீக கோபுரம் போல் இருக்கும். இறுதியில் எல்லா உயிர்களும் ஒன்றே. அந்த அர்த்தத்தில் எல்லா உயிர்களும் தொடர்புள்ளவை. அத்தனையும் ஒரே மூலத்திலிருந்து கிளம்பிய சந்ததியாவர்."

நாம் மதமும் தியானமுமின்றி வாழ முடியும்
ஆனால், மனித நேயமின்றி பிழைக்க முடியாது
தலாய் லாமா

ரிக்கி பிறகு ஆர்வத்துடன் கேட்டான், "அப்படி என்றால் அது கடவுளா, இறுதியிலுள்ள உயர்-ஆத்மா தான் கடவுளா?"

"மேலை நாடுகளைச் சார்ந்த மதங்கள் (அதாவது, ஜுதாயிஸம், கிறிஸ்துவம், இஸ்லாம்), உன் கேள்வி குறிப்பதைப்போல் மனித சுபாவத்தில் கடவுளைப் பரிந்துரைக்கின்றன. ஆனால், அப்படிப்பட்ட கடவுள் கிடையாது. தெளிவற்ற உணர்வுள்ள மனித சுபாவம் கொண்ட கடவுள் இல்லை. பேரழிவுகள், நோய்கள், கெட்ட நிகழ்ச்சிகள் ஆகியவற்றை உண்டாக்கும் கடவுள் இல்லை. நீ உன் வெளி-ஆணவத்தின் கண்ணோட்டத்தோடு கற்பனை செய்ய விரும்பும் சர்வ வல்லமை படைத்த கடவுள் இல்லை. மனிதனால், உண்டாக்கப்பட்ட மதங்கள் சர்வ வல்ல கடவுளை உண்டாக்கியுள்ளன."

முதிய ஆத்மா, தெளிவற்ற உணர்வுள்ள, மனிதனைப்போல் சுபாவத்தை உள்ள கடவுள் இல்லை என சொல்லியதை கேட்டு ரிக்கிக்கு பரபரப்பான உணர்வு ஏற்பட்டு தன்னைத்தானே கேட்டுக்கொண்டான், "ஏன் எனக்கு இந்த கருத்துடன் கஷ்டமாக உள்ளது?" பிறகு, தன்னை சோகமானவனாகவும், ஏமாற்றப்பட்டவனாகவும், நாசமாக்கப்பட்டவனாகவும் உணர்வதை அறிந்து, அதிர்ச்சியடைந்தான்.

முதிய ஆத்மா உடனே அவன் உணர்வுகளை பற்றிக் கொண்டு கூறியது, "நான் உனக்கு கலாச்சார புராணங்களைப் பற்றி சில நாள் முன்பு கூறியது நினைவிருக்கிறதா?

ஒருவனுடைய கலாச்சார புராணம், ஒரு சவாலை எதிர்கொண்டால் என்னவாகுமோ, அதே மாதிரிதான் உன் உணர்வுபூர்வ எதிர்வினைகளும் இருக்கின்றன. முதல் எதிர்வினை அதைப் பாதுகாப்பது, இப்பொழுது நீ செய்வதைப்போல். எங்கள் உரையாடல் இருந்தபோதிலும், உன் சிறு வயதிலிருந்து போதிக்கப்பட்ட இந்த புராணத்தினால் இன்றும் சிறிது பாதிக்கப்பட்டுள்ளாய். மற்ற அனைத்து கலாச்சாரங்களின் புராணங்களைப் போலவே நீ இந்தக் கடவுளையும், மனித பாங்குள்ளவனாக்கும் புராணத்தையும் கேள்வியில்லாமல் ஏற்றுக்கொண்டாய். இந்த புராணம், பிறகு வாழ்க்கையின் ஒரு வழியாக கேள்வியில்லாமல், உலகில் இயற்கையானது என அனுமானித்துக்கொள்கிறாய்."

"ஒரு கலாச்சார புராணம், இவ்வளவு நுட்பமானதாகவும், சக்தி வாய்ந்ததாகவும் இருக்கும் என்பதை நான் உணரவேயில்லை. உன்னுடன் நான் மேற்கொண்ட உரையாடல், நீ கற்றுக்கொடுத்தவைகளின் மீது இத்தனை வருடங்கள் என் நம்பிக்கையும், உடன்பாடும் இருந்த போதிலும், என் சிதறிய உணர்வுகள், சிறுவயது நம்பிக்கைகள் எனக்குள் எங்கேயோ ஆழமாக மறைந்திருப்பதை இப்பொழுது நடந்த உணர்வு எதிர்வினை விளைவு வரையில், எனக்கு தெரியவில்லை. நான் அதை நினைத்து, உன் விமர்சனத்தால், எதிர்கொள்ளாத வரை, அது மேல் மட்டத்திற்கு வரவில்லை."

"பின்னால் கிடக்கும் சிதைக்கப்பட்ட உண்மைகளை பார்ப்பதற்கு எதிர்கொள்ள இயலாமல், கலாச்சாரப் புராணங்களை பாதுகாப்பதற்காக போருக்கு போகும் மக்களின் மனதை எரியூட்டும் உற்சாகத்திற்குள் ஒரு பார்வை உன் உணர்வுகளின் எதிர்வினையைக் கொடுக்கிறது.

உன் கடவுளின் உருவத்தைப்பற்றிய கருத்தில், நீ உணர்வதை நான் அறிகிறேன். ஆனால், சொல்ல வருத்தப்படுகிறேன், நீ கற்றுக்கொடுக்கப்பட்டதைப்போல், அப்படி ஒன்றும் மனிதப் பாங்கான கடவுள் கிடையாது.

கடவுளின் விஸ்தீரணம் மிகமிகப் பெரியது. அப்படியிருக்கும் பொழுது, உன்னை தெய்வீகத்தோடு ஒரு பக்கம் அதிகத் தனிமையாகவும், குறைந்த நெருக்கத்துடனும் அது உன்னை உணரச்செய்யும். நீ உண்மையில் கனவு கண்டதைவிட, மனித இனத்துடன் அதிக அளவில் நெருக்கத்துடன் இருக்கிறாய். கடவுள் எல்லையற்ற அதிக விஸ்தரிப்பு கொண்டவன், கடவுளைப்பற்றி உன் ஞாயிற்றுக்கிழமை பள்ளிக்கூடத்தின் சர்ச்சில் கற்றுக்கொடுக்கப்பட்டதை விட இன்னும் அதிகமாக உள்ளது."

ரிக்கி அவன் சொந்த உணர்பூர்வ எதிர்வினையால் சிறிது குழப்பமடைந்தது போல் உணர்ந்தான். ஏனெனில், முதிய ஆத்மா என்ன சொல்கிறது என்பதை அவன் அறிந்திருந்து, மனப்பூர்வமாக அதனுடைய ஆன்மீக / இருத்தலியல் கருத்துக்களோடு உடன்பட்டிருந்தான். ஆனால், இவ்வளவு நேராக யாரும் இதுவரை அவனிடம் கூறியதில்லை. இந்த புராணம் அவனுக்கு எங்கேயோ உப-நனவு நிலையில் புதைந்திருந்து, வெளியே வராமல், இன்றுவரை, சவாலை எதிர்கொள்ளும் வரை இருந்திருக்கிறது.

"நான் எண்ணற்ற நிகழ்ச்சிகளின் போது உன்னிடம் பரிந்துரைத்தது போல், 'எல்லாம் அதுவே' தான் கடவுள் என கூறுவது சரியாக இருக்கும். 'எல்லாம் அதுவே' எங்கும் நிறைந்திருக்கும், சர்வ வல்லமை படைத்த, எல்லாம் அறிந்த, நனவு நிலை. எல்லாம் அதுவே, அகிலம் முழுவதும் அதிலுள்ள ஒவ்வொருவனும், ஒவ்வொரு பொருளும், அதை தாண்டியும், தனக்குள் அடக்கியுள்ளது. இது மிகப்பெரிய நனவு நிலையின் கடல். தனிச்சிறப்புள்ள அன்பினால் ஊக்குவிக்கப்பட்ட, உலகில் நீ உணரும் அன்பைப்போல் அல்லாமல் ஆன்மீகப் பரிமாணத்தில், நீ அனுபவிக்கும் அன்பின் தரமானது, தெளிவாகச் சூழ்ந்து உணரக்கூடியது. இது படர்ந்திருக்கும் மனப்பூர்வமான ரசம், மிக தெய்வீகமானது. எல்லாம் அதுவே = கடவுள் = அன்பு, அல்லது, அன்பு = கடவுள் = எல்லாம் அதுவே, அல்லது ஏதாவது ஒருங்கிணைந்தது என்று நீ சொன்னாலும் அது சரியானதுதான்."

"அப்படி என்றால், 'எல்லாம் அதுவே' தான் என்னை கவனிக்கின்றானா?" அதற்காக, 'எல்லாம் அதுவே'வுக்கு, அன்புக்கு, கடவுளுக்கு பிரார்த்திப்பதால் ஏதாவது அர்த்தம் உள்ளதா?"

"இல்லை, அர்த்தம் இல்லை. உன்னிடமிருந்து விலகி எல்லா இடத்திலும் இருக்கும் குறிப்பிட்ட ஒருவன் என்ற அர்த்தத்தில் அது இல்லை. அல்லது யாரோ உன் பிரார்த்தனைகளை கேட்டு, உன் விதியைப் பற்றி, முடிவுகள் எடுத்து, நீ என்ன செய்ய வேண்டும் என சொல்பவனும் இல்லை. அல்லது நீ குனிந்து வணங்க வேண்டியவனும் இல்லை."

ரிக்கி தளர்ந்து, ஒரு கணம் யோசித்து கேட்டான், "என் வாழ்க்கையில் என்ன நடந்தாலும் அதற்கு நான்தான் முழுவதும் பொறுப்பு என்கிறாயா?"

"ஆமாம், நீதான் பொறுப்பு. நீதான் உன் வாழ்க்கையின் சிற்பி, உன் கட்டிடத்தை அமைத்தவன். அது உன் ஆயுள் காலத்தில் உன் வாழ்க்கை போகும் போக்குக்கு நீதான் முழு பொறுப்பு. நீ நிச்சயமாக கவரப்பட்டு, உதவப்பட்டு, மற்றவரால் தடுக்கப்படுகிறாய். ஆனால் நாம் விவாதித்ததைப்போல் நீதான் சங்கிலியைப் பின்னுகிறாய். உன் சொந்த முடிச்சுகளை நீயே போடுகிறாய், அநேக நேரங்களில் பெரிய முயற்சிகளின் மூலமும், மன குழப்பத்தின்மூலமும் அவற்றை நீதான் அவிழ்க்க வேண்டும்.

கண்கள் காண்பதைவிட அதிகப்பட்டவன் நீ, என்பதை மனதில் வைத்துக்கொள். நீ பரிமாணமாக இருக்கிறாய். நான் முன்பு விளக்கியது போல், நீ, உன் வெளி-ஆணவம், உள்ளார்ந்த மனது, உன் உயிர், உன் உயர்-ஆத்மா ஆகியவைகளின் ஒருங்கிணைப்பு. நான் உன் உயர்-ஆத்மா. நீ என்னுடன் இப்பொழுது உரையாடுகிறாய். உன் உதவிக்காக நீ செய்யும் பிரார்த்தனைகள் என்னை வந்து சேரும். மனித பாங்காக்கப்பட்ட, சுதந்திரமாக இருக்கும் கடவுளுக்கு அல்ல. நான் உனது / நமது முழு இருத்தலையும் ஒரு பெரிய கண்ணோட்டத்துடன் பார்க்க முடியும். உன் வாழ்நாளில், முடிவில் நீ பெறப்போகும் மிகவும் பயனுள்ள கல்வியை அளிக்கும் பாதையில் நான் உன்னை வழிகாட்டுவேன்.

உன் வெளி-ஆணவம் தான் உலகத்திற்குள் முடிவெடுக்கும் முனையாக இருக்கிறது. உன் வெளி-ஆணவம் என்பது "நீ" தான், முழித்துக்கொண்டிருக்கும் பொழுது விழிப்புடன், அறிந்திருந்து, உன்னை நீயாக அடையாளம் கொள்வாய். மேலும் அது என்னுடன் தொடர்பு கொண்டுள்ளதும் கூட, நீ என்ற உன் வெளி-ஆணவம் தான்.

உனக்கு சுயவிருப்பம் உண்டு. உன் வாழ் நாளில் நீ செயல்படுவதற்கும், நீ எடுக்கும் முடிவுகளுக்கும் நீயே பொறுப்பாளி ஆவாய். "நீ" உன் அரங்க நாடகத்தின் மத்தியில் இருக்கிறாய், ஒரு நாடகம் நாம் இருவரும் பரந்த அடிப்படையில் உன் பிறப்பிற்கு முன் வடிவமைத்தோம். நீ உன் வாழ்நாளில் முன்னேறும் பொழுது, உன் உள்ளார்ந்த இயற்கை குணத்தைக் கற்றுக்கொண்டு, அந்த நாடகத்தை இப்பொழுது தொடர்ந்து நீயே வடிவமைக்கிறாய்."

முற்றும் .... ஆரம்பம் !

ஆர்வமுள்ள வாசகர்கள் விஜயம் செய்க: www.ThePurpose.Ca அங்கிருந்து Dr.லின்டல் உடைய வலைப்பதிவுத் தகவல்களுக்கு இணைப்புகள் (links for blog postings) உள்ளன. அவற்றில் பல இப்புத்தகத்தின் பக்கங்களிலுள்ள எண்ணற்ற தலைப்புகளின் விரிவுரையுடன் விளக்கப்பட்டுள்ளன. மேற்கொண்டு இப்புத்தகத்தின் ஃபேஸ்புக் (FaceBook) ரசிகர் பக்கத்திற்கும் ஒரு இணைப்பு உள்ளது.

படிக்க பரிந்துரைக்கப்பட்டவை

Frankl, Viktor. *Man's Search for Meaning*. New York: Washington Square Press, 1959.

Frankl, Viktor. *Psychotherapy and Existentialism*. New York: Washington Square Press, 1985.

Frankl, Viktor. *The Will to Meaning: Foundations and Applications of Logotherapy*. New York: Penguin Books, 1969.

Frankl, Viktor. *Man's Search for Ultimate Meaning*. New York: Plenum Press, 1997.

Lucas, Elizabet. *Meaning In Suffering: Comfort In Crisis Through Logotherapy*. Berkeley: Institute Of Logotherapy Press, 1986.

Lucas, Elizabet._Logotherapy Textbook. Munich: Profil Verlag, 1998.

Newton, Michael. *Journey Of Souls: Case Studies of Life Between Lives*. St. Paul: Llewellyn Publications, 1994.

Newton, Michael. *Destiny Of Souls: New Case Studies of Life Between Lives*. St. Paul: Llewellyn Publications, 2000.

Newton, Michael. *Life Between Lives: Hypnotherapy for Spiritual Regression*. St. Paul: Llewellyn Publications 2004.

Roberts, Jane. *The Seth Material*. New York: Prentice-Hall, 1970.

Roberts, Jane. *Seth Speaks: The Eternal Validity of the Soul*. New York: Prentice-Hall, 1972.

Roberts, Jane. *The Nature of Personal Reality: Specific, Practical Techniques for Solving Everyday Problems and Enriching the Life You Know*. New York: Prentice-Hall, 1974.

Roberts, Jane. *The Unknown Reality*. Vol.1. New York: Prentice-Hall, 1977.

Roberts, Jane. *The Unknown Reality*. Vol.2, part 1. New York: Prentice-Hall, 1977

Roberts, Jane. *The Unknown Reality.* Vol.2, part 2. New York: Prentice-Hall, 1977

Roberts, Jane. *The Nature of the Psyche: Its Human Expression.* New York: Prentice-Hall, 1979.

Roberts, Jane. *The Individual and the Nature of Mass Events.* New York: Prentice-Hall, 1981.

Roberts, Jane. *Dreams, "Evolution," and Value Fulfillment.* Vol. 1. New York: Prentice-Hall, 1986.

Roberts, Jane. *Dreams, "Evolution," and Value Fulfillment.* Vol. II. New York: Prentice-Hall, 1986.

Roberts, Jane. *The Early Sessions*, Vol 1-9. Manhasset: New Awareness Network, 1997.

Walsch, Neale Donald. *Conversations with God: An Uncommon Dialogue.* Book 1. New York: Penguin Putnam, 1996.

Walsch, Neale Donald. *Conversations with God: An Uncommon Dialogue.* Book 2. Charlottesville, VA: Hampton Roads, 1997.

Walsch, Neale Donald. *Conversations with God: An Uncommon Dialogue.* Book 3. Charlottesville, VA: Hampton Roads, 1998.

பின் இணைப்பு - A

கொடுமைக்காரன், பணிந்தவன் மற்றும் மன்னிப்பு

விரிவுரை அரங்கத்தில் கூடியிருந்த உயிர்களின் மத்தியில் கலகலப்பான விவாதம் நடந்துகொண்டிருந்தது. முன்னுரையிலிருந்து நினைவு கூறக்கூடிய ஓரியன், ஆன்மீகப் பரிமாணத்திலிருந்து பூமியில் அவதரிக்கப்போகும் உயிர்களுக்கு விரிவுரை அளித்துக்கொண்டிருந்தான்.

சில உயிர்கள் மேற்கொள்ளப்போகும் வாழ்க்கையில், தான் கொடுமைக்காரர்களாக இருக்கவும், இன்னும் சிலர் கொடுமைக்கு பணிந்தவர்களாக இருக்கவும் எப்படி தம்மை தேர்ந்தெடுத்துக்கொண்டனர் என்பதை ஓரியன் விளக்கிக்கொண்டிருந்தான். இரண்டு உயிர்கள் இதன் மீது விமர்சனம் செய்தனர். ஒரு உயிர் கூறியது, "நான் கொடுமைக்காரனாக இந்த அனுபவத்தில் கலந்துகொள்ள, விருப்பு வெறுப்பு கலந்த இருமுக உணர்ச்சிப்போக்காக உணர்கிறேன்." அவனுக்கு அடுத்து அமர்ந்திருந்த அவனுடைய நண்பன், "நான் இவன் செய்யப்போகும் கொடுமைக்கு பணிந்தவனாக இருந்து, தற்கொலை செய்துகொள்ளும் அளவிற்கு செல்ல இருக்கிறேன். ஆன்மீகமாக இயங்கி வளர இந்த கலவரப் பூசல்கள் எங்களுக்கு உண்மையில் தேவையா?"

உயிர்களின் அவதாரத்திற்கு ஏற்பாடு செய்வதில் நிபுணனாக இருந்த ஓரியன், ஆறுதலான தேற்றத்துடன் பதிலளித்தான், "ஆமாம், அது தேவைதானா என நான் அஞ்சுகிறேன்.

நீங்கள் அறிந்தது போல், எதிர்மறை உணர்வுகளை கற்றுக்கொள்ளும் ஒரே வழி அவற்றை உள்ளார்ந்த மதிப்பாக நேரடி அனுபவத்திலிருந்து பெறுவதுதான். பூமியில் அனைத்து அனுபவங்களையும் முரண்பாட்டினால்தான் அடையமுடியும் என்பது உங்களுக்குத் தெரியும். மேலும் ஒரு உணர்வை கற்றுக்கொள்வது என்பது, அதன் முரண்பாடான எதிர்மறை உணர்வு உங்களை எப்படி பாதிக்கிறது என்பதை கற்றுக்கொள்வதால்தான் முடியும். ஆகவே உதாரணத்திற்கு ஒரு ஆயுள் காலத்தில் கொடுமைக்காரனாக இருக்க

ஊக்குவிக்கும் உணர்வுகளை அனுபவிக்க த்தேர்ந்தெடுக்கலாம். மற்றொரு ஆயுள் காலத்தில், பணிந்தவனாக இருக்கவும் தேர்ந்தெடுக்கலாம்.

அதேபோல், நிச்சயமாக ஒரே ஆயுள் காலத்தில், நீங்கள் இந்த இரண்டுவித உணர்வுகளின் அனுபவம் பெறவும் தேர்ந்தெடுக்கலாம்."

விரிவுரைக்கு வந்த உயிர்களின் மத்தியில் இருந்த ரிக்கி கேட்டான், "நீ முன்பு கூறிய தெய்வீக அறைகூவல் -- அதாவது நாம் நம்மையும், மற்றவரையும் தீங்கிழைக்கக்கூடாது என்பது என்ன ஆவது? ஒருவனுக்கு தீங்கிழைக்காமல் நாம் எப்படி கொடுமைக்காரனாக இருக்க முடியும்?"

ஓரியன் பதிலளித்தான், "நீ சொல்வது சரியே. நீ வெற்றிகரமாக அந்த உணர்வின் அனுபவத்தைப் பெற்ற பின், எதிர்மறை உணர்வுகளின் மீது செயல்படாமலிருந்து, ஒருவனை தீங்கிழைக்கக்கூடாது என்பதுதான் உனது தெய்வீக சவால் அல்லது, நீ பணிந்தவனாக இருந்தால், நீ உன்னை தற்கொலை செய்துகொள்ளும் வரை கொண்டுசெல்லும் உணர்வுகளின் மேல் செயல்படக்கூடாது என்பதுதான் உனக்கு உரைத்த அறைகூவல் ஆகும்.

இது ஒரு மனசாட்சியின் பரீட்சை. உன் உணர்வுகள் பலமானதாகவும், அபரிமிதமானதாகவும் இருந்தால், இது ஒரு கடினமான சோதனையாக இருக்கும். இந்த மாதிரியான நேரங்களில், உன் நோக்கம், எதிர்மறை உணர்வுகளை அனுபவிப்பதுதானே ஒழிய, அவற்றால் உண்டாகும் செயலிசை அல்லது நியாயப்படுத்தும் நடத்தையை செயல்படுத்துவதல்ல.

எதிர்மறை உணர்வுகளை அனுபவிக்கும்பொழுது, அவற்றை உண்டாக்கும் நம்பிக்கைகளை அறிந்து கொள்வதுதான் உன்னுடைய அறைகூவல். உதாரணத்திற்கு, ஒருவனைப் பணிய வைக்கும் அபரிமிதமான உணர்வுகளின் தேவையில், இவை உண்டாக காரணமான நம்பிக்கைகளை நீ அறிந்துகொள்ள முயலவேண்டும்.

இவ்விதமான உணர்வுகளின் அடியில் எப்பொழுதும் பயம் குடிகொண்டிருக்கும். இது அபரிமிதமான முழு அழிவின் பயம். இது ஒரு கொடுமைக்காரனை தீங்கிழைக்கவும், தற்கொலைக்கு துணிந்தவனை தனக்கே தீங்கிழைத்துக் கொள்ளவும் தூண்டும் -- இது மரண பயத்திடம் சரணடைவதாகும். தற்கொலையில் தன் அழிவுக்கு பயம் உள்ளுக்கு செலுத்தப்பட்டும், கொடுமை செய்யும்பொழுது பயம் உண்டாக்கும் பொருளை அழிப்பதற்கு, பயம் வெளியேயும் செலுத்தப்படும்.

கொடுமைக்காரர்களாக இருப்பதால், உங்களை ஊக்குவிக்கும் நம்பிக்கைகளையும், வெறுப்பின் உணர்வையும் வழக்கமாக நீங்கள் அறிவீர்கள். ஆனால், பொதுவாக உங்கள் வெறுப்புடன் தொடர்புள்ள

பயம் அடியில் குடியிருப்பதை நீங்கள் உணரமுடியாது. பதிலாக, நீங்கள் உங்களுக்குள் அதிகாரமின்மையின் உணர்வு, தனிமை, பகைமை, பொறாமை ஆகிய இரண்டாம் தர உணர்வுகளின் கூட்டு உங்கள் நோக்கத்தை நியாயப்படுத்துவதாக அடையாளம் காண்பீர். உங்கள் செயல்களைப் பாதுகாக்க இந்த உணர்வுகளை அனுபவிக்கும் நியாயத்தை உணர்வீர்கள். அன்று வரை உங்கள் வாழ்க்கையில் நிகழ்ந்த பல சூழ்நிலைகளின் விளைவாக, அந்த உணர்வுகள் இருந்திருக்கும். அந்த சூழ்நிலைகள் உங்கள் நம்பிக்கைகளையும், அதைச்சார்ந்த உணர்வுகளையும் வளர்த்துக்கொள்வதற்காக இருந்திருக்கும்."

ரிக்கி சற்று குழப்பத்துடன் தடுமாறி, ஓரியன் இப்பொழுது கூறியதை சுருக்கமாகசொல்லும் முயற்சியில், மீண்டும் கேட்டான், "அந்த உணர்வுகளை உண்டாக்கும் நம்பிக்கைகளை நாம் அடையாளம் கொள்ளவேண்டும் என நீ சொல்கிறாயா?"

ஓரியன் பதிலளித்தான், "ஆமாம், அதுதான் சரி, இதை சாதிக்க உங்களுக்கு கடினமாகத்தான் இருக்கும். இதற்குக்காரணம், உங்கள் நம்பிக்கைகளுக்கும், உங்கள் உணர்வுகளுக்கும் இடையில் திரவ இடைச்செயல்பாடு இருப்பதுதான். ஆகவே, ஒரு குறிப்பிட்ட உணர்வை உண்டாக்கும் ஒரு நம்பிக்கையை அடையாளம் கொள்வது கடினமாக இருக்கும். ஏனெனில், நம்பிக்கையும், உணர்வும், ஒரே நேரத்தில் தோன்றுவதாக தெரியும்.

என்னுடைய முந்திய விரிவுரைகளில் ஒன்றை நினைவு படுத்திக்கொள்ளுங்கள். அதில் உங்கள் ஆரம்ப 'பாதிப்பு' என்று நீங்கள் பெயரிடும்வரை ஒரு சாதாரண வேறுபடுத்தப்படாத 'உணர்வு நிலை' ஆகும். உங்கள் நம்பிக்கையின்படி தானாக அந்த உணர்வு நிலையைப் பெயரிடும்பொழுது, உடனே அதன் மீது ஒரு குறிப்பிட்ட உணர்வுகளான பகைமை, பொறாமை, கோபம், அல்லது வெறுப்புகளை அளிப்பீர்கள். நீங்கள் உணர்வை மாற்ற விரும்பினால், முதலில் அதனுடன் தொடர்பு கொண்ட நம்பிக்கையைத் தோண்டி எடுக்கவேண்டியது அவசியம். அப்படிச் செய்வதில் நீங்கள் வெற்றிகண்டால், பின்னர் தானாக உங்கள் எதிர்மறை உணர்வில் ஒரு மாற்றம் பின்தொடரும்."

ஓரியன் கற்றுக்கொடுத்ததைப் பற்றி உயிர்கள் தமக்குள் விவாதித்துக்கொண்டிருக்கும் பொழுது, எப்பொழுதும் போல் எண்ணக்கற்றைகள் (thought bundles) விரிவுரை அரங்கில் பறந்து கொண்டிருந்தன.

ஓரியன் தொடர்ந்து விமர்சித்தான், "ஒருவனைப் பணிய வைக்கும் ஊக்குவிப்புகளைபெரியவர்கள்வழக்கமாகஅறிந்திருந்தாலும்இளைஞர்கள் பெரும்பாலும் அறிவதில்லை. கொடுமைப்படுத்துபவன், அதிகாரத்தில்

சம நிலையின்மை, சமூக குழுக்களில் எதிரெதிராக உணரப்பட்டு அதை மீட்கும் தேவையினால், வழக்கமாக ஊக்குவிக்கப்படுகிறான். அப்படி செய்யும்பொழுது, தன் குழுவின் சகாக்களால் ஏற்றுக்கொள்ளப்பட முயல்கிறான்."

பார்வையாளராக இருந்த வேறு உயிரிடமிருந்து இன்னொரு கேள்வி எழுப்பப்பட்டது, "பொதுவாக முதல் நிலையில் கொடுமை ஏற்படுவதைப் பற்றி பூமியில் இருக்கும் சமுதாயம் என்ன சொல்கிறது?"

ஓரியன் பதிலளித்தான், "உங்களுக்கு தெரிந்தது போல் பூமி என்பது, நாம் நமது யதார்த்தத்தை அந்த உலக பரிமாணத்தில் கட்டமைக்கும் பொழுது அது பழமையான இருத்தலுக்காகத்தான். காட்டுமிராண்டித்தனமான செயல்கள், அதிகாரத்தை அடையும் நோக்கத்தை காட்டிக்கொள்வது, முதலியன அடிக்கடி நடக்கக்கூடியவை. மேலும் இந்த நடவடிக்கைகள் சமுதாயத்தை எல்லா நிலைகளிலும் சிதறச் செய்து போரை உண்டாக்கி, ஆத்திரத்தையும், சகமனிதன் மீது வெறுப்பின் எழுச்சியும் உண்டாக்குகின்றன.

சமுதாய அளவில் கொடுமை நிகழ்ச்சிகள் தொடர, பாதிக்கப்பட்டவர் தற்கொலை செய்து கொள்வதால், பொதுவான சமுதாயம் அதன் காட்டுமிராண்டித்தனமான இயல்பு நினைவூட்டப்பட்டு, அது ஒரு அறிவுள்ள கலாச்சாரத்தை ஏற்படுத்த, கல்வி மூலமும், ஆய்வுகளின் மூலமும் முயன்று கொண்டிருப்பதாக பதிலளிக்கிறது. அது அச்செயலை கண்டித்தும் குற்றவாளிகளை தண்டித்தும் வருகிறது. ஆனால், மனிதர்கள் ஆன்மீக நிலையில் அனைவரும் தொடர்புள்ளவரே என்ற உண்மையை நன்கறிந்தவர்களாக ஆகும் வரையிலும், ஒரு உயிருக்கு தீங்கிழைத்தால், அது தன்னையே காயப்படுத்திக்கொள்ள வழிவகுக்கும் என்று புரிந்து கொள்ளாதவரை, மிருகத்தனமான செயல்கள் நடப்பது நிற்காது. நான் முன்பு கூறியது போல், அனைத்து மனிதர்களும், அனைத்து உயிர்களும், 'எல்லாம் அதுவே' -ன் அன்பின் ரசத்தில், ஒரு கையின் விரல்களைப்போல் தொடர்புள்ளவர்களே. ஒரு விரலின் காயம், அனைத்துக்கும் உண்டான காயமே."

இன்னொரு உயிர், விரிவுரை அரங்கில் ஒரு கேள்வியை கேட்டது, "மன்னிப்பைப்பற்றி என்ன சொல்கிறாய்? கொடுமைக்காரனாக இருக்கும் நாம், நமது செயல்களுக்கு மன்னிக்கப்படுவோமா?"

ஓரியன் பதிலளித்தான், "அது ஒரு நல்ல கேள்வி, இதற்கு இரண்டு பதில்கள் உள்ளன. ஒன்று எங்கள் ஆன்மீக கண்ணோட்டத்துடன், மற்றொன்று பூமியில் தன் ஆயுள் காலத்தைக் கழிக்கும் மனிதனின் கண்ணோட்டத்துடன்.

எங்கள் கண்ணோட்டத்துடன், பூமியில் நடக்கும் அனைத்தின் அர்த்தமும் அறிந்து கொள்ளப்படுகிறது. அந்த யதார்த்தத்தில் எங்கள் சொந்த கல்விக்காக நாமே அனுபவங்களை வடிவமைக்கின்றோம். ஆகவே, எதிர்பாராத நிகழ்ச்சிகள் கிடையாது. அனைத்து நிகழ்ச்சிகளுக்கும் ஒரு ஆன்மீக அறிவும் நோக்கமும் உண்டு. ஆகவே, மன்னிக்கும் செயல் இங்கே பொருந்தக்கூடியது அல்ல. உங்கள் அவதாரங்களில், நீங்கள் செய்யும் செயல்கள் 'எல்லாம் அதுவே' வின் பிரமாண்டமான கண்ணோட்டத்துடன் பார்க்கப்பட்டு, நாம் அனைவரும் ஒரு பகுதியாக இருந்து, அனைத்தையும் தெரிந்துகொண்டுதான் நாம் இயங்கி வளர இதில் பங்குகொள்கிறோம்.

மன்னிப்பு, உங்கள் அவதாரத்தின் போது பூமியில் உங்கள் கண்ணோட்டத்துடன், மறுபுறம் ஒரு அக்கறையுடன் எடுத்துக்கொள்ளப்பட வேண்டிய விஷயம். இது உங்கள் வாழ்நாளில் உணர்வுபூர்வமான, ஆன்மீக முன்னேற்றத்திற்கு உண்டான மிக முக்கிய அம்சமாகும்.

பூமியில் மன்னிப்பு என்பது அறிவு நிலைக்கு அப்பால் சென்று அடையும் மனதின் ஒரு நிலையாகும். இது தேடுதலால் கிட்டும் அறிவாற்றல், குணப்படுத்தக்கூடிய ஒரு தேவை, கேள்வி கேட்பதாலும், பழி வாங்கும் உணர்வினாலும் எதையும் அடைய முடியாது என்பதை ஏற்றுக்கொள்வது, மேலும் எதிரியை மன்னிக்க தயாரான குணம் ஆகியவைகளால் வரக்கூடியது. அனைத்திலிருந்தும் இது மேல் எழும்பி உடன்பட்டு, ஏற்றுக்கொள்ள தயங்காமல், விஷயங்களைப் போகவிடும் தன்மை கொண்டது.

கொடுமைப்படுத்துவோராக அல்லது கொடுமையால் பாதிக்கப்பட்டு பலியானவராக இருக்கப்போகும் உங்கள் நிகழ்ச்சியில், உங்களுக்குள் அதை ஏற்றுக்கொண்டு உடன்படுதல்தான் முதலில் நீங்கள் அடையக்கூடிய ஒன்று. நீங்கள் உணரும் காயத்தையும், உங்கள் கோபத்தையும் போகவிட வேண்டும். அதை செய்வதற்கு ஆன்மீக நிலையில் ஒருவனை கொடுமைப்படுத்திய குற்ற உணர்வு அல்லது கொடுமைக்கு பணிந்தவனாக இருந்த அனுபவத்தினால் கற்றுக்கொள்ளும் ஒரு வாய்ப்பைப்பெற உங்களால் அழைக்கப்பட்ட ஒரு விதி என ஏற்றுக்கொள்ள வேண்டும். மேலும், தெய்வீக அறைகூவலில் நீங்கள் தோற்றுப்போகும் நிகழ்ச்சியில், அதாவது நீங்கள் யார் என்று கண்டுபிடிக்க, நீங்கள் அவராக இருந்ததை பின் அறிவினால் கண்டிருந்தால், உங்கள் நடத்தையால், உங்கள் உயிர் கிழிக்கப்பட்டு, அது தன் சொந்த ரசத்தால், அன்பின் சக்தியால் தானே குணம் அடைய, நீங்கள் உடன்பட்டு ஒப்புக்கொள்ளும் ஒரு நிலைக்கு வரவேண்டும். அப்பொழுதுதான் நீங்கள் உங்களை மன்னித்து வாழ்க்கையில் மேல்நோக்கி செல்ல முடியும்."

ரிக்கி விமர்சித்தான், "இது சுலபமாக இருக்காது."

ஓரியன் பதிலளித்தான், "இது அனைத்தும், உள்-கற்றல் மற்றும் ஆன்மீக வளர்ச்சியைப்பற்றிதான். இருப்பினும், மன்னிப்புக்கு செல்லும் பாதை ஒப்பிட்டுப்பார்க்கும் பொழுது, கொடுமைப்படுத்துபவனை விட கொடுமைக்குள்ளானவனுக்கு சுலபமாக இருக்கும். இதற்குக்காரணம் என்னவென்றால், பாதிக்கப்பட்டவன், வழக்கமாக அறிவாற்றலை கடந்த நிலையை அடைந்துவிடுகிறான். அல்லது, கொடுமைப்படுத்துபவனுடன் நேராக தொடர்பில்லாமலேயே, அனுபவத்தைக் கடந்துவிடுகிறான். அதே சமயம், கொடுமைபடுத்துபவன், தன்னை மன்னித்து தன் குற்றத்தை போக்கிக்கொள்ளும் முன், எப்பொழுதும் அவன் பணியவைத்து பாதிக்கப்பட்டவனிடமிருந்து மன்னிப்பு பெற வேண்டியதிருக்கிறது.

ஆக, அடுத்த வாழ்நாளில் கொடுமைக்கு பாதிக்கப்பட்டு பலியானவர்களாகப்போகும் அனைவரும் கொடுமைப்படுத்துபவனாக உங்களுடன் இந்த காட்சியில் பங்குகொள்ள ஒப்புக்கொண்டவனை (அவனுடைய சொந்த காரணங்கள் இருந்த போதிலும்) மன்னிப்பு அளித்துவிடுங்கள். இது பாதிக்கப்பட்டவனாக இருந்து உங்களுடன் தொடர்பு கொண்ட எதிர்மறை உணர்வுகளை உணர, உங்களுக்கு நீங்கள் விரும்பிய வாய்ப்பை கொடுக்கும். உங்கள் மன்னிப்பை அளிப்பதால், கொடுமைக்காரனுக்கு மன்னிப்பு அடையும் வாய்ப்பை நீங்கள் கொடுக்கிறீர்கள். கொடுமைக்காரனின் அவதாரத்தில் அவனுடைய பூர்த்தி அல்லது முழுமை உங்கள் மன்னிக்கும் திறன் மற்றும் விருப்பத்தை சார்ந்திருக்கிறது."

விரிவுரை அரங்கில் ஒரு உயிர் விமர்சித்தது, "கடந்த அவதாரத்தில், அதை நான் செய்ய முடியவில்லை. என் வாழ்நாள் முழுவதும் என்னைக் கொடுமைப்படுத்தியவனை வெறுத்து, அந்த வெறுப்பை என் கல்லறையிலும் என்னுடன் கொண்டு சென்றேன்."

ஓரியன் பதிலளித்தான், "துரதிர்ஷ்டவசமாக அதுதான் பொதுவாக உள்ள நிலைமை. இருப்பினும், நீங்கள் இருவரும் இல்லத்திற்கு ஆன்மீகப் பரிமாணத்தில் திரும்பிய பின்னர், என்ன அறைகூவல்களை உங்களுக்காக நீங்கள் அமைத்திருந்தீர்கள் என்பதைப் புரிந்து கொண்டீர்கள்.

கொடுமைக்காரனுக்கும், பணிந்தவனுக்கும் மன்னிப்பை அடைவது ஒரு தனிமையான பிரயாணம். அநேக நேரங்களில், மன்னிப்பு அடையப்பட்டால், அது பாதிக்கப்பட்ட பணிந்தவனுக்காக மட்டும்தான் இருக்கும். இதற்கு முக்கிய காரணம் என்னவென்றால், பாதிக்கப்பட்டவன் மன்னிப்பை அளிக்கும் முன் நீண்டகால நேரம் கடந்துவிடுகிறது. மன்னிப்பு அளிக்கும் மனத்திறனை பாதிக்கப்பட்டவன் அடைந்ததும்,

கொடுமைக்காரன் அங்கிருந்து வெகு தூரம் சென்று விடுவதனால், அவனுடன் தொடர்பு கொள்ள முடியாமல் ஆகிவிடுகிறது. மற்ற சில நேரங்களில், கொடுமைப்படுத்தியவன், பணிந்து பாதிக்கப்பட்டவனுடைய மரணத்திற்கு காரணமாகிவிடுகிறான். அந்தமாதிரி நிலையில், நிச்சயமாக, மன்னிப்பு என்பது ஒரு முடியாத காரியமாகிவிடுகிறது. மேலும், சில சூழ்நிலைகளில், மன்னிப்பு பெறாததற்கு காரணங்கள், அதில் பங்கு கொண்டவர்களுடைய சிக்கலான சுபாவம், மற்றும் சமுதாயத்தின் மனப்பான்மை, சில குற்றங்களைப்பொருத்து அவர்களின் அணுகுமுறை ஆகியவைகளாக இருக்கின்றன."

விரிவுரை அரங்கத்தில், உயிர்களில் ஒன்று விமர்சித்தது, "இது ஒரு பரிதாப பயணமாக இருக்கும், குறிப்பாக தன் தவறான வழிகளுக்காக வருத்தப்படும் கொடுமைக்காரனுக்கு."

முதிய ஆத்மா தொடர்ந்தது, "ஆமாம், இது பரிதாப பயணம்தான். இருப்பினும், இந்த மாதிரி அனுபவங்களினால், கொடுமைக்காரனுக்கு தன் உள்ளார்ந்த இயற்கை குணத்தை அறிந்து அவன் பயத்துடன் ஒத்துப்போகும் வாய்ப்பு கிடைக்கிறது. மேலும், சில நேரம், அவன் உள்ளார்ந்த மோதல்களுடன் வேலை செய்வதால், ஒரு உண்மையான பாசத்தை அவன் பணிந்தவன் மேல் உண்டாக்குகிறான். அதை அவன் அடைந்துவிட்டால், பிறகு மன்னிப்புக் கோரவும், சிலசமயம், அவன் கொடுமைக்குள்ளாக்கியவர்களுக்கு, தர்மம், அறப்பணி ஆகியவைகளை மேற்கொள்ளவும் வாய்ப்பு கிடைக்கிறது.

இறுதியில், எப்படியும், அவதாரத்தின் போது, கொடுமைக்குள்ளானவனின் பாவமன்னிப்பு கிடைக்காதவரை மன்னிப்பு உணரப்படமட்டாது."

விரிவுரை அரங்கில் மற்ற உயிரிடமிருந்து ஒரு கடைசி கேள்வி இருந்தது, "இந்த பயணத்தில் எங்களுக்கு உதவியாக இருக்கும் பரிந்துரை ஏதாவது உண்டா?"

ஓரியன், யோசித்துக்கொண்டே பதிலளித்தான், "இவைகள் பயணத்தின் போது சுலபமான பாடங்களாக இருக்காது. கொடுமைக்கு பணியப்போகும் உயிர்கள், இந்த துஷ்பிரயோகத்தை நேரம் எடுத்து அதன் மீது செயல்பட்டு, உங்களையும் உங்களை கொடுமைப்படுத்தியவனையும் மன்னிக்கும் முன், அதற்காக உங்களை இணங்கச்செய்யும் மன அமைதிக்கு உண்டான காரணங்களை பல கோணங்களால் அந்த கொடுமையையும் துஷ்பிரயோகத்தையும் ஆராயவேண்டும். மேலும் நான் முன்பு சொன்னதுபோல், நீங்கள் உங்கள் எதிரியை மன்னிக்காதவரை, முழு தீர்மானம் ஏற்படும் என்பது சாத்தியமில்லை.

மேலும் அதே போல், உங்களில் கொடுமைக்காரர்களுக்கு கடுமையான ஆத்ம தேடலும் ஏற்படவேண்டியது அவசியம். துரதிர்ஷ்டவசமாக, உங்கள்

கொடுமைக்கு பலியானவர் மன்னிப்பு அளிக்காத வரை முழு தீர்மானம் உங்களுக்கு சாத்தியமில்லை. ஆனால் தவறை திருத்திக்கொள்ள வாய்ப்பு எப்பொழுதும் கிட்டும்."

"மன்னிப்பு அடையும் செயல்பாடு, உங்களில் கொடுமைக்காரர்களுக்கும், பணிந்தவர்களுக்கும் இடையில் ஏற்படும்பொழுது, உங்களை வெறுப்பிலும் வலியிலும் தொடர்புபடுத்தும் உணர்வுகள், நீங்கள் உங்கள் மனதின் கொக்கிகளைத் தளர்த்தி அலைக்கழித்து செல்ல நீங்கள் அனுமதிக்கையில், அவை குறைய ஆரம்பிக்கும். அப்பொழுதுதான் உங்களுக்கு, திறமையுடனும், சுதந்திரத்துடனும் உங்கள் வாழ்க்கையில் தடங்கலின்றி மேல்நோக்கி செல்லமுடியும்."

ஓரியன், எப்பொழுதும் போல், இந்த வார்த்தைகளுடன், தன் விரிவுரையை ஒரு முடிவுக்கு கொண்டுவந்தான், "நீங்கள் பூமியில் உங்கள் அவதாரங்களை முடித்து இல்லத்திற்கு ஆன்மீகப் பரிமாணத்தில் திரும்பிய பின்னர், நான் உங்களை மீண்டும் சந்திக்க எதிர்பார்க்கின்றேன்."

www.ingramcontent.com/pod-product-compliance
Lightning Source LLC
Chambersburg PA
CBHW052130010526
44113CB00034B/1211
* 9 7 8 0 9 9 3 7 9 0 4 8 5 *